AF869520

ਚਿਰਾਂ ਤੋਂ ਜੀਅ ਕਰਦਾ ਸੀ—
ਰਸੀਦੀ ਟਿਕਟ ਦਾ ਕਾਇਆ ਕਲਪ ਕਰ ਦਿਆਂ
ਕਈ ਹਾਦਸੇ ਜਦੋਂ ਵਾਪਰ ਰਹੇ ਹੁੰਦੇ ਹਨ—
ਹੁਣੇ ਹੁਣੇ ਲੱਗੇ ਜਖ਼ਮਾਂ ਵਰਗੇ
ਤਾਂ ਉਨ੍ਹਾਂ ਦੀ ਕੋਈ ਚੀਸ ਅੱਖਰਾਂ ਵਿਚ ਉਤਰ ਜਾਂਦੀ ਹੈ
ਪਰ ਵੇਲਾ ਪਾ ਕੇ ਅਹਿਸਾਸ ਹੁੰਦਾ ਹੈ ਕਿ ਇਨ੍ਹਾਂ ਗੱਲਾਂ ਨੇ
ਲੰਬੇ ਸਮੇਂ ਲਈ ਸਾਹਿਤ ਨੂੰ ਕੁਝ ਨਹੀਂ ਦੇਣਾ
ਇਹ ਵਕਤੀ ਵਾ ਵਰੋਲੇ ਹੁੰਦੀਆਂ ਹਨ...
ਇਸ ਲਈ ਕਈ ਗੱਲਾਂ ਇਹੋ ਜਹੀਆਂ ਲੱਗਣ ਲੱਗ ਪਈਆਂ
ਜੋ ਮੇਰੀ ਆਪਣੀ ਨਜ਼ਰ ਵਿਚ—
ਆਪਣੀ ਹੋਂਦ ਦਾ ਵੇਲਾ ਲੰਘਾ ਚੁੱਕੀਆਂ ਹਨ
ਏਸ ਨਜ਼ਰ ਸਾਨੀ ਨਾਲ—
ਰਸੀਦੀ ਟਿਕਟ ਦੀ ਆਤਮਾ ਨੂੰ ਕਿਤੋਂ ਜ਼ੋਖ਼ ਨਹੀਂ ਪਹੁੰਚਿਆ
ਸਗੋਂ ਕਈ ਹੋਰ ਚੇਤੇ ਆਈਆਂ ਗੱਲਾ—
ਉਹਦੇ ਅੰਗ ਸੰਗ ਹੋ ਗਈਆਂ ਹਨ....
— ਅੰਮ੍ਰਿਤਾ

ਨਵੀਂ ਤਰਤੀਬ ਵਿਚ, ਤੇ ਅਜ ਤਕ ਦੇ ਵਰ੍ਹਿਆਂ ਦੀ ਆਤਮ ਕਥਾ

ਰਸੀਦੀ ਟਿਕਟ

ਆਤਮ ਕਥਾ

ਅੰਮ੍ਰਿਤਾ ਪ੍ਰੀਤਮ

ISBN : 978-81-19349-42-5

ਸੋਧਿਆ ਅਤੇ ਵਧਾਇਆ ਹੋਇਆ ਸੰਸਕਰਣ

ਪਹਿਲੇ ਸੰਸਕਰਣ : 1998, 2001, 2004, 2006, 2008, 2010, 2012, 2015, 2019, 2021

ਗਿਆਰ੍ਹਵੀਂ ਵਾਰ : 2024

ਟਾਈਟਲ : ਇਮਰੋਜ਼

ਮੁੱਲ : ₹ 200

ਪ੍ਰਕਾਸ਼ਕ : **ਸ਼ਿਲਾਲੇਖ ਪਬਲੀਸ਼ਰਸ**

4/32 A ਗ੍ਰਾਊਂਡ ਫ਼ਲੋਰ, ਸੁਭਾਸ਼ ਗਲੀ,

ਵਿਸ਼ਵਾਸ ਨਗਰ, ਸ਼ਾਹਦਰਾ, ਦਿੱਲੀ–110032

ਫ਼ੋਨ : 9999553332

e-mail : shilalekhbooks@rediffmail.com

ਕੰਪੋਜ਼ਿੰਗ : ਹਰਸਿਮਰਨ ਗ੍ਰੈਫ਼ਿਕਸ, ਦਿੱਲੀ–110032

ਛਾਪਕ : ਬੀ. ਕੇ. ਆਫਸੈਟ, ਦਿੱਲੀ-110032

RASIDI TICKET

Autobiography

ਪਰਦੇਸਾਂ ਵਿਚ ਨੂੰ ਅਜਨਬੀ ਬਣਾਏ
ਵਤਨ ਤੋਂ ਵਿਛੜੇ ਮਿੱਟੀ ਦਾ
ਅੰਸ਼ ਜਿ. ਪੰਜਾਬੀਆਂ

ਰਸੀਦੀ ਟਿਕਟ

ਇਕ ਦਿਨ ਖੁਸ਼ਵੰਤ ਸਿੰਘ ਨੇ ਗੱਲਾਂ ਕਰਦਿਆਂ ਕਿਹਾ ਸੀ, "ਤੇਰੀ ਜੀਵਨੀ ਦਾ ਕੀ ਹੈ, ਬਸ ਇਕ ਅੱਧ ਹਾਦਸਾ, ਲਿਖਣ ਲੱਗੋ ਤਾਂ ਰਸੀਦੀ ਟਿਕਟ ਦੀ ਪਿੱਠ ਉਤੇ ਲਿਖੀ ਜਾਏ।" ਰਸੀਦੀ ਟਿਕਟ ਸ਼ਾਇਦ ਇਸ ਲਈ ਆਖਿਆ ਕਿ ਬਾਕੀ ਟਿਕਟਾਂ ਦਾ ਸਾਈਜ਼ ਬਦਲਦਾ ਰਹਿੰਦਾ ਹੈ, ਪਰ ਰਸੀਦੀ ਟਿਕਟ ਦਾ ਉਹੀ ਨਿੱਕਾ ਜਿਹਾ ਰਹਿੰਦਾ ਹੈ। ਠੀਕ ਹੀ ਆਖਿਆ ਸੀ—ਜੋ ਕੁਝ ਵਾਪਰਿਆ, ਮਨ ਦੀਆਂ ਤੈਹਾਂ ਵਿਚ ਵਾਪਰਿਆ, ਤੇ ਉਹ ਸਾਰਾ ਕੁਝ ਨਜ਼ਮਾਂ ਤੇ ਨਾਵਲਾਂ ਦੇ ਹਵਾਲੇ ਹੋ ਗਿਆ, ਫੇਰ ਬਾਕੀ ਕੀ ਰਿਹਾ ? ਫੇਰ ਵੀ ਕੁਝ ਸਤਰਾਂ ਲਿਖ ਰਹੀ ਹਾਂ—ਕੁਝ ਇੰਜ, ਜਿਵੇਂ ਜ਼ਿੰਦਗੀ ਦੇ ਲੇਖੇ ਜੋਖੇ ਦੇ ਕਾਗ਼ਜ਼ਾਂ ਉਤੇ ਇਕ ਨਿੱਕੀ ਜਿਹੀ ਰਸੀਦੀ ਟਿਕਟ ਲਾ ਰਹੀ ਹੋਵਾਂ। ਨਜ਼ਮਾਂ ਤੇ ਨਾਵਲਾਂ ਦੇ ਲੇਖੇ ਜੋਖੇ ਦੀ ਕੱਚੀ ਰਸੀਦ ਨੂੰ ਪੱਕੀ ਰਸੀਦ ਕਰਨ ਲਈ।

ਕਿਆਮਤ ਦਾ ਦਿਨ

ਕੀ ਇਹ ਕਿਆਮਤ ਦਾ ਦਿਨ ਹੈ ? ਜ਼ਿੰਦਗੀ ਦੇ ਕਈ ਉਹ ਪਲ, ਜੋ ਵਕਤ ਦੀ ਕੁੱਖ ਵਿਚੋਂ ਜੰਮੇ, ਜੀਵੇ, ਤੇ ਵਕਤ ਦੀ ਕਬਰ ਵਿਚ ਪੈ ਗਏ, ਅਜ ਮੇਰੇ ਸਾਹਮਣੇ ਖਲੋਤੇ ਹਨ....ਇਹ ਸਭ ਕਬਰਾਂ ਕਿਵੇਂ ਖੁੱਲ੍ਹ ਗਈਆਂ ? ਤੇ ਸਾਰੇ ਪਲ ਜੀਊਂਦੇ ਜਾਗਦੇ ਕਬਰਾਂ ਵਿਚੋਂ ਕਿਵੇਂ ਨਿਕਲ ਆਏ ? ਇਹ ਜ਼ਰੂਰ ਕਿਆਮਤ ਦਾ ਦਿਨ ਹੈ....

1918

ਇਹ 1918 ਦੀ ਕਬਰ ਵਿਚੋਂ ਨਿਕਲਿਆ ਇਕ ਪਲ ਹੈ, ਮੇਰੀ ਹੋਂਦ ਤੋਂ ਵੀ ਇਕ ਵਰ੍ਹਾ ਪਹਿਲੋਂ ਦਾ, ਅਜ ਪਹਿਲੀ ਵਾਰ ਵੇਖ ਰਹੀ ਹਾਂ, ਅੱਗੇ ਸਿਰਫ ਸੁਣਿਆ ਸੀ। ਮੇਰੇ ਮਾਂ-ਬਾਪ, ਦੋਵੇਂ ਪੰਚਖੰਡ ਭਸੌੜ ਦੇ ਸਕੂਲ ਵਿਚ ਪੜ੍ਹਾਂਦੇ ਸਨ। ਉਥੋਂ ਦੇ ਮੁਖੀ ਬਾਬੂ ਤੇਜਾ ਸਿੰਘ ਜੀ ਦੀਆਂ ਬੇਟੀਆਂ ਉਹਨਾਂ ਦੇ ਵਿਦਿਆਰਥੀਆਂ ਵਿਚੋਂ ਸਨ। ਉਨ੍ਹਾਂ ਬੱਚੀਆਂ ਨੂੰ ਇਕ ਦਿਨ ਪਤਾ ਨਹੀਂ ਕੀ ਸੁੱਝੀ, ਦੋਹਾਂ ਨੇ ਰਲ ਕੇ ਗੁਰਦਵਾਰੇ ਵਿਚ ਕੀਰਤਨ ਕੀਤਾ, ਅਰਦਾਸ ਕੀਤੀ, ਤੇ ਅਰਦਾਸ ਦੇ ਅਖੀਰ

ਵਿਚ ਆਖ ਦਿੱਤਾ "ਦੋ ਜਹਾਨਾਂ ਦੇ ਵਾਲੀ ! ਸਾਡੇ ਮਾਸਟਰ ਜੀ ਦੇ ਘਰ ਇਕ ਬੱਚੀ ਬਖ਼ਸ਼ੋ !" ਭਰੀ ਸੰਗਤ ਵਿਚ ਪਿਤਾ ਜੀ ਨੇ ਅਰਦਾਸ ਦੇ ਇਹ ਲਫਜ਼ ਸੁਣੇ, ਤਾਂ ਉਨ੍ਹਾਂ ਨੂੰ ਮੇਰੀ ਹੋਣ ਵਾਲੀ ਮਾਂ ਉਤੇ ਗੁੱਸਾ ਆ ਗਿਆ। ਉਨ੍ਹਾਂ ਸਮਝਿਆ ਸੀ ਕਿ ਉਨ੍ਹਾਂ ਬੱਚੀਆਂ ਨੇ ਉਸ ਦੀ ਰਜ਼ਾਮੰਦੀ ਨਾਲ ਇਹ ਅਰਦਾਸ ਕੀਤੀ ਸੀ। ਪਰ ਮਾਂ ਨੂੰ ਕੁਝ ਪਤਾ ਨਹੀਂ ਸੀ। ਉਨ੍ਹਾਂ ਬੱਚੀਆਂ ਨੇ ਹੀ ਬਾਅਦ ਵਿਚ ਦੱਸਿਆ ਕਿ ਜੇ ਰਾਜ ਬੀਬੀ ਨੂੰ ਪੁੱਛਦੀਆਂ ਤਾਂ ਉਹ ਸ਼ਾਇਦ ਪੁੱਤਰ ਦੀ ਕਾਮਨਾ ਕਰਦੀ, ਪਰ ਉਹ ਆਪਣੇ ਮਾਸਟਰ ਜੀ ਦੇ ਘਰ ਕੁੜੀ ਮੰਗਦੀਆਂ ਸਨ, ਆਪਣੇ ਵਾਂਗ ਇਕ ਕੁੜੀ। ਇਹ ਪਲ ਅਜੇ ਤਕ ਉਸੇ ਤਰ੍ਹਾਂ ਚੁੱਪ ਹੈ—ਕੁਦਰਤ ਦੇ ਭੇਤ ਨੂੰ ਹੋਠਾਂ ਵਿਚ ਮੀਟ ਕੇ ਹੌਲੀ ਜਹੀ ਹੱਸਦਾ, ਪਰ ਆਖਦਾ ਕੁਝ ਨਹੀਂ। ਉਨ੍ਹਾਂ ਬੱਚੀਆਂ ਨੇ ਇਹ ਪ੍ਰਾਰਥਨਾ ਕਿਉਂ ਕੀਤੀ ? ਉਨ੍ਹਾਂ ਦੇ ਕਿਹੜੇ ਇਤਕਾਦ ਨੇ ਸੁਣ ਲਈ ? ਮੈਨੂੰ ਕੁਝ ਪਤਾ ਨਹੀਂ। ਪਰ ਇਹ ਸੱਚ ਹੈ ਕਿ ਵਰ੍ਹਿਉਂ ਅੰਦਰ, ਰਾਜ ਬੀਬੀ, ਰਾਜ-ਮਾਂ ਬਣ ਗਈ।

ਤੇ ਉਸ ਤੋਂ ਵੀ ਦਸ ਵਰ੍ਹੇ ਪਹਿਲਾਂ—ਸਮੇਂ ਦੀ ਕਬਰ ਵਿਚ ਸੁੱਤਾ ਹੋਇਆ ਇਕ ਉਹ ਪਲ ਜਾਗ ਉਠਿਆ ਹੈ, ਜਿਸ ਪਲ ਵੀਹਾਂ ਵਰ੍ਹਿਆਂ ਦੀ ਰਾਜ ਬੀਬੀ ਨੇ ਗੁਜਰਾਂ ਵਾਲੇ ਵਿਚ ਸਾਧੂਆਂ ਦੇ ਇਕ ਡੇਰੇ ਮੱਥਾ ਟੇਕਿਆ, ਤੇ ਉਹਦੀ ਨਜ਼ਰ ਕੁਝ ਉੱਨੇ ਹੀ ਵਰ੍ਹਿਆਂ ਦੇ ਇਕ ਨੰਦ ਸਾਧ ਉਤੇ ਜਾ ਪਈ। ਨੰਦ ਸਾਧ ਸ਼ਾਹੂਕਾਰਾਂ ਦਾ ਪੁੱਤਰ ਸੀ। ਜਦੋਂ ਛੇਆਂ ਮਹੀਨਿਆਂ ਦਾ ਸੀ, ਮਾਂ ਲਛਮੀ ਮਰ ਗਈ ਸੀ। ਉਹਦੀ ਨਾਨੀ ਨੇ ਉਹਨੂੰ ਝੋਲੀ ਪਾ ਲਿਆ ਸੀ, ਤੇ ਦਾਣੇ ਛੜਣ ਵਾਲੀ ਇਕ ਜ਼ਨਾਨੀ ਦੇ ਦੁੱਧ ਤੇ ਪਾਲ ਲਿਆ ਸੀ। ਨੰਦ ਦੇ ਹੋਰ ਵੀ ਚਾਰ ਵੱਡੇ ਭਰਾ ਸਨ, ਤੇ ਇਕ ਭੈਣ ਸੀ, ਪਰ ਵੱਡੇ ਭਰਾਵਾਂ ਵਿਚੋਂ ਦੋ ਮਰ ਗਏ, ਇਕ ਗੁਪਾਲ ਸਿੰਘ ਟੱਬਰ ਟੋਰ ਨੂੰ ਛੱਡ ਕੇ ਸ਼ਰਾਬੀ ਹੋ ਗਿਆ ਸੀ, ਤੇ ਵੱਡਾ ਹਾਕਮ ਸਿੰਘ ਸਾਧਾਂ ਦੇ ਡੇਰੇ ਜਾ ਬੈਠਾ ਸੀ। ਸੋ ਨੰਦ ਦਾ ਸਾਰਾ ਮੋਹ ਆਪਣੀ ਭੈਣ ਹਾਕੋ ਨਾਲ ਪੈ ਗਿਆ। ਭੈਣ ਵੱਡੀ ਸੀ, ਆਖ਼ਰਾਂ ਦੀ ਸੋਹਣੀ। ਜਦੋਂ ਵਿਆਹੀ ਤਾਂ ਆਪਣੇ ਖਾਵੰਦ ਬੇਲਾ ਸਿੰਘ ਨੂੰ ਵੇਖ ਕੇ ਇਕੋ ਜ਼ਿਦ ਧਾਰ ਗਈ ਕਿ ਉਹਦੇ ਨਾਲ ਉਹਦਾ ਕੋਈ ਰਿਸ਼ਤਾ ਨਹੀਂ ਸੀ। ਮੁਕਲਾਵੇ ਫੇਰੇ ਜਾਣ ਦੀ ਥਾਂ ਉਹਨੇ ਪੇਕੇ ਘਰ ਵਿਚ ਇਕ ਭ਼ੋਰਾ ਕਢਾਇਆ, ਤੇ ਚਲੀਹੇ ਰੱਖ ਲਏ। ਗਲ ਗੇਰੂਆ ਕਪੜੇ ਪਾਂਦੀ, ਰਾਤੀ ਕੱਚੇ ਛੋਲੇ ਪਾਣੀ ਵਿਚ ਭਿਉਂਦੀ, ਤੇ ਦਿਨੇ ਚੱਬ ਲੈਂਦੀ। ਨੰਦ ਨੇ ਵੀ ਭੈਣ ਦੀ ਰੀਸੇ ਗੇਰੂਆ ਕਪੜੇ ਪਾ ਲਏ। ਪਰ ਭੈਣ ਬਹੁਤੇ ਦਿਨ ਜੀਊਂਦੀ ਨਾ ਰਹੀ। ਉਹਦੀ ਮੌਤ ਨਾਲ ਨੰਦ ਨੂੰ ਜਾਪਿਆ ਕਿ ਦੁਨੀਆ ਤੋਂ ਅਸਲੀ ਵੈਰਾਗ ਉਹਨੂੰ ਹੁਣ ਹੋਇਆ ਸੀ। ਉਹ ਸ਼ਾਹੂਕਾਰ ਨਾਨੇ ਸ: ਅਮਰ ਸਿੰਘ ਸਚਦੇਵ ਤੋਂ ਮਿਲੀ ਹੋਈ ਅੰਤਾਂ ਦੀ ਜਾਇਦਾਦ ਨੂੰ ਤਿਆਗ ਕੇ ਸੰਤ ਦਿਆਲ ਜੀ ਦੇ ਡੇਰੇ ਜਾ ਬੈਠਾ। ਸੰਸਕ੍ਰਿਤ ਸਿੱਖੀ, ਬ੍ਰਿਜ ਭਾਸ਼ਾ ਸਿੱਖੀ, ਹਿਕਮਤ ਸਿੱਖੀ, ਤੇ ਡੇਰੇ ਵਿਚ ਬਾਲਕਾ-ਸਾਧੂ ਆਖਿਆ ਜਾਣ ਲੱਗਾ। ਭੈਣ ਜਦੋਂ ਜੀਊਂਦੀ ਸੀ, ਮਾਮੇ ਮਾਮੀ ਨੇ ਨੰਦ ਦੀ ਕਿਤੇ ਅੰਮ੍ਰਿਤਸਰ ਕੁੜਮਾਈ ਕੀਤੀ ਸੀ, ਨੰਦ ਨੇ ਉਹ ਕੁੜਮਾਈ ਛੱਡ ਦਿਤੀ, ਤੇ ਵੈਰਾਗੀਆਂ ਹੋਈਆਂ ਕਵਿਤਾਵਾਂ ਲਿਖਣ ਲੱਗਾ।

ਰਾਜ ਬੀਬੀ ਪਿੰਡ ਮਾਂਗਾ ਜ਼ਿਲਾ ਗੁਜਰਾਤ ਦੀ ਸੀ। ਵੱਟੇ ਸੱਟੇ ਵਿਚ ਵਿਆਹੀ ਹੋਈ। ਜਿਹਦੇ ਨਾਲ ਵਿਆਹੀ ਸੀ, ਉਹ ਫ਼ੌਜ ਵਿਚ ਭਰਤੀ ਹੋ ਗਿਆ ਸੀ, ਫੇਰ ਉਹਦੀ ਕੋਈ ਖਬਰ ਨਹੀਂ ਸੀ ਆਈ। ਉਦਾਸ ਤੇ ਨਿਰਾਸ ਉਹ ਗੁਜਰਾਂਵਾਲੇ ਦੇ ਇਕ ਛੋਟੇ ਜਿਹੇ ਸਕੂਲ ਵਿਚ ਪੜ੍ਹਾਂਦੀ ਸੀ। ਸਕੂਲ ਜਾਣ ਤੋਂ ਪਹਿਲਾਂ ਆਪਣੀ ਭਾਬੀ ਨਾਲ ਦਿਆਲ ਜੀ ਦੇ ਡੇਰੇ ਮੱਥਾ ਟੇਕਣ ਔਂਦੀ ਸੀ। ਭਰਾ ਮਰ ਗਿਆ ਸੀ, ਭਾਬੀ ਵਿਧਵਾ ਸੀ। ਇਸੇ ਭਾਬੀ ਦੇ ਵੱਟੇ ਸੱਟੇ ਵਿਚ ਉਹ ਭਾਬੀ ਦੇ ਭਰਾ

ਨਾਲ ਵਿਆਹੀ ਸੀ, ਪਰ ਹੁਣ ਦੋਵੇਂ ਇਕੱਲੀਆਂ ਤੇ ਉਦਾਸ, ਇਕ ਸਕੂਲ ਵਿਚ ਪੜ੍ਹਾਂਦੀਆਂ, ਇਕੱਠੀਆਂ ਰਹਿੰਦੀਆਂ ਸਨ। ਇਕ ਦਿਨ ਦੋਵੇਂ ਜਦੋਂ ਦਿਆਲ ਜੀ ਦੇ ਡੇਰੇ ਆਈਆਂ, ਅੰਤਾਂ ਦਾ ਮੀਂਹ ਲਹਿ ਪਿਆ। ਦਿਆਲ ਜੀ ਨੇ ਮੀਂਹ ਦਾ ਵੇਲਾ ਲੰਘਾਣ ਲਈ, ਆਪਣੇ ਬਾਲਕੇ-ਸਾਧੂ ਨੂੰ ਕਵਿਤਾ ਸੁਨਾਣ ਲਈ ਆਖਿਆ। ਉਹ ਹਮੇਸ਼ਾਂ ਅੱਖਾਂ ਮੀਟ ਕੇ ਕਵਿਤਾ ਸੁਣਦੇ ਹੁੰਦੇ ਸਨ। ਉਸ ਦਿਨ ਜਦੋਂ ਅੱਖਾਂ ਖੋਲ੍ਹੀਆਂ, ਤਾਂ ਵੇਖਿਆ–ਉਨ੍ਹਾਂ ਦੇ ਨੰਦ ਦੀਆਂ ਅੱਖਾਂ ਰਾਜ-ਬੀਬੀ ਦੇ ਮੂੰਹ ਵਲ ਭਟਕਦੀਆਂ ਪਈਆਂ ਸਨ। ਕੁਝ ਦਿਨਾਂ ਪਿਛੋਂ ਉਨ੍ਹਾਂ ਨੇ ਰਾਜ ਬੀਬੀ ਦੀ ਵਿਥਿਆ ਸੁਣੀ, ਤੇ ਨੰਦ ਨੂੰ ਆਖਿਆ "ਨੰਦ ਬੇਟਾ! ਜੋਗ ਤੁਹਾਡੇ ਲਈ ਨਹੀਂ, ਇਹ ਭਗਵੇ ਬਸਤਰ ਤਿਆਗ ਦਿਉ, ਤੇ ਗ੍ਰਹਸਥ ਆਸ਼ਰਮ ਵਿਚ ਪੈਰ ਰਖੋ।" ਇਹੋ ਰਾਜ ਬੀਬੀ ਮੇਰੀ ਮਾਂ ਬਣੀ, ਤੇ ਨੰਦ ਸਾਧੂ ਮੇਰੇ ਪਿਤਾ। ਨੰਦ ਨੇ ਗ੍ਰਹਸਥ ਆਸ਼੍ਰਮ ਜਦੋਂ ਕਬੂਲਿਆ, ਆਪਣਾ ਨਾਂ ਕਰਤਾਰ ਸਿੰਘ ਰਖਿਆ। ਕਵਿਤਾ ਲਿਖਦੇ ਸਨ, ਇਸ ਲਈ ਇਕ ਤਖੱਲਸ ਵੀ ਸੀ–ਪੀਯੂਖ! ਦਸਾਂ ਵਰ੍ਹਿਆਂ ਪਿਛੋਂ ਜਦੋਂ ਮੈਂ ਜੰਮੀ, ਉਨ੍ਹਾਂ ਨੇ ਪੀਯੂਖ ਲਫਜ਼ ਨੂੰ ਪੰਜਾਬੀ ਵਿਚ ਉਲਥਾ ਕੇ ਮੇਰਾ ਨਾਂ ਅੰਮ੍ਰਿਤ ਰੱਖ ਦਿੱਤਾ, ਤੇ ਆਪਣਾ ਤਖੱਲਸ ਹਿਤਕਾਰੀ ਰੱਖ ਲਿਆ।

ਫ਼ਕੀਰੀ ਤੇ ਅਮੀਰੀ ਦੋਵੇਂ ਮੇਰੇ ਪਿਤਾ ਦੇ ਸੁਭਾਅ ਵਿਚ ਸਨ। ਮਾਂ ਦਸਦੀ ਹੁੰਦੀ ਸੀ–ਇਕ ਵਾਰ ਉਨ੍ਹਾਂ ਦਾ ਇਕ ਗੁਰਭਾਈ (ਸੰਤ ਦਿਆਲ ਜੀ ਦਾ ਇਕ ਹੋਰ ਚੇਲਾ), ਸੰਤ ਹਰਨਾਮ ਸਿੰਘ ਕਹਿਣ ਲੱਗਾ ਕਿ ਉਸ ਦਾ ਵੱਡਾ ਭਰਾ ਵਿਆਹ ਕਰਵਾਣਾ ਚਾਹੁੰਦਾ ਹੈ, ਪਰ ਚੰਗੀ ਭਲੀ ਹੁੰਦੀ ਕੁੜਮਾਈ ਰਹਿ ਗਈ ਹੈ, ਕਿ ਉਹਦੇ ਕੋਲ ਰਹਿਣ ਲਈ ਆਪਣਾ ਮਕਾਨ ਕੋਈ ਨਹੀਂ। ਪਿਤਾ ਜੀ ਕੋਲ ਅਜੇ ਵੀ ਆਪਣੇ ਨਾਨੇ ਦੀ ਜਾਇਦਾਦ ਵਿਚੋਂ ਇਕ ਮਕਾਨ ਬਚਿਆ ਹੋਇਆ ਸੀ, ਕਹਿਣ ਲੱਗੇ "ਜੇ ਏਨੀ ਗੱਲ ਪਿਛੇ ਉਹਦਾ ਵਿਆਹ ਨਹੀਂ ਹੁੰਦਾ, ਤਾਂ ਮੈਂ ਆਪਣਾ ਮਕਾਨ ਉਹਦੇ ਨਾਂ ਲਿਖ ਦੇਂਦਾ ਹਾਂ" ਤੇ ਆਪਣਾ ਇਕੋ ਇਕ ਮਕਾਨ ਉਹਦੇ ਨਾਂ ਲਿਖ ਦਿੱਤਾ। ਫੇਰ ਸਾਰੀ ਉਮਰ ਕਰਾਏ ਦੇ ਮਕਾਨਾਂ ਵਿਚ ਰਹੇ, ਆਪਣਾ ਮਕਾਨ ਨਹੀਂ ਬਣਾ ਸਕੇ, ਪਰ ਮੈਂ ਕਦੇ ਉਨ੍ਹਾਂ ਦੇ ਮੂੰਹ ਉਤੇ ਕੋਈ ਹਿਰਖ ਨਹੀਂ ਸੀ ਵੇਖਿਆ।

ਪਰ ਮੈਂ ਉਨ੍ਹਾਂ ਦੇ ਮੂੰਹ ਉਤੇ ਇਕ ਬਹੁਤ ਵੱਡਾ ਹਿਰਖ ਵੇਖਿਆ–ਦਸਾਂ ਕੁ ਵਰ੍ਹਿਆਂ ਦੀ ਸਾਂ, ਮਾਂ ਮਰ ਗਈ। ਉਹ ਜ਼ਿੰਦਗੀ ਤੋਂ ਫੇਰ ਵਿਰੱਕਤ ਹੋ ਗਏ। ਪਰ ਮੈਂ ਉਨ੍ਹਾਂ ਲਈ ਇਕ ਬਹੁਤ ਵੱਡਾ ਬੰਧਨ ਸਾਂ। ਮੋਹ ਤੇ ਵੈਰਾਗ ਦੋਵੇਂ ਉਨ੍ਹਾਂ ਨੂੰ ਇਕ ਦੂਜੀ ਤੋਂ ਮੁਖਾਲਫ਼ ਦਿਸ਼ਾ ਵਲ ਖਿੱਚਦੇ। ਕਈ ਪਲ ਅਜਿਹੇ ਵੀ ਆਉਂਦੇ–ਮੈਂ ਵਿਲਕ ਪੈਂਦੀ। ਪਤਾ ਨਹੀਂ ਸੀ ਲਗਦਾ ਮੈਂ ਉਨ੍ਹਾਂ ਨੂੰ ਮਨਜ਼ੂਰ ਸਾਂ ਕਿ ਨਾ ਮਨਜ਼ੂਰ। ਆਪਣੀ ਹੋਂਦ–ਇਕੋ ਸਮੇਂ, ਚਾਹੀ ਤੇ ਅਣ ਚਾਹੀ ਲਗਦੀ। ਕਾਫ਼ੀਏ ਰਦੀਫ਼ ਦਾ ਹਿਸਾਬ ਸਮਝਾ ਕੇ ਪਿਤਾ ਨੇ ਚਾਹਿਆ ਸੀ ਮੈਂ ਲਿਖਾਂ। ਲਿਖਦੀ ਰਹੀ–ਮੇਰਾ ਖਿਆਲ ਹੈ ਪਿਤਾ ਦੀ ਨਜ਼ਰ ਵਿਚ ਜਿੰਨੀ ਕੁ ਅਣ ਚਾਹੀ ਸਾਂ, ਉਹ ਵੀ ਚਾਹੀ ਬਨਣ ਲਈ।

ਪਹਿਲਾ ਸੁਪਨਾ

ਮੁੜ ਮੁੜ ਕੇ–ਕੋਈ ਪਾਣੀ ਦਾ ਕੰਢਾ ਦਿਸਦਾ ਸੀ, ਜਿੱਥੇ ਉੱਚਾ ਉੱਚਾ ਸਰਕੜਾ ਉੱਗਿਆ ਹੁੰਦਾ ਸੀ। ਮੈਂ ਆਪਣੇ ਹਾਣ ਦੀਆਂ ਛੋਟੀਆਂ ਛੋਟੀਆਂ ਕੁੜੀਆਂ ਨਾਲ ਉੱਥੇ ਖਲੋਤੀ ਹੁੰਦੀ, ਤੇ ਉੱਥੇ ਕੋਈ ਆ ਜਾਂਦਾ....

ਅਸੀ ਸਾਰੇ ਰਲ ਕੇ ਲੁੱਕਣ ਮੀਟੀ ਖੇਡਦੇ। ਉਹਦੇ ਸਿਰ ਜਦੋਂ ਮੀਟੀ ਆ ਜਾਂਦੀ, ਅਸੀ ਸਾਰੀਆਂ ਕੁੜੀਆਂ ਸਰਕੜੇ ਵਿੱਚ, ਜਿੱਥੇ ਥਾਂ ਲਭਦੀ, ਲੁਕ ਜਾਂਦੀਆਂ। ਸਾਰੀਆਂ ਸੋਚਦੀਆਂ ਹੋਣਗੀਆਂ ਕਿ ਉਹ ਖੇਡ ਵਿਚ ਕਿਸੇ ਨੂੰ ਪਕੜਾਈ ਨਾ ਦੇਣ, ਪਰ ਮੇਰੇ ਸੁਪਨੇ ਵਿਚ ਉਲਟੀ ਗੱਲ ਹੁੰਦੀ ਸੀ। ਉੱਚੇ ਉੱਚੇ ਸਰਕੜੇ ਵਿਚ ਲੁਕੀ ਦਾ ਦਿਲ ਧੜਕਦਾ ਰਹਿੰਦਾ, ਮੈਂ ਸੋਚਦੀ, ਉਹ ਹੋਰ ਕਿਸੇ ਨੂੰ ਨਾ ਲੱਭੇ, ਮੈਨੂੰ ਲੱਭ ਲਵੇ ! ਮੈਂ ਉਹਨੂੰ ਪਕੜਾਈ ਦੇ ਜਾਵਾਂ....

ਤੇ ਫੇਰ ਉਹ ਸਚੀਮੁਚੀ ਉੱਥੇ ਆ ਜਾਂਦਾ, ਜਿੱਥੇ ਮੈਂ ਲੁਕੀ ਹੁੰਦੀ, ਤੇ ਆਖਦਾ–'ਵੇਖ ! ਮੈਂ ਤੈਨੂੰ ਲੱਭ ਲਿਆ ਏ....'

ਠੀਕ ਉਸ ਵੇਲੇ, ਜਿਸ ਵੇਲੇ ਉਹ ਮੇਰਾ ਹੱਥ ਫੜ ਰਿਹਾ ਹੁੰਦਾ, ਤੇ ਮੇਰੀ ਸਾਰੀ ਜਾਨ ਮੇਰੇ ਹੱਥ ਵਿਚ ਧੜਕ ਰਹੀ ਹੁੰਦੀ–ਮੈਨੂੰ ਜਾਗ ਆ ਜਾਂਦੀ....

ਇਹ ਸੁਪਨਾ ਕਰੀਬ ਰੋਜ਼ ਔਂਦਾ ਸੀ, ਤੇ ਉਹ ਮੀਟੀ ਦੇਣ ਵਾਲਾ ਪਤਾ ਨਹੀਂ ਕੌਣ ਸੀ....

ਹੋਣੀ ਦਾ ਪਰਛਾਵਾਂ

ਘਰ ਵਿਚ ਤਾਂ ਨਹੀਂ, ਪਰ ਚੌਂਕੇ ਵਿਚ ਨਾਨੀ ਦਾ ਰਾਜ ਹੁੰਦਾ ਸੀ। ਸਭ ਤੋਂ ਪਹਿਲੀ ਬਗਾਵਤ ਮੈਂ ਉਹਦੇ ਰਾਜ ਵਿਚ ਕੀਤੀ ਸੀ। ਵੇਖਦੀ ਸਾਂ ਕਿ ਚੌਂਕੇ ਦੀ ਇਕ ਪਰਛੱਤੀ ਉਤੇ ਤਿੰਨ ਗਲਾਸ, ਬਾਕੀ ਭਾਂਡਿਆਂ ਨਾਲੋਂ ਛੇਕੇ ਹੋਏ, ਹਮੇਸ਼ਾਂ ਇਕ ਗੁੱਠ ਵਿਚ ਪਏ ਰਹਿੰਦੇ ਸਨ। ਇਹ ਗਲਾਸ ਸਿਰਫ ਉਦੋਂ ਪਰਛੱਤੀ ਤੋਂ ਲਾਹੇ ਜਾਂਦੇ ਸਨ, ਜਦੋਂ ਪਿਤਾ ਜੀ ਦੇ ਮੁਸਲਮਾਨ ਦੋਸਤ ਔਂਦੇ ਸਨ, ਤੇ ਉਨ੍ਹਾਂ ਨੂੰ ਚਾਹ ਲੱਸੀ ਪਿਆਣੀ ਹੁੰਦੀ ਸੀ। ਤੇ ਉਸ ਤੋਂ ਪਿੱਛੋਂ ਮਾਂਜ ਧੋ ਕੇ ਫੇਰ ਉਥੇ ਰਖ ਦਿਤੇ ਜਾਂਦੇ ਸਨ। ਸੋ ਤਿੰਨਾਂ ਗਲਾਸਾਂ ਨਾਲ ਮੈਂ ਵੀ ਇਕ ਚੌਥੇ ਗਲਾਸ ਵਾਂਗ ਰਲ ਗਈ, ਤੇ ਅਸੀ ਚਾਰੇ ਨਾਨੀ ਨਾਲ ਲੜ ਪਏ। ਉਹ ਗਲਾਸ ਵੀ ਬਾਕੀ ਭਾਂਡਿਆਂ ਨੂੰ ਨਹੀਂ ਸਨ ਛੋਹ ਸਕਦੇ, ਮੈਂ ਵੀ ਜ਼ਿਦ ਬੰਨ੍ਹ ਲਈ ਕਿ ਮੈਂ ਹੋਰ ਕਿਸੇ ਭਾਂਡੇ ਵਿਚ ਨਾ ਪਾਣੀ ਪੀਣਾ ਹੈ, ਨਾ ਦੁੱਧ ਚਾਹ। ਨਾਨੀ ਉਨ੍ਹਾਂ ਗਲਾਸਾਂ ਨੂੰ ਸੱਖਣਿਆਂ ਰਖ ਸਕਦੀ ਸੀ, ਪਰ ਮੈਨੂੰ ਭੁੱਖਿਆਂ ਜਾਂ ਤਿਹਾਇਆਂ ਨਹੀਂ ਸੀ ਰੱਖ ਸਕਦੀ, ਸੋ ਗੱਲ ਪਿਤਾ ਜੀ ਤਕ ਪਹੁੰਚ ਗਈ। ਪਿਤਾ ਜੀ ਨੂੰ ਇਸ ਤੋਂ ਪਹਿਲਾਂ ਪਤਾ ਨਹੀਂ ਸੀ ਕਿ ਕੋਈ ਗਲਾਸ ਇਸ ਤਰ੍ਹਾਂ ਵੱਖਰੇ ਰਖੇ ਜਾਂਦੇ ਹਨ। ਉਨ੍ਹਾਂ ਨੂੰ ਪਤਾ ਲੱਗਾ ਤਾਂ ਮੇਰੀ ਬਗ਼ਾਵਤ ਸਫ਼ਲ ਹੋ ਗਈ। ਫੇਰ ਨਾ ਕੋਈ ਭਾਂਡਾ ਹਿੰਦੂ ਰਿਹਾ ਨਾ ਮੁਸਲਮਾਨ। ਉਸ ਪਲ ਨਾ ਨਾਨੀ ਨੂੰ ਪਤਾ ਸੀ, ਨਾ ਮੈਨੂੰ, ਕਿ ਵੱਡੀ ਹੋ ਕੇ ਜ਼ਿੰਦਗੀ ਦੇ ਕਈ ਵਰ੍ਹੇ ਜਿਹਦੇ ਮੂੰਹ ਨੂੰ ਇਸ਼ਕ ਕਰਾਂਗੀ, ਉਹ ਉਸੇ ਮਜ਼ਹਬ ਦਾ ਹੋਵੇਗਾ, ਜਿਹੜੇ ਮਜ਼ਹਬ ਦੇ ਲੋਕਾਂ ਲਈ ਘਰ ਦੇ ਭਾਂਡੇ ਵੀ ਛੇਕ ਦਿਤੇ ਜਾਂਦੇ ਸਨ।

ਹੋਣੀ ਦਾ ਮੂੰਹ ਅਜੇ ਤੱਕਿਆ ਨਹੀਂ ਸੀ ਪਰ ਸੋਚਦੀ ਹਾਂ, ਉਸ ਪਲ ਖੌਰੇ ਉਹਦਾ ਹੀ ਪਰਛਾਵਾਂ ਸੀ, ਜਿਹੜਾ ਬਚਪਨ ਵਿਚ ਤੱਕਿਆ ਸੀ....ਪਰਛਾਵੇਂ ਬਹੁਤ ਵੱਡੀ ਹਕੀਕਤ ਹੁੰਦੇ ਹਨ। ਮੂੰਹ ਵੀ ਹਕੀਕਤ ਹੁੰਦੇ ਹਨ, ਪਰ ਕਿੰਨਾ ਚਿਰ ? ਪਰਛਾਵੇਂ, ਜਿੰਨਾ ਚਿਰ ਤੁਸੀ ਚਾਹੋ। ਚਾਹੋ ਤਾਂ ਸਾਰੀ ਉਮਰ...ਵਰ੍ਹੇ ਔਂਦੇ ਹਨ, ਲੰਘ ਜਾਂਦੇ ਹਨ, ਖਲੋਂਦੇ ਨਹੀਂ। ਪਰ ਕਈ ਪਰਛਾਵੇਂ, ਜਿਥੇ ਕਦੀ ਖਲੋਂਦੇ ਹਨ, ਉਥੇ ਹੀ ਖਲੋਤੇ ਰਹਿੰਦੇ ਹਨ....

ਉਂਜ ਤਾਂ ਉਹ ਹਰ ਪਰਛਾਵਾਂ ਕਿਸੇ ਵਜੂਦ ਦਾ ਪਰਛਾਂਵਾਂ ਹੁੰਦਾ ਹੈ, ਵਜੂਦ ਦਾ ਮੁਹਤਾਜ, ਪਰ

ਕਈ ਪਰਛਾਵੇਂ ਇਹੋ ਜਹੇ ਵੀ ਹੁੰਦੇ ਹਨ, ਜੋ ਇਸ ਨੇਮ ਤੋਂ ਬਾਹਰ ਹੁੰਦੇ ਹਨ, ਵਜੂਦ ਤੋਂ ਵੀ ਸੁਤੰਤਰ। ਤੇ ਇੰਜ ਵੀ–ਕਿ ਇਕ ਪਰਛਾਵਾਂ ਪਤਾ ਨਹੀਂ ਕਿੱਥੋਂ, ਤੇ ਕਿਹੜੇ ਵਜੂਦ ਨਾਲੋਂ ਟੁੱਟ ਕੇ, ਤੁਹਾਡੇ ਕੋਲ ਆ ਜਾਂਦਾ ਹੈ, ਤੇ ਤੁਸੀ ਉਸ ਪਰਛਾਵੇਂ ਨੂੰ ਲੈ ਕੇ ਦੁਨੀਆਂ ਵਿਚ ਘੁੰਮਦੇ ਰਹਿੰਦੇ ਹੋ, ਤੇ ਲਭਦੇ ਰਹਿੰਦੇ ਹੋ ਕਿ ਇਹ ਜਿਹੜੇ ਵਜੂਦ ਨਾਲੋਂ ਟੁੱਟਿਆ ਸੀ, ਉਹ ਕਿਹੜਾ ਹੈ ? ਭੁਲੇਖਿਆਂ ਦਾ ਕੀ ਹੈ, ਪੈ ਜਾਂਦੇ ਹਨ। ਤੁਸੀ ਇਹ ਪਰਛਾਵਾਂ ਗ਼ੈਰਾਂ ਦੇ ਗਲ ਨਾਲ ਵੀ ਲਾ ਕੇ ਵੇਖਦੇ ਹੋ, ਕੀ ਪਤਾ ਮੇਚੇ ਦਾ ਹੋਵੇ ? ਨਹੀਂ ਹੁੰਦਾ, ਨਾ ਸਹੀ। ਤੁਸੀ ਫੇਰ ਉਹਨੂੰ, ਹਨੇਰੇ ਜਹੇ ਨੂੰ, ਫੜ ਕੇ, ਉਥੋਂ ਤੁਰ ਪੈਂਦੇ ਹੋ....

ਮੇਰੇ ਕੋਲ ਵੀ ਇਕ ਪਰਛਾਵਾਂ ਸੀ। ਨਾਂ ਦਾ ਕੀ ਹੁੰਦਾ ਹੈ, ਉਹਦਾ ਇਕ ਨਾਂ ਵੀ ਰੱਖ ਲਿਆ ਸੀ–ਰਾਜਨ। ਘਰ ਵਿਚ ਇਕ ਨੇਮ ਹੁੰਦਾ ਸੀ ਕਿ ਸੌਣ ਲੱਗਿਆਂ ਕੀਰਤਨ ਸੋਹਲੇ ਦਾ ਪਾਠ ਕਰਨਾ ਹੁੰਦਾ ਸੀ। ਇਹਦੇ ਲਈ ਪਿਤਾ ਜੀ ਦਾ ਵਿਸ਼ਵਾਸ ਸੀ ਕਿ ਜਿਉਂ ਜਿਉਂ ਇਹਦੀਆਂ ਤੁਕਾਂ ਪੜ੍ਹਦੇ ਜਾਉ, ਤੁਹਾਡੇ ਦੁਆਲੇ ਇਕ ਕਿਲ੍ਹਾ ਉਸਰਦਾ ਜਾਂਦਾ ਹੈ, ਤੇ ਪਾਠ ਦੇ ਖ਼ਤਮ ਹੁੰਦਿਆਂ ਹੀ, ਤੁਸੀ ਸਾਰੀ ਰਾਤ ਇਕ ਕਿਲ੍ਹੇ ਦੀ ਹਿਫ਼ਾਜ਼ਤ ਵਿਚ ਹੁੰਦੇ ਹੋ। ਫੇਰ ਸਾਰੀ ਰਾਤ ਬਾਹਰੋਂ ਕਿਸੇ ਦੀ ਮਜਾਲ ਨਹੀਂ ਹੁੰਦੀ ਕਿ ਉਹ ਉਸ ਕਿਲ੍ਹੇ ਵਿਚ ਦਾਖ਼ਲ ਹੋ ਸਕੇ। ਸੋ ਤੁਸੀ ਸਭ ਤਰ੍ਹਾਂ ਦੀਆਂ ਸੋਚਾਂ ਤੋਂ ਸੁਤੰਤਰ ਹੋ ਕੇ ਸਾਰੀ ਰਾਤ ਸੌਂਦੇ ਹੋ। ਇਹ ਪਾਠ ਸੌਣ ਲੱਗਿਆਂ ਕਰਨਾ ਹੁੰਦਾ ਸੀ। ਅੱਖਾਂ ਨੀਂਦਰ ਨਾਲ ਭਰੀਆਂ ਹੁੰਦੀਆਂ ਸਨ, ਏਨੀਆਂ ਕਿ ਨੀਂਦਰ ਦੇ ਗ਼ਲਬੇ ਵਿਚ ਇਹ ਅਧੂਰਾ ਵੀ ਰਹਿ ਸਕਦਾ ਸੀ। ਸੋ ਇਸ ਬਾਰੇ ਉਨ੍ਹਾਂ ਦਾ ਕਹਿਣਾ ਸੀ ਕਿ ਆਖ਼ਰੀ ਤੁਕ ਤਕ ਇਹ ਪੂਰਾ ਕਰਨਾ ਹੁੰਦਾ ਹੈ। ਜੇ ਆਖ਼ਰੀ ਤੁਕਾਂ ਵੀ ਛੁਟਕ ਜਾਣ, ਤਾਂ ਕਿਲ੍ਹਾ ਬੰਦੀ ਵਿਚ ਕੋਈ ਵਿੱਥ-ਵਿਰਲ ਰਹਿ ਜਾਂਦੀ ਹੈ, ਜਿਸ ਲਈ ਉਹ ਪੂਰੀ ਹਿਫ਼ਾਜ਼ਤ ਨਹੀਂ ਦੇ ਸਕਦਾ। ਸੋ ਆਖ਼ਰੀ ਤੁਕ ਤਕ ਇਹ ਪਾਠ ਕਰਨਾ ਹੁੰਦਾ ਸੀ। ਬਹੁਤ ਬੱਚੀ ਸਾਂ, ਫਿਕਰ ਹੋਇਆ ਕਿ ਇਸ ਪਾਠ ਤੋਂ ਬਾਅਦ ਮੇਰੇ ਦੁਆਲੇ ਕਿਲ੍ਹਾ ਉੱਸਰ ਜਾਏਗਾ, ਤਾਂ ਫੇਰ ਰਾਜਨ ਮੇਰੇ ਸੁਪਨੇ ਵਿਚ ਕਿਸ ਤਰ੍ਹਾਂ ਆਵੇਗਾ ? ਮੈਂ ਕਿਲ੍ਹੇ ਦੇ ਅੰਦਰ ਹੋਵਾਂਗੀ, ਉਹ ਕਿਲ੍ਹੇ ਤੋਂ ਬਾਹਰ ਰਹਿ ਜਾਏਗਾ....ਸੋ ਸੋਚਿਆ ਕਿ ਪਾਠ ਮੂੰਹ ਜ਼ਬਾਨੀ ਚੇਤੇ ਹੈ, ਆਪਣੀ ਮੰਜੀ ਉਤੇ ਬਹਿ ਕੇ ਹੌਲੀ ਜਹੀ ਕਰਨਾ ਹੈ, ਮੈਂ ਚੇਤੇ ਨਾਲ ਇਹਦੀਆਂ ਕੁਝ ਤੁਕਾਂ ਛੱਡ ਜਾਇਆ ਕਰਾਂਗੀ, ਕਿਲ੍ਹਾ ਪੂਰੀ ਤਰ੍ਹਾਂ ਬੰਦ ਨਹੀਂ ਹੋਵੇਗਾ, ਤੇ ਉਸ ਖੁੱਲ੍ਹੀ ਰਹਿ ਗਈ ਥਾਂ ਵਿਚੋਂ ਉਹ ਲੰਘ ਆਇਆ ਕਰੇਗਾ....

ਪਰ ਪਿਤਾ ਜੀ ਨੇ ਇਸ ਨੇਮ ਦਾ ਰੂਪ ਬਦਲ ਦਿਤਾ। ਇਹਦੀ ਥਾਂ ਕਿ ਸਭ ਆਪੋ ਆਪਣੀ ਮੰਜੀ ਉਤੇ ਬਹਿ ਕੇ ਆਪੋ ਆਪਣਾ ਪਾਠ ਕਰਨ, ਉਨ੍ਹਾਂ ਨੇ ਨੇਮ ਬਣਾ ਦਿਤਾ ਕਿ ਮੈਂ ਆਪਣੀ ਮੰਜੀ ਉਤੇ ਬਹਿ ਕੇ ਉਚੀ ਉੱਚੀ ਪਾਠ ਕਰਾਂਗੀ, ਤੇ ਸਭ ਆਪੋ ਆਪਣੀ ਮੰਜੀ ਤੇ ਬਹਿ ਕੇ ਉਸ ਨੂੰ ਸੁਣਨਗੇ। ਇਹ ਸ਼ਾਇਦ ਇਸ ਲਈ ਕਿ ਦੂਰ ਰਿਸ਼ਤੇ ਵਿਚੋਂ ਇਕ ਲੜਕਾ, ਤੇ ਇਕ ਛੋਟੀ ਬੱਚੀ, ਪਿਤਾ ਜੀ ਕੋਲ ਹੀ ਰਹਿੰਦੇ ਤੇ ਪੜ੍ਹਦੇ ਸਨ ਤੇ ਉਸ ਛੋਟੀ ਬੱਚੀ ਨੂੰ ਇਹ ਪਾਠ ਯਾਦ ਨਹੀਂ ਸੀ ਹੁੰਦਾ। ਸੋ ਪਾਠ ਦੀ ਕੋਈ ਸਤਰ ਵੀ ਛੱਡੀ ਨਹੀਂ ਸੀ ਜਾ ਸਕਦੀ। ਇਕ ਦੋ ਵਾਰੀ ਛੱਡਣ ਦੀ ਕੋਸ਼ਿਸ਼ ਕੀਤੀ, ਪਰ ਪਿਤਾ ਜੀ ਨੇ ਭੁੱਲ ਦੀ ਸੋਧ ਕਰਵਾ ਕੇ, ਉਹ ਸਤਰਾਂ ਵੀ ਪੜ੍ਹਵਾ ਦਿੱਤੀਆਂ। ਫੇਰ ਬੜੀਆਂ ਸੋਚਾਂ ਪਿਛੋਂ ਇਹ ਹੱਲ ਲਭਿਆ ਕਿ ਕੀਰਤਨ ਸੋਹਲੇ ਦਾ ਪਾਠ ਕਰਨ ਤੋਂ ਪਹਿਲਾਂ ਮੈਂ ਰਾਜਨ ਨੂੰ ਚਿਤਵ ਕੇ ਆਪਣੇ ਕੋਲ ਬੁਲਾ ਲਿਆ ਕਰਾਂ, ਉਹ ਕਿਲ੍ਹੇ ਦੀਆਂ ਕੰਧਾਂ ਉਸਰਨ ਤੋਂ ਪਹਿਲਾਂ–ਕਿਲ੍ਹੇ ਦੇ ਅੰਦਰ ਆ ਜਾਇਆ ਕਰੇ !

31 ਜੁਲਾਈ 1930

ਮਸਾਂ ਯਾਰਾਂ ਵਰ੍ਹਿਆਂ ਦੀ ਸਾਂ, ਜਦੋਂ ਅਚਾਨਕ ਇਕ ਦਿਨ ਮਾਂ ਬੀਮਾਰ ਹੋ ਗਈ। ਬੀਮਾਰੀ ਕੋਈ ਹਫ਼ਤਾ ਭਰ ਲੰਬੀ ਹੋਈ ਸੀ, ਜਦੋਂ ਮੈਂ ਵੇਖਿਆ, ਮਾਂ ਦੀ ਮੰਜੀ ਦੁਆਲੇ ਬੈਠੇ ਹੋਏ ਸਭਨਾਂ ਦੇ ਮੂੰਹ ਘਬਰਾਏ ਹੋਏ ਸਨ। "ਮੇਰੀ ਬਿੰਨਾ ਕਿੱਥੇ ਵੇ?" ਆਖਦੇ ਨੇ ਇਕ ਵਾਰ ਮੇਰੀ ਮਾਂ ਨੇ ਪੁੱਛਿਆ ਸੀ, ਤੇ ਜਦੋਂ ਮਾਂ ਦੀ ਸਹੇਲੀ ਪ੍ਰੀਤਮ ਕੌਰ, ਮੇਰਾ ਹੱਥ ਫੜ ਕੇ ਮੈਨੂੰ ਮਾਂ ਦੇ ਕੋਲ ਲੈ ਗਈ, ਮਾਂ ਨੂੰ ਸੁਰਤ ਕੋਈ ਨਹੀਂ ਸੀ। "ਤੂੰ ਰੱਬ ਦਾ ਨਾਂ ਲੈ ਖਾਂ, ਖੌਰੇ ਉਹਦੇ ਮਨ ਵਿਚ ਮੇਹਰ ਪੈ ਜਾਏ, ਉਹ ਬਾਲਾਂ ਦਾ ਆਖਿਆ ਨਹੀਂ ਮੋੜਦਾ...." ਮੇਰੀ ਮਾਂ ਦੀ ਸਹੇਲੀ ਮੇਰੀ ਮਾਸੀ ਨੇ ਮੈਨੂੰ ਆਖਿਆ। ਮਾਂ ਦੀ ਮੰਜੀ ਕੋਲ ਖਲੋਤਿਆਂ ਮੇਰੇ ਪੈਰ ਪੱਥਰ ਹੋ ਗਏ। ਮੈਨੂੰ ਕਈਆਂ ਵਰ੍ਹਿਆਂ ਤੋਂ ਰੱਬ ਨਾਲ ਧਿਆਨ ਜੋੜਣ ਦੀ ਆਦਤ ਸੀ, ਤੇ ਹੁਣ ਜਦੋਂ ਇਕ ਸਵਾਲ ਵੀ ਸਾਹਮਣੇ ਸੀ, ਧਿਆਨ ਜੋੜਨਾ ਔਖਾ ਨਹੀਂ ਸੀ। ਮੈਂ ਪਤਾ ਨਹੀਂ ਕਿੰਨਾ ਚਿਰ ਧਿਆਨ ਜੋੜੀ ਰਖਿਆ, ਤੇ ਰੱਬ ਨੂੰ ਆਖਿਆ "ਮੇਰੀ ਮਾਂ ਨੂੰ ਨਾ ਮਾਰੀਂ!"

ਮਾਂ ਦੀ ਮੰਜੀ ਤੋਂ ਹੁਣ ਮਾਂ ਦੀ ਪੀੜ ਨਾਲ ਕਰਾਂਹਦੀ ਆਵਾਜ਼ ਨਹੀਂ ਸੀ ਆ ਰਹੀ। ਪਰ ਦੁਆਲੇ ਬੈਠਿਆਂ ਹੋਇਆਂ ਵਿਚ ਇਕ ਭਉਜਲੀ ਪੈ ਗਈ ਸੀ। ਮੈਨੂੰ ਜਾਪਦਾ ਰਿਹਾ "ਐਵੇਂ ਸਾਰੇ ਘਬਰਾਂਦੇ ਪਏ ਨੇ, ਹੁਣ ਮਾਂ ਨੂੰ ਪੀੜ ਨਹੀਂ ਹੋ ਰਹੀ। ਮੈਂ ਰੱਬ ਨੂੰ ਆਪਣੀ ਗੱਲ ਆਖ ਲਈ ਏ, ਉਹ ਬਾਲਾਂ ਦਾ ਆਖਿਆ ਨਹੀਂ ਮੋੜਦਾ।"

ਤੇ ਫੇਰ ਮਾਂ ਦੀਆਂ ਚੀਕਾਂ ਦੀ ਆਵਾਜ਼ ਨਾ ਆਈ, ਪਰ ਸਾਰੇ ਘਰ ਦੀਆਂ ਚੀਕਾਂ ਨਿਕਲ ਗਈਆਂ। ਮੇਰੀ ਮਾਂ ਮਰ ਗਈ ਸੀ। ਉਸ ਦਿਨ ਮੇਰੇ ਮਨ ਵਿਚ ਇਕ ਰੋਹ ਬਲ ਪਿਆ—"ਰੱਬ ਕਿਸੇ ਦੀ ਨਹੀਂ ਸੁਣਦਾ, ਬਾਲਾਂ ਦੀ ਵੀ ਨਹੀਂ....." ਇਹ ਉਹ ਦਿਨ ਸੀ, ਜਿਸ ਦਿਨ ਤੋਂ ਬਾਅਦ ਮੈਂ ਆਪਣਾ ਵਰ੍ਹਿਆਂ ਦਾ ਨੇਮ ਛੱਡ ਦਿਤਾ। ਪਿਤਾ ਜੀ ਦੀ ਆਗਿਆ ਕਠੋਰ ਹੁੰਦੀ ਸੀ, ਪਰ ਮੇਰੀ ਜ਼ਿਦ ਨੇ ਉਹਦੇ ਨਾਲ ਟੱਕਰ ਲੈ ਲਈ।

"ਰੱਬ ਕੋਈ ਨਹੀਂ ਹੁੰਦਾ"
"ਇੰਜ ਨਹੀਂ ਆਖੀਦਾ"
"ਕਿਉਂ?"
"ਉਹ ਗੁੱਸੇ ਹੋ ਜਾਂਦਾ ਏ"
"ਤੇ ਹੋ ਜਾਵੇ। ਮੈਨੂੰ ਪਤਾ ਏ ਰੱਬ ਕੋਈ ਨਹੀਂ"
"ਤੈਨੂੰ ਕਿਸ ਤਰ੍ਹਾਂ ਪਤਾ ਏ?"
"ਜੇ ਉਹ ਹੁੰਦਾ, ਤਾਂ ਮੇਰੀ ਗੱਲ ਨਾ ਸੁਣਦਾ?"
"ਤੂੰ ਉਹਨੂੰ ਕੀ ਆਖਿਆ ਸੀ?"
"ਮੈਂ ਉਹਨੂੰ ਆਖਿਆ ਸੀ, ਮੇਰੀ ਮਾਂ ਨੂੰ ਨਾ ਮਾਰੀਂ"
"ਤੂੰ ਉਹਨੂੰ ਕਦੋਂ ਵੇਖਿਆ ਸੀ? ਉਹ ਦਿਸਦਾ ਥੋੜ੍ਹਾ ਈ ਏ?"
"ਪਰ ਉਹਨੂੰ ਸੁਣਦਾ ਵੀ ਨਹੀਂ?"

ਪੂਜਾ ਪਾਠ ਵਾਸਤੇ ਪਿਤਾ ਜੀ ਦੀ ਆਗਿਆ, ਆਪਣੀ ਥਾਂ ਉਤੇ ਅੜੀ ਹੋਈ ਸੀ, ਤੇ ਮੇਰੀ ਜ਼ਿਦ ਆਪਣੀ ਥਾਂ ਉਤੇ। ਕਦੇ ਉਨ੍ਹਾਂ ਦਾ ਗੁੱਸਾ ਵਧੇਰਾ ਹੀ ਬਲ ਪੈਂਦਾ, ਤੇ ਉਹ ਮੈਨੂੰ ਚੌਕੜੀ ਮਰਵਾ

ਕੇ ਬਿਠਾ ਦੇਂਦੇ "ਦਸ ਮਿੰਟ ਅੱਖਾਂ ਮੀਟ ਕੇ ਰੱਬ ਨੂੰ ਚਿਤਾਰ!" ਬਾਹਰ ਜਦੋਂ ਜਿਸਮਾਨੀ ਤੌਰ ਤੇ ਮੇਰੀ ਬਾਲੜੀ ਉਮਰ ਉਨ੍ਹਾਂ ਦੇ ਪਿਤਾ-ਹੱਕ ਨਾਲ ਟੱਕਰ ਨਾ ਲੈ ਸਕਦੀ, ਮੈਂ ਚੌਕੜੀ ਮਾਰ ਕੇ ਬੈਠ ਜਾਂਦੀ, ਅੱਖਾਂ ਵੀ ਮੀਟ ਲੈਂਦੀ, ਪਰ ਆਪਣੀ ਹਾਰ ਨੂੰ ਆਪਣੇ ਮਨ ਦਾ ਰੋਹ ਬਣਾ ਲੈਂਦੀ—"ਹੁਣ ਅੱਖਾਂ ਮੀਟ ਕੇ ਜੇ ਮੈਂ ਰੱਬ ਨੂੰ ਨਾ ਚਿਤਾਰਾਂ, ਤਾਂ ਉਹ ਮੇਰਾ ਕੀ ਕਰ ਲੈਣਗੇ? ਜਿਸ ਰੱਬ ਨੇ ਮੇਰੀ ਉਹ ਗੱਲ ਨਹੀਂ ਸੁਣੀ, ਹੁਣ ਮੈਂ ਉਹਨੂੰ ਕੋਈ ਗੱਲ ਨਹੀਂ ਆਖਣੀ। ਉਹਦਾ ਰੂਪ ਵੀ ਨਹੀਂ ਸੋਚਣਾ। ਹੁਣ ਮੈਂ ਅੱਖਾਂ ਮੀਟ ਕੇ ਆਪਣੇ ਰਾਜਨ ਦਾ ਮੂੰਹ ਸੋਚਾਂਗੀ। ਉਹ ਮੇਰੇ ਨਾਲ ਸੁਪਨੇ ਵਿਚ ਖੇਡਦਾ ਏ, ਮੇਰੇ ਗੀਤ ਸੁਣਦਾ ਏ, ਉਹ ਕਾਗ਼ਜ਼ ਲੈ ਕੇ ਮੇਰੀ ਤਸਵੀਰ ਬਣਾਂਦਾ ਏ, ਬਸ ਉਸੇ ਨੂੰ ਸੋਚਾਂਗੀ, ਉਸੇ ਨੂੰ...."

ਇਹ ਉਹ ਦਿਨ ਸਨ, ਜਿਨ੍ਹਾਂ ਤੋਂ ਪਿਛੋਂ ਮੈਂ ਕਈ ਦਿਨ ਨਹੀਂ, ਕਈ ਮਹੀਨੇ ਨਹੀਂ, ਕਈ ਵਰ੍ਹੇ ਦੋ ਸੁਪਨਿਆਂ ਵਿਚ ਗੁਜ਼ਾਰ ਦਿਤੇ। ਰੋਜ਼ ਰਾਤ ਨੂੰ ਮੇਰੇ ਕੋਲ ਔਣਾ ਇਨ੍ਹਾਂ ਸੁਪਨਿਆਂ ਦਾ ਨੇਮ ਬਣ ਗਿਆ। ਹੁਨਾਲ ਜਾਏ ਸਿਆਲ ਜਾਏ, ਇਨ੍ਹਾਂ ਨੇ ਵਾਹ ਲਗਦੇ ਕਦੀ ਨਾਗਾ ਨਾ ਪਾਇਆ। ਇਕ ਸੁਪਨਾ ਸੀ ਕਿ ਇਕ ਵੱਡਾ ਸਾਰਾ ਕਿਲ੍ਹਾ ਹੁੰਦਾ 'ਤੇ ਲੋਕ ਮੈਨੂੰ ਉਸ ਕਿਲ੍ਹੇ ਵਿਚ ਡੱਕ ਦੇਂਦੇ। ਅੰਦਰੋਂ ਦਰਵਾਜ਼ਾ ਕੋਈ ਨਾ ਲੱਭਦਾ, ਮੈਂ ਕਿਲ੍ਹੇ ਦੀਆਂ ਦੀਵਾਰਾਂ ਨੂੰ ਉਂਗਲਾਂ ਨਾਲ ਟੋਂਹਦੀ ਰਹਿੰਦੀ, ਪਰ ਪੱਥਰ ਦੀਆਂ ਕੰਧਾਂ ਦਾ ਕੋਈ ਥਾਂ ਨਹੀਂ ਸੀ ਪੰਘਰਦਾ। ਸਾਰਾ ਕਿਲ੍ਹਾ ਫੋਲ ਫੋਲ ਜਦੋਂ ਕੋਈ ਦਰਵਾਜ਼ਾ ਨਾ ਲਭਦਾ, ਮੈਂ ਸਾਰਾ ਜ਼ੋਰ ਲਾ ਕੇ ਉਡਣ ਦੀ ਕੋਸ਼ਿਸ਼ ਕਰਨ ਲੱਗ ਪੈਂਦੀ। ਮੇਰੀਆਂ ਬਾਹਵਾਂ ਦਾ ਏਨਾ ਜ਼ੋਰ ਲਗਦਾ, ਏਨਾ ਜ਼ੋਰ, ਕਿ ਮੈਨੂੰ ਸਾਹ ਚੜ੍ਹ ਜਾਂਦਾ। ਫੇਰ ਮੈਂ ਵੇਖਦੀ ਮੇਰੇ ਪੈਰ ਜ਼ਮੀਨ ਤੋਂ ਉਤਾਂਹ ਵੱਲ ਉਠਣ ਲੱਗ ਪੈਂਦੇ। ਮੈਂ ਉਤਾਂਹ ਹੁੰਦੀ ਜਾਂਦੀ, ਹੋਰ ਉਤਾਂਹ, ਤੇ ਫੇਰ ਕਿਲ੍ਹੇ ਦੀ ਦੀਵਾਰ ਤੋਂ ਵੀ ਉੱਚੇ ਹੋ ਜਾਂਦੀ। ਸਾਹਮਣੇ ਅਸਮਾਨ ਆ ਜਾਂਦਾ। ਉਤੋਂ ਮੈਂ ਹੇਠਾਂ ਨਜ਼ਰ ਮਾਰਦੀ—ਕਿਲ੍ਹੇ ਦਾ ਪਹਿਰਾ ਦੇਣ ਵਾਲੇ ਲੋਕ ਘਾਬਰੇ ਹੁੰਦੇ, ਗੁੱਸੇ ਨਾਲ ਬਾਹਵਾਂ ਉਲਾਰਦੇ ਹੁੰਦੇ, ਪਰ ਮੇਰੇ ਤਕ ਕਿਸੇ ਦਾ ਹੱਥ ਨਾ ਪਹੁੰਚ ਸਕਦਾ....

ਤੇ ਦੂਸਰਾ ਸੁਪਨਾ ਸੀ—ਲੋਕਾਂ ਦੀ ਇਕ ਭੀੜ ਮੇਰੇ ਪਿੱਛੇ ਹੁੰਦੀ। ਮੈਂ ਪੈਰਾਂ ਦੇ ਸਾਰੇ ਜ਼ੋਰ ਨਾਲ ਦੌੜਦੀ। ਲੋਕ ਮੇਰੇ ਪਿੱਛੇ ਦੌੜਦੇ। ਵਿੱਥ ਘਟਦੀ ਜਾਂਦੀ, ਤੇ ਮੇਰੀ ਘਬਰਾਹਟ ਵਧਦੀ ਜਾਂਦੀ। ਮੈਂ ਹੋਰ ਜ਼ੋਰ ਲਾਂਦੀ, ਹੋਰ ਜ਼ੋਰ, ਤੇ ਸਾਹਮਣੇ ਦਰਿਆ ਆ ਜਾਂਦਾ। ਮੇਰੇ ਪਿੱਛੇ ਔਂਦੀ ਲੋਕਾਂ ਦੀ ਭੀੜ ਵਿਚ ਖ਼ੁਸ਼ੀ ਖਿੱਲਰ ਜਾਂਦੀ, "ਹੁਣ ਅੱਗੋਂ ਕਿੱਥੇ ਜਾਏਗੀ? ਅੱਗੇ ਕੋਈ ਰਾਹ ਨਹੀਂ, ਅਗੇ ਦਰਿਆ ਵਗਦਾ ਏ ...." ਤੇ ਮੈਂ ਦਰਿਆ ਉਤੇ ਤੁਰਨ ਲੱਗ ਪੈਂਦੀ। ਪਾਣੀ ਵਗਦਾ ਹੁੰਦਾ, ਪਰ ਜਿਵੇਂ ਉਹਦੇ ਵਿਚ ਧਰਤੀ ਵਾਲਾ ਆਸਰਾ ਆ ਜਾਂਦਾ। ਧਰਤੀ ਸਗੋਂ ਪੈਰਾਂ ਨੂੰ ਪੀਡੀ ਲਗਦੀ ਹੈ, ਪਾਣੀ ਕੂਲਾ ਲਗਦਾ, ਤੇ ਮੈਂ ਤੁਰਦੀ ਜਾਂਦੀ। ਸਾਰੀ ਭੀੜ ਕੰਢੇ ਉਤੇ ਰੁਕ ਜਾਂਦੀ। ਕੋਈ ਪਾਣੀ ਵਿਚ ਪੈਰ ਨਾ ਪਾ ਸਕਦਾ। ਜੇ ਕੋਈ ਪਾਂਦਾ, ਡੁੱਬ ਜਾਂਦਾ। ਤੇ ਕੰਢੇ ਉਤੇ ਖਲੋਤੇ ਹੋਏ ਲੋਕ ਘੂਰੀਆਂ ਵੱਟਦੇ, ਵੱਟ ਖਾਂਦੇ, ਪਰ ਕਿਸੇ ਦਾ ਹੱਥ ਮੇਰੇ ਤਕ ਨਾ ਪਹੁੰਚ ਸਕਦਾ।

ਤਕਦੀਰੀ ਸੁਪਨਾ

ਮੈਂ ਆਪਣੇ ਪਿਤਾ ਨੂੰ ਦਾਰਜੀ ਬੁਲਾਂਦੀ ਸਾਂ। ਮਾਂ ਜਦੋਂ ਨਹੀਂ ਸੀ ਰਹੀ, ਉਨ੍ਹਾਂ ਦਾ ਇਕੋ ਸੁਪਨਾ ਬਣ ਗਿਆ ਸੀ ਕਿ ਮੈਂ ਨਜ਼ਮਾਂ ਲਿਖਾਂ ....

ਕਾਫੀਆ ਰਦੀਫ਼ ਸਮਝਾ ਕੇ ਮੈਨੂੰ।ਨਜ਼ਮ ਲਿਖਣ ਲਈ ਆਖਦੇ, ਤਾਂ ਮੈਂ ਆਪਣੇ ਅੰਵਾਣੇ ਜਹੇ ਮਨ ਨਾਲ ਕਾਫੀਏ ਜੋੜ ਦੇਂਦੀ ....

ਉਹ ਆਪ ਰਾਤ ਭਰ ਲਿਖਦੇ, ਤੇ ਦਿਨੇ ਸੌਂ ਜਾਂਦੇ, ਤੇ ਮੈਂ ਘਰ ਦੀਆਂ ਕਿਤਾਬਾਂ ਵਿਚ ਇਕ ਕਿਤਾਬ ਵਾਂਗ ਪਈ ਰਹਿੰਦੀ—ਜਿਹਦੇ ਵਰਕੇ ਖਾਲੀ ਸਨ....

ਇੱਕ ਰਾਤ ਵੇਖਿਆ—ਮੈਂ ਕਿਸੇ ਜੰਗਲ ਵਿਚ ਹਾਂ, ਅਸਲੋਂ ਇਕੱਲੀ। ਉਥੇ ਪੰਜ ਸ਼ੇਰ ਆ ਜਾਂਦੇ ਹਨ, ਤੇ ਮੈਨੂੰ ਘੇਰ ਲੈਂਦੇ ਹਨ....ਮੈਂ ਉਨ੍ਹਾਂ ਨੂੰ ਕਹਿੰਦੀ ਹਾਂ—ਮੈਂ ਇਕ ਨਜ਼ਮ ਲਿਖਣੀ ਹੈ, ਪਹਿਲਾਂ ਮੈਨੂੰ ਉਹ ਲਿਖ ਲੈਣ ਦਿਉ, ਫੇਰ ਮੈਨੂੰ ਖਾ ਲੈਣਾ।

ਉਸ ਵੇਲੇ ਸ਼ੇਰ ਮੇਰੀ ਗੱਲ ਮੰਨ ਜਾਂਦੇ ਹਨ। ਮੇਰੇ ਹੱਥ ਖ਼ਾਲੀ ਹਨ, ਉਹ ਮੈਨੂੰ ਇਕ ਕਾਗਜ਼ ਤੇ ਕਲਮ ਦੇਂਦੇ ਹਨ। ਮੈਂ ਕੋਈ ਕੱਲਾ ਰੁੱਖ ਲਭਦੀ ਹਾਂ, ਕਿਤੇ ਪਰ੍ਹਾਂ, ਜਿੱਥੇ ਕੁਝ ਦੇਰ ਇਕੱਲੀ ਬਹਿ ਸੱਕਾਂ। ਏਨੇ ਵਿਚ ਪਰ੍ਹਾਂ ਵਗਦੀ ਨਦੀ ਉੱਤੇ ਇਕ ਪੁਲ ਵਾਂਗ ਬਣਿਆ ਹੋਇਆ ਇਕ ਮਕਾਨ ਦਿਸਦਾ ਹੈ, ਮੈਨੂੰ ਜਾਪਦਾ ਹੈ—ਮਕਾਨ ਖਾਲੀ ਹੈ। ਸ਼ੇਰਾਂ ਨੂੰ ਆਖਦੀ ਹਾਂ—ਜੇ ਮੈਂ ਉੱਥੇ ਉਸ ਮਕਾਨ ਵਿਚ ਜਾ ਕੇ ਘੜੀ ਬਹਿ ਜਾਵਾਂ, ਤੁਹਾਨੂੰ ਕੋਈ ਇਤਰਾਜ਼ ਏ ?

ਉਹ ਮੰਨ ਜਾਂਦੇ ਹਨ, ਤੇ ਮੈਂ ਮਕਾਨ ਦੇ ਅੰਦਰ ਚਲੀ ਜਾਂਦੀ ਹਾਂ। ਵੇਖਦੀ ਹਾਂ, ਮਕਾਨ ਖਾਲੀ ਹੈ। ਮੈਂ ਛੇਤੀ ਨਾਲ ਮਕਾਨ ਦਾ ਬੂਹਾ ਵੀ ਬੰਦ ਕਰ ਲੈਂਦੀ ਹਾਂ, ਤੇ ਬਾਰੀਆਂ ਵੀ। ਫੇਰ ਸੋਚਦੀ ਹਾਂ—ਇਸ ਤਰ੍ਹਾਂ ਸ਼ੇਰਾਂ ਤੋਂ ਤਾਂ ਬਚ ਜਾਵਾਂਗੀ, ਪਰ ਅੰਦਰ ਭੁੱਖੀ ਤਰਿਹਾਈ ਮਰ ਜਾਵਾਂਗੀ....

ਏਨੇ ਵਿਚ ਮਕਾਨ ਦੇ ਫਰਸ਼ ਉੱਤੇ ਨਜ਼ਰ ਪੈਂਦੀ ਹੈ—ਜਿਥੋਂ ਦੀ ਇਕ ਨਿੱਕੀ ਜਹੀ ਪੌੜੀ ਹੇਠਾਂ ਵਗਦੀ ਨਦੀ ਵਲ ਜਾਂਦੀ ਹੈ। ਸੋਚਦੀ ਹਾਂ, ਇੱਥੋਂ ਦੀ ਹੇਠਾਂ ਉਤਰ ਕੇ ਨਦੀ ਦਾ ਪਾਣੀ ਤਾਂ ਪੀ ਲਵਾਂਗੀ, ਪਰ ਖਾਵਾਂਗੀ ਕੀ ?

ਏਨੇ ਵਿਚ ਨਾਲ ਲਗਦੇ ਕਮਰੇ ਵੇਖਦੀ ਹਾਂ, ਜਿੱਥੇ ਬੜੇ ਹੀ ਸਜੱਰੇ ਫਲ ਪਏ ਹੋਏ ਹਨ। ਇਕ ਤਸੱਲੀ ਹੁੰਦੀ ਹੈ, ਪਰ ਸੋਚਦੀ ਹਾਂ—ਇਹ ਫਲ ਕਿੰਨਾ ਚਿਰ ਲੰਘਣਗੇ ? ਮੁੱਕ ਜਾਣਗੇ ਤਾਂ ਫੇਰ ਕੀ ਖਾਵਾਂਗੀ ? ਏਨੇ ਵਿਚ ਹੋਰ ਕਮਰੇ ਦਿਸਦੇ ਹਨ, ਜਿੱਥੇ ਫਰਸ਼ਾਂ ਤੋਂ ਲੈ ਕੇ ਛੱਤਾਂ ਤੱਕ ਸੁੱਕੇ ਮੇਵਿਆਂ ਦੇ ਅੰਬਾਰ ਲੱਗੇ ਹੋਏ ਹਨ....

ਬੜੇ ਰੱਜੇ ਹੋਏ ਮਨ ਨਾਲ ਮੈਂ ਬੂਹੇ ਦੀਆਂ ਝੀਥਾਂ ਵਿਚੋਂ ਵੇਖਦੀ ਹਾਂ ਕਿ ਉਹ ਸ਼ੇਰ, ਜਿਨ੍ਹਾਂ ਨੇ ਮਕਾਨ ਨੂੰ ਘੇਰਾ ਪਾਇਆ ਹੋਇਆ ਸੀ, ਉਥੇ ਹੀ ਹਨ, ਕਿ ਚਲੇ ਗਏ ਹਨ ?

ਵੇਖਦੀ ਹਾਂ—ਹੁਣ ਉਥੇ ਕੋਈ ਸ਼ੇਰ ਬਘਿਆੜ ਨਹੀਂ—ਸਿਰਫ਼ ਦੂਰ ਤਕ ਦਿਸਦਾ ਜੰਗਲ ਹੈ....

ਏਸ ਤਕਦੀਰੀ ਸੁਪਨੇ ਨੂੰ ਸਮਝਣ ਵਾਲੀ ਹਾਲੇ ਮੇਰੀ ਉਮਰ ਨਹੀਂ ਸੀ....

ਮੇਰਾ ਸੋਲ੍ਹਵਾਂ ਵਰ੍ਹਾ

ਸੋਲ੍ਹਵਾਂ ਸਾਲ ਆਇਆ—ਇਕ ਅਜਨਬੀ ਵਾਂਗ। ਕੋਲ ਆ ਕੇ ਵੀ ਇਕ ਵਿੱਥ ਤੇ ਖਲੋਤਾ ਰਿਹਾ। ਮੈਂ ਕਦੇ ਚੁੱਪ ਚਾਪ ਉਹਦੇ ਵੱਲ ਤੱਕ ਛਡਦੀ, ਉਹ ਕਦੇ ਮੁਸਕਰਾ ਕੇ ਮੇਰੇ ਵਲ ਵੇਖ ਛਡਦਾ। ਘਰ ਵਿਚ ਬਾਪ ਤੋਂ ਸਿਵਾਇ ਕੋਈ ਨਹੀਂ ਸੀ। ਉਹ ਵੀ ਲਿਖਾਰੀ ਬਾਪ, ਜਿਹਨੇ ਸਾਰੀ

ਰਾਤ ਜਾਗਣਾ, ਲਿਖਣਾ, ਤੇ ਫੇਰ ਸਾਰਾ ਦਿਨ ਸੌਣਾ। ਮਾਂ ਜੀਊਂਦੀ ਹੁੰਦੀ, ਤਾਂ ਸ਼ਾਇਦ ਸੋਲ੍ਹਵਾਂ ਸਾਲ ਹੋਰ ਤਰ੍ਹਾਂ ਆਉਂਦਾ—ਵਾਕਫ਼ਾਂ ਵਾਂਗ, ਸਹੇਲੀਆਂ ਦੋਸਤਾਂ ਵਾਂਗ, ਅੰਗਾਂ ਸਾਕਾਂ ਵਾਂਗ। ਪਰ ਮਾਂ ਦੀ ਗ਼ੈਰ-ਹਾਜ਼ਰੀ ਨਾਲ ਜ਼ਿੰਦਗੀ ਵਿਚੋਂ ਬੜਾ ਕੁਝ ਗ਼ੈਰ-ਹਾਜ਼ਰ ਹੋ ਗਿਆ ਸੀ। ਆਲੇ ਦੁਆਲੇ ਦੇ ਚੰਗੇ ਮਾੜੇ ਅਸਰਾਂ ਤੋਂ ਬਚਾਣ ਲਈ, ਬਾਪ ਨੂੰ ਇਸੇ ਵਿਚ ਹਿਫ਼ਾਜ਼ਤ ਜਾਪੀ ਸੀ, ਕਿ ਮੇਰਾ ਕੋਈ ਵਾਕਫ਼ ਨਾ ਹੋਵੇ। ਨਾ ਸਕੂਲ ਦੀ ਕੋਈ ਕੁੜੀ, ਨਾ ਗੁਵਾਂਢ ਦਾ ਕੋਈ ਲੜਕਾ। ਸੋਲ੍ਹਵਾਂ ਵਰ੍ਹਾ ਵੀ ਇਸੇ ਗਿਣਤੀ ਵਿਚ ਸ਼ਾਮਿਲ ਸੀ, ਤੇ ਮੇਰਾ ਖ਼ਿਆਲ ਹੈ, ਇਸੇ ਲਈ ਉਹ ਸਿੱਧੀ ਤਰ੍ਹਾਂ ਘਰ ਦਾ ਬੂਹਾ ਖੜਕਾ ਕੇ ਨਹੀਂ ਸੀ ਆਇਆ, ਚੋਰਾਂ ਵਾਂਗ ਆਇਆ ਸੀ। ਉਹ ਕਦੀ ਕਿਸੇ ਰਾਤ ਮੇਰੇ ਸਿਰਹਾਣੇ ਦੀ ਖੁਲ੍ਹੀ ਬਾਰੀ ਵਿਚੋਂ ਲੰਘ ਕੇ ਚੁੱਪ ਚਾਪ ਮੇਰੇ ਸੁਪਨਿਆਂ ਵਿਚ ਆ ਜਾਂਦਾ, ਜਾਂ ਕਦੀ ਦਿਨ ਵੇਲੇ, ਜਦੋਂ ਮੇਰੇ ਬਾਪ ਨੂੰ ਸੁੱਤਿਆਂ ਵੇਖਦਾ, ਤਾਂ ਉਹ ਘਰ ਦੀ ਕੰਧ ਟੱਪ ਕੇ ਆ ਜਾਂਦਾ, ਤੇ ਮੇਰੇ ਕਮਰੇ ਦੀ ਗੁੱਠ ਵਿਚ ਲੱਗੇ ਹੋਏ ਨਿੱਕੇ ਜਿਹੇ ਸ਼ੀਸ਼ੇ ਵਿਚ ਆ ਕੇ ਬਹਿ ਜਾਂਦਾ।

ਘਰ ਕਿਤਾਬਾਂ ਨਾਲ ਭਰਿਆ ਹੋਇਆ ਸੀ। ਬਹੁਤ ਸਾਰੀਆਂ ਕਿਤਾਬਾਂ ਦੀ ਫਿਜ਼ਾ ਧਾਰਮਿਕ ਸੀ, ਸਮਾਧੀ ਵਿਚ ਲੀਨ ਰਿਸ਼ੀਆਂ ਵਾਂਗ। ਪਰ ਕਈ ਤਵਾਰੀਖੀ ਕਿਤਾਬਾਂ ਦੀ ਫਿਜ਼ਾ ਇਹੋ ਜਿਹੀ ਵੀ ਸੀ, ਜਿਨ੍ਹਾਂ ਵਿਚ ਕਿਸੇ ਮੇਨਕਾ ਜਾਂ ਉਰਵਸ਼ੀ ਦੇ ਔਣ ਨਾਲ ਰਿਖੀਆਂ ਦੀ ਸਮਾਧੀ ਟੁੱਟ ਜਾਂਦੀ ਸੀ। ਇਹ ਦੂਜੀ ਕਿਸਮ ਦੀਆਂ ਕਿਤਾਬਾਂ ਇਹੋ ਜਹੀਆਂ ਸਨ, ਜਿਨ੍ਹਾਂ ਨੂੰ ਪੜ੍ਹਦਿਆਂ ਉਨ੍ਹਾਂ ਦੀ ਕਿਸੇ ਸਤਰ ਵਿਚੋਂ ਨਿਕਲ ਕੇ ਅਚਾਨਕ ਮੇਰਾ ਸੋਲ੍ਹਵਾਂ ਵਰ੍ਹਾ ਮੇਰੇ ਸਾਹਮਣੇ ਆ ਖਲੋਂਦਾ ਸੀ। ਜਾਪਦਾ ਸੀ ਇਹ ਸੋਲ੍ਹਵਾਂ ਵਰ੍ਹਾ ਵੀ ਜਿਵੇਂ ਕਿਸੇ ਅਪਸਰਾ ਦਾ ਰੂਪ ਸੀ, ਜੋ ਮੇਰੇ ਸਿਧੇ ਸਾਦੇ ਬਚਪਨ ਦੀ ਸਮਾਧੀ ਭੰਗ ਕਰਨ ਲਈ ਕਦੇ ਅਚਾਨਕ ਮੇਰੇ ਸਾਹਮਣੇ ਆ ਖਲੋਂਦਾ ਸੀ....ਕਹਿੰਦੇ ਹਨ—ਹਰ ਅਪਸਰਾ, ਜੋ ਕਿਸੇ ਨਾ ਕਿਸੇ ਰਿਖੀ ਦੀ ਸਮਾਧੀ ਭੰਗ ਕਰਨ ਆਉਂਦੀ ਸੀ, ਰਾਜਾ ਇੰਦਰ ਦੀ ਸਾਜਿਸ਼ ਹੁੰਦੀ ਸੀ, ਮੇਰਾ ਸੋਲ੍ਹਵਾਂ ਵਰ੍ਹਾ ਵੀ ਜ਼ਰੂਰ ਰੱਬ ਦੀ ਸਾਜਿਸ਼ ਹੋਵੇਗੀ, ਕਿਉਂਕਿ ਇਹਨੇ ਮੇਰੇ ਸੂਧੇ ਜਿਹੇ ਬਚਪਣ ਦੀ ਸਮਾਧੀ ਤੋੜ ਦਿੱਤੀ ਸੀ। ਮੈਂ ਨਜ਼ਮਾਂ ਲਿਖਣ ਲੱਗ ਪਈ ਸਾਂ। ਤੇ ਹਰ ਨਜ਼ਮ ਮੈਨੂੰ ਵਰਜਿਤ ਖ਼ਾਹਸ਼ ਵਰਗੀ ਲਗਦੀ ਸੀ। ਕਿਸੇ ਰਿਖੀ ਦੀ ਸਮਾਧੀ ਟੁੱਟ ਜਾਏ, ਤਾਂ ਭਟਕਣਾ ਦਾ ਸਰਾਪ ਉਹਦੇ ਪਿਛੇ ਪੈ ਜਾਂਦਾ ਹੈ, ਸੋਚਾਂ ਦਾ ਸਰਾਪ ਮੇਰੇ ਪਿੱਛੇ ਪੈ ਗਿਆ...

ਪਰ ਸੋਲ੍ਹਵੇਂ ਵਰ੍ਹੇ ਨਾਲ ਮੇਰਾ ਸੁਭਾਵਕ ਰਿਸ਼ਤਾ ਨਹੀਂ ਸੀ—ਚੋਰੀ ਦਾ ਸਾਕ ਸੀ। ਇਸ ਲਈ ਉਹ ਵੀ ਮੇਰੇ ਵਾਂਗ, ਮੇਰੇ ਬਾਪ ਅੱਗੇ ਸਹਿਮ ਜਾਂਦਾ ਸੀ, ਤੇ ਮੇਰੇ ਕੋਲੋਂ ਪਰ੍ਹਾਂ ਹੋ ਕੇ ਕਿਸੇ ਬੂਹੇ ਪਿੱਛੇ ਜਾ ਖਲੋਂਦਾ ਸੀ ਤੇ ਉਹਨੂੰ ਛੁਪਾਈ ਰਖਣ ਲਈ ਮੈਂ ਇਕ ਘੜੀ, ਜਿਹੜੀ ਮਨ ਮਰਜ਼ੀ ਦੀ ਨਜ਼ਮ ਲਿਖਦੀ ਸਾਂ, ਦੂਜੀ ਘੜੀ ਪਾੜ ਦੇਂਦੀ ਸਾਂ। ਤੇ ਬਾਪ ਦੇ ਸਾਹਮਣੇ ਫੇਰ ਸਿੱਧੀ ਸਾਦੀ ਤੇ ਆਗਿਆਕਾਰ ਬੱਚੀ ਬਣ ਜਾਂਦੀ ਸਾਂ। ਮੇਰੇ ਬਾਪ ਨੂੰ ਮੇਰੇ ਨਜ਼ਮ ਲਿਖਣ ਤੋਂ ਇਤਰਾਜ਼ ਨਹੀਂ ਸੀ ਬਲਕਿ ਕਾਫ਼ੀਏ ਰਦੀਫ਼ ਦੀ ਗੱਲ ਮੈਨੂੰ ਮੇਰੇ ਬਾਪ ਨੇ ਸਿਖਾਈ ਸੀ, ਸਿਰਫ਼ ਤਕਾਜ਼ਾ ਇਹ ਸੀ ਕਿ ਮੈਂ ਧਾਰਮਿਕ ਨਜ਼ਮਾਂ ਲਿਖਾਂ। ਤੇ ਮੈਂ ਆਗਿਆਕਾਰ ਬੱਚੀ ਵਾਂਗ ਉਹੀ ਦਕੀਆਨੂਸੀ ਨਜ਼ਮਾਂ ਲਿਖ ਦੇਂਦੀ ਸਾਂ। ਇੰਜ ਸੋਲ੍ਹਵਾਂ ਸਾਲ ਆਇਆ ਤੇ ਚਲਾ ਗਿਆ। ਜ਼ਾਹਰਾ ਤੌਰ ਤੇ ਕੋਈ ਘਟਨਾ ਨਹੀਂ ਵਾਪਰੀ। ਅਸਲ ਵਿਚ ਇਹ ਸਾਲ ਉਮਰ ਦੀ ਸੜਕ ਉਤੇ ਲੱਗਾ ਹੋਇਆ ਖਤਰੇ ਦਾ ਨਿਸ਼ਾਨ ਹੁੰਦਾ ਹੈ—(ਕਿ ਬੀਤੇ ਵਰ੍ਹਿਆਂ ਦੀ ਪੱਧਰੀ ਸੜਕ ਖ਼ਤਮ ਹੋ ਗਈ ਹੈ, ਤੇ ਉੱਚੀ ਨੀਵੀਂ ਤੇ ਭਿਆਨਕ ਮੋੜਾਂ ਵਾਲੀ ਸੜਕ ਸ਼ੁਰੂ ਹੋਣੀ ਹੈ, ਤੇ ਹੁਣ ਮਾਂ ਬਾਪ ਦੀ ਕਹਿਣੀ ਤੋਂ ਲੈ ਕੇ, ਸਕੂਲ ਦੀਆਂ ਕਿਤਾਬਾਂ ਕੰਠ ਕਰਨ, ਉਪਦੇਸ਼ ਨੂੰ ਸੁਣਨ ਮੰਨਣ, ਤੇ ਸਮਾਜਕ ਬਣਤਰ ਨੂੰ ਆਦਰ ਨਾਲ ਕਬੂਲਣ

ਤਕ ਦੇ ਭੋਲੇ ਭਾਲੇ ਵਿਸ਼ਵਾਸ ਦੇ ਸਾਹਮਣੇ ਹਰ ਵੇਲੇ ਇਕ ਸਵਾਲੀਆ ਫ਼ਿਕਰਾ ਆ ਖਲੋਵੇਗਾ....) ਏਸ ਵਰ੍ਹੇ ਵਿਚ ਜਾਣਿਆ ਪਹਿਚਾਣਿਆ ਸਭ ਕੁਝ ਤਨ ਦੇ ਕਪੜਿਆਂ ਵਾਂਗ ਭੀੜਾ ਹੋ ਜਾਂਦਾ ਹੈ, ਹੋਠ ਜ਼ਿੰਦਗੀ ਦੀ ਪਿਆਸ ਨਾਲ ਖ਼ੁਸ਼ਕ ਹੋ ਜਾਂਦੇ ਹਨ, ਅਸਮਾਨ ਦੇ ਤਾਰੇ, ਜਿਨ੍ਹਾਂ ਨੂੰ ਸਪਤ ਰਿਖੀਆਂ ਦੀ ਸ਼ਕਲ ਵਿਚ ਵੇਖ ਕੇ ਦੂਰੋਂ ਪ੍ਰਣਾਮ ਕਰੀਦੀ ਸੀ, ਕੋਲ ਜਾ ਕੇ ਛੋਹਣ ਨੂੰ ਜੀਅ ਕਰਦਾ ਹੈ....ਆਲੇ ਦੁਆਲੇ ਤੇ ਦੂਰ ਨੇੜੇ ਦੀ ਹਵਾ ਵਿਚ ਏਨੀਆਂ ਮਨਾਹੀਆਂ ਤੇ ਏਨੇ ਇਨਕਾਰ ਹੁੰਦੇ ਹਨ ਤੇ ਏਨੀ ਮੁਖ਼ਾਲਫ਼ਤ ਕਿ ਸਾਹਵਾਂ ਵਿਚ ਅੱਗ ਸੁਲਗ ਪੈਂਦੀ ਹੈ....ਜਿਸ ਹਦ ਤਕ ਇਹ ਸਭ ਨਾਲ ਹੁੰਦਾ ਹੈ, ਮੇਰੇ ਨਾਲ ਉਸ ਤੋਂ ਤਿੰਨ ਗੁਣਾ ਵੱਧ ਹੋਇਆ। (ਇਕ ਆਲੇ ਦੁਆਲੇ ਦੀ ਮੱਧ ਸ਼੍ਰੇਣੀ ਦੀ ਫਿੱਕੀ ਤੇ ਰਸਮੀ ਰਹਿਣੀ ਬਹਿਣੀ ਕਰਕੇ, ਇਕ ਮਾਂ ਦੀ ਅਣਹੋਂਦ ਕਾਰਣ ਹਰ ਵੇਲੇ ਮਨਾਹੀਆਂ ਦੀ ਵਲਗਣ ਕਰਕੇ, ਤੇ ਇਕ ਬਾਪ ਦੇ ਧਾਰਮਿਕ ਆਗੂ ਹੋਣ ਦੀ ਹੈਸੀਅਤ ਵਿਚ ਮੇਰੇ ਉਤੇ ਵੀ ਅੱਤ ਸੰਜਮੀ ਹੋ ਕੇ ਰਹਿਣ ਦੀ ਪਾਬੰਦੀ ਕਰਕੇ)–ਜਿਸ ਲਈ ਸੋਲ੍ਹਵੇਂ ਵਰ੍ਹੇ ਨਾਲ ਮੇਰੀ ਵਾਕਫ਼ੀ ਉਸ ਅਸਫ਼ਲ ਮੁਹੱਬਤ ਵਰਗੀ ਸੀ, ਜਿਹਦੀ ਕਸਕ ਹਮੇਸ਼ਾ ਲਈ ਕਿਤੇ ਪਈ ਰਹਿ ਜਾਂਦੀ ਹੈ। ਤੇ ਸ਼ਾਇਦ ਇਸੇ ਲਈ ਉਹ ਸੋਲ੍ਹਵਾਂ ਵਰ੍ਹਾ ਵੀ, ਹੁਣ ਮੇਰੀ ਜ਼ਿੰਦਗੀ ਦੇ ਹਰ ਵਰ੍ਹੇ ਵਿਚ ਕਿਤੇ ਨਾ ਕਿਤੇ ਸ਼ਾਮਿਲ ਹੈ....

ਇਹਦੇ ਰੋਹ ਦਾ ਪੂਰਾ ਰੂਪ ਮੈਂ ਉਸ ਤੋਂ ਬਾਅਦ ਕਈ ਵਾਰ ਵੇਖਿਆ, 1947 ਵਿਚ ਦੇਸ ਦੀ ਤਕਸੀਮ ਵੇਲੇ ਵੀ ਵੇਖਿਆ ਸੀ। ਸਿਆਸੀ, ਤੇ ਮਜ਼੍ਹਬੀ ਕੀਮਤਾਂ ਕੱਚ ਦੇ ਭਾਂਡਿਆਂ ਵਾਂਗ ਟੁੱਟ ਗਈਆਂ ਸਨ, ਤੇ ਉਨ੍ਹਾਂ ਦੀਆਂ ਕੰਕਰਾਂ ਲੋਕਾਂ ਦੇ ਪੈਰਾਂ ਵਿਚ ਵਿਛੀਆਂ ਹੋਈਆਂ ਸਨ। ਇਹ ਕੰਕਰਾਂ ਮੇਰੇ ਪੈਰਾਂ ਵਿਚ ਵੀ ਚੁੱਭੀਆਂ ਸਨ ਤੇ ਮੇਰੇ ਮੱਥੇ ਵਿਚ ਵੀ। ਜ਼ਿੰਦਗੀ ਦੇ ਮੂੰਹ ਨੂੰ ਵੇਖਣ ਦੀ ਭਟਕਣਾ ਵਿਚ, ਮੈਂ ਉਸੇ ਤਪਸ਼ ਨਾਲ ਨਜ਼ਮਾਂ ਲਿਖੀਆਂ, ਜਿਹੜੀ ਤਪਸ਼ ਨਾਲ ਕੋਈ ਸੋਲ੍ਹਵੇਂ ਵਰ੍ਹੇ ਵਿਚ ਆਪਣੇ ਮਹਿਬੂਬ ਦਾ ਮੂੰਹ ਲੱਭਣ ਲਈ ਲਿਖਦਾ ਹੈ। ਤੇ ਇਸੇ ਤਰ੍ਹਾਂ ਫੇਰ ਗਵਾਂਢੀ ਦੇਸਾਂ ਦੇ ਹਮਲੇ ਵੇਲੇ, ਵੀਅਤਨਾਮ ਦੀ ਲੰਬੀ ਘਾਲਣਾ ਵੇਲੇ, ਚੈਕੋਸਲੋਵਾਕੀਆ ਦੀ ਮਜਬੂਰੀ ਵੇਲੇ....

ਮੇਰਾ ਖਿਆਲ ਹੈ ਜਦ ਤਕ ਅੱਖਾਂ ਵਿਚ ਕੋਈ ਹੁਸੀਨ ਤਸੱਵਰ ਕਾਇਮ ਰਹਿੰਦਾ ਹੈ, ਤੇ ਉਸ ਤਸੱਵਰ ਦੇ ਰਾਹ ਵਿਚ ਜੋ ਕੁਝ ਵੀ ਗਲਤ ਹੈ, ਉਹਦੇ ਨਾਲ ਰੋਹ ਕਾਇਮ ਰਹਿੰਦਾ ਹੈ, ਉਦੋਂ ਤਕ ਮਨੁੱਖ ਦਾ ਸੋਲ੍ਹਵਾਂ ਵਰ੍ਹਾ ਵੀ ਕਾਇਮ ਰਹਿੰਦਾ ਹੈ (ਖ਼ੁਦਾ ਦੀ ਜ਼ਾਤ ਵਾਂਗ ਹਰ ਸੂਰਤ ਵਿਚ)। ਹੁਸੀਨ ਤਸੱਵਰ, ਇਕ ਮਹਿਬੂਬ ਦੇ ਮੂੰਹ ਦਾ ਹੋਵੇ, ਜਾਂ ਧਰਤੀ ਦੇ ਮੂੰਹ ਦਾ ਇਹਦੇ ਵਿਚ ਫ਼ਰਕ ਨਹੀਂ। ਇਹ ਮਨ ਦੇ ਸੋਲ੍ਹਵੇਂ ਵਰ੍ਹੇ ਨਾਲ ਮਨ ਦੇ ਤਸੱਵਰ ਦਾ ਰਿਸ਼ਤਾ ਹੈ। ਤੇ ਮੇਰਾ ਇਹ ਰਿਸ਼ਤਾ ਅਜੇ ਕਾਇਮ ਹੈ....

ਖ਼ੁਦਾ ਦੀ ਜਿਸ ਸਾਜ਼ਿਸ ਨੇ, ਇਹ ਸੋਲ੍ਹਵਾਂ ਵਰ੍ਹਾ ਕਿਸੇ ਅਪਸਰਾ ਵਾਂਗ ਭੇਜ ਕੇ ਮੇਰੇ ਬਚਪਣ ਦੀ ਸਮਾਧੀ ਭੰਗ ਕੀਤੀ ਸੀ, ਉਸ ਸਾਜ਼ਿਸ਼ ਦੀ ਮੈਂ ਦੇਣਦਾਰ ਹਾਂ, ਕਿਉਂਕਿ ਉਸ ਸਾਜ਼ਿਸ਼ ਦਾ ਸਬੰਧ ਸਿਰਫ਼ ਇਕ ਵਰ੍ਹੇ ਨਾਲ ਨਹੀਂ ਸੀ, ਮੇਰੀ ਉਮਰ ਨਾਲ ਹੈ। ਮੇਰੀ ਹਰ ਸੋਚ ਹੁਣ ਵੀ ਕੁਝ ਕੁਝ ਚਿਰ ਪਿੱਛੋਂ ਮੇਰੇ ਸਿੱਧੇ ਸਾਦੇ ਦਿਨਾਂ ਦੀ ਸਮਾਧੀ ਭੰਗ ਕਰਦੀ ਹੈ (ਸਬਰ ਸੰਤੋਖ ਨਾਲ ਜ਼ਿੰਦਗੀ ਦੀਆਂ ਗਲਤ ਕੀਮਤਾਂ ਨਾਲ ਕੀਤੀ ਹੋਈ ਸੁਲਾਹ, ਉਸ ਸਮਾਧੀ ਵਾਂਗ ਹੁੰਦੀ ਹੈ, ਜਿਹਦੇ ਵਿਚ ਉਮਰ ਅਕਾਰਥੀ ਚਲੀ ਜਾਂਦੀ ਹੈ) ਤੇ ਮੈਂ ਖੁਸ਼ ਹਾਂ, ਮੈਂ ਸਮਾਧੀ ਦੇ ਚੈਨ ਦਾ ਵਰ ਨਹੀਂ ਪਾਇਆ, ਭਟਕਣਾ ਦੀ ਬੇਚੈਨੀ ਦਾ ਸਰਾਪ ਪਾਇਆ ਹੈ....ਤੇ ਮੇਰਾ ਸੋਲ੍ਹਵਾਂ ਵਰ੍ਹਾ ਅੱਜ ਵੀ ਮੇਰੇ ਹਰ ਵਰ੍ਹੇ

ਵਿਚ ਸ਼ਾਮਿਲ ਹੈ....ਸਿਰਫ਼ ਹੁਣ ਇਹਦਾ ਮੂੰਹ ਅਜਨਬੀ ਨਹੀਂ ਰਿਹਾ, ਸਭ ਤੋਂ ਵਧ ਪਛਾਣ ਵਾਲਾ ਹੋ ਗਿਆ ਹੈ। ਤੇ ਹੁਣ ਇਹਨੂੰ ਚੋਰੀ ਕੰਧਾਂ ਟੱਪ ਕੇ ਆਉਣ ਦੀ ਲੋੜ ਨਹੀਂ ਰਹੀ, ਇਹ ਹਰ ਮੁਖਾਲਫਤ ਨੂੰ ਸਰੇ ਆਮ ਚੀਰ ਕੇ ਔਂਦਾ ਹੈ। ਸਿਰਫ਼ ਬਾਹਰੀ ਮੁਖਾਲਫ਼ਤ ਨੂੰ ਨਹੀਂ, ਮੇਰੀ ਉਮਰ ਦੇ ਪੰਜਾਹਵੇਂ ਵਰ੍ਹੇ ਦੀ ਮੁਖਾਲਫਤ ਨੂੰ ਵੀ ਚੀਰ ਕੇ....ਤੇ ਉਹਦੀਆਂ ਸਭ ਅਲਾਮਤਾਂ ਹੁਣ ਵੀ ਉਸੇ ਤਰ੍ਹਾਂ ਹਨ—ਹੁਣ ਵੀ ਆਲੇ ਦੁਆਲੇ ਦਾ ਸਭ ਕੁਝ, ਤਨ ਦੇ ਕਪੜਿਆਂ ਵਾਂਗ ਰੂਹ ਨੂੰ ਭੀੜਾ ਲਗਦਾ ਹੈ, ਹੋਠ ਜ਼ਿੰਦਗੀ ਦੀ ਪਿਆਸ ਨਾਲ ਖੁਸ਼ਕ ਹੋ ਜਾਂਦੇ ਹਨ ਅਸਮਾਨ ਦੇ ਤਾਰਿਆਂ ਨੂੰ ਹੱਥ ਨਾਲ ਛੋਹਣ ਤੇ ਜੀਅ ਕਰਦਾ ਹੈ, ਤੇ ਕੋਈ ਬੇਇਨਸਾਫੀ ਭਾਵੇਂ ਦੁਨੀਆਂ ਵਿਚ ਕਿਸੇ ਨਾਲ, ਤੇ ਕਿਤੇ ਵਾਪਰੇ, ਉਹਦੇ ਖਿਲਾਫ਼ ਮੇਰੇ ਸਾਹਵਾਂ ਵਿਚ ਅੱਗ ਸੁਲਗ ਪੈਂਦੀ ਹੈ....

ਉਹਦਾ ਪਰਛਾਵਾਂ

ਇਕ ਲੰਬਾ ਤੇ ਸਉਲਾ ਜਿਹਾ ਪਰਛਾਵਾਂ ਸੀ, ਜੋ ਮੈਂ ਤੁਰਨ ਸਿਖੀ ਤਾਂ ਮੇਰੇ ਨਾਲ ਤੁਰ ਪਿਆ ਸੀ....

ਇਕ ਵਾਰ ਇਕ ਬੇਗਾਨਾ ਪਿੰਡ ਸੀ, ਤੇ ਮੈਂ ਸੋਚਣ ਲੱਗ ਪਈ, ਪਿੰਡ ਬੇਗਾਨਾ ਏ, ਪਰ ਉਹ ਕਿਉਂ ਬੇਗਾਨਾ ਨਹੀਂ ?

ਉਦੋਂ ਮੈਂ ਸਿਰਫ਼ ਉਹਦੀ ਆਵਾਜ਼ ਸੁਣੀ ਸੀ, ਤੇ ਜਾਪਿਆ—ਜਿਹੜੀ ਪੌਣ ਵਿਚ ਉਹਦੀ ਆਵਾਜ਼ ਰਲ ਗਈ ਸੀ, ਉਸ ਪੌਣ ਵਿਚੋਂ ਮਹਿਕ ਔਣ ਲੱਗ ਪਈ ਸੀ....

ਉਹਨੇ ਵੀ ਉਸ ਪਿੰਡੋਂ ਮੁੜ ਔਣਾ ਸੀ, ਤੇ ਮੈਂ ਵੀ। ਉਹਦੇ ਲਈ ਵੀ ਉਹ ਉਨ੍ਹਾ ਹੀ ਬੇਗਾਨਾ ਪਿੰਡ ਸੀ, ਜਿੰਨਾ ਮੇਰੇ ਲਈ। ਤੇ ਕਿਸੇ ਨੇ ਦੱਸਿਆ—ਉਹਨੇ ਵੀ ਉਸੇ ਸ਼ਹਿਰ ਮੁੜਨਾ ਏਂ, ਜਿਹੜੇ ਸ਼ਹਿਰ ਮੈਂ....

ਪਤਾ ਨਹੀਂ ਕਿਹੜੇ ਕਾਲੀ ਦਾਸ ਨੇ ਅਚਾਨਕ ਮੇਘ ਭੇਜ ਦਿੱਤੇ, ਜੋ ਪੂਰੇ ਦੋ ਦਿਨ ਤੇ ਦੋ ਰਾਤਾਂ ਵਸਦੇ ਰਹੇ। ਤੀਜੇ ਦਿਨ ਜਦੋਂ ਅਸੀ ਸਾਰੇ ਲੋਕ, ਜਿੰਨੇ ਵੀ ਉਸ ਪਿੰਡ ਵਿਚ ਇੱਕ ਸਮਾਗਮ ਤੇ ਗਏ ਹੋਏ ਸਾਂ, ਪਰਤਣ ਲੱਗੇ, ਤਾਂ ਪਿੰਡ ਦੀ ਪਗਡੰਡੀ ਪਾਣੀ ਵਿਚ ਡੁੱਬੀ ਹੋਈ ਸੀ। ਖੇਤਾਂ ਦੀ ਵੱਟੋ ਵੱਟ ਅਸਾਂ ਕੋਈ ਪੰਜ ਮੀਲ ਤੁਰਨਾ ਸੀ, ਤੇ ਫੇਰ ਲੋਪੋਕੀ ਪਿੰਡ ਤੋਂ ਸਾਨੂੰ ਲਾਹੌਰ ਪਰਤਣ ਲਈ ਬਸ ਮਿਲ ਜਾਣੀ ਸੀ।

ਪੰਦ੍ਰਾਂਹ ਕੁ ਬੰਦਿਆਂ ਦਾ ਇਕ ਕਾਫ਼ਲਾ ਜਿਹਾ ਸੀ, ਜਿਨ੍ਹਾਂ ਵਿਚੋਂ ਕਰੀਬ ਸਾਰਿਆਂ ਨੂੰ ਮੈਂ ਥੋੜ੍ਹਾ ਥੋੜ੍ਹਾ ਜਾਣਦੀ ਸਾਂ, ਇਕੋ ਉਹ ਸੀ, ਜੋ ਉਸ ਵੇਲੇ ਤਕ ਮੇਰੇ ਲਈ ਓਪਰਾ ਸੀ....

ਮੈਂ ਬੱਦਲਾਂ ਵੱਲ ਇੰਜ ਵੇਖਿਆ ਜਿਵੇਂ ਉਹ ਔਖੀ ਘੜੀ ਬਹੁੜੇ ਸਨ। ਜ਼ਰੂਰ ਇੰਜੇ ਕਾਲੀਦਾਸ ਨੂੰ ਬਹੁੜੇ ਹੋਣਗੇ, ਕਿਸੇ ਦਾ ਦੂਤ ਬਣ ਕੇ ਕਿਸੇ ਕੋਲ ਜਾਣ ਲਈ, ਤੇ ਮਹਜ਼ ਉਨ੍ਹਾਂ ਨੇ ਮੇਰਾ ਰਾਹ ਲੰਬਾ ਕਰ ਦਿੱਤਾ ਸੀ—ਕਿ ਸੂਰਜ ਦੀ ਮੱਠੀ ਮੱਠੀ ਲੋਅ ਵਿਚ, ਉਹਦਾ ਅੱਗੇ ਤੁਰਦੇ ਦਾ ਪਰਛਾਵਾਂ, ਜਦੋਂ ਦਿਸਦਾ, ਮੈਂ ਉਸ ਪਰਛਾਵੇਂ ਨੂੰ ਜਿਵੇਂ ਆਪਣੇ ਬਦਨ ਤੇ ਲਪੇਟ ਲੈਂਦੀ....

ਤੇ ਜ਼ਿੰਦਗੀ ਵਿਚ ਪਹਿਲੀ ਵਾਰ ਅਹਿਸਾਸ ਹੋਇਆ—ਕਿ ਮੈਂ ਜ਼ਰੂਰ ਉਹਦੇ ਪਰਛਾਵੇਂ ਵਿਚ ਤੁਰਦੀ ਰਹੀ ਹਾਂ—ਸ਼ਾਇਦ ਪਿਛਲੇ ਜਨਮ ਤੋਂ....

ਰਾਹ ਨਿਖੜਨੇ ਸਨ, ਆਖ਼ਰ, ਜੋ ਲਾਹੌਰ ਪਹੁੰਚ ਕੇ ਨਿਖੜ ਗਏ....

ਉਨਾਂ ਵਿਰਾਗੇ ਦਿਨਾਂ ਵਿਚ ਇਕ ਵਾਰੀ ਮੈਂ ਕਿਸੇ ਨੂੰ ਕਿਹਾ–"ਉਹਨੂੰ ਜੇ ਕੋਈ ਬੁਲਾਵੇ ਤਾਂ ਉਹ ਆ ਜਾਏਗਾ ?" ਅਗੋਂ ਉਹਨੇ ਕਿਹਾ–"ਜੇ ਤੂੰ ਬੁਲਾਏਂ ਤਾਂ ਸਾਰੇ ਕੰਮ ਛੱਡ ਕੇ ਆ ਜਾਏਗਾ"

"ਅੱਛਾ, ਉਹਨੂੰ ਕਦੀ ਕਹਿਣਾ...." ਬਸ ਏਨਾ ਆਖਿਆ ਸੀ, ਤੇ ਕਹਿਣ ਵਾਲੇ ਦਾ ਮੂੰਹ ਜ਼ਰੂਰ ਚੰਗਾ ਹੋਵੇਗਾ, ਕਿ ਇਕ ਦਿਨ ਉਹ ਆ ਗਿਆ....ਮੇਰੀਆਂ ਬਰੂਹਾਂ ਨੇ ਪਹਿਲੀ ਵਾਰ ਉਹਦੇ ਪੈਰ ਛੋਹੇ....

ਇੰਜ ਸਾਤੇ ਲੰਘ ਜਾਂਦੇ, ਮਹੀਨੇ ਲੰਘ ਜਾਂਦੇ, ਕੋਈ ਸਮਾਗਮ ਹੁੰਦਾ ਤਾਂ ਮੈਂ ਉਹਦੀ ਆਵਾਜ਼ ਸੁਣ ਸਕਦੀ ਸਾਂ, ਤੇ ਜਦੋਂ ਕਦੇ ਉਹ ਆ ਜਾਂਦਾ, ਮੇਰੀਆਂ ਕਾਲੀਆਂ ਰਾਤਾਂ ਵੀ ਸੁਪਨਿਆਂ ਦੇ ਪੈਠਾਂ ਹੇਠ ਚਾਂਦਨੀ ਵਿਛਾ ਦੇਂਦੀਆਂ....

ਇਕ ਦਿਨ ਉਹ ਆਇਆ, ਤਾਂ ਉਹਦੇ ਹੱਥ ਵਿਚ ਇਕ ਕਾਗਜ਼ ਸੀ–ਉਹਦੀ ਨਜ਼ਮ ਦਾ। ਉਹਨੇ ਨਜ਼ਮ ਪੜ੍ਹੀ, ਤੇ ਉਹ ਕਾਗਜ਼ ਮੈਨੂੰ ਦੇਂਦਿਆਂ ਉਹਨੇ ਪਤਾ ਨਹੀਂ ਕਿਉਂ ਆਖਿਆ–"ਏਸ ਨਜ਼ਮ ਵਿਚ ਜਿਹੜੀ ਥਾਂ ਦਾ ਜ਼ਿਕਰ ਏ, ਉਹ ਥਾਂ ਮੈਂ ਕਦੇ ਵੇਖੀ ਨਹੀਂ, ਤੇ ਨਜ਼ਮ ਵਿਚ ਜਿਹੜੀ ਕੁੜੀ ਦਾ ਜ਼ਿਕਰ ਏ, ਉਹ ਕੁੜੀ ਕੋਈ ਨਹੀਂ...."

ਮੈਂ ਕਾਗਜ਼ ਮੋੜਨ ਲੱਗੀ, ਤਾਂ ਉਹਨੇ ਕਿਹਾ–"ਇਹ ਮੈਂ ਮੋੜ ਕੇ ਲਿਜਾਣ ਜੋਗਾ ਨਹੀਂ ਆਂਦਾ"

ਇਹ ਉਹ ਘੜੀ ਸੀ–ਜਦੋਂ ਮੇਰੇ ਕਾਲੇ ਬੱਦਲਾਂ ਨੂੰ ਸੁਨਹਿਰੀ ਕੰਨੀ ਪੈ ਗਈ....

ਰਾਤ ਨੂੰ ਅਸਮਾਨ ਦੇ ਤਾਰੇ ਮੇਰੇ ਦਿਲ ਵਾਂਗ ਧੜਕਦੇ ਰਹੇ, ਤੇ ਫੇਰ ਜਦੋਂ ਵੀ ਮੈਂ ਕੋਈ ਨਜ਼ਮ ਲਿਖਦੀ, ਜਾਪਦਾ–ਮੈਂ ਉਹਨੂੰ ਖ਼ਤ ਲਿਖਦੀ ਪਈ ਹਾਂ....

ਮੈਂ ਚਹੁੰ ਵਰ੍ਹਿਆਂ ਦੀ ਸਾਂ, ਜਦੋਂ ਮੇਰੀ ਮਾਂ ਨੇ ਦੂਰ ਦੇ ਸਾਕੋਂ ਲਗਦੀ ਮੇਰੀ ਭੂਆ ਦੇ ਪੁੱਤਰ ਨਾਲ ਮੇਰਾ ਸਾਕ ਗੰਢ ਦਿੱਤਾ ਸੀ। ਫੇਰ ਮਾਂ ਨਹੀਂ ਰਹੀ ਤਾਂ ਪਿਤਾ ਨੇ ਵਿਆਹ ਦੀ ਰਸਮ ਕਰਕੇ, ਮੇਰੀ ਮਾਂ ਦਾ ਬੋਲ ਪੁਗਾ ਦਿੱਤਾ ਸੀ। ਇਸ ਲਈ ਹੁਣ ਸਾਹਮਣੇ ਕੋਈ ਵੀ ਰਾਹ ਨਹੀਂ ਸੀ। ਕੰਧਾਂ ਸਨ–ਸਮਾਜ ਦੀਆਂ ਵੀ, ਮਜ਼ਹਬਾਂ ਦੀਆਂ ਵੀ–

ਅਚਾਨਕ ਸੈਂਕੜੇ ਪਤਝੜਾਂ ਆ ਗਈਆਂ–ਉਹਨੇ ਦੱਸਿਆ ਕਿ ਹੁਣ ਉਹਨੇ ਮੇਰੇ ਸ਼ਹਿਰੋਂ ਚਲੇ ਜਾਣਾ ਸੀ। ਰੋਟੀ ਰੋਜ਼ਗਾਰ ਦਾ ਤਕਾਜ਼ਾ ਸੀ। ਤੇ ਉਸ ਸ਼ਾਮ ਉਹਨੇ ਪਹਿਲੀ ਵਾਰ ਮੇਰੇ ਕੋਲੋਂ ਮੇਰੀਆਂ ਨਜ਼ਮਾਂ ਮੰਗੀਆਂ, ਤੇ ਇਕ ਤਸਵੀਰ ਮੰਗੀ ....

ਫੇਰ ਅਖ਼ਬਾਰਾਂ–ਕਿਤਾਬਾਂ ਮੇਰੇ ਡਾਕੀਏ ਹੋ ਗਈਆਂ, ਤੇ ਮੇਰੀਆਂ ਨਜ਼ਮਾਂ, ਮੇਰੇ ਖ਼ਤ ਹੋ ਗਏ– ਉਹਦੇ ਵੱਲ।

ਚੁੱਪ ਦਾ ਇਕ ਦਾਇਰਾ

ਪਰਤ ਕੇ ਕਈ ਮੀਲ ਪਿਛਾਂਹ ਵੇਖਾਂ ਤਾਂ ਮੁਲਕ ਦੀ ਤਕਸੀਮ ਤੋਂ ਪਹਿਲਾਂ ਦੇ ਉਹ ਦਿਨ ਸਾਹਮਣੇ ਔਂਦੇ ਹਨ, ਜਦੋਂ ਅਚਾਨਕ ਲਾਹੌਰ ਦੀ ਹਵਾ ਰੋਮਾਂਚਿਕ ਅਫ਼ਵਾਹਵਾਂ ਨਾਲ ਤਲਖ ਹੋ ਗਈ ਸੀ। ਮੇਰੇ ਨਾਲ ਮੇਰੇ ਵਿਆਹ ਤੋਂ ਸਿਵਾ ਕੁਝ ਨਹੀਂ ਸੀ ਵਾਪਰਿਆ, ਚਾਰ ਸਾਲ ਦੀ ਉਮਰ ਤੇ ਜੋ

ਮੰਗਣੀ ਹੋਈ ਸੀ, ਉਹ ਸੈਲਾਂ ਕੁ ਸਾਲ ਦੀ ਉਮਰ ਤੇ ਨੇਪਰੇ ਚੜ੍ਹੀ, ਬੜੀ ਇਕ ਸਾਰ ਜਹੀ ਤੁਰਦੀ ਜ਼ਿੰਦਗੀ ਵਾਂਗ, ਪਰ ਅਦਬੀ ਹਲਕਿਆਂ ਵਿਚ ਬੜੀਆਂ ਰੋਮਾਂਚਿਕ ਕਹਾਣੀਆਂ ਫੈਲ ਗਈਆਂ। ਪਤਾ ਲੱਗਾ, ਪੰਜਾਬੀ ਸ਼ਾਇਰੀ ਵਿਚ ਜਿਸ ਸ਼ਾਇਰ ਦਾ ਨਾਂ ਉਸ ਵੇਲੇ ਸਭ ਤੋਂ ਮਾਣ ਨਾਲ ਲਿਆ ਜਾਂਦਾ ਸੀ, ਉਸ ਸ਼ਾਇਰ ਨੇ ਮੇਰੇ ਤੇ ਕਈ ਨਜ਼ਮਾਂ ਲਿਖੀਆਂ ਹਨ। ਇਹ ਉਸ ਵੇਲੇ ਦੇ ਮਸ਼ਹੂਰ ਸ਼ਾਇਰ ਮੋਹਨ ਸਿੰਘ ਦਾ ਨਾਂ ਸੀ। ਪਰ ਜਿੰਨ੍ਹਾਂ ਵੀ ਸਮਾਗਮਾਂ ਵਿਚ ਮੈਂ ਮੋਹਨ ਸਿੰਘ ਜੀ ਨੂੰ ਵੇਖਿਆ, ਉਨ੍ਹਾਂ ਨਾਲ ਸਧਾਰਣ ਜਹੀ ਮੁਲਾਕਾਤ ਹੋਈ, ਇਸ ਤੋਂ ਵੱਧ ਕੁਝ ਨਹੀਂ। ਸ਼ਾਇਦ ਉਨ੍ਹਾਂ ਦਾ ਸੁਭਾਅ ਹੀ ਸੰਜੀਦਾ ਤੇ ਗੰਭੀਰ ਸੀ, ਇਸ ਲਈ ਮੈਨੂੰ ਉਨ੍ਹਾਂ ਨਾਲ ਕੋਈ ਸ਼ਿਕਵਾ ਨਹੀਂ ਸੀ, ਪਰ ਦੁਆਲੇ ਪਸਰਦੀਆਂ ਕਹਾਣੀਆਂ ਤੋਂ ਮੈਂ ਖ਼ੁਸ਼ ਨਹੀਂ ਸਾਂ। ਮੇਰੇ ਮਨ ਵਿਚ ਉਨ੍ਹਾਂ ਲਈ, ਆਪਣੇ ਤੋਂ ਵੱਡੇ ਸ਼ਾਇਰ ਹੋਣ ਦੇ ਨਾਤੇ, ਇਕ ਆਦਰ ਸੀ, ਪਰ ਇਸ ਤੋਂ ਵੱਖਰਾ ਕੁਝ ਨਹੀਂ ਸੀ। ਮੇਰਾ ਮਨ ਆਪਣੀ ਹੀ ਤੈਹ ਵਿਚੋਂ ਉਠਦੇ ਪਰਛਾਵੇਂ ਨਾਲ ਮੱਲਿਆ ਹੋਇਆ ਸੀ, ਇਸ ਲਈ ਦੁਆਲੇ ਦੀਆਂ ਕਹਾਣੀਆਂ ਸਿਰਫ਼ ਇਹ ਖ਼ੌਫ਼ ਜਗਾਦੀਆਂ ਸਨ ਕਿ ਮੈਂ ਇਕ ਗ਼ਲਤ ਫਹਿਮੀ ਦਾ ਕੇਂਦਰ ਹੋ ਰਹੀ ਸਾਂ। ਪਰ ਮੋਹਨ ਸਿੰਘ ਦਾ ਖ਼ਲੂਸ ਇਹੋ ਜਿਹਾ ਸੀ ਕਿ ਉਨ੍ਹਾਂ ਉਤੇ ਕੋਈ ਸ਼ਿਕਵਾ ਨਹੀਂ ਸਾਂ ਕਰ ਸਕਦੀ। ਫੇਰ ਇਕ ਸ਼ਾਮ ਮੋਹਨ ਸਿੰਘ ਮਿਲਣ ਆਏ, ਉਨ੍ਹਾਂ ਦੇ ਨਾਲ ਸ਼ਾਇਦ ਡਾ. ਦੀਵਾਨ ਸਿੰਘ ਸਨ, ਜਾਂ ਕੋਈ ਹੋਰ, ਹੁਣ ਮੈਨੂੰ ਯਾਦ ਨਹੀਂ, ਤੇ ਪਤਾ ਲੱਗਾ ਦੂਜੇ ਦਿਨ ਉਨ੍ਹਾਂ ਨੇ ਨਜ਼ਮ ਲਿਖੀ "ਜਾਇਦਾਦ" ਜਿਹਦਾ ਭਾਵ ਸੀ–ਉਹ ਬੂਹੇ ਵਿਚ ਚੁੱਪ ਖੜੀ ਸੀ, ਇਕ ਜਾਇਦਾਦ ਵਾਂਗੂੰ ਇਕ ਮਾਲਕ ਦੀ ਮਲਕੀਅਤ ਵਾਂਗੂੰ....

ਮੇਰੇ ਲਈ, ਇਹ ਮੇਰੇ ਮਨ ਦੇ ਬੜੇ ਔਖੇ ਦਿਨ ਸਨ। ਨਜ਼ਮ ਦੀ ਸਪੱਸ਼ਟਤਾ ਮੈਨੂੰ ਬੇਚੈਨ ਕਰ ਰਹੀ ਸੀ–ਕਿ ਇਕ ਚੰਗੇ ਭਲੇ ਆਦਮੀ ਨੂੰ, ਮੇਰੀ ਚੁੱਪ ਗ਼ਲਤ ਫਹਿਮੀ ਪਾ ਰਹੀ ਹੈ। ਪਰ ਪਤਾ ਨਹੀਂ ਸੀ ਲੱਗ ਰਿਹਾ ਕਿ ਚੁੱਪ ਨੂੰ ਮੈਂ ਕਿਵੇਂ ਤੋੜਾਂ?–ਮੇਰੇ ਸਾਹਮਣੇ ਮੋਹਨ ਸਿੰਘ ਨੇ ਆਪਣੀ ਚੁੱਪ ਕਦੇ ਨਹੀਂ ਸੀ ਤੋੜੀ। ਏਸ ਚੁੱਪ ਦੀ ਇਕ ਆਪਣੀ ਆਬਰੂ ਸੀ, ਜੋ ਕਾਇਮ ਸੀ। ਤੇ ਫੇਰ ਇਕ ਦਿਨ ਮੋਹਨ ਸਿੰਘ ਆਏ, ਉਨ੍ਹਾ ਦੇ ਨਾਲ ਫ਼ਾਰਸੀ ਦੇ ਵਿਦਵਾਨ ਕਪੂਰ ਸਿੰਘ ਸਨ। ਮੇਰਾ ਸੰਕੋਚ ਉਸੇ ਤਰ੍ਹਾਂ ਸੀ, ਜਿਹਦੇ ਵਿਚ ਆਦਰ ਵੀ ਸ਼ਾਮਿਲ ਸੀ, ਪਰ ਸ਼ਾਇਦ ਕੁਝ ਰੁਖ਼ਾਈ ਵੀ, ਕਿ ਅਚਾਨਕ ਕਪੂਰ ਸਿੰਘ ਜੀ ਨੇ ਆਖਿਆ–"ਮੋਹਨ ਸਿੰਘ! ਡੌਂਟ ਮਿਸਅੰਡਰਸਟੈਂਡ ਹਰ, ਸ਼ੀ ਡਜ਼ ਨਾਟ ਲਵ ਯੂ...." ਤਾਂ ਚਿਰਾਂ ਦੀ ਜੰਮੀ ਹੋਈ ਚੁੱਪ ਕੁਝ ਪੰਘਰ ਗਈ। ਉਸ ਦਿਨ ਮੈਂ ਹੌਂਸਲਾ ਕਰ ਕੇ ਕਹਿ ਸਕੀ "ਮੋਹਨ ਸਿੰਘ ਜੀ ਮੈਂ ਤੁਹਾਡੀ ਦੋਸਤ ਹਾਂ, ਤੁਹਾਡਾ ਆਦਰ ਕਰਦੀ ਹਾਂ, ਤੁਸੀ ਹੋਰ ਕੀ ਚਾਹੁੰਦੇ ਹੋ?"–ਮੈਂ ਬੜੇ ਸੰਕੋਚੇ ਹੋਏ ਲਫ਼ਜ਼ਾਂ ਵਿਚ ਸਿਰਫ਼ ਏਨਾ ਆਖਿਆ, ਤੇ ਮੇਰੀ ਜਾਚੇ ਇਹ ਕਾਫ਼ੀ ਸੀ। ਮੋਹਨ ਸਿੰਘ ਜੀ ਨੇ ਕੁਝ ਨਹੀਂ ਕਿਹਾ, ਸਿਰਫ਼ ਬਾਅਦ ਵਿਚ ਇਕ ਛੋਟੀ ਜਹੀ ਨਜ਼ਮ ਲਿਖੀ ਜਿਹਦੇ ਵਿਚ ਉਹੀ ਲਫ਼ਜ਼ ਦੁਹਰਾਏ "ਮੈਂ ਤੁਹਾਡੀ ਦੋਸਤ ਹਾਂ, ਮੈਂ ਤੁਹਾਡੀ ਮਿੱਤਰ ਹਾਂ, ਤੁਸੀ ਹੋਰ ਕੀ ਚਾਂਹਦੇ ਹੋ?" ਤੇ ਅਗਲੀਆਂ ਸਤਰਾਂ ਇਕ ਉਦਾਸੀ ਨਾਲ ਲਿਖੀਆਂ "ਮੈਂ ਹੋਰ ਕੀ ਚਾਹਨਾ ਏਂ...." ਪਰ ਕੁਝ ਕਹਾਣੀਆਂ ਜਹੀਆਂ, ਸਾਹਿਤ ਵਿਚ ਫੇਰ ਵੀ ਚਲਦੀਆਂ ਰਹੀਆਂ, ਕਈ ਮੂੰਹ ਜ਼ਬਾਨੀ, ਕਈ ਕੁਝ ਲੋਕਾਂ ਦੀਆਂ ਲਿਖਤਾਂ ਵਿਚ ਇਸ਼ਾਰਿਆਂ ਵਾਂਗ। ਪਰ ਮੋਹਨ ਸਿੰਘ ਵੱਲੋਂ ਜਦ ਤੱਕ ਕੋਈ ਅਜਿਹੀ ਲਿਖਤ ਨਹੀਂ ਸੀ ਆਈ, ਜੋ ਮੈਨੂੰ ਦੁਖਾ ਜਾਂਦੀ, ਉਨੱਾ ਚਿਰ ਮੇਰੇ ਵੱਲੋਂ ਵੀ ਉਨ੍ਹਾਂ ਦੇ ਆਦਰ ਵਿਚ ਕਦੇ ਕੋਈ ਫਰਕ ਨਹੀਂ ਆਇਆ ਸੀ।

ਇਕ ਸਧਾਰਣ ਜਹੀ ਘਟਨਾ ਹੋਰ ਵੀ ਵਾਪਰੀ ਸੀ–ਲਾਹੌਰ ਰੇਡੀਓ ਦੇ ਇਕ ਅਫ਼ਸਰ ਸਨ, ਜਿਨ੍ਹਾਂ

ਨੂੰ ਸ਼ਾਇਦ ਸਾਹਿਤ ਨਾਲ ਕੁਝ ਉਨਸ ਸੀ, ਇਕ ਵਾਰ ਮੇਰੇ ਇਕ ਬ੍ਰਾਡ-ਕਾਸਟ ਤੋਂ ਪਿੱਛੋਂ ਅਚਾਨਕ ਕਹਿਣ ਲੱਗੇ, "ਜੇ ਮੈਂ ਅੱਜ ਤੋਂ ਕੁਝ ਵਰ੍ਹੇ ਪਹਿਲਾਂ ਤੈਨੂੰ ਵੇਖਿਆ ਹੁੰਦਾ, ਤਾਂ ਮੈਂ ਮੁਸਲਮਾਨ ਤੋਂ ਸਿੱਖ ਹੋ ਗਿਆ ਹੁੰਦਾ, ਜਾਂ ਤੂੰ ਸਿੱਖ ਤੋਂ ਮੁਸਲਮਾਨ ਹੋ ਗਈ ਹੁੰਦੀ...." ਇਹ ਲਫ਼ਜ਼ ਅਚਾਨਕ ਹਵਾ ਵਿਚ ਉਭਰੇ, ਤੇ ਅਚਾਨਕ ਹਵਾ ਵਿਚ ਲੀਨ ਹੋ ਗਏ। ਮੇਰਾ ਖਿਆਲ ਹੈ—ਇਹ ਇਕ ਛਿਣ ਦਾ ਵਲੇਲ ਸੀ, ਜਿਹਦਾ ਨਾ ਕੋਈ ਪਹਿਲਾ ਛਿਣ ਇਹਦੇ ਨਾਲ ਜੁੜਦਾ ਸੀ, ਨਾ ਕੋਈ ਅਗਲਾ। ਫੇਰ ਉਸ ਦਿਨ ਤੋਂ ਪਿੱਛੋਂ ਉਨ੍ਹਾਂ ਨੇ ਕਦੇ ਕੁਝ ਨਾ ਕਿਹਾ। ਪਰ ਮੈਂ ਅੱਜ ਤਕ ਨਹੀਂ ਜਾਣਦੀ ਕਿ ਉਸ ਵੇਲੇ ਦੀ ਫ਼ਿਜ਼ਾ ਵਿਚ ਉਨ੍ਹਾਂ ਦੇ ਕਿਸੇ ਵੀ ਅਹਿਸਾਸ ਦੀ ਗੱਲ ਕਿਵੇਂ ਖਿੱਲਰੀ। ਸ਼ਾਇਦ ਕਿਸੇ ਅੱਗੇ ਉਨ੍ਹਾਂ ਦੀ ਜ਼ਬਾਨੀ। ਤੇ ਪਤਾ ਨਹੀਂ ਕਿਹੜੇ ਲਫ਼ਜ਼ਾਂ ਵਿਚ, ਕਿ ਪਿੱਛੋਂ ਇਹਦਾ ਬੜਾ ਤੋੜਿਆ ਮਰੋੜਿਆ ਜ਼ਿਕਰ ਵੀ ਪੜ੍ਹਿਆ। ਕਈ ਵਾਰ ਤਾਂ ਜਾਪਦਾ ਹੈ ਕਈ ਪੰਜਾਬੀ ਲੇਖਕਾਂ ਕੋਲ ਲਿਖਣ ਨੂੰ ਕੋਈ ਗੰਭੀਰ ਵਿਸ਼ਾ ਨਹੀਂ, ਉਹ ਖ਼ੁਦ ਹੀ ਕੁਝ ਅਫ਼ਵਾਹਵਾਂ ਫੈਲਾਂਦੇ ਹਨ, ਖ਼ੁਦ ਹੀ ਉਨ੍ਹਾਂ ਨੂੰ ਆਪਣੀ ਮਰਜ਼ੀ ਨਾਲ ਜਿੱਧਰ ਚਾਹੇ ਮੋੜਦੇ ਹਨ, ਤੇ ਫੇਰ ਉਨ੍ਹਾਂ ਨੂੰ ਲਿਖ ਲਿਖ ਕੇ ਉਨ੍ਹਾਂ ਵਿਚੋਂ ਲੱਜ਼ਤ ਲੈਂਦੇ ਹਨ....ਹਾਂ ਵਰ੍ਹਿਆਂ ਪਿੱਛੋਂ, ਜਦੋਂ ਮੈਂ ਦਿੱਲੀ ਰੇਡੀਓ ਤੇ ਨੌਕਰੀ ਕੀਤੀ, ਤਾਂ ਇਕ ਪੰਡਿਤ ਸਤਯ ਦੇਵ ਸ਼ਰਮਾ ਹੁੰਦੇ ਸਨ, ਜੋ ਲਾਹੌਰ ਰੇਡੀਓ ਤੇ ਵੀ ਸਟਾਫ਼ ਆਰਟਿਸਟ ਹੁੰਦੇ ਸਨ, ਤੇ ਹੁਣ ਦਿੱਲੀ ਰੇਡੀਓ ਤੇ ਵੀ ਸਟਾਫ਼ ਆਰਟਿਸਟ ਸਨ, ਉਨ੍ਹਾਂ ਨੇ ਹਿੰਦੀ ਵਿਚ ਇਕ ਕਹਾਣੀ ਲਿਖੀ "ਟਵੈਂਟੀਸਿਕਸ ਮੈਨੱ ਐਂਡ ਏ ਗਰਲ" ਕਹਾਣੀ ਦਾ ਸਿਰਲੇਖ ਉਨ੍ਹਾਂ ਨੇ ਗੋਰਕੀ ਦੀ ਕਹਾਣੀ ਤੋਂ ਹੀ ਲਿਆ, ਪਰ ਲਿਖਿਆ ਉਸ ਪੁਰਾਣੇ ਵਾਕਿਆ ਨੂੰ। ਤੇ ਕਹਾਣੀ ਲਿਖ ਕੇ ਮੈਨੂੰ ਸੁਣਾਈ। ਬੜੇ ਸਾਫ਼ ਦਿਲ ਦੇ ਬੰਦੇ ਸਨ, ਉਨ੍ਹਾਂ ਨੇ ਦਸਿਆ ਕਿ "ਲਾਹੌਰ ਰੇਡੀਓ ਤੇ ਤੈਨੂੰ ਨਹੀਂ ਪਤਾ ਕਿ ਕਿੰਨੇ ਲੋਕ ਤੇਰੇ ਵਿਚ ਦਿਲਚਸਪੀ ਲੈਂਦੇ ਸਨ। ਖ਼ਾਸ ਕਰ ਉਹ ਅਫ਼ਸਰ ਵੀ। ਤੇ ਅਸੀ ਸਾਰੇ ਸਟਾਫ਼ ਦੇ ਲੋਕ ਮਹੀਨਿਆਂ ਬੱਧੀ ਇਕ ਫ਼ਿਕਰ ਜਹੇ ਨਾਲ ਵੇਖਦੇ ਰਹੇ ਕਿ ਅੱਗੋਂ ਕੀ ਵਾਪਰੇਗਾ ? ਪਰ ਕੁਝ ਨਹੀਂ ਵਾਪਰਿਆ" ਸ਼ਰਮਾ ਜੀ ਸ਼ਾਇਦ ਇਹ ਕਹਾਣੀ ਕਦੇ ਵੀ ਨਾ ਲਿਖਦੇ, ਪਰ ਮੈਨੂੰ ਵੇਖ ਕੇ ਉਨ੍ਹਾਂ ਨੂੰ ਵਰ੍ਹਿਆਂ ਦੀ ਪੁਰਾਣੀ ਉਹ ਉਡੀਕ ਚੇਤੇ ਆ ਗਈ ਸੀ, ਜਿਹਦੇ ਵਿਚ ਉਹ ਕੁਝ ਵਾਪਰਣ ਦੀ ਸੰਭਾਵਨਾ ਸੋਚਦੇ ਸਨ। ਕਹਾਣੀ ਵਿਚ ਸਟਾਫ਼ ਦੇ ਛੋਟੇ ਛੋਟੇ ਲੋਕਾਂ ਦੇ ਕੰਮਾਂ ਦਾ ਜ਼ਿਕਰ ਸੀ—ਜੋ, ਕੋਈ ਅਵਾਈ ਸੁਨਣ ਦੀ ਆਸ ਵਿਚ ਕੰਧਾਂ ਨਾਲ ਲੱਗੇ ਰਹਿੰਦੇ ਸਨ। ਕੁਝ ਸੁਣਾਈ ਨਹੀਂ ਸੀ ਦੇਂਦਾ ਤਾਂ ਹੈਰਾਨ ਰਹਿ ਜਾਂਦੇ ਸਨ, ਕਿ ਸ਼ਾਇਦ ਕੁਝ ਵਾਪਰ ਵੀ ਚੁੱਕਾ ਹੈ, ਪਰ ਕੰਨਾਂ ਤਕ ਨਹੀਂ ਪਹੁੰਚ ਰਿਹਾ....ਸ਼ਰਮਾ ਜੀ ਸਧਾਰਣ ਜਹੇ ਲੇਖਕ ਸਨ, ਪਰ ਮੇਰਾ ਖ਼ਿਆਲ ਹੈ, ਇਹ ਕਹਾਣੀ ਉਨ੍ਹਾਂ ਦੀ ਸਭ ਤੋਂ ਚੰਗੀ ਕਹਾਣੀ ਸੀ, ਉਨ੍ਹਾਂ ਨੇ ਇਕ ਤਣੇ ਹੋਏ ਮਾਹੌਲ ਨੂੰ ਪਕੜਣ ਦੀ ਕੋਸ਼ਿਸ਼ ਕੀਤੀ ਸੀ, ਪਰ ਆਪਣੇ ਵੱਲੋਂ ਪੰਜਾਬੀ ਲੇਖਕਾਂ ਵਾਂਗ ਜ਼ਬਰਦਸਤੀ ਕੋਈ ਨਤੀਜਾ ਨਹੀਂ ਸੀ ਕੱਢਿਆ। ਕਹਾਣੀ ਵਿਚ ਇਕ ਈਮਾਨਦਾਰ ਸਾਦਗੀ ਸੀ।

ਨਫ਼ਰਤ ਦਾ ਇਕ ਦਾਇਰਾ

ਗੱਲ ਇਹ ਵੀ ਛੋਟੀ ਜਹੀ ਹੈ, ਪਰ ਇਕ ਬਹੁਤ ਵੱਡੇ ਨਫ਼ਰਤ ਦੇ ਦਾਇਰੇ ਵਿਚ ਵਲੀ ਹੋਈ। ਪੰਜਾਬੀ ਦੇ ਇਕ ਸ਼ਾਇਰ ਸਨ, ਜਿਨ੍ਹਾਂ ਨਾਲ ਕਦੇ ਮੇਲ ਨਹੀਂ ਸੀ ਹੋਇਆ। ਇਹ ਵੀ ਮੇਰੀ

ਸਾਹਿਤਕ ਜ਼ਿੰਦਗੀ ਦੇ ਮੁੱਢਲੇ ਦਿਨਾਂ ਦੀ ਗੱਲ ਹੈ। ਲਾਹੌਰ ਦੀ। ਤੇ ਪਤਾ ਲਗਦਾ ਰਹਿੰਦਾ ਸੀ ਕਿ ਉਹ ਮੇਰੇ ਖ਼ਿਲਾਫ਼ ਬਹੁਤ ਬੋਲਦੇ ਹਨ। ਮੈਂ ਕਦੇ ਵੇਖੇ ਨਹੀਂ ਸਨ, ਇਸ ਲਈ ਹੈਰਾਨ ਹੁੰਦੀ ਸਾਂ ਕਿ ਉਨ੍ਹਾਂ ਨੂੰ ਮੇਰੀ ਜ਼ਾਤ ਨਾਲ ਕਦੋਂ ਦੀ ਤੇ ਕਿਸ ਗੱਲ ਤੋਂ ਦੁਸ਼ਮਨੀ ਸੀ ? ਫੇਰ ਦੇਸ ਦੀ ਤਕਸੀਮ ਤੋਂ ਥੋੜ੍ਹਾ ਚਿਰ ਪਹਿਲਾਂ ਦੀ ਗੱਲ ਹੈ ਕਿ ਇਕ ਵਾਰ ਮੈਨੂੰ ਕੁਝ ਬੁਖ਼ਾਰ ਹੋ ਗਿਆ, ਤੇ ਇਕ ਅਖ਼ਬਾਰ ਦੇ ਸੰਪਾਦਕ ਖਬਰ ਲੈਣ ਆਏ। ਉਨ੍ਹਾਂ ਦੇ ਨਾਲ ਇਕ ਕੋਈ ਹੋਰ ਸੀ, ਜਿਹਨੂੰ ਮੈਂ ਕਦੇ ਪਹਿਲਾਂ ਨਹੀਂ ਸੀ ਵੇਖਿਆ ਹੋਇਆ, ਉਨ੍ਹਾਂ ਨੇ ਨਾਂ ਦੱਸ ਕੇ ਵਾਕਫ਼ੀ ਕਰਾਈ, ਤਾਂ ਮੈਂ ਚੌਂਕ ਜਹੀ ਗਈ—ਇਹ ਉਹੀ ਸਨ, ਜਿਨ੍ਹਾਂ ਨੂੰ ਮੇਰੀ ਹੋਂਦ ਨਾਲ ਵੀ ਨਫ਼ਰਤ ਜਾਪਦੀ ਸੀ, ਹੈਰਾਨ ਸਾਂ ਕਿ ਅੱਜ ਇਹ ਮੇਰੀ ਬੀਮਾਰ ਪੁਰਸੀ ਲਈ ਕਿਉਂ ਆਏ ?

ਦੋ ਤਿੰਨ ਦਿਨ ਪਿੱਛੋਂ ਇਕ ਹਫ਼ਤਾਵਾਰੀ ਅਖ਼ਬਾਰ ਵਿਚ ਛਪੀ ਉਨ੍ਹਾਂ ਦੀ ਨਜ਼ਮ ਪੜ੍ਹੀ, ਜਿਹਦੇ ਹੇਠਾਂ ਉਹੀ ਤਾਰੀਖ਼ ਪਾਈ ਹੋਈ ਸੀ, ਜਿਸ ਤਾਰੀਖ਼ ਉਹ ਮਿਲਣ ਆਏ ਸਨ। ਤੇ ਇਹ ਨਜ਼ਮ ਅਜੀਬੋ ਗ਼ਰੀਬ ਮੁਹੱਬਤ ਦੀ ਨਜ਼ਮ ਸੀ। ਜਾਪਿਆ—ਜਿਵੇਂ ਨਾ ਨਫ਼ਰਤ ਲਈ ਕੋਈ ਕਾਰਨ ਸੀ, ਉਵੇਂ ਨਾ ਏਸ ਵਲੇਲ ਲਈ। ਤੇ ਫੇਰ ਉਹ ਕੁਝ ਵਾਰਾਂ ਘਰ ਆਏ, ਹੈਰਾਨ ਹੋ ਕੇ ਪੁੱਛਿਆ ਕਿ ਇਹ ਅਚਾਨਕ ਮਿਹਰਬਾਨੀ ਕਿਉਂ ? ਪਰ ਕੁਝ ਵੀ ਪਕੜ ਵਿਚ ਨਹੀਂ ਆਇਆ। ਇਹ ਮੰਨਦੀ ਹਾਂ ਕਿ ਉਨ੍ਹਾਂ ਦੇ ਕਿਸੇ ਬੋਲ ਵਿਚ ਕੋਈ ਸ਼ੋਖੀ ਨਹੀਂ ਸੀ, ਪਰ ਇਕ ਸਖ਼ਤੀ ਜਹੀ ਜ਼ਰੂਰ ਸੀ ਕਿ ਸਾਰੇ ਲੋਕ ਘਟੀਆ ਹਨ, ਮੈਂ ਕਿਸੇ ਨੂੰ ਨਾ ਮਿਲਾਂ ਕਰਾਂ। ਏਥੋਂ ਤਕ ਕਿ ਲਾਹੌਰ ਰੇਡੀਓ ਲਈ ਮੈਂ ਜਦੋਂ ਸਾਹਿਤ ਦੀ ਸਮਾਲੋਚਨਾ ਲਿਖਣੀ ਹੁੰਦੀ ਤਾਂ ਉਹ ਤਕਾਜ਼ਾ ਕਰਦੇ ਕਿ ਫਲਾਣੇ ਦਾ ਨਾਂ ਨਹੀਂ ਲਿਖਣਾ, ਫਲਾਣੇ ਦੀ ਤਾਰੀਫ਼ ਨਹੀਂ ਕਰਨੀ, ਫਲਾਣੇ ਦੀ ਕਿਤਾਬ ਦਾ ਜ਼ਿਕਰ ਨਹੀਂ ਕਰਨਾ। ਇਹ ਅਦਬੀ-ਵਾਕਫ਼ੀ ਸਾਹ ਘੁਟਵੀਂ ਹੋ ਗਈ, ਤਾਂ ਮੈਂ ਕਾਹਲੀ ਪੈ ਗਈ।

ਪਰ ਏਸ ਤਲਖ਼ੀ ਨੂੰ ਅਜੇ ਇਜ਼ਹਾਰ ਮਿਲਿਆ ਹੀ ਸੀ ਕਿ ਦੇਸ ਦੀ ਵੰਡ ਹੋ ਗਈ ਤੇ ਮੈਂ ਉਨ੍ਹਾਂ ਦੀ ਵਾਕਫ਼ੀ ਤੋਂ ਮੁ਼ਤੰਤਰ ਹੋ ਗਈ। ਫੇਰ ਕੁਝ ਵਰ੍ਹਿਆਂ ਪਿੱਛੋਂ ਸੁਣਿਆ ਕਿ ਉਨ੍ਹਾਂ ਦੇ ਖ਼ਿਆਲ ਵਿਚ ਹਿੰਦੁਸਤਾਨ ਦੀ ਵੰਡ ਇਸੇ ਲਈ ਹੋਈ ਕਿ ਮੈਂ ਉਨ੍ਹਾਂ ਦੀ ਦੋਸਤੀ ਨਹੀਂ ਸੀ ਚਾਹੀ। ਤੇ ਉਨ੍ਹਾਂ ਦੇ ਖ਼ਿਆਲ ਵਿਚ ਹਜ਼ਾਰਾਂ ਮਾਸੂਮ ਲੋਕਾਂ ਦਾ ਕਤਲ ਵੀ ਇਸੇ ਲਈ ਹੋਇਆ। ਖ਼ੈਰ—ਹਿੰਦੁਸਤਾਨ ਦੀ ਤਕਸੀਮ ਦਾ, ਤੇ ਮਾਸੂਮ ਲੋਕਾਂ ਦੇ ਕਤਲ ਦਾ, ਇਹ ਮੇਰੇ ਉੱਤੇ ਜੋ ਇਲਜ਼ਾਮ ਸੀ, ਇਸ ਨੂੰ ਕੋਈ ਮਨੋਵਿਗਿਆਨ ਦਾ ਮਾਹਿਰ ਭਾਵੇਂ ਜਾਣ ਸਕੇ, ਮੈਂ ਨਹੀਂ ਜਾਣ ਸਕਦੀ।

ਵੇਖਣ ਸੁਨਣ ਵਿਚ ਆਇਆ ਕਿ ਹੁਣ ਉਹ ਫੇਰ ਮੇਰੇ ਖ਼ਿਆਫ਼ ਬੋਲਦੇ ਹਨ, ਤੇ ਮੇਰੇ ਖ਼ਿਲਾਫ਼ ਨਜ਼ਮਾਂ ਲਿਖਦੇ ਹਨ। ਜਾਪਦਾ ਹੈ—ਇਹ ਨਫ਼ਰਤ ਇਕ ਗੋਲ ਦਾਇਰਾ ਸੀ, ਜਿਹਦਾ ਅਖ਼ੀਰਲਾ ਸਿਰਾ ਫੇਰ ਪਹਿਲੇ ਸਿਰੇ ਨਾਲ ਜੁੜਣਾ ਹੀ ਸੀ।

1947

ਭਾਵੇਂ ਪੁਰਾਣੀਆਂ ਤਵਾਰੀਖ਼ਾਂ ਦੇ ਬੜੇ ਅੱਤਿਆਚਾਰੀ ਕਾਂਡ ਅਸਾਂ ਲੋਕਾਂ ਨੇ ਪੜ੍ਹੇ ਹੋਏ ਸਨ, ਪਰ ਤਾਂ ਵੀ ਸਾਡੇ ਦੇਸ ਦੀ ਵੰਡ ਵੇਲੇ ਜੋ ਕੁਝ ਹੋਇਆ, ਕਿਸੇ ਦੀ ਕਲਪਨਾ ਵਿਚ ਵੀ ਇਹੋ ਜਿਹਾ ਖ਼ੂਨੀ ਕਾਂਡ ਨਹੀਂ ਆ ਸਕਦਾ। ਦੁੱਖਾਂ ਦੀਆਂ ਕਹਾਣੀਆਂ ਕਰ ਕਰ ਕੇ ਲੋਕ ਥੱਕ ਗਏ ਸਨ, ਪਰ ਇਹ ਕਹਾਣੀਆਂ ਉਮਰ ਤੋਂ ਪਹਿਲਾਂ ਮੁੱਕਣ ਵਾਲੀਆਂ ਨਹੀਂ ਸਨ। ਮੈਂ ਲਾਸ਼ਾਂ ਤੱਕੀਆਂ ਸਨ, ਲਾਸ਼ਾਂ

ਵਰਗੇ ਲੋਕ ਤੱਕੇ ਸਨ, ਤੇ ਜਦੋਂ ਲਾਹੌਰ ਤੋਂ ਆ ਕੇ ਡੇਹਰਾਦੂਨ ਪਨਾਹ ਲਈ, ਤਾਂ ਨੌਕਰੀ ਦੀ ਤੇ ਦਿੱਲੀ ਰਹਿਣ ਲਈ ਕਿਸੇ ਥਾਂ ਦੀ ਤਲਾਸ਼ ਵਿਚ ਦਿੱਲੀ ਆਈ ਸਾਂ, ਤੇ ਜਦੋਂ ਵਾਪਸੀ ਦਾ ਸਫ਼ਰ ਕਰ ਰਹੀ ਸਾਂ, ਤਾਂ ਚਲਦੀ ਗੱਡੀ ਵਿਚ ਨੀਂਦਰ ਅੱਖਾਂ ਦੇ ਨੇੜੇ ਨਹੀਂ ਸੀ ਆ ਰਹੀ....ਗੱਡੀ ਤੋਂ ਬਾਹਰਲਾ ਘੋਰ ਹਨੇਰਾ ਸਮੇਂ ਦੀ ਤਵਾਰੀਖ ਵਰਗਾ ਸੀ। ਹਵਾ ਇਸ ਤਰ੍ਹਾਂ ਸ਼ਾਂ ਸ਼ਾਂ ਕਰ ਰਹੀ ਸੀ ਜਿਵੇਂ ਤਵਾਰੀਖ਼ ਦੀ ਬੁੱਕਲ ਵਿਚ ਬਹਿ ਕੇ ਰੋਂਦੀ ਹੋਵੇ। ਬਾਹਰ ਉੱਚੇ ਉੱਚੇ ਰੁੱਖ, ਦੁੱਖਾਂ ਵਾਂਗ ਉੱਗੇ ਹੋਏ ਸਨ। ਕਈ ਵਾਰ ਰੁੱਖ ਕੋਈ ਨਾ ਹੁੰਦੇ, ਸਿਰਫ਼ ਇਕ ਵੀਰਾਨੀ ਹੁੰਦੀ, ਤੇ ਉਸ ਵਿਰਾਨੀ ਦੇ ਟਿੱਬੇ ਇਸ ਤਰ੍ਹਾਂ ਜਾਪਦੇ ਜਿਵੇਂ ਕਬਰਾਂ ਹੋਣ....ਵਾਰਿਸ ਸ਼ਾਹ ਦੇ ਬੋਲ ਮੇਰੇ ਜ਼ੇਹਨ ਵਿਚ ਘੁੰਮਦੇ ਪਏ ਸਨ "ਭਲਾ ਮੋਏ ਤੇ ਵਿੱਛੜੇ ਕੌਣ ਮੇਲੇ...." ਤੇ ਮੈਨੂੰ ਲੱਗਾ ਵਾਰਿਸ ਸ਼ਾਹ ਕਿੱਡਾ ਵੱਡਾ ਕਵੀ ਸੀ, ਉਹ ਹੀਰ ਦੇ ਦੁੱਖ ਨੂੰ ਗਾ ਸੱਕਿਆ। ਅੱਜ ਪੰਜਾਬ ਦੀ ਇਕ ਧੀ ਨਹੀਂ, ਲੱਖਾਂ ਧੀਆਂ ਰੋਂਦੀਆਂ ਪਈਆਂ ਹਨ। ਅੱਜ ਏਨ੍ਹਾਂ ਦੇ ਦੁੱਖ ਨੂੰ ਕੌਣ ਗਾਏਗਾ ? ਤੇ ਮੈਨੂੰ ਵਾਰਿਸ ਸ਼ਾਹ ਤੋਂ ਬਿਨਾਂ ਹੋਰ ਕੋਈ ਇਹੋ ਜਿਹਾ ਨਾ ਜਾਪਿਆ ਜਿਸ ਨੂੰ ਮੁਖ਼ਾਤਬ ਕਰ ਕੇ ਮੈਂ ਇਹ ਗੱਲ ਆਖਦੀ। ਉਸ ਰਾਤ ਚਲਦੀ ਗੱਡੀ ਵਿਚ ਹਿਲਦੀ ਤੇ ਕੰਬਦੀ ਕਲਮ ਨਾਲ ਇਕ ਨਜ਼ਮ ਲਿਖੀ–

ਅੱਜ ਆਖਾਂ ਵਾਰਿਸ ਸ਼ਾਹ ਨੂੰ ਕਿਤੋਂ ਕਬਰਾਂ ਵਿਚੋਂ ਬੋਲ
ਤੇ ਅੱਜ ਕਿਤਾਬੇ ਇਸ਼ਕ ਦਾ ਕੋਈ ਅਗਲਾ ਵਰਕਾ ਫੋਲ....
ਇਕ ਰੋਈ ਸੀ ਧੀ ਪੰਜਾਬ ਦੀ ਤੂੰ ਲਿਖ ਲਿਖ ਮਾਰੇ ਵੈਣ
ਅੱਜ ਲੱਖਾਂ ਧੀਆਂ ਰੋਂਦੀਆਂ ਤੈਨੂੰ ਵਾਰਿਸ ਸ਼ਾਹ ਨੂੰ ਕਹਿਣ
ਉੱਠ ਦਰਦ ਮੰਦਾਂ ਦਿਆ ਦਰਦੀਆ ! ਉੱਠ ਤੱਕ ਆਪਣਾ ਪੰਜਾਬ
ਅੱਜ ਬੇਲੇ ਲਾਸ਼ਾਂ ਵਿੱਛੀਆਂ ਤੇ ਲਹੂ ਦੀ ਭਰੀ ਚਨਾਬ....

ਕੁਝ ਦਿਨ ਪਾ ਕੇ ਇਹ ਨਜ਼ਮ ਛਪੀ, ਪਾਕਿਸਤਾਨ ਵੀ ਪਹੁੰਚੀ, ਤੇ ਕੁਝ ਦੇਰ ਪਿੱਛੋਂ ਜਦੋਂ ਪਾਕਿਸਤਾਨ ਵਿਚ ਫ਼ੈਜ਼ ਅਹਿਮਦ ਫ਼ੈਜ਼ ਦੀ ਕਿਤਾਬ ਛਪੀ, ਉਹਦੇ ਦੀਬਾਚੇ ਵਿਚ ਅਹਿਮਦ ਨਦੀਮ ਕਾਸਮੀ ਨੇ ਲਿਖਿਆ ਕਿ ਇਹ ਨਜ਼ਮ ਉਨ੍ਹਾਂ ਨੇ ਉਦੋਂ ਪੜ੍ਹੀ ਜਦੋਂ ਉਹ ਜੇਲ੍ਹ ਵਿਚ ਸਨ। ਜੇਲ੍ਹ ਤੋਂ ਬਾਹਰ ਆ ਕੇ ਵੀ ਵੇਖਿਆ ਕਿ ਲੋਕ ਇਸ ਨਜ਼ਮ ਨੂੰ ਬੋਝਿਆਂ ਵਿਚ ਰੱਖਦੇ ਸਨ। ਕੱਢ ਕੇ ਪੜ੍ਹਦੇ ਸਨ, ਤੇ ਰੋਂਦੇ ਸਨ।

ਫੇਰ 1972 ਵਿਚ ਲੰਦਨ ਗਈ, ਤਾਂ ਉਥੇ ਬੀ.ਬੀ.ਸੀ. ਦੇ ਇਕ ਕਮਰੇ ਵਿਚ ਕਿਸੇ ਨੇ ਪਾਕਿਸਤਾਨ ਦੀ ਸ਼ਾਇਰਾ ਸਾਹਾਬ ਕਿਜ਼ਲਬਾਸ਼ ਨਾਲ ਮੁਲਾਕਾਤ ਕਰਵਾਈ। ਸਾਹਾਬ ਦੇ ਪਹਿਲੇ ਲਫ਼ਜ਼ ਸਨ "ਅਰੇ ਯਹ ਅੰਮ੍ਰਿਤਾ ਹੈ, ਜਿਸ ਨੇ ਵੁਹ ਨਜ਼ਮ ਲਿਖੀ ਥੀ ਵਾਰਿਸ਼ ਸ਼ਾਹ, ਇਸ ਸੇ ਤੋ ਗਲੇ ਮਿਲਨਾ ਹੈ.... " ਉੱਥੇ ਹੀ ਇਕ ਸ਼ਾਮ ਸੁਰਿੰਦਰ ਕੋਛੜ ਦੇ ਘਰ ਮਹਿਫ਼ਲ ਸੀ, ਜਿੱਥੇ ਸਾਹਾਬ ਸੀ, ਤੇ ਪਾਕਿਸਤਾਨ ਦੇ ਹੋਰ ਅਦੀਬ ਸਨ–ਸਾਕੀ ਫ਼ਾਰੂਕੀ, ਫ਼ਹਮੀਦਾ ਰਿਆਜ਼, ਤੇ 'ਉਦਾਸ ਨਸਲੇਂ' ਦਾ ਲੇਖਕ ਅਬਦੁੱਲਾ ਹੁਸੈਨ, ਤੇ ਨਾਲ ਹੀ ਪਾਕਿਸਤਾਨ ਦੇ ਮਸ਼ਹੂਰ ਗਵੱਈਏ ਸਨ–ਨਜ਼ਾਕਤ ਅਲੀ ਸਲਾਮਤ ਅਲੀ। ਰਾਤ ਨਜ਼ਮਾਂ ਨਾਲ ਭਰੀ ਹੋਈ ਸੀ, ਪਰ ਜਦੋਂ ਨਜ਼ਾਕਤ ਅਲੀ ਨੂੰ ਕੁਝ ਗੌਣ ਲਈ ਕਿਹਾ ਤਾਂ ਉਨ੍ਹਾਂ ਕੋਲ ਸਾਜ਼ ਨਹੀਂ ਸਨ। ਕਹਿਣ ਲੱਗੇ–ਅਸਾਂ ਅੱਜ ਤਕ ਬਿਨਾਂ ਸਾਜ਼ ਤੋਂ ਨਹੀਂ ਗਾਇਆ। ਪਰ ਨਾਲ ਹੀ ਕਹਿਣ ਲੱਗੇ–ਜਿਸ ਨੇ 'ਆਖਾਂ ਵਾਰਿਸ਼ ਸ਼ਾਹ ਨੂੰ' ਨਜ਼ਮ ਲਿਖੀ ਸੀ, ਅੱਜ ਉਹ ਉਹਦੇ ਲਈ ਬਿਨਾਂ ਸਾਜ਼ ਤੋਂ ਵੀ ਗੌਣਗੇ। ਤੇ ਉਹ ਰਾਤ ਨਜ਼ਾਕਤ ਅਲੀ ਦੀ ਸੁਰੀਲੀ ਆਵਾਜ਼ ਵਿਚ ਭਿੱਜ ਗਈ....

ਹੁਣ 1975 ਵਿਚ ਜਦੋਂ ਪਾਕਿਸਤਾਨ ਦੇ ਮੁਲਤਾਨ ਸ਼ਹਿਰ ਤੋਂ ਇਕ ਅਦੀਬ ਮਸ਼ਕੂਰ ਸਾਬਰੀ ਉਰਸ ਦੇ ਮੌਕੇ ਤੇ ਦਿੱਲੀ ਆਏ, ਤਾਂ ਉਨ੍ਹਾਂ ਨੇ ਦੱਸਿਆ ਕਿ ਪਿਛਲੇ ਕਈਆਂ ਵਰ੍ਹਿਆਂ ਤੋਂ ਉਹ ਮੁਲਤਾਨ ਵਿਚ ਜਸ਼ਨੇ ਵਾਰਿਸ ਸ਼ਾਹ ਮਨਾਂਦੇ ਹਨ, ਜਿੱਥੇ ਲੋਕ ਗੀਤਾਂ ਦੀ, ਲੋਕ ਨਾਚ ਦੀ ਤੇ ਲੋਕ ਕਲਾ ਦੀ ਨੁਮਾਇਸ਼ ਵੀ ਹੁੰਦੀ ਹੈ, ਤੇ ਮੁਸ਼ਾਹਰਾ ਵੀ। ਅਤੇ ਇਹ ਜਸ਼ਨ ਉਹ ਮੇਰੀ ਨਜ਼ਮ 'ਆਖਾਂ ਵਾਰਿਸ ਸ਼ਾਹ' ਤੋਂ ਸ਼ੁਰੂ ਕਰਦੇ ਹਨ। ਉਹ ਸੌ ਜ਼ਰਬੇ ਅੱਸੀ ਫ਼ੁੱਟ ਦੀ ਸਟੇਜ ਤੇ ਸੈੱਟ ਲਾਂਦੇ ਹਨ, ਜਿੱਥੇ ਰਾਂਝੇ ਦਾ ਬੇਲਾ ਵੀ ਹੁੰਦਾ ਹੈ, ਹੀਰ ਦਾ ਮੁਕਾਮ ਵੀ, ਅਤੇ ਏਹ ਨਜ਼ਮ ਕਰੀਬ ਪੰਝੀ ਮਿੰਟ ਗਾਈ ਜਾਂਦੀ ਹੈ। ਸਟੇਜ ਤੇ ਘੁੱਪ ਹਨੇਹਾ ਕਰਕੇ। ਇਕ ਰੌਸ਼ਨੀ ਨਾਲ ਧੂੰਆਂ ਵਿਖਾਂਦੇ ਹਨ, ਫੇਰ ਵਾਰਿਸ ਸ਼ਾਹ ਕਬਰ ਵਿੱਚੋਂ ਉਠਦਾ ਹੈ....ਪਾਕਿਸਤਾਨ ਦੇ ਮਸ਼ਹੂਰ ਗਵੱਈਏ ਸਤਰ ਸਤਰ ਗੌਂਦੇ ਹਨ, ਤੇ ਸਤਰਾਂ ਅਨੁਸਾਰ ਸਟੇਜ ਦੇ ਦ੍ਰਿਸ਼ ਬਦਲਦੇ ਹਨ.... ਤੇ ਜਦੋਂ ਨਜ਼ਮ ਦਾ ਅਖ਼ੀਰਲਾ ਹਿੱਸਾ ਔਂਦਾ ਹੈ, ਉਹ ਇਸ ਤਰ੍ਹਾਂ ਦੀ ਗੂੰਜ ਪੈਦਾ ਕਰਦੇ ਹਨ, ਜਿਵੇਂ ਸਾਰੀ ਕਾਇਨਾਤ ਵਿਚ ਮੁਹੱਬਤ ਤੇ ਖ਼ਲੂਸ ਜਾਗ ਪਿਆ ਹੋਵੇ....

ਪਰ ਇਹੀ ਨਜ਼ਮ ਸੀ, ਜਦੋਂ ਲਿਖੀ ਸੀ, ਤਾਂ ਆਪਣੇ ਪੰਜਾਬ ਵਿਚ ਕਈ ਅਖ਼ਬਾਰਾਂ ਮੇਰੇ ਲਈ ਤੋਹਮਤਾਂ ਨਾਲ ਭਰ ਗਈਆਂ ਸਨ। ਕਿਸੇ ਨੂੰ ਇਤਰਾਜ਼ ਸੀ ਕਿ ਮੈਂ ਇਹ ਨਜ਼ਮ ਵਾਰਿਸ ਸ਼ਾਹ ਨੂੰ ਸੰਬੋਧਨ ਕਿਉਂ ਕੀਤੀ, ਗੁਰੂ ਨਾਨਕ ਨੂੰ ਸੰਬੋਧਨ ਕਰਕੇ ਲਿਖਣੀ ਚਾਹੀਦੀ ਸੀ। ਤੇ ਕੋਈ ਆਖਦਾ ਸੀ ਕਿ ਮੈਂ ਲੈਨਿਨ ਜਾਂ ਸਟਾਲਿਨ ਨੂੰ ਮੁਖਾਤਿਬ ਹੋ ਕੇ ਕਿਉਂ ਨਹੀਂ ਲਿਖੀ ? ਏਥੋਂ ਤਕ ਕਿ ਇਸ ਨਜ਼ਮ ਦੇ ਖ਼ਿਲਾਫ਼ ਕਈ ਨਜ਼ਮਾਂ ਲਿਖੀਆਂ ਗਈਆਂ।

ਕਲਪਨਾ ਦਾ ਜਾਦੂ

ਜ਼ਿੰਦਗੀ ਵਿਚ ਇਕ ਇਹੋ ਜਿਹਾ ਵਕਤ ਵੀ ਆਇਆ ਸੀ—ਜਦੋਂ ਆਪਣੀ ਹਰ ਸੋਚ ਨੂੰ ਮੈਂ ਆਪਣੀ ਕਲਪਨਾ ਦਾ ਜਾਦੂ ਜੜ੍ਹਦਾ ਵੇਖਿਆ ਸੀ .... ਜਾਦੂ ਲਫ਼ਜ਼ ਸਿਰਫ਼ ਬਚਪਣ ਦੀਆਂ ਸੁਣੀਆਂ ਕਹਾਣੀਆਂ ਵਿਚ ਕਦੇ ਸੁਣਿਆ ਸੀ, ਪਰ ਵੇਖਿਆ—ਇਕ ਦਿਨ ਅਚਾਨਕ ਉਹ ਮੇਰੀ ਕੁੱਖ ਵਿਚ ਆ ਗਿਆ ਸੀ, ਤੇ ਮੇਰੇ ਹੀ ਪਿੰਡੇ ਦੇ ਮਾਸ ਦੇ ਓਹਲੇ ਵਿਚ ਪਲਣ ਲੱਗ ਪਿਆ ਸੀ .... ਇਹ ਉਨ੍ਹਾਂ ਦਿਨਾਂ ਦੀ ਗੱਲ ਹੈ, ਜਦੋਂ ਮੇਰਾ ਬੇਟਾ, ਮੇਰੇ ਜਿਸਮ ਦੀ ਆਸ ਬਣਿਆ ਸੀ, 1946 ਦੇ ਅੰਤਲੇ ਦਿਨਾਂ ਦੀ ਗੱਲ।

ਅਖ਼ਬਾਰਾਂ ਤੇ ਕਿਤਾਬਾਂ ਵਿਚ ਕਈ ਉਹ ਹਾਦਸੇ ਪੜ੍ਹੇ ਹੋਏ ਸਨ—ਕਿ ਇਕ ਹੋਣ ਵਾਲੀ ਮਾਂ ਦੇ ਕਮਰੇ ਵਿਚ ਜਿਹੋ ਜਹੀਆਂ ਤਸਵੀਰਾਂ ਹੋਣ ਜਾਂ ਜਿਹੋ ਜਿਹਾ ਰੂਪ ਉਹ ਮਨ ਵਿਚ ਚਿਤਵੇ, ਬੱਚੇ ਦੀ ਨੁਹਾਰ ਉਹੋ ਜਹੀ ਹੋ ਜਾਂਦੀ ਹੈ .... ਤੇ ਮੇਰੀ ਕਲਪਨਾ ਨੇ ਜਿਵੇਂ ਦੁਨੀਆਂ ਤੋਂ ਓਹਲੇ ਹੋ ਕੇ ਹੌਲੀ ਜਹੀ ਮੇਰੇ ਕੰਨਾਂ ਵਿਚ ਆਖਿਆ—ਜੇ ਮੈਂ ਸਾਹਿਰ ਦਾ ਮੂੰਹ ਹਰ ਵੇਲੇ ਚਿਤਵਾਂ, ਤਾਂ ਮੇਰੇ ਬੱਚੇ ਦੀ ਸ਼ਕਲ ਉਹਦੇ ਨਾਲ ਮਿਲ ਜਾਏਗੀ....

ਜੋ ਜ਼ਿੰਦਗੀ ਵਿਚ ਨਹੀਂ ਸੀ ਪਾਇਆ, ਜਾਣਦੀ ਹਾਂ, ਇਹ ਉਸੇ ਨੂੰ ਪਾ ਲੈਣ ਦਾ ਕ੍ਰਿਸ਼ਮੇ ਵਰਗਾ ਜਤਨ ਸੀ .... ਰੱਬ ਵਾਂਗ ਰਚਨਾ ਕਰਨ ਦਾ ਜਤਨ .... ਜਿਸਮ ਦਾ ਇਕ ਸੁਤੰਤਰ ਕਰਮ.... ਸਿਰਫ਼ ਸੰਸਕਾਰਾਂ ਤੋਂ ਸੁਤੰਤਰ ਨਹੀਂ, ਲਹੂ ਮਾਸ ਦੀ ਹਕੀਕਤ ਤੋਂ ਵੀ ਸੁਤੰਤਰ....

ਦੀਵਾਨਗੀ ਦੇ ਏਸ ਆਲਮ ਵਿਚ ਜਦੋਂ 3 ਜੁਲਾਈ 1947 ਨੂੰ ਬੱਚੇ ਦਾ ਜਨਮ ਹੋਇਆ, ਪਹਿਲੀ

ਵਾਰ ਉਹਦਾ ਮੂੰਹ ਵੇਖਿਆ, ਆਪਣੇ ਰੱਬ ਹੋਣ ਦਾ ਯਕੀਨ ਆ ਗਿਆ, ਤੇ ਬੱਚੇ ਦੇ ਪਲਦੇ ਮੂੰਹ ਨਾਲ ਇਹ ਕਲਪਨਾ ਵੀ ਪਲਦੀ ਰਹੀ, ਕਿ ਉਹਦੀ ਸ਼ਕਲ ਸੱਚਮੁਚ ਸਾਹਿਰ ਨਾਲ ਮਿਲਦੀ ਹੈ ....
ਖ਼ੈਰ ਦੀਵਾਨਗੀ ਦੀ ਸਿਖ਼ਰ ਉਤੇ ਪੈਰ ਰਖ ਕੇ ਹਮੇਸ਼ਾਂ ਨਹੀਂ ਖਲੋਤਾ ਜਾ ਸਕਦਾ, ਪੈਰਾਂ ਨੂੰ ਬਹਿਣ ਲਈ ਧਰਤੀ ਦਾ ਟੁਕੜਾ ਚਾਹੀਦਾ ਹੈ, ਇਸ ਲਈ ਔਂਦੇ ਵਰ੍ਹਿਆਂ ਵਿਚ ਮੈਂ ਇਹਦਾ ਜ਼ਿਕਰ ਇਕ ਪਰੀ ਕਹਾਣੀ ਵਾਂਗ ਕਰਨ ਲੱਗ ਪਈ .... ਇਕ ਵਾਰ ਇਹ ਗੱਲ ਮੈਂ ਸਾਹਿਰ ਨੂੰ ਵੀ ਸੁਣਾਈ, ਆਪਣੇ ਆਪ ਉਤੇ ਹੱਸਦਿਆਂ। ਉਹਦੇ ਹੋਰ ਕਿਸੇ ਅਹਿਸਾਸ ਦਾ ਪਤਾ ਨਹੀਂ, ਸਿਰਫ਼ ਏਨਾ ਪਤਾ ਹੈ ਕਿ ਉਹ ਸੁਣ ਕੇ ਹੱਸ ਪਿਆ, ਤੇ ਉਹਨੇ ਸਿਰਫ਼ ਏਨਾ ਆਖਿਆ—ਵੈਰੀ ਪੂਅਰ ਟੇਸਟ। ਸਾਹਿਰ ਨੂੰ ਜ਼ਿੰਦਗੀ ਦਾ ਸਭ ਤੋਂ ਵੱਡਾ ਇਕ ਰੋਸ ਹੈ, ਕਿ ਉਹ ਸੋਹਣਾ ਨਹੀਂ, ਏਸੇ ਵਿਚੋਂ ਉਨ੍ਹੇ ਮੇਰੇ ਪੂਅਰ ਟੇਸਟ ਦੀ ਗੱਲ ਆਖੀ।

ਇਸ ਤੋਂ ਪਹਿਲਾਂ ਵੀ ਇਕ ਗੱਲ ਵਾਪਰੀ ਸੀ—ਇਕ ਦਿਨ ਉਨ੍ਹੇ ਮੇਰੀ ਧੀ ਨੂੰ ਝੋਲੀ ਵਿਚ ਬਿਠਾ ਕੇ ਆਖਿਆ ਸੀ "ਤੈਨੂੰ ਇਕ ਕਹਾਣੀ ਸੁਣਾਵਾਂ ?" ਤੇ ਜਦੋਂ ਮੇਰੀ ਧੀ ਕਹਾਣੀ ਸੁਨਣ ਲਈ ਤਿਆਰ ਹੋਈ, ਤਾਂ ਉਹ ਸੁਨਾਣ ਲੱਗਾ "ਇਕ ਸੀ ਲੱਕੜਹਾਰਾ, ਉਹ ਦਿਨੇ ਇੱਕ ਜੰਗਲ ਵਿਚ ਲੱਕੜਾਂ ਚੀਰਦਾ ਸੀ। ਇਕ ਦਿਨ ਉਨ੍ਹੇ ਜੰਗਲ ਵਿਚ ਇਕ ਰਾਜਕੁਮਾਰੀ ਵੇਖੀ, ਬੜੀ ਸੋਹਣੀ। ਲੱਕੜਹਾਰੇ ਦਾ ਜੀਅ ਕੀਤਾ ਉਹ ਰਾਜਕੁਮਾਰੀ ਨੂੰ ਲੈ ਕੇ ਦੌੜ ਜਾਵੇ...."
"ਫੇਰ ?" ਮੇਰੀ ਧੀ ਕਹਾਣੀਆਂ ਦੇ ਹੁੰਗਾਰੇ ਭਰਨ ਜਿੱਡੀ ਉਮਰ ਦੀ ਸੀ, ਇਸ ਲਈ ਬੜੇ ਧਿਆਨ ਨਾਲ ਕਹਾਣੀ ਸੁਣ ਰਹੀ ਸੀ।
ਮੈਂ ਸਿਰਫ਼ ਹੱਸ ਰਹੀ ਸਾਂ, ਕਹਾਣੀ ਵਿਚ ਦਖ਼ਲ ਨਹੀਂ ਸਾਂ ਦੇ ਰਹੀ।
ਉਹ ਆਖ ਰਿਹਾ ਸੀ, "ਪਰ ਹੈ ਤਾਂ ਲੱਕੜਹਾਰਾ ਸੀ ਨਾ, ਉਹ ਰਾਜ ਕੁਮਾਰੀ ਨੂੰ ਸਿਰਫ਼ ਦੇਖਦਾ ਰਿਹਾ, ਦੂਰੋਂ ਦੀ ਖਲੋ ਕੇ, ਤੇ ਫੇਰ ਉਦਾਸ ਹੋ ਕੇ ਲੱਕੜਾਂ ਚੀਰਨ ਲੱਗ ਪਿਆ। ਸੱਚੀ ਕਹਾਣੀ ਏ ਨਾ ?"
"ਹਾਂ, ਮੈਂ ਵੀ ਵੇਖਿਆ ਸੀ" ਪਤਾ ਨਹੀਂ ਬੱਚੀ ਨੇ ਇਹ ਕਿਉਂ ਆਖਿਆ।
ਸਾਹਿਰ ਹੱਸਦਾ ਮੇਰੇ ਵਲ ਵੇਖਣ ਲੱਗਾ—"ਵੇਖ ਲੈ, ਇਹਨੂੰ ਵੀ ਪਤਾ ਏ" ਤੇ ਬੱਚੀ ਨੂੰ ਪੁੱਛਣ ਲੱਗਾ "ਤੂੰ ਉਥੇ ਹੀ ਸੀ ਨਾ ਜੰਗਲ ਵਿਚ ?"
ਬੱਚੀ ਨੇ ਹਾਂ ਵਿਚ ਸਿਰ ਹਿਲਾਇਆ।
ਸਾਹਿਰ ਨੇ ਫੇਰ ਉਹਨੂੰ ਝੋਲੀ ਵਿਚ ਬੈਠੀ ਨੂੰ ਪੁੱਛਿਆ—"ਤੂੰ ਉਹਨੂੰ ਲੱਕੜਹਾਰੇ ਨੂੰ ਵੀ ਵੇਖਿਆ ਸੀ ਨਾ ? ਭਲਾ ਕੌਣ ਸੀ ?"
ਬੱਚੀ ਨੂੰ ਉਸ ਘੜੀ ਕੋਈ ਇਲਹਾਮ ਉਤਰਿਆ ਲਗਦਾ ਸੀ, ਕਹਿਣ ਲੱਗੀ—"ਤੁਸੀ"। ਸਾਹਿਰ ਨੇ ਫੇਰ ਪੁਛਿਆ "ਤੇ ਉਹ ਰਾਜਕੁਮਾਰੀ ਕੌਣ ਸੀ ?"
"ਮਾਮਾ" ਬੱਚੀ ਹੱਸਣ ਲੱਗ ਪਈ।
ਸਾਹਿਰ ਮੈਨੂੰ ਕਹਿਣ ਲੱਗਾ—"ਵੇਖਿਆ, ਬੱਚਿਆਂ ਨੂੰ ਸਭ ਕੁਝ ਪਤਾ ਹੁੰਦਾ ਏ।"

ਫੇਰ ਵਰ੍ਹੇ ਬੀਤ ਗਏ, 1960 ਵਿਚ ਜਦੋਂ ਮੈਂ ਬੰਬਈ ਗਈ, ਤਾਂ ਉਨ੍ਹਾਂ ਦਿਨਾਂ ਵਿਚ ਰਾਜਿੰਦਰ ਸਿੰਘ ਬੇਦੀ ਬੜੇ ਮੇਹਰਬਾਨ ਦੋਸਤ ਸਨ, ਅਕਸਰ ਮਿਲਦੇ ਸਨ, ਇਕ ਤਰਕਾਲ ਬੈਠੇ ਗੱਲਾਂ ਕਰ ਰਹੇ ਸਨ ਕਿ ਅਚਾਨਕ ਉਨ੍ਹਾਂ ਨੇ ਪੁੱਛਿਆ—"ਪ੍ਰਕਾਸ਼ ਪੰਡਿਤ ਕੋਲੋਂ ਇਕ ਗੱਲ ਸੁਣੀ ਸੀ ਕਿ ਨਵਰਾਜ ਸਾਹਿਰ ਦਾ ਬੇਟਾ ਹੈ....."

ਉਸ ਸ਼ਾਮ ਮੈਂ ਬੇਦੀ ਸਾਹਬ ਨੂੰ ਆਪਣੀ ਦੀਵਾਨਗੀ ਦਾ ਉਹ ਆਲਮ ਸੁਣਾਇਆ, ਆਖਿਆ "ਇਹ ਕਲਪਨਾ ਦਾ ਸੱਚ ਹੈ, ਹਕੀਕਤ ਦਾ ਸੱਚ ਨਹੀਂ।"

ਉਨ੍ਹਾਂ ਹੀ ਦਿਨਾਂ ਵਿਚ, ਇਕ ਦਿਨ ਮੇਰੇ ਬੇਟੇ ਨੇ ਵੀ ਪੁੱਛਿਆ, ਉਹਦੀ ਉਮਰ ਹੁਣ ਤੇਰ੍ਹਾਂ ਕੁ ਵਰ੍ਹਿਆਂ ਦੀ ਸੀ, "ਮਾਮਾ ! ਇਕ ਗੱਲ ਪੁੱਛਾਂ ਸੱਚ ਸੱਚ ਦੱਸ ਦਿਓਗੇ ?"

"ਹਾਂ"

"ਕੀ ਮੈਂ ਸਾਹਿਰ ਅੰਕਲ ਦਾ ਬੇਟਾ ਹਾਂ ?"

"ਨਹੀਂ"

"ਪਰ ਜੇ ਹਾਂ, ਤਾਂ ਦੱਸ ਦਿਉ ! ਮੈਨੂੰ ਸਾਹਿਰ ਅੰਕਲ ਚੰਗੇ ਲਗਦੇ ਨੇ"

"ਹਾਂ ਬੇਟੇ ! ਮੈਨੂੰ ਵੀ ਚੰਗੇ ਲਗਦੇ ਨੇ, ਪਰ ਜੇ ਇਹ ਸੱਚ ਹੁੰਦਾ, ਤਾਂ ਤੈਨੂੰ ਜ਼ਰੂਰ ਦੱਸ ਦੇਂਦੀ"

ਸੱਚ ਦੀ ਆਪਣੀ ਇਕ ਤਾਕਤ ਹੁੰਦੀ ਹੈ, ਸੋ ਮੇਰੇ ਬੱਚੇ ਨੂੰ ਯਕੀਨ ਆ ਗਿਆ।

ਸੋਚਦੀ ਹਾਂ–ਕਲਪਨਾ ਦਾ ਸੱਚ ਛੋਟਾ ਨਹੀਂ ਸੀ, ਪਰ ਉਹ ਸਿਰਫ਼ ਮੇਰੇ ਵਾਸਤੇ ਸੀ।

ਸਿਰਫ਼ ਮੇਰੇ ਵਾਸਤੇ, ਏਨਾ ਕਿ ਉਹ ਸੱਚ ਸਾਹਿਰ ਵਾਸਤੇ ਵੀ ਨਹੀਂ।

ਲਾਹੌਰ ਜਦੋਂ ਕਦੇ ਸਾਹਿਰ ਮਿਲਣ ਲਈ ਔਂਦਾ ਸੀ, ਤਾਂ ਜਿਵੇਂ ਮੇਰੀ ਹੀ ਚੁੱਪ ਵਿਚੋਂ ਨਿਕਲਿਆ, ਚੁੱਪ ਦਾ ਇਕ ਟੁਕੜਾ, ਕੁਰਸੀ ਤੇ ਬਹਿੰਦਾ ਸੀ, ਤੇ ਚਲਾ ਜਾਂਦਾ ਸੀ।

ਉਹ ਚੁੱਪ ਚਾਪ ਸਿਰਫ਼ ਸਿਗਰਟ ਪੀਂਦਾ ਰਹਿੰਦਾ ਸੀ, ਅੱਧਾ ਕੁ ਸਿਗਰਟ ਪੀ ਕੇ, ਰਾਖਦਾਨੀ ਵਿਚ ਬੁਝਾ ਦੇਂਦਾ ਸੀ, ਫੇਰ ਨਵਾਂ ਸਿਗਰਟ ਲਾ ਲੈਂਦਾ ਸੀ। ਤੇ ਉਹਦੇ ਜਾਣ ਪਿਛੋਂ ਸਿਰਫ਼ ਸਿਗਰਟਾਂ ਦੇ ਵੱਡੇ ਵੱਡੇ ਟੁਕੜੇ ਕਮਰੇ ਵਿਚ ਰਹਿ ਜਾਂਦੇ ਸਨ ....

ਕਦੇ, ਇਕ ਵਾਰ–ਉਹਦੇ ਹੱਥ ਨੂੰ ਛੋਹਣਾ ਚਾਹੁੰਦੀ ਸਾਂ, ਪਰ ਮੇਰੇ ਸਾਹਮਣੇ ਮੇਰੇ ਹੀ ਸੰਸਕਾਰਾਂ ਦਾ ਇਕ ਉਹ ਫ਼ਾਸਲਾ ਸੀ, ਜੋ ਤੈਹ ਨਹੀਂ ਸੀ ਹੁੰਦਾ। ਉਦੋਂ ਵੀ ਕਲਪਨਾ ਦੀ ਕਰਾਮਾਤ ਦਾ, ਆਸਰਾ ਲਿਆ ਸੀ।

ਉਹਦੇ ਜਾਣ ਪਿੱਛੋਂ, ਮੈਂ ਉਹਦੇ ਛੱਡੇ ਹੋਏ ਸਿਗਰਟਾਂ ਦੇ ਟੁਕੜੇ ਸਾਂਭ ਕੇ ਅਲਮਾਰੀ ਵਿਚ ਰੱਖ ਲੈਂਦੀ ਸਾਂ। ਤੇ ਫੇਰ ਇਕ ਇਕ ਟੁਕੜੇ ਨੂੰ ਇਕੱਲੀ ਬਹਿ ਕੇ ਬਾਲਦੀ ਸਾਂ, ਤੇ ਜਦੋਂ ਉਹਨੂੰ ਉਂਗਲਾਂ ਵਿਚ ਫੜਦੀ ਸਾਂ, ਜਾਪਦਾ ਸੀ–ਜਿਵੇਂ ਉਹਦਾ ਹੱਥ ਛੋਹ ਰਹੀ ਹੋਵਾਂ....."

ਸਿਗਰਟ ਪੀਣ ਦੀ ਆਦਤ ਮੈਨੂੰ ਉਦੋਂ ਪਹਿਲੀ ਵਾਰ ਪਈ ਸੀ। ਹਰ ਸਿਗਰਟ ਜਲਾਣ ਲੱਗਿਆਂ ਜਾਪਦਾ–ਉਹ ਕੋਲ ਹੈ। ਸਿਗਰਟ ਦੇ ਧੂੰਏ ਵਿਚੋਂ ਜਿਵੇਂ ਉਹ ਜਿੰਨ ਵਾਂਗ ਪਰਗਟ ਹੋ ਜਾਂਦਾ ਸੀ....

ਫੇਰ ਵਰ੍ਹਿਆਂ ਪਿਛੋਂ ਆਪਣੇ ਏਸ ਅਹਿਸਾਸ ਨੂੰ ਮੈਂ 'ਇਕ ਸੀ ਅਨੀਤਾ' ਨਾਵਲ ਵਿਚ ਲਿਖਿਆ। ਪਰ ਸਾਹਿਰ ਨੂੰ ਸ਼ਾਇਦ ਅਜੇ ਤੱਕ ਮੇਰੇ ਸਿਗਰਟ ਦੇ ਇਸ ਇਤਿਹਾਸ ਦਾ ਪਤਾ ਨਹੀਂ।

ਸੋਚਦੀ ਹਾਂ–ਕਲਪਨਾ ਦੀ ਇਹ ਦੁਨੀਆਂ ਸਿਰਫ਼ ਉਹਦੀ ਹੁੰਦੀ ਹੈ ਜੋ ਇਹਨੂੰ ਸਿਰਜਦਾ ਤੇ ਜਿਥੇ ਇਹਨੂੰ ਸਿਰਜਨ ਵਾਲਾ ਰੱਬ ਵੀ ਇਕੱਲਾ ਹੁੰਦਾ ਹੈ–

ਆਖ਼ਰ ਜਿਸ ਮਿੱਟੀ ਤੋਂ ਇਹ ਬਦਨ ਬਣਿਆ ਹੈ, ਉਹ ਮਿੱਟੀ ਦਾ ਮਿਥਹਾਸ ਮੇਰੇ ਲਹੂ ਦੀ ਹਰਕਤ ਵਿਚ ਹੈ–ਦੁਨੀਆਂ ਦੇ ਉਪਜਣ ਦਾ ਵੇਲਾ, ਜਦੋਂ ਅੱਗ ਦਾ ਇਕ ਗੋਲਾ ਜਿਹਾ ਹਜ਼ਾਰ ਵਰ੍ਹੇ ਪਾਣੀਆਂ ਵਿਚ ਤਰਦਾ ਰਿਹਾ, ਤੇ ਫੇਰ ਉਸੇ ਅੱਗ ਵਿਚੋਂ ਹਰ ਗੁਨਾਹ ਨੂੰ ਭਸਮ ਕਰਕੇ ਜੋ ਜੀਵ ਨਿਕਲਿਆ,

ਉਹ ਇਕੱਲਾ ਸੀ। ਉਹਦੇ ਵਿਚ ਨਾ ਇਕੱਲਤਾ ਦਾ ਖ਼ੌਫ ਸੀ, ਨਾ ਇਕੱਲਤਾ ਦੀ ਖ਼ੁਸ਼ੀ। ਫੇਰ ਉਹਨੇ ਆਪਣੇ ਹੀ ਬਦਨ ਨੂੰ ਚੀਰ ਕੇ—ਅੱਧੇ ਨੂੰ ਪੁਰਸ਼ ਬਣਾ ਲਿਆ, ਅੱਧੇ ਨੂੰ ਇਸਤ੍ਰੀ। ਤੇ ਇਸੇ ਵਿਚੋਂ ਉਹਨੇ ਸ੍ਰਿਸ਼ਟੀ ਰਚੀ....

ਦੁਨੀਆਂ ਦਾ ਇਹ ਆਦਿ ਕਰਮ, ਸਿਰਫ਼ ਮਿਥਹਾਸ ਨਹੀਂ, ਨਾ ਸਿਰਫ਼ ਬੀਤੇ ਦਾ ਇਤਿਹਾਸ। ਇਹ ਹਰ ਸਮੇਂ ਦਾ ਇਤਿਹਾਸ ਹੈ—ਭਾਵੇਂ ਛੋਟੇ ਛੋਟੇ ਮਨੁੱਖਾਂ ਦਾ ਛੋਟਾ ਛੋਟਾ ਇਤਿਹਾਸ .... ਮੇਰਾ ਵੀ ....

ਨੌਂ ਸੌ ਮੀਲ

ਇਕ ਦਿਨ ਅਚਾਨਕ ਸਾਹਿਰ ਦਾ ਖ਼ਤ ਆਇਆ, "ਹੁਣੇ ਰੇਡੀਓ ਸੁਣਦਾ ਪਿਆ ਸਾਂ, ਤੇਰੀ ਆਵਾਜ਼ ਸੁਣੀ, ਜਾਪਿਆ ਤੂੰ ਮੇਰੇ ਕੋਲ ਏਂ ਬਿਲਕੁਲ ਕੋਲ। ਤੇ ਫੇਰ ਆਵਾਜ਼ ਬੰਦ ਹੋ ਗਈ, ਮੈਨੂੰ ਜਾਪਿਆ ਆਖ਼ਰ ਤੂੰ ਮੇਰੇ ਕੋਲੋਂ ਨੌਂ ਸੌ ਮੀਲ ਦੂਰ ਏਂ....." ਥੋੜੇ ਜਿਹੇ ਦਿਨ ਪਹਿਲਾਂ ਉਹ ਮੈਨੂੰ ਦੋ ਘੜੀਆਂ ਲਈ ਮਿਲਣ ਆਇਆ ਸੀ, ਇਸ ਖ਼ਤ ਨੇ ਉਸ ਚੇਤੇ ਨੂੰ ਜਿਵੇਂ ਸਾਨ ਉਤੇ ਚਾੜ੍ਹ ਦਿਤਾ। ਖ਼ਤ ਦਾ ਜਵਾਬ ਇਕ ਨਜ਼ਮ ਵਿਚ ਲਿਖਿਆ :

> ਦੋ ਘੜੀਆਂ
> ਸੱਤ ਅੰਬਰਾਂ ਨੂੰ ਲੰਘ ਕੇ ਆਈਆਂ ਸੱਤੀਂ ਸੁਰੀਂ ਜਗਾ ਲਏ ਜਾਦੂ
> ਸੱਤੇ ਰੰਗ ਪਹਿਨ ਲਏ ਉਹਨਾਂ ਰੂਪ ਕਿਤੋਂ ਨਾ ਊਣਾ
> ਪੇਸ਼ਵਾਈ ਨਾ ਸਰੀ ਅਸਾਥੋਂ ਦੋਵੇਂ ਹੱਥ ਹੋਏ ਬਉਰਾਨੇ
> ਜਿੰਦ ਸਾਡੀ ਨੂੰ ਬਾਂਹ ਵਲਾ ਕੇ ਕਰ ਗਈਆਂ ਕੋਈ ਟੂਣਾ
> ਸੱਤੇ ਅੰਬਰ ਲੰਘ ਕੇ ਆਈਆਂ ਸੱਤੇ ਅੰਬਰ ਲੰਘ ਕੇ ਗਈਆਂ
> ਹੱਥ ਵਿਚ ਲੋਹਾ ਹੱਥ ਵਿਚ ਪਾਰਸ ਭੁੱਲ ਗਿਆ ਸਾਨੂੰ ਛੂਹਣਾ
> ਕਿਸ ਡਾਚੀ ਮੇਰਾ ਪੁੰਨੂੰ ਖੜਿਆ ਨੌਂ ਸੌ ਮੀਲ ਬਰੇਤਾ ਵਿਛਿਆ
> ਜਿਉਂ ਜਿਉਂ ਸੱਸੀ ਜਾਏ ਅਗੇਰੇ ਤਿਉਂ ਤਿਉਂ ਪੈਂਡਾ ਦੂਣਾ।

ਅਜੀਬ ਇਤਫ਼ਾਕ ਹੈ, ਉਹ ਮੈਨੂੰ ਜਿੰਨੀ ਵਾਰ ਵੀ ਮਿਲਿਆ, ਉਹ ਹਮੇਸ਼ਾ ਚੇਤਰ ਦਾ ਮਹੀਨਾ ਹੁੰਦਾ ਸੀ। ਮੇਰੇ ਬਹੁਤ ਸਾਰੇ ਗੀਤ ਜਿਵੇਂ ਚੇਤਰ ਦੇ ਗਲ ਨਾਲ ਲਗ ਕੇ ਉਹਦੀਆਂ ਗੱਲਾਂ ਕਰਦੇ ਰਹੇ ਹਨ :

> ਆਉਂਦਾ ਤੇ ਲੰਘ ਜਾਂਦਾ, ਤੇਰੇ ਕੌਲਾਂ ਦਾ ਮਹੀਨਾ।
> ਲੱਖਾਂ ਸਵਾਲ ਪੁੱਛਾਂ, ਦੇਂਦਾ ਨਾ ਕੋਈ ਹੁੰਗਾਰਾ
> ਹੋਠਾਂ ਦੀ ਚੀਸ ਪੀ ਕੇ ਅੱਖੀਆਂ ਝੁਕਾਂਦਾ
> ਤੇਰੇ ਕੌਲਾਂ ਦਾ ਮਹੀਨਾ
>
> ....
>
> ਸੂਰਜ ਕੀਤੀ ਕੰਡ—
> ਸੱਭੇ ਤੀਲੇ ਸਾਂਭ ਕੇ ਫੱਗਣ ਬੱਧੀ ਪੰਡ
> ਇਹ ਵੀ ਗਈਆਂ ਤਿੰਨ ਸੌ ਪੈਂਠ ਦਿਹਾੜਾਂ ਹੰਢ
>
> ....

ਨੁੱਚੜ ਪਈਆਂ ਅੱਖੀਆਂ
ਵਿਛੜ ਚੱਲੀ ਅੰਤਲੀ ਫੱਗਣ ਦੀ ਤਰਕਾਲ
ਵੇ ਚੇਤਰ ਆ ਗਿਆ
ਬਾਰ ਬੇਗਾਨੀ ਚੱਲੀਆਂ ਛੀਏ ਰੁੱਤਾਂ ਰੁੰਨੀਆਂ
ਮਿਲਿਆਂ ਨੂੰ ਹੋ ਗਿਆ ਸਾਲ ਵੇ ਚੇਤਰ ਆ ਗਿਆ।
ਵਰ੍ਹੇ ਨੇ ਪਾਸਾ ਪਰਤਿਆ
ਸੱਭੇ ਯਾਦਾਂ ਤੇਰੀਆਂ ਘੁੱਟ ਕਲੇਜੇ ਨਾਲ
ਵੇ ਚੇਤਰ ਆ ਗਿਆ
ਮੁੜ ਕੇ ਏਸ ਮੁਹਾਠ ਤੇ
ਮੈਂ ਦੀਵਾ ਧਰਿਆ ਤਿੰਨ ਸੌ ਪੈਂਠ ਬੱਤੀਆਂ ਬਾਲ
ਵੇ ਚੇਤਰ ਆ ਗਿਆ।

....

ਪੰਜਾਂ ਉਤੇ ਹੈ ਵੀਹ ਸੌ ਪੰਜ ਸੰਮਤ ਚੜ੍ਹਿਆ ਚੇਤਰ ਮਹੀਨਾ ਤੇ ਹੋਈ ਨਾਵੀਂ
ਹੱਥੀਂ ਆਪਣੀ ਲਿਖੇ ਸੁਨੇਹੁੜੇ ਮੈਂ ਹੱਥੀਂ ਆਪਣੀ ਆਪ ਵਸੂਲ ਪਾਵੀਂ

....

ਚੇਤਰ ਦਾ ਵਣਜਾਰਾ ਆਇਆ ਬੁਚਕੀ ਮੋਢੇ ਚਾਈ ਵੇ
ਅਸਾਂ ਵਿਹਾਜੀ ਪਿਆਰ-ਕਥੂਰੀ ਵੇਂਹਦੀ ਰਹੀ ਲੁਕਾਈ ਵੇ
ਬਿਰਹਾ ਦਾ ਇਕ ਖਰ੍ਹਲ ਬਲੌਰੀ, ਜਿੰਦੜੀ ਦਾ ਅਸਾਂ ਸੁਰਮਾ ਪੀਠਾ
ਰੋਜ਼ ਰਾਤ ਨੂੰ ਅੰਬਰ ਆ ਕੇ ਮੰਗਦਾ ਇਕ ਸਲਾਈ ਵੇ
ਕੱਖ ਕਾਨ ਦੀ ਝੁੱਗੀ ਸਾਡੀ ਜਿੰਦ ਦਾ ਮੂੜ੍ਹਾ ਕਿੱਥੇ ਡਾਹੀਏ
ਸਾਡੇ ਘਰ ਅਜ ਯਾਦ ਤੇਰੀ ਦੀ ਚਿਣਗ ਪ੍ਰਾਹੁਣੀ ਆਈ ਵੇ

....

ਚੇਤਰ ਨੇ ਪਾਸਾ ਮੋੜਿਆ
ਰੰਗਾਂ ਦੇ ਮੇਲੇ ਵਾਸਤੇ ਫੁੱਲਾਂ ਨੇ ਰੇਸ਼ਮ ਜੋੜਿਆ
ਤੂੰ ਨਹੀਂ ਆਇਆ :

....

ਇਕ ਰਾਤ ਦੇ ਸੁਪਨੇ ਵਿਚ ਮੈਂ ਵੇਖਿਆ ਕਿ ਇੱਕ ਜੰਗਲ ਫੁੱਲਾਂ ਦਾ ਭਰਿਆ ਹੋਇਆ ਸੀ, ਜਿਹਦੇ ਵਿਚ ਇਕ ਫੁੱਲਾਂ ਨਾਲ ਲੱਦੇ ਹੋਏ ਰੁੱਖ ਉਤੇ ਇਕ ਕੁਕਨੂਸ ਬੈਠਾ ਹੋਇਆ ਸੀ, ਤੇ ਉਹ ਗਾ ਰਿਹਾ ਸੀ। ਜਿਉਂ ਜਿਉਂ ਗੀਤ ਉੱਚਾ ਹੁੰਦਾ ਗਿਆ, ਕੁਕਨੂਸ ਦੀ ਆਵਾਜ਼ ਵਿਚ ਇਕ ਮਿਠਾਸ ਤੇ ਇਕ ਤਲਖ਼ੀ ਪੈਦਾ ਹੁੰਦੀ ਗਈ। ਏਨੀ, ਕਿ ਉਹ ਇਕ ਅੱਗ ਦੀ ਲਾਟ ਬਣ ਗਈ। ਅੱਗ ਦੀ ਇਹ ਲਾਟ ਉੱਚੀ ਹੁੰਦੀ ਗਈ ਤੇ ਸਾਰੇ ਦਾ ਸਾਰਾ ਕੁਕਨੂਸ ਜਲਨ ਲਗ ਪਿਆ। ਕੁਕਨੂਸ ਦੇ ਖੰਭਾਂ ਵਿਚੋਂ ਅੱਗ ਦੀਆਂ ਕਈ ਲਾਟਾਂ ਨਿਕਲਣ ਲਗ ਪਈਆਂ।

ਅੱਗ ਦੇ ਸੇਕ ਨਾਲ ਮੇਰੀ ਜਾਗ ਖੁਲ੍ਹ ਗਈ। ਮੇਰਾ ਮੱਥਾ, ਮੇਰੇ ਹੱਥ, ਮੇਰਾ ਸਾਰਾ ਪਿੰਡਾ ਜਲਦਾ ਪਿਆ ਸੀ। ਏਸ ਸੇਕ ਨਾਲ ਮੈਂ ਇਕ ਗੀਤ ਲਿਖਿਆ :

ਲਿਖ ਜਾ ਮੇਰੀ ਤਕਦੀਰ ਨੂੰ ਮੇਰੇ ਲਈ, ਮੈਂ ਜੀਅ ਰਹੀ ਤੇਰੇ ਬਿਨਾਂ ਤੇਰੇ ਲਈ
ਉਮਰ ਭਰ ਦਾ ਇਸ਼ਕ ਬੇਆਵਾਜ਼ ਹੈ, ਹਰ ਮੇਰਾ ਨਗ਼ਮਾ ਮੇਰੀ ਆਵਾਜ਼ ਹੈ
ਹਰਫ਼ ਮੇਰੇ ਤੜਪ ਉਠਦੇ ਹਨ ਇਵੇਂ, ਸੁਲਗਦੇ ਹਨ ਰਾਤ ਭਰ ਤਾਰੇ ਜਿਵੇਂ
ਉਮਰ ਮੇਰੀ ਬੇਵਫ਼ਾ ਮੁਕਦੀ ਪਈ, ਰੂਹ ਮੇਰੀ ਬੇਚੈਨ ਹੈ ਤੇਰੇ ਲਈ
ਸੁਪਨਿਆਂ ਨੂੰ ਚੀਰ ਕੇ ਆ ਜਾ ਜ਼ਰਾ, ਰਾਤ ਬਾਕੀ ਬਹੁਤ ਹੈ ਨਾ ਜਾ ਜ਼ਰਾ
ਕੁਕਨੂਸ ਦੀਪਕ ਰਾਗ ਨੂੰ ਅਜ ਗਾਏਗਾ, ਇਸ਼ਕ ਦੀ ਇਸ ਲਾਟ ਤੇ ਬਲ ਜਾਏਗਾ
ਰਾਖ ਹੀ ਇਸ ਰਾਗ ਦਾ ਅੰਜਾਮ ਹੈ, ਕੁਕਨੂਸ ਦੀ ਇਸ ਰਾਖ ਨੂੰ ਪ੍ਰਣਾਮ ਹੈ

ਕਈ ਮਹੀਨੇ ਇਹ ਸੁਪਨਾ, ਕਈ ਮਹੀਨੇ ਇਹ ਜਲਨ, ਇਥੋਂ ਤਕ ਕਿ ਮੈਂ ਪੈਰਾਂ ਵਿਚ ਜੁੱਤੀ ਨਾ ਪਾ ਸਕਦੀ, ਪੈਰ ਜਲਦੇ, ਕੱਚੀ ਮਿੱਟੀ ਉਤੇ ਪਾਣੀ ਛਿੜਕ ਕੇ ਮੈਂ ਆਪਣੇ ਦੋਵੇਂ ਪੈਰ ਰੱਖ ਛਡਦੀ....

ਇਕ ਵਾਰ ਬਹੁਤ ਸਾਰੇ ਲੋਕ ਉਹਦੇ ਕੋਲੋਂ "ਆਟੋਗ੍ਰਾਫ਼" ਲੈਂਦੇ ਪਏ ਸਨ, ਜਦੋਂ ਲੋਕ ਚਲੇ ਗਏ ਤਾਂ ਮੈਂ ਆਪਣੀ ਤਲੀ ਉਹਦੇ ਅੱਗੇ ਕਰ ਕੇ ਆਖਿਆ ਸੀ : "ਆਟੋਗ੍ਰਾਫ਼।"

ਉਹ ਹੱਸ ਪਿਆ ਸੀ, ਉਹਨੇ ਆਪਣੇ ਅੰਗੂਠੇ ਨੂੰ ਆਪਣੀ ਕਲਮ ਨਾਲ ਸਿਆਹੀ ਲਾ ਕੇ ਉਹ ਅੰਗੂਠਾ ਮੇਰੀ ਤਲੀ ਉਤੇ ਲਾ ਦਿੱਤਾ ਸੀ, ਤੇ ਆਖਿਆ ਸੀ, "ਮੈਂ ਕਾਗ਼ਜ਼ ਉਤੇ ਅੰਗੂਠਾ ਲਾ ਦਿਤਾ ਏ, ਜਦੋਂ ਤੇਰਾ ਜੀਅ ਕਰੇ ਤੂੰ ਮੇਰੇ ਕੋਲੋਂ ਆਪਣਾ ਹੱਕ ਲੈ ਲਵੀਂ।"

ਪਰ.....

ਏਸ ਪਰ ਦਾ ਅਰਥ ਮੈਂ ਨਹੀਂ ਜਾਣਦੀ, ਸਿਰਫ਼ ਤਕਦੀਰ ਜਾਣਦੀ ਹੈ....

ਅੱਖਰਾਂ ਦੀ ਛਾਵੇਂ

ਇਕ ਵੇਲਾ ਹੁੰਦਾ ਹੈ–ਜਦੋਂ ਅਸਲੋਂ ਨਿਜੀ ਵਾਪਰਿਆ ਸਿਰਫ਼ ਕਹਾਣੀਆਂ ਤੇ ਨਾਵਲਾਂ ਦੀ ਸੂਰਤ ਵਿਚ ਹੀ ਆ ਸਕਦਾ ਹੈ–ਉਦੋਂ ਮੈਂ ਸਾਹਿਰ ਨਾਲ ਜੁੜੇ ਹਰ ਚੇਤੇ ਨੂੰ ਕਹਾਣੀ ਦੀ ਸੂਰਤ ਵਿਚ ਕਾਗਜ਼ਾਂ ਤੇ ਉਤਾਰਿਆ ਸੀ, ਦੋਹਾਂ ਨਾਵਾਂ ਦਾ ਪਹਿਲਾ ਪਹਿਲਾ ਅਖੱਰ ਲੈ ਕੇ। ਪਰ ਸ੍ਵੈ-ਜੀਵਨੀ ਦੀ ਅਗਨੀ ਪ੍ਰੀਖਿਆ ਵਿਚੋਂ ਲੰਘ ਕੇ ਕੁਝ ਵੀ ਕਹਿ ਸਕੱਣਾ ਸਹਜ ਹੋ ਜਾਂਦਾ ਹੈ। ਅਜ ਆਖ ਸਕਦੀ ਹਾਂ–ਅ ਤੋਂ ਮੁਰਾਦ ਅੰਮ੍ਰਿਤਾ, ਤੇ ਸ ਤੋਂ ਮੁਰਾਦ ਸਾਹਿਰ ਸੀ। ਹਰ ਘਟਨਾ, ਜਿਨ੍ਹਾਂ ਅੱਖਰਾਂ ਦੇ ਧਾਗਿਆਂ ਵਿਚ ਲਿਪਟੀ ਹੋਈ ਸੀ, ਉਹਨੂੰ ਕਹਾਣੀ ਦਾ ਨਾਂ ਦਿੱਤਾ ਸੀ, ਇਹ ਕਹਿ ਕੇ ਕਿ "ਇਹ ਕਹਾਣੀ ਨਹੀਂ" ਉਹੀ ਅਜ ਰਸੀਦੀ ਟਿਕਟ ਵਿਚ ਸ਼ਾਮਿਲ ਕਰ ਰਹੀ ਹਾਂ। ਇੱਕ ਦਰਦ ਨੇ ਅਖੱਰਾਂ ਦੀ ਛਾਵੇਂ ਖਲੋ ਕੇ ਘੜੀ ਕੁ ਸਾਹ ਲਿਆ ਸੀ–

ਇਹ ਕਹਾਣੀ ਨਹੀਂ

ਪੱਥਰ ਤੇ ਚੂਨਾ ਬਹੁਤ ਸੀ, ਪਰ ਥੋੜ੍ਹੀ ਜਿਹੀ ਥਾਂ ਉਤੇ ਜੇ ਕੰਧਾਂ ਵਾਂਗ ਉੱਸਰ ਖਲੋਂਦਾ, ਘਰ ਦੀਆਂ ਕੰਧਾਂ ਬਣ ਸਕਦਾ ਸੀ। ਪਰ ਬਣਿਆ ਨਹੀਂ। ਉਹ ਧਰਤੀ ਉਤੇ ਫੈਲ ਗਿਆ, ਸੜਕਾਂ ਵਾਂਗ, ਤੇ ਉਹ ਦੋਵੇਂ ਸਾਰੀ ਉਮਰ-ਉਹਨਾਂ ਸੜਕਾਂ ਉਤੇ ਤੁਰਦੇ ਰਹੇ....

ਸੜਕਾਂ ਇਕ ਦੂਜੀ ਦੀ ਵੱਖੀ ਵਿਚੋਂ ਪਾਟਦੀਆਂ ਵੀ ਹਨ, ਇਕ ਦੂਜੀ ਦੇ ਪਿੰਡੇ ਨੂੰ ਚੀਰ ਕੇ ਲੰਘਦੀਆਂ ਵੀ ਹਨ, ਇਕ ਦੂਜੀ ਕੋਲੋਂ ਹੱਥ ਛੁਡਾ ਕੇ ਗੁਆਚਦੀਆਂ ਵੀ ਹਨ, ਤੇ ਇਕ ਦੂਜੀ ਦੇ ਗਲ ਲਗਦੀਆਂ ਇਕ ਦੂਜੀ ਵਿਚ ਰਲਦੀਆਂ ਵੀ ਹਨ। ਉਹ ਇਕ ਦੂਜੇ ਨੂੰ ਮਿਲਦੇ ਰਹੇ, ਪਰ ਸਿਰਫ਼ ਉਦੋਂ, ਜਦੋਂ ਕਦੇ ਕਦਾਈਂ ਉਹਨਾਂ ਦੇ ਪੈਰਾਂ ਹੇਠ ਵਿਛੀਆਂ ਸੜਕਾਂ ਇਕ ਦੂਜੀ ਨੂੰ ਆ ਮਿਲਦੀਆਂ।

ਘੜੀ ਕੁ ਸ਼ਾਇਦ ਸੜਕਾਂ ਵੀ ਤ੍ਰਭਕ ਕੇ ਖਲੋ ਜਾਂਦੀਆਂ, ਤੇ ਉਹਨਾਂ ਦੇ ਪੈਰ ਵੀ....

ਤੇ ਸ਼ਾਇਦ ਦੋਹਾਂ ਨੂੰ ਉਸ ਘਰ ਦਾ ਚੇਤਾ ਆ ਜਾਂਦਾ ਜੋ ਬਣਿਆ ਨਹੀਂ ਸੀ....

ਬਣ ਸਕਦਾ ਸੀ, ਕਿਉਂ ਨਹੀਂ ਬਣਿਆ ? ਉਹ ਦੋਵੇਂ ਹੈਰਾਨ ਜਿਹੇ, ਪੈਰਾਂ ਹੇਠਲੀ ਜ਼ਮੀਨ ਨੂੰ ਇੰਜ ਵੇਖਣ ਲਗ ਪੈਂਦੇ, ਜਿਵੇਂ ਇਹ ਗੱਲ ਉਹ ਜਮੀਨ ਕੋਲੋਂ ਪੁੱਛ ਰਹੇ ਹੋਣ....

ਤੇ ਫੇਰ ਉਹ ਕਿੰਨਾ ਚਿਰ ਜ਼ਮੀਨ ਵਲ ਇੰਜ ਵੇਖਦੇ ਰਹਿੰਦੇ ਜਿਵੇਂ ਆਪਣੀ ਨਜ਼ਰ ਨਾਲ ਉਹਨਾਂ ਨੇ ਜ਼ਮੀਨ ਵਿਚ ਉਸ ਘਰ ਦੀਆਂ ਨੀਂਹਾਂ ਖੋਦ ਲੈਣੀਆਂ ਹੋਣ.....

ਤੇ ਕਈ ਵਾਰੀ ਸੱਚਮੁਚ ਉਥੇ ਜਾਦੂ ਦਾ ਇਕ ਘਰ ਉਸਰ ਖਲੋਂਦਾ, ਤੇ ਉਹ ਦੋਵੇਂ ਸਹਜ ਮਨ ਹੋ ਜਾਂਦੇ, ਜਿਵੇਂ ਵਰ੍ਹਿਆਂ ਤੋਂ ਉਸ ਘਰ ਵਿਚ ਰਹਿੰਦੇ ਹੋਣ.....

ਇਹ ਉਹਨਾਂ ਦੀ ਬਲਦੀ ਜਵਾਨੀ ਦੇ ਦਿਨਾਂ ਦੀ ਗੱਲ ਨਹੀਂ, ਹੁਣ ਦੀ ਗੱਲ ਹੈ, ਠੰਢੀ ਉਮਰ ਦੀ ਗੱਲ, ਕਿ ਅ ਇਕ ਸਰਕਾਰੀ ਮੀਟਿੰਗ ਤੇ ਸ ਦੇ ਸ਼ਹਿਰ ਗਈ। ਅ ਨੂੰ ਵੀ ਵਕਤ ਨੇ ਸ ਜਿੱਡਾ ਸਰਕਾਰੀ ਅਹੁਦਾ ਦਿੱਤਾ ਹੈ, ਤੇ ਬਰਾਬਰ ਦੀ ਹੈਸੀਅਤ ਵਾਲੇ ਲੋਕ ਜਦੋਂ ਮੀਟਿੰਗ ਵਿਚੋਂ ਉਠੇ, ਸਰਕਾਰੀ ਦਫ਼ਤਰ ਨੇ ਬਾਹਰਲੇ ਸ਼ਹਿਰੋਂ ਆਇਆਂ ਲਈ ਵਾਪਸੀ ਟਿਕਟਾਂ ਤਿਆਰ ਰਖੀਆਂ ਹੋਈਆਂ ਸਨ। ਸ ਨੇ ਅਗਾਂਹ ਹੋ ਕੇ ਅ ਦੀ ਟਿਕਟ ਫੜ ਲਈ, ਤੇ ਬਾਹਰ ਆ ਕੇ ਅ ਨੂੰ ਆਪਣੀ ਗੱਡੀ ਵਿਚ ਬੈਠਣ ਲਈ ਕਿਹਾ।

ਪੁੱਛਿਆ—ਸਾਮਾਨ ਕਿੱਥੇ ਹੈ ?

—ਹੋਟਲ ਵਿਚ।

ਸ ਨੇ ਡਰਾਈਵਰ ਨੂੰ ਪਹਿਲੋਂ ਹੋਟਲ ਤੇ ਫੇਰ ਵਾਪਿਸ ਘਰ ਚਲਣ ਲਈ ਕਿਹਾ।

ਅ ਨੇ ਉਜ਼ਰ ਨਹੀਂ ਕੀਤਾ, ਪਰ ਦਲੀਲ ਨਾਲ ਕਿਹਾ—ਪਲੇਨ ਵਿਚ ਸਿਰਫ਼ ਦੋ ਘੰਟੇ ਰਹਿੰਦੇ ਨੇ, ਹੋਟਲ ਤੋਂ ਹੋ ਕੇ ਮਸਾਂ ਏਅਰ ਪੋਰਟ ਪਹੁੰਚਾਂਗੀ।

—ਪਲੇਨ ਕਲ੍ਹ ਵੀ ਜਾਏਗਾ, ਪਰਸੋਂ ਵੀ। ਰੋਜ਼ ਜਾਏਗਾ। ਸ ਨੇ ਸਿਰਫ਼ ਏਨਾ ਕਿਹਾ, ਫੇਰ ਰਾਹ ਵਿਚ ਕੁਝ ਨਹੀਂ ਕਿਹਾ।

ਹੋਟਲ ਵਿਚੋਂ ਸੂਟਕੇਸ ਲੈ ਕੇ ਗੱਡੀ ਵਿਚ ਰਖ ਲਿਆ, ਤਾਂ ਇਕ ਵਾਰੀ ਅ ਨੇ ਫੇਹ ਆਖਿਆ—ਵਕਤ ਥੋੜ੍ਹਾ ਏ, ਪਲੇਨ ਮਿਸ ਹੋ ਜਾਏਗਾ।

ਸ ਨੇ ਜਵਾਬ ਦੀ ਥਾਂ ਕਿਹਾ—ਘਰ ਮਾਂ ਉਡੀਕਦੀ ਹੋਵੇਗੀ।

ਅ ਸੋਚਦੀ ਰਹੀ ਕਿ ਸ ਨੇ ਸ਼ਾਇਦ ਮਾਂ ਨੂੰ ਏਸ ਮੀਟਿੰਗ ਦਾ ਦਿਨ ਦੱਸਿਆ ਹੋਇਆ ਸੀ, ਪਰ ਸਮਝ ਨਹੀਂ ਸਕੀ—ਕਿਉਂ ਦੱਸਿਆ ਸੀ।

ਅ ਕਦੇ ਕਦੇ ਮਨ ਨੂੰ 'ਕਿਉਂ' ਪੁੱਛ ਲੈਂਦੀ ਸੀ, ਪਰ ਜਵਾਬ ਨਹੀਂ ਸੀ ਉਡੀਕਦੀ। ਉਹਨੂੰ ਪਤਾ ਸੀ—ਮਨ ਕੋਲ ਕੋਈ ਜਵਾਬ ਨਹੀਂ ਸੀ। ਉਹ ਚੁਪ ਬੈਠੀ ਸ਼ੀਸ਼ੇ ਵਿਚੋਂ ਬਾਹਰ ਸ਼ਹਿਰ ਦੀਆਂ ਇਮਾਰਤਾਂ ਨੂੰ ਵੇਖਦੀ ਰਹੀ.....

ਕੁਝ ਚਿਰ ਪਿਛੋਂ ਇਮਾਰਤਾਂ ਦਾ ਸਿਲਸਿਲਾ ਟੁੱਟ ਗਿਆ। ਸ਼ਹਿਰ ਤੋਂ ਦੂਰ ਬਾਹਰ ਦੀ ਵਾਦੀ ਆ ਗਈ ਸੀ, ਤੇ ਪੱਾਮ ਦੇ ਵੱਡੇ ਵੱਡੇ ਰੁੱਖਾਂ ਦੀਆਂ ਕਤਾਰਾਂ ਸ਼ੁਰੂ ਹੋ ਗਈਆਂ ਸਨ.....
ਸਮੁੰਦਰ ਸ਼ਾਇਦ ਨੇੜੇ ਸੀ, ਅ ਦੇ ਸਾਹ ਲੂਣੇ ਜਿਹੇ ਹੋ ਗਏ। ਤੇ ਜਾਪਿਆ—ਪੱਾਮ ਦੇ ਪੱਤਿਆਂ ਵਾਂਗ ਉਹਦੇ ਹੱਥਾਂ ਵਿਚ ਕੰਬਣੀ ਆ ਗਈ ਸੀ, ਸ਼ਾਇਦ ਸ ਦਾ ਘਰ ਵੀ ਹੁਣ ਨੇੜੇ ਸੀ....

ਰੁੱਖਾਂ ਪੱਤਿਆਂ ਵਿਚ ਵਲ੍ਹੇਟੀ ਜਿਹੀ ਇਕ ਕਾਟੇਜ ਕੋਲ ਪਹੁੰਚ ਕੇ ਗੱਡੀ ਖਲੋ ਗਈ। ਅ ਵੀ ਉਤਰੀ, ਪਰ ਕਾਟੇਜ ਦੇ ਅੰਦਰ ਲੰਘਣ ਲੱਗੀ, ਪਲ ਕੁ ਬਾਹਰ ਕੇਲੇ ਦੇ ਰੁੱਖ ਕੋਲ ਖਲੋ ਗਈ। ਜੀਅ ਕੀਤਾ—ਆਪਣੇ ਕੰਬਦੇ ਹੱਥਾਂ ਨੂੰ ਏਥੇ ਬਾਹਰ ਕੇਲੇ ਦੇ ਕੰਬਦੇ ਪੱਤਿਆਂ ਵਿਚ ਰੱਖ ਜਾਏ। ਉਹ ਸ ਦੇ ਨਾਲ ਅੰਦਰ ਕਾਟੇਜ ਵਿਚ ਜਾ ਸਕਦੀ ਸੀ, ਪਰ ਹੱਥਾਂ ਦੀ ਉਥੇ ਲੋੜ ਨਹੀਂ ਸੀ—ਏਹਨਾਂ ਹੱਥਾਂ ਨਾਲ ਹੁਣ ਉਹ ਨਾ ਸ ਨੂੰ ਕੁਝ ਦੇ ਸਕਦੀ ਸੀ, ਨਾ ਸ·ਕੋਲੋਂ ਕੁਝ ਲੈ ਸਕਦੀ ਸੀ.....
ਮਾਂ ਨੇ ਸ਼ਾਇਦ ਗੱਡੀ ਦੀ ਆਵਾਜ਼ ਸੁਣ ਲਈ ਸੀ, ਬਾਹਰ ਆ ਗਈ। ਉਹਨੇ ਹਮੇਸ਼ਾਂ ਵਾਂਗ ਅ ਦਾ ਮੱਥਾ ਚੁੰਮਿਆ, ਤੇ ਆਖਿਆ—ਆਉ ਬੇਟੀ!
ਇਸ ਵਾਰੀ ਅ ਬੜੇ ਵਰ੍ਹਿਆਂ ਪਿਛੋਂ ਮਾਂ ਨੂੰ ਮਿਲੀ ਸੀ, ਪਰ ਮਾਂ ਨੇ ਉਹਦੇ ਸਿਰ ਉਤੇ ਹੱਥ ਦੀ ਤਲੀ ਫੇਰਦਿਆਂ, ਜਿਵੇਂ ਸਿਰ ਉਤੋਂ ਵਰ੍ਹਿਆਂ ਦਾ ਭਾਰ ਲਾਹ ਦਿਤਾ ਹੋਵੇ, ਤੇ ਉਹਨੂੰ ਅੰਦਰ ਲਿਜਾ ਕੇ ਬਿਠਾਂਦੀ ਪੁੱਛਣ ਲਗੀ—ਕੀ ਪੀਏਂਗੀ ਬੇਟੀ?
ਸ ਵੀ ਹੁਣ ਤਕ ਅੰਦਰ ਆ ਗਿਆ ਸੀ, ਮਾਂ ਨੂੰ ਕਹਿਣ ਲੱਗਾ—ਪਹਿਲਾਂ ਚਾਹ ਬਣਵਾਉ, ਫੇਰ ਖਾਣਾ।

ਅ ਨੇ ਵੇਖਿਆ—ਡਰਾਈਵਰ ਗੱਡੀ ਵਿਚੋਂ ਉਹਦਾ ਸੂਟਕੇਸ ਅੰਦਰ ਲਿਆ ਰਿਹਾ ਸੀ। ਉਹਨੇ ਸ ਵਲ ਵੇਖਿਆ, ਆਖਿਆ—ਬਹੁਤ ਥੋੜ੍ਹਾ ਵਕਤ ਏ, ਮਸਾਂ ਏਅਰ ਪੋਰਟ ਤੇ ਪਹੁੰਚਾਂਗੀ......
ਸ ਨੇ ਉਹਨੂੰ ਨਹੀਂ, ਡਰਾਈਵਰ ਨੂੰ ਆਖਿਆ—ਕਲ੍ਹ ਸਵੇਰੇ ਜਾ ਕੇ ਪਰਸੋਂ ਦਾ ਟਿਕਟ ਲੈ ਆਵੀਂ। ਤੇ ਮਾਂ ਨੂੰ ਆਖਿਆ—ਤੂੰ ਕਹਿੰਦੀ ਸੀ ਕਿ ਮੇਰੇ ਕੁਝ ਦੋਸਤਾਂ ਨੂੰ ਖਾਣੇ ਤੇ ਬੁਲਾਣਾ ਏਂ, ਕਲ੍ਹ ਬੁਲਾ ਲੈ!

ਅ ਨੇ ਸ ਦੇ ਬੋਝੇ ਵੱਲ ਤੱਕਿਆ, ਜਿਹਦੇ ਵਿਚ ਉਹਦੀ ਵਾਪਸੀ ਦੀ ਟਿਕਟ ਪਈ ਹੋਈ ਸੀ, ਆਖਿਆ— ਪਰ ਇਹ ਟਿਕਟ ਜ਼ਾਇਆ ਜਾਏਗੀ....
ਮਾਂ ਰਸੋਈ ਵਲ ਜਾਂਦੀ ਖਲੋ ਗਈ, ਤੇ ਅ ਦੇ ਮੋਢੇ ਉਤੇ ਆਪਣੀ ਤਲੀ ਰੱਖ ਕੇ ਕਹਿਣ ਲੱਗੀ—ਟਿਕਟ ਦਾ ਕੀ ਏ ਬੇਟੀ! ਏਨਾ ਆਖਦਾ ਪਿਆ ਏ, ਰਹਿ ਪਉ!
ਪਰ ਕਿਉਂ? — ਅ ਦੇ ਮਨ ਵਿਚ ਆਇਆ, ਪਰ ਆਖਿਆ ਕੁਝ ਨਹੀਂ। ਕੁਰਸੀ ਤੋਂ ਉਠ ਕੇ ਕਮਰੇ ਨਾਲ ਲਗਦੇ ਬਰਾਂਡੇ ਵਿਚ ਖਲੋ ਗਈ, ਸਾਹਮਣੇ ਦੂਰ ਤਕ ਪੱਾਮ ਦੇ ਉਚੇ ਉਚੇ ਰੁੱਖ ਸਨ। ਸਮੁੰਦਰ ਪਰ੍ਹਾਂ ਸੀ, ਉਹਦੀ ਆਵਾਜ਼ ਸੁਣੀਂਦੀ ਸੀ, ਪਰ ਰੁੱਖ ਦਿਸਦੇ ਸਨ। ਅ ਨੂੰ ਜਾਪਿਆ—ਸਿਰਫ਼ ਅੱਜ ਦਾ "ਕਿਉਂ" ਨਹੀਂ, ਉਹਦੀ ਜ਼ਿੰਦਗੀ ਦੇ ਕਿੰਨੇ ਹੀ "ਕਿਉਂ" ਉਹਦੇ ਮਨ ਦੇ ਸਮੁੰਦਰ ਕੰਢੇ ਇਹਨਾਂ ਪੱਾਮ ਦੇ ਰੁੱਖਾਂ ਵਾਂਗ ਉਗੇ ਹੋਏ ਹਨ, ਤੇ ਉਹਨਾਂ ਦੇ ਪੱਤੇ ਕਈਆਂ ਵਰ੍ਹਿਆਂ ਤੋਂ ਹਵਾ ਵਿਚ ਕੰਬਦੇ ਖਲੋਤੇ ਹੋਏ ਹਨ.....
ਅ ਨੇ ਘਰ ਦੀ ਮਹਿਮਾਨ ਵਾਂਗੂੰ ਚਾਹ ਪੀਤੀ, ਰਾਤ ਨੂੰ ਰੋਟੀ ਖਾਧੀ, ਤੇ ਘਰ ਦਾ ਗੁਸਲਖਾਨਾ ਪੁੱਛ

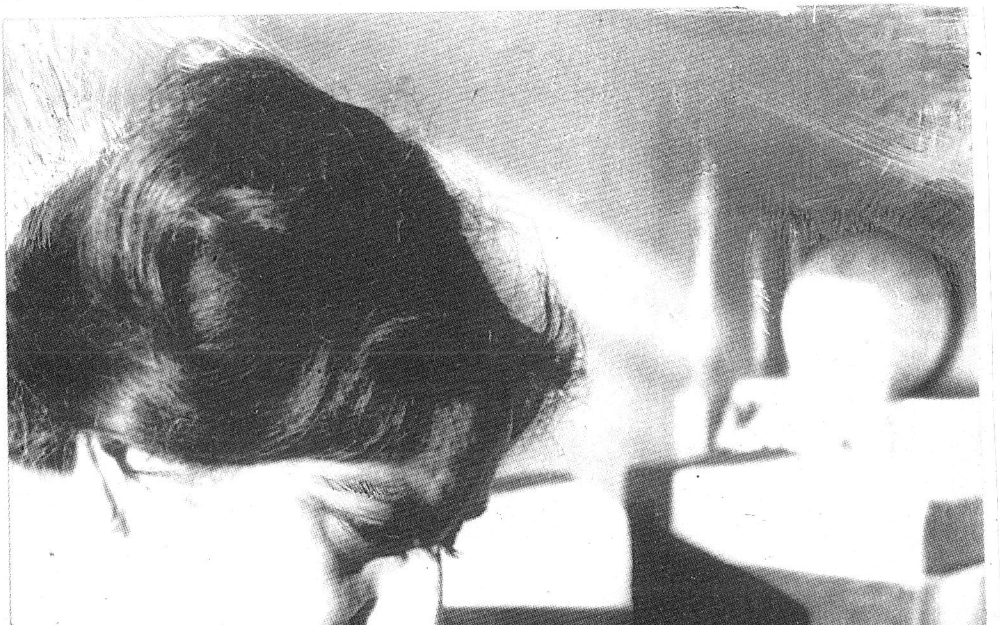

There was a pain
I inhaled it

ਕੇ ਰਾਤ ਨੂੰ ਸੌਣ ਵਾਲੇ ਕਪੜੇ ਵਟਾਏ। ਘਰ ਵਿਚ ਇਕ ਲੰਬੀ ਬੈਠਕ ਸੀ, ਡਰਾਇੰਗ, ਡਾਇਨਿੰਗ ਤੇ ਦੋ ਸੌਣ ਕਮਰੇ ਸਨ—ਇਕ ਸ ਦਾ, ਇਕ ਮਾਂ ਦਾ। ਮਾਂ ਨੇ ਜ਼ਿਦ ਬੰਨ੍ਹ ਕੇ ਆਪਣਾ ਕਮਰਾ ਅ ਨੂੰ ਦੇ ਦਿੱਤਾ, ਤੇ ਆਪ ਰਾਤੀ ਬੈਠਕ ਵਿਚ ਸੌਂ ਗਈ।

ਅ ਸੌਣ ਵਾਲੇ ਕਮਰੇ ਵਿਚ ਚਲੀ ਗਈ, ਪਰ ਕਿੰਨਾ ਚਿਰ ਝਿਜਕੀ ਜਿਹੀ ਖਲੋਤੀ ਰਹੀ। ਸੋਚਦੀ ਰਹੀ—ਮੈਂ ਬੈਠਕ ਵਿਚ ਇਕ ਦੋ ਰਾਤਾਂ ਮੁਸਾਫ਼ਰਾਂ ਵਾਂਗ ਹੀ ਰਹਿੰਦੀ, ਠੀਕ ਸੀ, ਇਹ ਕਮਰਾ ਮਾਂ ਦਾ ਸੀ, ਮਾਂ ਦਾ ਹੀ ਰਹਿਣਾ ਚਾਹੀਦਾ ਸੀ.....

ਸੌਣ ਕਮਰੇ ਦੇ ਪਲੰਘ ਵਿਚ, ਪਰਦੇ ਵਿਚ, ਤੇ ਅਲਮਾਰੀ ਵਿਚ ਇਕ ਘਰੋਗੀ ਜਿਹੀ ਹਵਾੜ੍ਹ ਹੁੰਦੀ ਹੈ, ਅ ਨੇ ਇਸ ਹਵਾੜ੍ਹ ਦਾ ਇਕ ਘੁੱਟ ਜਿਹਾ ਭਰਿਆ। ਪਰ ਫੇਰ ਆਪਣੇ ਸਾਹਵਾਂ ਤੋਂ ਡਰਦੀ ਨੇ ਆਪਣਾ ਸਾਹ ਰੋਕ ਲਿਆ.....

ਨਾਲ ਲਗਦਾ ਕਮਰਾ ਸ ਦਾ ਸੀ। ਕੋਈ ਆਵਾਜ਼ ਨਹੀਂ ਸੀ। ਘੜੀ ਪਹਿਲਾਂ ਸ ਨੇ ਸਿਰ ਦਰਦ ਦੀ ਸ਼ਕਾਇਤ ਕੀਤੀ ਸੀ, ਨੀਂਦਰ ਦੀ ਗੋਲੀ ਖਾਧੀ ਸੀ, ਹੁਣ ਤਕ ਸ਼ਾਇਦ ਸੌਂ ਗਿਆ ਸੀ.! ਪਰ ਨਾਲ ਲਗਦੇ ਕਮਰਿਆਂ ਦੀ ਵੀ ਇਕ ਹਵਾੜ੍ਹ ਹੁੰਦੀ ਹੈ, ਅ ਨੇ ਇਕ ਵਾਰੀ ਉਹਦਾ ਘੁੱਟ ਜਿਹਾ ਪੀਣਾ ਚਾਹਿਆ; ਪਰ ਸਾਹ ਰੁਕਿਆ ਰਿਹਾ।

ਫੇਰ ਅ ਦਾ ਧਿਆਨ ਅਲਮਾਰੀ ਦੇ ਕੋਲ ਵਾਰ ਫਰਸ਼ ਉਤੇ ਪਏ ਆਪਣੇ ਸੂਟਕੇਸ ਵਲ ਗਿਆ, ਤੇ ਉਹਨੂੰ ਹਾਸਾ ਜਿਹਾ ਆ ਗਿਆ—ਅਹਿ ਵੇਖਾਂ ਮੇਰਾ ਸੂਟਕੇਸ, ਮੈਨੂੰ ਸਾਰੀ ਰਾਤ ਮੇਰੀ ਮੁਸਾਫ਼ਰੀ ਦਾ ਚੇਤਾ ਕਰਵਾਂਦਾ ਰਹੇਗਾ.....

ਤੇ ਉਹ ਸੂਟਕੇਸ ਵਲ ਤਕਦੀ, ਥੱਕੀ ਜਹੀ, ਸਰਹਾਣੇ ਉਤੇ ਸਿਰ ਰਖ ਕੇ ਲੰਮੀ ਪੈ ਗਈ.....

ਪਤਾ ਨਹੀਂ ਕਿਸ ਵੇਲੇ ਨੀਂਦਰ ਪੈ ਗਈ ਸੀ, ਸੁੱਤੀ ਉਠੀ, ਤਾ ਚੰਗਾ ਦਿਨ ਚੜ੍ਹਿਆ ਹੋਇਆ ਸੀ। ਬੈਠਕ ਵਿਚ ਰਾਤ ਨੂੰ ਹੋਣ ਵਾਲੀ ਦਾਅਵਤ ਦਾ ਆਹਰ ਸੀ।

ਇਕ ਵਾਰੀ ਤਾਂ ਅ ਅੱਖਾਂ ਝਮਕ ਕੇ ਰਹਿ ਗਈ—ਬੈਠਕ ਵਿਚ ਸਾਹਮਣੇ ਸ ਖਲੋਤਾ ਸੀ—ਲੱਕ ਖਾਨਿਆਂ ਵਾਲੀ ਨੀਲੇ ਰੰਗ ਦੀ ਤਹਮਦ ਪਾ ਕੇ। ਅ ਨੇ ਉਹਨੂੰ ਕਦੇ ਰਾਤ ਸੌਣ ਵਾਲੇ ਕਪੜਿਆਂ ਵਿਚ ਨਹੀਂ ਸੀ ਵੇਖਿਆ, ਹਮੇਸ਼ਾਂ ਦਿਨ ਵੇਲੇ ਵੇਖਿਆ ਸੀ—ਕਿਸੇ ਸੜਕ ਉਤੇ, ਸੜਕ ਦੇ ਕੈਫ਼ੇ ਵਿਚ, ਹੋਟਲ ਵਿਚ, ਜਾਂ ਸਰਕਾਰੀ ਸਮਾਗਮ ਵਿਚ—ਉਹਦੀ ਇਹ ਪਛਾਣ ਬੜੀ ਨਵੀਂ ਲੱਗੀ, ਝਿਮਣੀਆਂ ਵਿਚ ਅੜ ਜਹੀ ਗਈ.....

ਅ ਦੇ ਆਪਣੇ ਦੁਆਲੇ ਵੀ ਇਸ ਵੇਲੇ ਨਾਈਟ ਸੂਟ ਸੀ, ਪਰ ਅ ਨੇ ਬੈਠਕ ਵਿਚ ਔਣ ਲੱਗਿਆਂ ਇਹਦਾ ਧਿਆਨ ਨਹੀਂ ਸੀ ਕੀਤਾ, ਹੁਣ ਧਿਆਨ ਆਇਆ, ਤਾਂ ਆਪਣਾ ਆਪ ਵੀ ਅਜੀਬ ਲੱਗਾ—ਸਧਾਰਣ ਤੋਂ ਅਸਧਾਰਣ ਜਿਹਾ ਹੁੰਦਾ.....

ਬੈਠਕ ਵਿਚ ਖਲੋਤਾ ਸ, ਅ ਨੂੰ ਔਂਦਿਆਂ ਵੇਖ ਕੇ ਕਹਿਣ ਲੱਗਾ—ਇਹ ਦੋ ਸੋਫ਼ੇ ਨੇ, ਲੰਬੇ ਦਾ ਤੇ ਲਗਾ ਲਈਏ ? ਵਿਚਕਾਰੋਂ ਥਾਂ ਖੁੱਲ੍ਹੀ ਹੋ ਜਾਏਗੀ.....

ਅ ਨੇ ਸੋਫ਼ਿਆਂ ਨੂੰ ਹੱਥ ਪੁਆਇਆ, ਛੋਟੇ ਮੇਜ਼ਾਂ ਨੂੰ ਚੁਕ ਕੇ ਕੁਰਸੀਆਂ ਦੇ ਵਿਚਕਾਰ ਰਖਿਆ, ਫੇਰ ਮਾਂ ਨੇ ਚੌਂਕੇ ਵਿਚੋਂ ਆਵਾਜ਼ ਦਿੱਤੀ, ਤੇ ਅ ਨੇ ਚਾਹ ਲਿਆ ਕੇ ਮੇਜ਼ ਉਤੇ ਰਖ ਦਿੱਤੀ।

ਚਾਹ ਪੀ ਕੇ ਸ ਨੇ ਉਹਨੂੰ ਆਖਿਆ—ਚੱਲ, ਜਿਹਨਾਂ ਲੋਕਾਂ ਨੂੰ ਬੁਲਾਣਾ ਏਂ, ਉਹਨਾਂ ਦੇ ਘਰ ਜਾ ਕੇ ਕਹਿ ਆਈਏ, ਨਾਲੇ ਔਂਦੀ ਵਾਰੀ ਕੁਝ ਫਲ ਲੈ ਆਵਾਂਗੇ।

ਦੋਹਾਂ ਨੇ ਪੁਰਾਣੇ ਪਛਾਣੇ ਦੋਸਤਾਂ ਦੇ ਘਰ ਬੂਹੇ ਖੜਕਾਏ, ਸੁਨੇਹੇ ਦਿੱਤੇ, ਰਾਹ ਵਿਚੋਂ ਚੀਜ਼ਾਂ ਖ਼ਰੀਦੀਆਂ, ਫੇਰ ਵਾਪਿਸ ਆ ਕੇ ਦੁਪਹਿਰ ਦੀ ਰੋਟੀ ਖਾਧੀ, ਤੇ ਬੈਠਕ ਨੂੰ ਫੁੱਲਾਂ ਨਾਲ ਸਜਾਣ ਲਗ ਪਏ। ਦੋਹਾਂ ਨੇ ਰਾਹ ਵਿਚ ਸਹਜ ਸਧਾਰਣ ਗੱਲਾਂ ਕੀਤੀਆਂ ਸਨ—ਫਲ ਕਿਹੜੇ ਲੈਣੇ ਨੇ ? ਪਾਨ ਲੈਣੇ ਨੇ ਕਿ ਨਹੀਂ ? ਡਰਿੰਕਸ ਦੇ ਨਾਲ ਕਬਾਬ ਕਿੰਨੇ ਕੁ ਚਾਹੀਦੇ ਨੇ ? ਫਲਾਣੇ ਦਾ ਘਰ ਰਾਹ ਵਿਚ ਪੈਂਦਾ ਏ, ਉਹਨੂੰ ਵੀ ਬੁਲਾ ਲਈਏ ? ਤੇ ਇਹ ਸਾਰੀਆਂ ਗੱਲਾਂ ਉਹ ਨਹੀਂ ਸਨ—ਜੋ ਕੋਈ ਸੱਤਾਂ ਵਰ੍ਹਿਆਂ ਪਿੱਛੋਂ ਮਿਲੇ, ਤਾਂ ਕਰਦਾ ਹੈ।

ਅ ਨੂੰ ਸਵੇਰੇ ਸਿਰਫ਼ ਦੋਸਤਾਂ ਦੇ ਘਰ ਪਹਿਲੀ ਦੂਜੀ ਦਸਤਕ ਵੇਲੇ ਥੋੜ੍ਹੀ ਜਿਹੀ ਪਰੇਸ਼ਾਨੀ ਹੋਈ ਸੀ, ਉਹ ਦੋਸਤ ਭਾਵੇਂ ਸ ਦੇ ਸਨ, ਪਰ ਚਿਰਾਂ ਤੋਂ ਅ ਨੂੰ ਜਾਣਦੇ ਸਨ, ਬੂਹਾ ਖੋਲ੍ਹ ਕੇ ਬਾਹਰ ਸ ਦੇ ਨਾਲ ਉਹਨੂੰ ਵੇਖਦੇ, ਤਾਂ ਹੈਰਾਨ ਜਿਹੇ ਕਹਿ ਉਠਦੇ—ਆਪ ?

ਪਰ ਉਹ ਜਦੋਂ ਇਕੱਲੇ ਗੱਡੀ ਵਿਚ ਬੈਠਦੇ, ਤਾਂ ਸ ਹੱਸ ਪੈਂਦਾ—"ਵੇਖਿਆ ! ਕਿੱਡਾ ਹੈਰਾਨ ਹੋ ਗਿਆ, ਉਹਦੇ ਕੋਲੋਂ ਬੋਲਿਆ ਹੀ ਨਹੀਂ ਸੀ ਜਾਂਦਾ....."

ਤੇ ਫੇਰ ਇਕ ਦੋ ਵਾਰਾਂ ਤੋਂ ਬਾਅਦ ਦੋਸਤਾਂ ਦੀ ਹੈਰਾਨੀ ਵੀ ਉਹਨਾਂ ਦੀਆਂ ਸਧਾਰਣ ਗੱਲਾਂ ਵਿਚ ਸ਼ਾਮਿਲ ਹੋ ਗਈ। ਸ ਵਾਂਗ ਅ ਵੀ ਸਹਜ ਮਨ ਹੱਸਣ ਲਗ ਪਈ।

ਤਰਕਾਲਾਂ ਕੁ ਵੇਲੇ ਸ ਨੇ ਛਾਤੀ ਵਿਚ ਪੀੜ ਦੀ ਸ਼ਕਾਇਤ ਕੀਤੀ, ਮਾਂ ਨੇ, ਕੌਲੀ ਵਿਚ ਬਰਾਂਡੀ ਪਾ ਦਿੱਤੀ, ਤੇ ਅ ਨੂੰ ਆਖਿਆ—ਲੈ ਬੇਟੀ ! ਇਹ ਬਰਾਂਡੀ ਇਹਦੀ ਛਾਤੀ ਉਤੇ ਮਲ ਦੇ !

ਏਸੇ ਵੇਲੇ ਤਕ ਸ਼ਾਇਦ ਏਨਾ ਕੁਝ ਸਹਜ ਹੋ ਚੁਕਾ ਸੀ, ਅ ਨੇ ਸ ਦੀ ਕਮੀਜ਼ ਦੇ ਉਤਲੇ ਬਟਨ ਖੋਲ੍ਹੇ ਤੇ ਹੱਥ ਦੀ ਤਲੀ ਨਾਲ ਉਹਦੀ ਛਾਤੀ ਉਤੇ ਬਰਾਂਡੀ ਮਲਣ ਲਗ ਪਈ।

ਬਾਹਰ ਪੱਾਮ ਰੁੱਖਾਂ ਦੇ ਪੱਤੇ, ਤੇ ਕੇਲਿਆਂ ਦੇ ਪੱਤੇ ਸ਼ਾਇਦ ਅਜੇ ਵੀ ਕੰਬਦੇ ਪਏ ਸਨ, ਪਰ ਅ ਦੇ ਹੱਥ ਅਡੋਲ ਸਨ। ਇਕ ਦੋਸਤ, ਵੇਲੇ ਤੋਂ ਪਹਿਲਾਂ ਆ ਗਿਆ ਸੀ, ਅ ਨੇ ਬਰਾਂਡੀ ਵਿਚ ਭਿੱਜੇ ਹੱਥ ਨਾਲ ਉਹਨੂੰ ਸਵਾਗਤੀ ਸਲਾਮ ਵੀ ਆਖੀ, ਤੇ ਫੇਰ ਕੌਲੀ ਵਿਚ ਹੱਥ ਡੋਬ ਕੇ, ਰਹਿੰਦੀ ਬਰਾਂਡੀ ਸ ਦੀ ਗਰਦਨ ਉਤੇ ਮਲ ਦਿੱਤੀ—ਮੋਢਿਆਂ ਤਕ।

ਹੌਲੀ ਹੌਲੀ ਕਮਰਾ ਮਹਿਮਾਨਾਂ ਨਾਲ ਭਰ ਗਿਆ, ਅ ਫਰਿਜ ਵਿਚੋਂ ਬਰਫ਼ ਕਢਦੀ ਰਹੀ, ਤੇ ਸਾਦਾ ਪਾਣੀ ਭਰ ਭਰ ਕੇ ਫਰਿਜ ਵਿਚ ਰਖਦੀ ਰਹੀ। ਵਿਚ ਵਿਚ ਰਸੋਈ ਵਲ ਜਾਂਦੀ, ਠੰਢੇ ਕਬਾਬ ਮੁੜ ਤੱਤੇ ਕਰ ਲਿਔਂਦੀ। ਸਿਰਫ਼ ਇਕ ਵਾਰ ਸ ਨੇ ਜਦੋਂ ਅ ਦੇ ਕੰਨ ਕੋਲ ਹੋ ਕੇ ਆਖਿਆ—ਤਿੰਨ ਚਾਰ ਤਾਂ ਉਹ ਲੋਕ ਵੀ ਆ ਗਏ ਨੇ ਜਿਹਨਾਂ ਨੂੰ ਬੁਲਾਇਆ ਨਹੀਂ ਸੀ, ਜ਼ਰੂਰ ਕਿਸੇ ਦੋਸਤ ਨੇ ਉਹਨਾਂ ਨੂੰ ਵੀ ਆਖਿਆ ਹੋਵੇਗਾ, ਤੈਨੂੰ ਵੇਖਣ ਲਈ ਆ ਗਏ ਨੇ—ਤਾਂ ਅ ਦੀ ਸੁਭਾਵਕਤਾ ਪਲ ਕੁ ਟੁੱਟੀ, ਪਰ ਫੇਰ ਜਦੋਂ ਸ ਨੇ ਉਹਨੂੰ ਕੁਝ ਗਲਾਸ ਧੋਣ ਲਈ ਆਖਿਆ, ਤਾਂ ਉਹ ਉਸੇ ਤਰ੍ਹਾਂ ਸਹਜ ਮਨ ਹੋ ਗਈ।

ਮਹਿਫਲ ਗਰਮ ਹੋਈ, ਰਾਤ ਠੰਢੀ ਹੋਈ, ਤੇ ਜਦੋਂ ਅੱਧੀ ਕੁ ਰਾਤ ਵੇਲੇ ਸਾਰੇ ਚਲੇ ਗਏ, ਅ ਨੂੰ ਸੌਣ ਵਾਲੇ ਕਮਰੇ ਵਿਚ ਜਾ ਕੇ ਆਪਣੇ ਸੂਟਕੇਸ ਵਿਚੋਂ ਰਾਤ ਦੇ ਕੱਪੜੇ ਕੱਢ ਕੇ ਪਾਣ ਲੱਗਿਆਂ ਜਾਪਿਆ—ਕਿ ਸੜਕਾਂ ਉਤੇ ਉੱਸਰਿਆ ਜਾਦੂ ਦਾ ਘਰ ਹੁਣ ਕਿਤੇ ਨਹੀਂ ਸੀ....

ਇਹ ਜਾਦੂ ਦਾ ਘਰ ਉਹਨੇ ਕਈ ਵਾਰ ਵੇਖਿਆ ਸੀ—ਬਣਦਾ ਵੀ, ਮਿਟਦਾ ਵੀ, ਇਸ ਲਈ

ਹੈਰਾਨ ਨਹੀਂ ਸੀ। ਸਿਰਫ਼ ਥੱਕੀ ਜਹੀ ਸਰਹਾਣੇ ਉਤੇ ਸਿਰ ਰਖ ਕੇ ਸੋਚਣ ਲੱਗ ਪਈ—ਕਦੋਂ ਦੀ ਗੱਲ ਏ .... ਸ਼ਾਇਦ ਪੰਝੀ ਵਰ੍ਹੇ ਹੋ ਗਏ, ਨਹੀਂ ਤੀਹ ਵਰ੍ਹੇ .... ਜਦੋਂ ਪਹਿਲੀ ਵਾਰ ਉਹ ਜ਼ਿੰਦਗੀ ਦੀਆਂ ਸੜਕਾਂ ਉਤੇ ਮਿਲੇ ਸਨ .... ਅ ਕਿਹੜੀ ਸੜਕ ਤੋਂ ਆਈ ਸੀ ਤੇ ਸ ਕਿਹੜੀ ਸੜਕ ਤੋਂ ਆਇਆ ਸੀ, ਦੋਹਾਂ ਨੂੰ ਪੁੱਛਣਾ ਵੀ ਭੁੱਲ ਗਿਆ ਸੀ, ਤੇ ਦੱਸਣਾ ਵੀ। ਉਹ ਨੀਵੀਂ ਨਜ਼ਰ ਪਾਈ ਜ਼ਮੀਨ ਵਿਚ ਨੀਂਹਾਂ ਖੋਦਦੇ ਰਹੇ, ਤੇ ਫੇਰ ਉਥੇ ਜਾਦੂ ਦਾ ਇਕ ਘਰ ਉੱਸਰ ਖਲੋਤਾ, ਤੇ ਉਹ ਸਹਜ ਮਨ ਸਾਰਾ ਦਿਨ ਉਸ ਘਰ ਵਿਚ ਵਸਦੇ ਰਹੇ।

ਫੇਰ ਜਦੋਂ ਦੋਹਾਂ ਦੀਆਂ ਸੜਕਾਂ ਨੇ ਉਹਨਾਂ ਨੂੰ ਆਵਾਜ਼ਾਂ ਦਿੱਤੀਆਂ, ਉਹ ਆਪਣੀ ਆਪਣੀ ਸੜਕ ਵਲ ਜਾਂਦੇ ਤ੍ਰਹਿ ਕੇ ਖਲੋ ਗਏ। ਵੇਖਿਆ—ਦੋਹਾਂ ਸੜਕਾਂ ਦੇ ਵਿਚਕਾਰ ਇਕ ਡੂੰਘੀ ਖਾਈ ਸੀ। ਸ ਕਿੰਨਾ ਚਿਰ ਉਸ ਖਾਈ ਵਲ ਤਕਦਾ ਰਿਹਾ, ਜਿਵੇਂ ਅ ਨੂੰ ਪੁੱਛ ਰਿਹਾ ਹੋਵੇ ਕਿ ਏਸ ਖਾਈ ਨੂੰ ਤੂੰ ਕਿਸ ਤਰ੍ਹਾਂ ਲੰਘੇਂਗੀ ? ਅ ਨੇ ਆਖਿਆ ਕੁਝ ਨਹੀਂ ਸੀ ਪਰ ਸ ਦੇ ਹੱਥ ਵਲ ਵੇਖਿਆ ਸੀ, ਜਿਵੇਂ ਆਖ ਰਹੀ ਹੋਵੇ—ਤੂੰ ਹੱਥ ਫੜ ਕੇ ਲੰਘਾ ਲੈ, ਮੈਂ ਮਜ਼ਹਬ ਦੀ ਏਸ ਖਾਈ ਨੂੰ ਲੰਘ ਆਵਾਂਗੀ।

ਫੇਰ ਸ ਦਾ ਧਿਆਨ ਉਤਾਂਹ ਹੋਇਆ ਸੀ, ਅ ਦੇ ਹੱਥ ਵਲ ਗਿਆ ਸੀ। ਅ ਦੀ ਉਂਗਲੀ ਵਿਚ ਹੀਰੇ ਦੀ ਇਕ ਛਾਪ ਲਿਸ਼ਕਦੀ ਪਈ ਸੀ। ਸ ਕਿੰਨਾ ਚਿਰ ਤਕਦਾ ਰਿਹਾ, ਜਿਵੇਂ ਪੁੱਛ ਰਿਹਾ ਸੀ—ਤੇਰੀ ਉਂਗਲ ਦੁਆਲੇ ਇਹ ਜੋ ਕਾਨੂੰਨ ਦਾ ਧਾਗਾ ਵਲਿਆ ਹੋਇਆ ਏ, ਮੈਂ ਇਹਦਾ ਕੀ ਕਰਾਂਗਾ ? ਅ ਨੇ ਆਪਣੀ ਉਂਗਲ ਵਲ ਵੇਖਿਆ ਸੀ, ਤੇ ਹੌਲੀ ਜਿਹੀ ਹੱਸ ਪਈ ਸੀ, ਜਿਵੇਂ ਆਖ ਰਹੀ ਸੀ—ਤੂੰ ਇਕ ਵਾਰੀ ਆਖ, ਮੈਂ ਕਾਨੂੰਨ ਦਾ ਇਹ ਧਾਗਾ ਨਹੁੰਆਂ ਨਾਲ ਖੋਲ੍ਹ ਦਿਆਂਗੀ। ਨਹੁੰਆਂ ਨਾਲ ਨਹੀਂ ਖੁੱਲ੍ਹੇਗਾ ਤਾਂ ਦੰਦਾਂ ਨਾਲ ਖੋਲ੍ਹ ਦਿਆਂਗੀ।

ਪਰ ਸ ਚੁੱਪ ਰਿਹਾ ਸੀ, ਤੇ ਅ ਵੀ ਚੁਪ ਖਲੋਤੀ ਰਹੀ ਸੀ। ਪਰ ਜਿਵੇਂ ਸੜਕਾਂ ਇਕੋ ਥਾਵੇਂ ਖਲੋਤੀਆਂ ਵੀ ਤੁਰਦੀਆਂ ਹਨ, ਉਹ ਵੀ ਇਕੋ ਥਾਵੇਂ ਖਲੋਤੇ ਤੁਰਦੇ ਰਹੇ.....

ਫੇਰ ਇਕ ਦਿਨ ਸ ਦੇ ਸ਼ਹਿਰੋਂ ਔਂਦੀ ਸੜਕ ਅ ਦੇ ਸ਼ਹਿਰ ਆ ਗਈ ਸੀ, ਤੇ ਅ ਨੇ ਸ ਦੀ ਆਵਾਜ਼ ਸੁਣ ਕੇ ਆਪਣੇ ਵਰ੍ਹੇ ਦੇ ਬਾਲ ਨੂੰ ਚੁਕਿਆ ਸੀ, ਤੇ ਬਾਹਰ ਸੜਕ ਉਤੇ ਉਹਦੇ ਕੋਲ ਆ ਖਲੋਤੀ ਸੀ। ਸ ਨੇ ਹੌਲੀ ਜਿਹੀ ਹੱਥ ਅਗੇ ਕਰਕੇ ਸੁੱਤੇ ਹੋਏ ਬਾਲ ਨੂੰ ਅ ਕੋਲੋਂ ਲੈ ਲਿਆ ਸੀ, ਤੇ ਆਪਣੇ ਮੋਢੇ ਨਾਲ ਲਾ ਲਿਆ ਸੀ। ਤੇ ਫੇਰ ਉਹ ਸਾਰਾ ਦਿਨ ਉਸ ਸ਼ਹਿਰ ਦੀਆਂ ਸੜਕਾਂ ਉਤੇ ਤੁਰਦੇ ਰਹੇ .....

ਉਹ ਉਹਨਾਂ ਦੀ ਬਲਦੀ ਜਵਾਨੀ ਦੇ ਦਿਨ ਸਨ—ਨਾ ਧੁੱਪ ਪੋਹਦੀ ਸੀ, ਨਾ ਠੰਢ। ਤੇ ਫੇਰ ਜਦੋਂ ਚਾਹ ਪੀਣ ਲਈ ਉਹ ਇਕ ਕੈਫੇ ਵਿਚ ਗਏ ਸਨ, ਤਾਂ ਬੈਅਰੇ ਨੇ ਇਕ ਮਰਦ ਇਕ ਔਰਤ ਤੇ ਇਕ ਬਾਲ ਨੂੰ ਵੇਖ ਕੇ ਨਵੇਕਲੇ ਕੋਨੇ ਦੀਆਂ ਕੁਰਸੀਆਂ ਪੂੰਝ ਦਿਤੀਆਂ ਸਨ। ਤੇ ਕੈਫੇ ਦੀ ਉਸ ਨਵੇਕਲੀ ਗੁੱਠ ਵਿਚ ਇਕ ਜਾਦੂ ਦਾ ਘਰ ਉਸਰ ਖਲੋਤਾ ਸੀ .....

ਤੇ ਇਕ ਵਾਰੀ—ਅਚਾਨਕ ਚਲਦੀ ਗੱਡੀ ਵਿਚ ਮੇਲ ਹੋ ਗਿਆ ਸੀ। ਸ ਵੀ ਸੀ, ਮਾਂ ਵੀ, ਤੇ ਸ ਦਾ ਇਕ ਦੋਸਤ ਵੀ। ਅ ਦੀ ਸੀਟ ਬੜੀ ਦੂਰ ਸੀ, ਪਰ ਸ ਦੇ ਦੋਸਤ ਨੇ ਉਹਦੇ ਨਾਲ ਸੀਟ ਵਟਾ ਲਈ ਸੀ, ਤੇ ਉਹਦਾ ਸੂਟਕੇਸ ਚੁਕ ਕੇ ਸ ਦੇ ਸੂਟਕੇਸ ਕੋਲ ਰੱਖ ਦਿੱਤਾ ਸੀ। ਗੱਡੀ ਦਾ ਦਿਨ ਠੰਢਾ ਨਹੀ ਸੀ, ਪਰ ਰਾਤ ਠੰਢੀ ਸੀ, ਮਾਂ ਨੇ ਦੋਹਾਂ ਨੂੰ ਇਕ ਕੰਬਲ ਦੇ ਦਿੱਤਾ ਸੀ, ਔਧਾ ਸ

ਲਈ, ਅੱਧਾ ਅ ਲਈ। ਤੇ ਚਲਦੀ ਗੱਡੀ ਵਿਚ ਉਸ ਸਾਂਝੇ ਕੰਬਲ ਦੀਆਂ ਕੰਨੀਆਂ ਜਾਦੂ ਦੇ ਘਰ ਦੀਆਂ ਕੰਧਾਂ ਬਣ ਗਈਆਂ ਸਨ .....

ਜਾਦੂ ਦੀਆਂ ਕੰਧਾਂ ਬਣਦੀਆਂ ਸਨ, ਮਿਟਦੀਆਂ ਸਨ, ਤੇ ਅਖੀਰ ਉਹਨਾਂ ਦੇ ਵਿਚਕਾਰ ਖੰਡਰਾਂ ਵਰਗੀ ਚੁੱਪ ਦਾ ਇਕ ਢੇਰ ਲਗ ਜਾਂਦਾ ਸੀ .....

ਸ ਨੂੰ ਕੋਈ ਬੰਧਨ ਨਹੀਂ ਸੀ, ਅ ਨੂੰ ਸੀ, ਪਰ ਉਹ ਤੋੜ ਸਕਦੀ ਸੀ, ਫੇਰ ਇਹ ਕੀ ਸੀ ਕਿ ਉਹ ਸਾਰੀ ਉਮਰ ਸੜਕਾਂ ਉਤੇ ਤੁਰਦੇ ਰਹੇ ....

"ਹੁਣ ਤਾਂ ਉਮਰ ਲੰਘ ਗਈ"—ਅ ਨੇ ਉਮਰ ਦੇ ਬਲਦੇ ਦਿਨਾਂ ਨੂੰ ਵੀ ਸੋਚਿਆ ਤੇ ਹੁਣ ਦੇ ਠੰਢੇ ਦਿਨਾਂ ਨੂੰ ਵੀ। ਜਾਪਿਆ—ਸਾਰੇ ਹੀ ਦਿਨ, ਸਾਰੇ ਹੀ ਵਰ੍ਹੇ, ਪੱਾਮ ਦੇ ਪੱਤਿਆਂ ਵਾਂਗ ਹਵਾ ਵਿਚ ਖਲੋਤੇ ਕੰਬਦੇ ਪਏ ਸਨ। ਬਹੁਤ ਦੇਰ ਹੋਈ, ਇਕ ਵਾਰੀ ਅ ਨੇ ਵਰ੍ਹਿਆਂ ਦੀ ਚੁੱਪ ਨੂੰ ਤੋੜ ਕੇ ਪੁੱਛਿਆ ਸੀ—ਤੂੰ ਬੋਲਦਾ ਕਿਉਂ ਨਹੀਂ ? ਕੁਝ ਵੀ ਨਹੀਂ ਕਹਿੰਦਾ। ਕੁਝ ਤੇ ਕਹੁ ! ਪਰ ਸ ਹੱਸ ਪਿਆ ਸੀ, ਕਹਿਣ ਲੱਗਾ—ਏਥੇ ਚਾਨਣ ਬੜਾ ਏ, ਹਰ ਥਾਂ ਚਾਨਣ ਹੁੰਦਾ ਏ, ਮੇਰੇ ਕੋਲੋਂ ਚਾਨਣ ਵਿਚ ਬੋਲਿਆ ਨਹੀਂ ਜਾਂਦਾ ਤੇ ਅ ਦਾ ਜੀਅ ਕੀਤਾ ਸੀ—ਉਹ ਇਕ ਵਾਰੀ ਸੂਰਜ ਨੂੰ ਫੜ ਕੇ ਬੁਝਾ ਦੇਵੇ .....

ਸੜਕਾਂ ਉਤੇ ਸਿਰਫ਼ ਦਿਨ ਚੜ੍ਹਦੇ ਹਨ, ਰਾਤਾਂ ਤੇ ਘਰਾਂ ਵਿਚ ਪੈਂਦੀਆਂ ਹਨ .... ਪਰ ਘਰ ਕੋਈ ਨਹੀਂ ਸੀ, ਇਸ ਲਈ ਰਾਤ ਕੋਈ ਨਹੀਂ ਸੀ .... ਉਹਨਾਂ ਕੋਲ ਸਿਰਫ਼ ਸੜਕਾਂ ਸਨ, ਤੇ ਸੂਰਜ ਸੀ, ਤੇ ਸ ਸੂਰਜ ਦੇ ਚਾਨਣ ਵਿਚ ਬੋਲਦਾ ਨਹੀਂ ਸੀ ..... ਇਕ ਵਾਰ ਬੋਲਿਆ ਸੀ—

ਚੁੱਪ ਜਿਹੇ ਬੈਠੇ ਨੂੰ ਅ ਨੇ ਪੁੱਛਿਆ ਸੀ—ਕੀ ਸੋਚ ਰਿਹਾ ਏਂ ? ਤਾਂ ਉਹ ਬੋਲਿਆ ਸੀ—"ਸੋਚ ਰਿਹਾ ਹਾਂ—ਕੁੜੀਆਂ ਨਾਲ ਫਲਰਟ ਕਰਾਂ, ਤੇ ਤੈਨੂੰ ਦੁਖੀ ਕਰਾਂ ....."

ਪਰ ਇੰਜ ਸ਼ਾਇਦ ਅ ਨੇ ਦੁਖੀ ਨਹੀਂ ਸੁਖੀ ਹੋ ਜਾਣਾ ਸੀ ਇਸ ਲਈ ਅ ਵੀ ਹੱਸਣ ਲਗ ਪਈ ਸੀ ਤੇ ਸ ਵੀ।

ਤੇ ਫੇਰ ਇਕ ਲੰਬੀ ਚੁੱਪ .....

ਕਈ ਵਾਰ ਅ ਦੇ ਜੀਅ ਵਿਚ ਔਂਦਾ ਸੀ—ਹੱਥ ਅੱਗੇ ਕਰ ਕੇ ਉਹਨੂੰ ਉਹਦੀ ਚੁੱਪ ਵਿਚੋਂ ਬਾਹਰ ਲੈ ਆਵੇ, ਉਥੋਂ ਤਕ—ਜਿਥੋਂ ਤਕ ਦਿਲ ਦਾ ਦਰਦ ਹੈ, ਪਰ ਉਹ ਆਪਣੇ ਹੱਥਾਂ ਨੂੰ ਸਿਰਫ਼ ਵੇਖਦੀ ਰਹਿੰਦੀ ਸੀ, ਉਹਨੇ ਹੱਥਾਂ ਨੂੰ ਕਦੀ ਕੁਝ ਆਖਿਆ ਨਹੀਂ ਸੀ।

ਫੇਰ ਇਕ ਵਾਰ ਸ ਨੇ ਆਖਿਆ ਸੀ—

—ਚੱਲ ਚੀਨ ਚੱਲੀਏ !

—ਚੀਨ ?

—ਜਾਵਾਂਗੇ ਪਰ ਆਵਾਂਗੇ ਨਹੀਂ।

—ਪਰ ਚੀਨ ਕਿਉਂ ?

ਇਹ "ਕਿਉਂ" ਵੀ ਸ਼ਾਇਦ ਪੱਾਮ ਦੇ ਰੁੱਖ ਵਰਗਾ ਸੀ, ਜਿਹਦੇ ਪੱਤੇ ਫ਼ੇਰ ਹਵਾ ਵਿਚ ਕੰਬਣ ਲੱਗ ਪਏ....

ਐਸ ਵੇਲੇ ਅ ਨੇ ਸਰਹਾਣੇ ਉਤੇ ਸਿਰ ਰਖਿਆ ਹੋਇਆ ਸੀ, ਪਰ ਨੀਂਦਰ ਨਹੀਂ ਸੀ ਆ ਰਹੀ। ਸ ਨਾਲ ਦੇ ਕਮਰੇ ਵਿਚ ਸੁੱਤਾ ਹੋਇਆ ਸੀ, ਸ਼ਾਇਦ ਨੀਂਦਰ ਦੀ ਗੋਲੀ ਖਾ ਕੇ।

ਅ ਨੂੰ ਨਾ ਆਪਣੀ ਜਾਗ ਉਤੇ ਗ਼ੁੱਸਾ ਆਇਆ, ਨਾ ਸ ਦੀ ਨੀਂਦਰ ਉੱਤੇ। ਉਹ ਸਿਰਫ਼ ਇਹ

ਸੋਚ ਰਹੀ ਸੀ—ਕਿ ਉਹ ਸੜਕਾਂ ਉਤੇ ਤੁਰਦੇ ਜਦੋਂ ਕਦੇ ਸੜਕਾਂ ਉਤੇ ਮਿਲ ਪੈਂਦੇ ਹਨ, ਤਾਂ ਉਥੇ ਘੜੀ-ਪਹਿਰ ਲਈ ਇਕ ਜਾਦੂ ਦਾ ਘਰ ਕਿਉਂ ਉਸਰ ਖਲੋਂਦਾ ਹੈ ?

ਅ ਨੂੰ ਹਾਸਾ ਜਿਹਾ ਆ ਗਿਆ—ਬਲਦੀ ਜਵਾਨੀ ਵੇਲੇ ਤਾਂ ਭਲਾ ਇੰਜ ਹੁੰਦਾ ਸੀ, ਹੁਣ ਕਿਉਂ ਹੁੰਦਾ ਹੈ ? ਅਜ ਕਿਉਂ ਹੋਇਆ ?

ਇਹ ਪਤਾ ਨਹੀਂ ਕੀ ਸੀ, ਜੋ ਉਮਰ ਦੀ ਪਕੜ ਵਿਚ ਨਹੀਂ ਸੀ ਆ ਰਿਹਾ ....

ਰਹਿੰਦੀ ਰਾਤ ਪਤਾ ਨਹੀਂ ਕਿਹੜੇ ਵੇਲੇ ਲੰਘ ਗਈ, ਹੁਣ ਬੂਹੇ ਨੂੰ ਹੌਲੀ ਜਿਹੀ ਖੜਕਾਂਦਾ ਡਰਾਈਵਰ ਆਖ ਰਿਹਾ ਸੀ ਕਿ ਏਅਰ ਪੋਰਟ ਤੇ ਜਾਣ ਦਾ ਵੇਲਾ ਹੋ ਗਿਆ ਹੈ....

ਅ ਨੇ ਦੁਆਲੇ ਸਾੜ੍ਹੀ ਵਲ੍ਹੇਟੀ, ਸੂਟਕੇਸ ਚੁਕਿਆ, ਸ ਵੀ ਜਾਗ ਕੇ ਆਪਣੇ ਕਮਰੇ ਵਿਚੋਂ ਆ ਗਿਆ, ਤੇ ਉਹ ਦੋਵੇਂ ਉਸ ਬੂਹੇ ਵਲ ਵਧੇ, ਜਿਹੜਾ ਬਾਹਰਲੀ ਸੜਕ ਵਲ ਖੁਲ੍ਹਦਾ ਸੀ....

ਡਰਾਈਵਰ ਨੇ ਅ ਦੇ ਹੱਥੋਂ ਸੂਟਕੇਸ ਫੜ ਲਿਆ ਸੀ। ਅ ਨੂੰ ਆਪਣੇ ਹੱਥ ਹੋਰ ਸੱਖਣੇ ਹੋ ਗਏ ਜਾਪੇ। ਉਹ ਦਹਲੀਜ਼ਾਂ ਕੋਲ ਅੱਟਕ ਜਿਹੀ ਗਈ, ਫੇਰ ਕਾਹਲੀ ਨਾਲ ਅੰਦਰ ਗਈ, ਤੇ ਬੈਠਕ ਵਿਚ ਸੁੱਤੀ ਪਈ ਮਾਂ ਨੂੰ ਸੱਖਣੇ ਹੱਥਾਂ ਨਾਲ ਪ੍ਰਣਾਮ ਜਿਹੀ ਕਰਕੇ ਬਾਹਰ ਆ ਗਈ.....

ਫੇਰ ਏਅਰ ਪੋਰਟ ਵਾਲੀ ਸੜਕ ਸ਼ੁਰੂ ਵੀ ਹੋਈ, ਮੁੱਕਣ ਤੇ ਵੀ ਆ ਗਈ, ਪਰ ਸ ਵੀ ਚੁਪ ਸੀ, ਅ ਵੀ।

ਅਚਾਨਕ ਸ ਨੇ ਕਿਹਾ—ਤੂੰ ਕੁਝ ਕਹਿਣ ਲੱਗੀ ਸੀ ?

—ਨਹੀਂ। ਅ ਨੇ ਕਿਹਾ।

ਤੇ ਉਹ ਫੇਰ ਚੁੱਪ ਹੋ ਗਏ।

ਫੇਰ ਅ ਨੂੰ ਜਾਪਿਆ, ਸ਼ਾਇਦ ਸ ਨੂੰ ਵੀ, ਕਿ ਬਹੁਤ ਕੁਝ ਕਹਿਣਾ ਸੀ, ਬਹੁਤ ਕੁਝ ਸੁਨਣਾ ਸੀ, ਪਰ ਬਹੁਤ ਦੇਰ ਹੋ ਗਈ। ਤੇ ਹੁਣ ਸਾਰੇ ਲਫ਼ਜ਼ ਜ਼ਮੀਨ ਵਿਚ ਗੱਡੇ ਗਏ ਹਨ—ਪੱਾਮ ਦੇ ਰੁੱਖ ਬਣ ਗਏ ਹਨ, ਤੇ ਮਨ ਦੇ ਸਮੁੰਦਰ ਕੋਲ ਉਗੇ ਹੋਏ ਉਹਨਾਂ ਰੁੱਖਾਂ ਦੇ ਪੱਤੇ ਸ਼ਾਇਦ ਉਦੋਂ ਤਕ ਕੰਬਦੇ ਰਹਿਣਗੇ ਜਦੋਂ ਤਕ ਹਵਾ ਵਗਦੀ ਹੈ....

ਏਅਰ ਪੋਰਟ ਆ ਗਿਆ, ਤੇ ਪੈਰਾਂ ਹੇਠਾਂ ਸ ਦੇ ਸ਼ਹਿਰ ਦੀ ਸੜਕ ਟੁੱਟ ਗਈ....

ਹੁਣ ਸਾਹਮਣੇ ਇਕ ਨਵੀਂ ਸੜਕ ਸੀ—ਜੋ ਹਵਾ ਵਿਚੋਂ ਲੰਘ ਕੇ ਅ ਦੇ ਸ਼ਹਿਰ ਦੀ ਇਕ ਸੜਕ ਨਾਲ ਜਾ ਜੁੜਦੀ ਸੀ....

ਤੇ ਉਥੇ, ਜਿਥੇ ਦੋ ਸੜਕਾਂ ਇਕ ਦੂਜੀ ਦੀ ਵੱਖੀ ਵਿਚੋਂ ਪਾਟਣ ਲਗੀਆਂ, ਸ ਨੇ ਹੌਲੀ ਜਿਹੀ ਅ ਨੂੰ ਆਪਣੇ ਮੋਢੇ ਨਾਲ ਲਾ ਲਿਆ। ਤੇ ਫੇਰ ਉਹ ਦੋਵੇਂ ਕੰਬ ਕੇ, ਪੈਰਾਂ ਹੇਠਲੀ ਜ਼ਮੀਨ ਨੂੰ ਇੰਜ ਵੇਖਣ ਲਗ ਪਏ, ਜਿਵੇਂ ਉਹਨਾਂ ਨੂੰ ਉਸ ਘਰ ਦਾ ਚੇਤਾ ਆ ਗਿਆ ਹੋਵੇ, ਜੋ ਬਣਿਆ ਨਹੀਂ ਸੀ....

1959 ਦੀ ਇਕ ਕਬਰ

ਪਿਤਾ ਜੀ ਜਦੋਂ ਜੀਉਂਦੇ ਸਨ, ਸੁਣਾਂਦੇ ਹੁੰਦੇ ਸਨ ਕਿ ਜ਼ਿੰਦਗੀ ਦੀ ਪਹਿਲੀ ਭਿਆਨਕ ਹੈਰਾਨੀ ਉਨ੍ਹਾਂ ਨੂੰ ਉਸ ਵੇਲੇ ਹੋਈ ਸੀ, ਜਦੋਂ ਇਕ ਵਾਰ ਉਨ੍ਹਾਂ ਨੇ ਬਾਪ ਦੀ ਜਾਇਦਾਦ ਵਿਚੋਂ ਮਿਲਿਆ

ਗਹਿਣਿਆਂ ਤੇ ਮੋਹਰਾਂ ਦਾ ਭਰਿਆ ਇਕ ਲੋਹੇ ਦਾ ਟਰੰਕ, ਆਪਣੇ ਸ਼ਹਿਰ ਗੁਜਰਾਂ ਵਾਲੇ ਦੀ ਇਕ ਪੂਜਨੀਕ ਭਗਤਣੀ ਆਖੀ ਜਾਂਦੀ ਔਰਤ ਕੋਲ ਅਮਾਨਤ ਰਖਿਆ ਸੀ, ਤੇ ਜਿਹਨੇ ਬਾਅਦ ਵਿਚ ਸਿਰਫ਼ ਇਹੀ ਆਖਿਆ ਸੀ—ਕਿਹਾ ਟਰੰਕ ? ਅਤੇ 1959 ਵਿਚ ਮੈਂ ਆਪਣੇ ਪਿਤਾ ਦੇ ਮੂੰਹ ਨੂੰ ਚਿਤਾਰ ਕੇ ਜਿਵੇਂ ਆਖ ਰਹੀ ਸਾਂ "ਤੁਹਾਡੇ ਗੁਜਰਾਂ ਵਾਲੇ ਦੀ ਇਕ ਭਗਤਣੀ ਹੁੰਦੀ ਸੀ ਨਾ, ਉਹਦੀ ਗੁਰਗੱਦੀ ਉਤੇ ਬਹਿਣ ਵਾਲੀ ਇਕ ਭਗਤਣੀ ਮੈਂ ਵੀ ਵੇਖੀ ਹੈ। ਮੈਂ ਉਹਦੇ ਕੋਲ ਵਿਸ਼ਵਾਸ ਦਾ ਭਰਿਆ ਹੋਇਆ ਇਕ ਟਰੰਕ ਅਮਾਨਤ ਰਖਿਆ ਸੀ, ਤੇ ਹੁਣ ਉਹ ਆਖ ਰਹੀ ਹੈ—ਕਿਹਾ ਵਿਸ਼ਵਾਸ ?"

ਇਹ ਬੜਾ ਭਿਆਨਕ ਪਲ ਸੀ। ਹਨੇਰਾ ਬੱਦਲਾਂ ਵਾਂਗ ਘਿਰਦਾ ਪਿਆ ਸੀ। ਉਦਾਸੀ ਕਣ ਕਣ ਵਸਦੀ ਸੀ, ਪਰ ਬੱਦਲ ਘੁਲਦੇ ਨਹੀਂ ਸਨ। ਉਸ ਬੀਬੇ ਜਹੇ ਮੂੰਹ ਵਾਲੀ ਕੁੜੀ ਨੂੰ ਕਈ ਵਰ੍ਹੇ ਪਿਆਰ ਕੀਤਾ ਸੀ। ਬੀਤੇ ਹੋਏ ਦਿਨ ਬੱਦਲਾਂ ਦੀ.ਹਰ ਚੰਦਉਰੀ ਵਾਂਗ ਅੱਖਾਂ ਅੱਗੇ ਕਈ ਰੂਪ ਧਾਰਣ ਲੱਗੇ। ਸੋਚਣ ਲੱਗੀ—ਬੱਦਲਾਂ ਦੀ ਹਰ ਚੰਦਉਰੀ ਇਹੋ ਜਹੇ ਚੇਤਿਆਂ ਵਾਸਤੇ ਤਾਂ ਨਹੀਂ ਸੀ ਬਣੀ....ਪਿੰਡੇ ਵਿਚੋਂ ਜਿਵੇਂ ਕੋਈ ਸੂਈਆਂ ਚੁਗਦਾ ਹੈ, ਇਕ ਇਕ ਚੇਤੇ ਨੂੰ ਲੈ ਕੇ ਇਕ ਇਕ ਕਹਾਣੀ ਲਿਖੀ—ਕਾਲੇ ਅੱਖਰ, ਕਰਮਾ ਵਾਲੀ, ਹੱਥ ਠੋਕਾ, ਕੇਲੇ ਦਾ ਛਿਲਕਾ, ਤੇ ਇਕ ਸੀ ਅਨੀਤਾ ਨਾਵਲ ਵਿਚ ਸ਼ਾਂਤੀ ਬੀਬੀ ਦਾ ਪਾਤਰ। ਪਰ ਉਸ "ਸ਼ਾਤੀ ਬੀਬੀ" ਨੇ ਜੋ ਕੁਝ ਮੇਰੀ ਜ਼ਿੰਦਗੀ ਵਿਚ ਵਰਤਾਇਆ ਸੀ, ਉਹ ਜ਼ਖੀਰਾ ਮੁਕਦਾ ਨਹੀਂ ਸੀ। 1970 ਵਿਚ ਫੇਰ ਇਕ ਲੰਬੀ ਕਹਾਣੀ ਲਿਖੀ ਦੋ ਔਰਤਾਂ (ਨੰਬਰ ਪੰਜ), ਤੇ ਉਸ ਕਹਾਣੀ ਦੀ "ਮਿਸ ਵੀ" ਵਿਚ, ਜਾਪਿਆ ਉਹ ਬਹੁਤ ਹੱਦ ਤਕ ਸਮਾ ਗਈ ਸੀ।

ਉਹ ਨਿੱਕੀ ਜਹੀ ਬੱਚੀ ਸੀ, ਜਦੋਂ ਵਾਕਫ਼ ਹੋਈ ਸੀ। (ਉਹਦੀ ਵਾਕਫ਼ੀ ਦਾ ਪੂਰਾ ਵੇਰਵਾ 'ਦੋ ਔਰਤਾਂ ਨੰ: ਪੰਜ' ਕਹਾਣੀ ਵਿਚ ਹੈ) ਉਹਦੇ ਵਿਆਹ ਵੇਲੇ, ਮੇਰੇ ਕੋਲ ਜੋ—ਪਾਕਿਸਤਾਨ ਦੇ ਬਚੇ ਖੁਚੇ ਦੋ ਤਿੰਨ ਗਹਿਣੇ ਸਨ, ਉਹ ਦੇ ਦਿੱਤੇ ਸਨ। ਉਨ੍ਹਾਂ ਦਾ ਗ਼ਮ ਨਹੀਂ ਸੀ, ਸਿਰਫ਼ ਇਹ ਸੀ—ਕਿ ਹਨੇਰਾ ਜਦੋਂ ਹੱਸਦਾ ਸੀ, ਤਾਂ ਉਹ ਗਹਿਣੇ ਬਹੁਤ ਜ਼ੋਰ ਦੀ ਹੱਸਦੇ ਸਨ....ਫੇਰ ਵਕਤ ਪਾ ਕੇ ਗ਼ੌਰ ਨਾਲ ਵੇਖਿਆ ਤਾਂ ਜਾਪਿਆ—ਗਹਿਣੇ ਨਹੀਂ, ਟੁੱਟੇ ਹੋਏ ਵਿਸ਼ਵਾਸ ਦੇ ਟੁਕੜੇ ਸਨ, ਜੋ ਹਨੇਰੇ ਵਿਚ ਚਿਲਕਦੇ ਸਨ ਤੇ ਹੱਸਦੇ ਸਨ.....ਉਹਦੇ ਮਾਸੂਮ ਜਹੇ ਦਿਸਦੇ ਬੋਲਾਂ ਨੂੰ, ਮੈਂ ਰੇਸ਼ਮੀ ਧਾਗਿਆਂ ਵਾਂਗ ਗਲ ਲਾਇਆ ਸੀ। ਸ਼ਿਵਜੀ ਨੇ ਸੱਪਾਂ ਨੂੰ ਗਲ ਲਾਇਆ ਸੀ, ਪਰ ਰੇਸ਼ਮੀ ਧਾਗੇ ਸਮਝ ਕੇ ਨਹੀਂ। ਸੋਚਦੀ ਹੁੰਦੀ ਸਾਂ—ਮੈਂ ਸ਼ਿਵਜੀ ਨਹੀਂ, ਫੇਰ ਸ਼ਿਵਜੀ ਨੇ ਮੈਨੂੰ ਆਪਣੀ ਤਕਦੀਰ ਕਿਉਂ ਦਿੱਤੀ ?

ਮੈਂ ਮੱਠੀ ਤੋਂ ਮੱਠੀ ਹਵਾੜ੍ਹ ਵੀ ਸੁੰਘ ਸਕਦੀ ਸਾਂ, ਪਰ ਝੂਠ ਦੀ ਤਿੱਖੀ ਤੋਂ ਤਿੱਖੀ ਹਵਾੜ੍ਹ ਸੁੰਘਣ ਦੀ ਵੀ ਮੇਰੇ ਵਿਚ ਸ਼ਕਤੀ ਨਹੀਂ ਸੀ। ਇਹ ਸ਼ਕਤੀ ਮੇਰੇ ਬਾਪ ਵਿਚ ਵੀ ਨਹੀਂ ਸੀ—ਛੋਟੀ ਹੁੰਦੀ ਨੇ ਅੱਖੀਂ ਵੇਖਿਆ ਸੀ....ਉਨ੍ਹਾਂ ਨੇ ਸਿਆਲਕੋਟ ਦੇ ਇਕ ਬੰਦੇ ਨੂੰ ਪੜ੍ਹਾਇਆ, ਲਿਖਾਇਆ, ਫੇਰ ਆਪਣੇ ਕੋਲ ਨੌਕਰੀ ਦਿੱਤੀ। ਪਰ ਇਕ ਵਾਰ ਉਹਨੇ ਪਿਤਾ ਦੀ ਦੇ ਖ਼ਤ ਦੀ ਉਤਲੀ ਇਬਾਰਤ ਪਾੜ ਕੇ, ਦਸਤਖ਼ਤਾਂ ਵਾਲੀ ਥਾਂ ਤੋਂ ਉਤਲੇ ਖ਼ਾਲੀ ਹਿੱਸੇ ਵਿਚ ਇਕ ਨਵੀਂ ਇਬਾਰਤ ਲਿਖ ਲਈ ਕਿ ਉਨ੍ਹਾਂ ਨੇ ਏਨੇ ਹਜ਼ਾਰ ਰੁਪਿਆ (ਪੂਰੀ ਰਕਮ ਹੁਣ ਮੈਨੂੰ ਯਾਦ ਨਹੀਂ) ਉਹਦੇ ਕੋਲੋਂ ਹੁਦਾਰ ਲਿਆ ਸੀ, ਤੇ ਕਚਹਿਰੀ ਵਿਚ ਦਾਵਾ ਕਰ ਦਿੱਤਾ। ਮੈਂ ਉਸ ਬੰਦੇ ਨੂੰ ਮਾਮਾ ਜੀ ਬੁਲਾਂਦੀ ਹੁੰਦੀ

ਸਾਂ। ਬੜੀ ਛੋਟੀ ਸਾਂ, ਪਰ ਉਸ ਵੇਲੇ ਆਪਣੇ ਬਾਪ ਦੇ ਮੂੰਹ ਉਤੇ ਜਿਹੜੀ ਦੁਖਦਾਈ ਹੈਰਾਨੀ ਵੇਖੀ ਸੀ, ਉਹੀਉ ਫੇਰ 1959 ਵਿਚ ਮੈਂ ਆਪਣੇ ਮੂੰਹ ਉਤੇ ਵੇਖੀ। ਹੈਰਾਨ ਸਾਂ—ਹਾਦਸਿਆਂ ਦੇ ਮੁਹਾਂਦਰੇ ਕਿਵੇਂ ਮਿਲ ਜਾਂਦੇ ਹਨ ? ਏਸ ਕੁੜੀ ਨੂੰ ਪੜ੍ਹਾਈ ਲਈ ਕਿਤਾਬਾਂ ਦਿੱਤੀਆਂ ਸਨ, ਫ਼ੀਸਾਂ ਦਿੱਤੀਆਂ ਸਨ, ਬਿਲਕੁਲ ਉਸੇ ਤਰ੍ਹਾਂ ਜਿਵੇਂ ਮੇਰੇ ਬਾਪ ਨੇ ਇਕ ਰਿਸ਼ਤੇਦਾਰ ਬੱਚੇ ਨੂੰ ਕੋਲ ਰਖ ਕੇ ਪੜ੍ਹਾਇਆ ਸੀ। ਫੇਰ ਆਖ਼ਰੀ ਉਮਰੇ ਜਦੋਂ ਉਹ ਜ਼ਿਲਾ ਹਜ਼ਾਰੀ ਬਾਗ਼ ਚਲੇ ਗਏ, ਕੁਝ ਏਕੜ ਜ਼ਮੀਨ ਖ਼ਰੀਦ ਕੇ ਉਨ੍ਹਾਂ ਨੂੰ ਇਕ ਬਗੀਚਾ ਲਾਣ ਦਾ ਵਲੇਲ ਆਇਆ ਸੀ, ਉਸ ਲੜਕੇ ਨੂੰ ਨਾਲ ਲੈ ਗਏ ਸਨ। ਸਾਰਾ ਕੁਝ ਉਸ ਜ਼ਮੀਨ ਦੇ ਨਕਸ਼ਿਆਂ ਦੀਆਂ ਲੀਕਾਂ ਵਿਚ ਰਹਿ ਗਿਆ, ਤੇ ਮਿਆਦੀ ਬੁਖ਼ਾਰ ਨਾਲ ਉਨ੍ਹਾਂ ਦੀ ਜ਼ਿੰਦਗੀ ਖ਼ਤਮ ਹੋ ਗਈ। ਉਨ੍ਹਾਂ ਦੀ ਖ਼ਰੀਦੀ ਜ਼ਮੀਨ ਬਾਰੇ ਕੁਝ ਚਿਰ ਖ਼ਤ ਔਂਦੇ ਰਹੇ, ਫੇਰ ਲੰਬੀ ਚੁੱਪ ਛਾ ਗਈ। ਸੋਚ ਵੀ ਨਹੀਂ ਸਾਂ ਸਕਦੀ—ਪਰ ਪਤਾ ਲੱਗਾ ਕਿ ਉਸੇ ਲੜਕੇ ਨੇ ਗ਼ੈਰ ਕਾਨੂੰਨੀ ਤੌਰ ਤੇ ਉਹ ਜ਼ਮੀਨ ਵੇਚ ਦਿੱਤੀ ਸੀ, ਤੇ ਸਾਰੀ ਰਕਮ ਬੋਝੇ ਵਿਚ ਪਾ ਕੇ, ਚੁੱਪ ਧਾਰ ਲਈ ਸੀ। ਉਹਦੇ ਬਾਰੇ, ਇਹਦੇ ਬਾਰੇ, ਸਿਰਫ਼ ਇਹ ਫ਼ਿਕਰਾ ਬਚਿਆ ਰਹਿ ਗਿਆ ਸੀ "ਇਹ ਸੋਚ ਵੀ ਨਹੀਂ ਸਾਂ ਸਕਦੀ....ਇਹ ਸੋਚ ਵੀ ਨਹੀਂ ਸਾਂ ਸਕਦੀ...."

ਇਹ 1959 ਦਾ ਉਹੀ ਪਲ ਹੈ, ਜਦੋਂ ਮੈਂ ਉਸ ਕੁੜੀ ਨੂੰ ਆਖ਼ਰੀ ਵਾਰ ਵੇਖਿਆ ਸੀ, ਤੇ ਅਸਮਾਨ ਤੋਂ ਇਕ ਤਾਰਾ ਟੁਟਦਾ ਵੇਖਿਆ ਸੀ, ਜੋ ਵਿਸ਼ਵਾਸ ਦਾ ਤਾਰਾ ਸੀ।

1960

ਇਹ ਵਰ੍ਹਾ ਮੇਰੀ ਜ਼ਿੰਦਗੀ ਦਾ ਸਭ ਤੋਂ ਉਦਾਸ ਵਰ੍ਹਾ ਸੀ, ਜ਼ਿੰਦਗੀ ਦੇ ਕੈਲੰਡਰ ਵਿਚੋਂ ਪਾਟੇ ਹੋਏ ਸਫ਼ੇ ਵਾਂਗ। ਮਨ ਨੇ ਘਰ ਦੀਆਂ ਦਹਲੀਜ਼ਾਂ ਤੋਂ ਬਾਹਰ ਪੈਰ ਰਖ ਲਿਆ ਸੀ, ਪਰ ਸਾਹਮਣੇ ਕੋਈ ਰਾਹ ਨਹੀਂ ਸੀ, ਇਸ ਲਈ ਘਬਰਾ ਕੇ ਕੰਬਣ ਲੱਗ ਪਿਆ। ਸਾਹਿਰ ਨੂੰ ਬੰਬਈ ਫ਼ੋਨ ਕਰਨ ਲਈ ਫ਼ੋਨ ਦੇ ਕੋਲ ਗਈ ਸਾਂ, ਕਿ ਅਜੀਬ ਇਤਫ਼ਾਕ ਹੋਇਆ ਸੀ, ਉਸ ਦਿਨ ਦੇ ਬਲਿਟਸ ਵਿਚ ਤਸਵੀਰ ਵੀ ਸੀ ਤੇ ਖ਼ਬਰ ਵੀ ਕਿ ਸਾਹਿਰ ਨੂੰ ਜ਼ਿੰਦਗੀ ਦੀ ਇਕ ਨਵੀਂ ਮੁਹੱਬਤ ਮਿਲ ਗਈ ਹੈ। ਹੱਥ, ਫ਼ੋਨ ਦੇ ਡਾਇਲ ਤੋਂ ਕੁਝ ਇੰਚ ਪਰ੍ਹਾਂ, ਖ਼ਿਲਾਅ ਵਿਚ ਖਲੋਤੇ ਰਹਿ ਗਏ....

ਉਨ੍ਹਾਂ ਦਿਨਾਂ ਵਿਚ ਮੈਂ ਆਪਣੇ ਮਨ ਦੀ ਹਾਲਾਤ ਨੂੰ ਆਸਕਰ ਵਾਈਲਡ ਦੇ ਲਫ਼ਜ਼ਾਂ ਵਿਚ ਪਹਿਚਾਣਿਆ ਸੀ "ਮੈਂ ਮਰ ਜਾਣਾ ਸੋਚਿਆ....ਏਡੇ ਕਹਿਰ ਦੀ ਸੋਚ ਜਦੋਂ ਜ਼ਰਾ ਕੁ ਨਿੰਮ੍ਹੀ ਪੈ ਗਈ, ਮੈਂ ਜੀਊਣ ਲਈ ਆਪਣਾ ਮਨ ਬਣਾ ਲਿਆ। ਪਰ ਸੋਚਿਆ ਉਦਾਸੀ ਨੂੰ ਮੈਂ ਇਕ ਸ਼ਾਹੀ ਲਿਬਾਸ ਬਣਾ ਲਵਾਂਗਾ, ਤੇ ਹਰ ਵੇਲੇ ਪਹਿਨ ਕੇ ਰੱਖਾਂਗਾ....ਜਿਹੜੀਆਂ ਦਹਲੀਜ਼ਾਂ ਵਿਚ ਪੈਰ ਰੱਖਾਂਗਾ, ਉਹ ਘਰ ਵੈਰਾਗ ਦਾ ਅਸਥਾਨ ਬਣ ਜਾਏਗਾ....ਮੇਰੇ ਦੋਸਤਾਂ ਦੇ ਪੈਰ ਮੇਰੀ ਉਦਾਸੀ ਨੂੰ ਮਿਣ ਮਿਣ ਕੇ ਤੁਰਿਆ ਕਰਨਗੇ....ਲੋਕਾਂ ਮੈਨੂੰ ਸਲਾਹ ਦਿੱਤੀ ਕਿ ਇਹ ਸਭ ਕੁਝ ਦੁਖਦਾਈ ਮੈਂ ਭੁੱਲ ਜਾਵਾਂ। ਮੈਨੂੰ ਪਤਾ ਹੈ ਇੰਜ ਕਰਨਾ ਬਿਲਕੁਲ ਮਾਰੂ ਹੈ। ਇਹਦਾ ਮਤਲਬ ਹੈ ਕਿ ਚੰਨ ਸੂਰਜ ਦੀ ਖ਼ੂਬਸੂਰਤੀ, ਸਵੇਰ ਦੀਆਂ ਪਹਿਲੀਆਂ ਕਿਰਨਾਂ ਦਾ ਸੰਗੀਤ, ਡੂੰਘੀਆਂ ਰਾਤਾਂ ਦੀ ਚੁੱਪ, ਪੱਤਿਆਂ ਵਿਚੋਂ ਛਣਦੀਆਂ ਮੀਂਹ ਦੀਆਂ ਬੂੰਦਾਂ, ਘਾਹ ਉਤੇ ਤਿਲਕਦੀ ਤ੍ਰੇਲ, ਇਹ ਸਭ ਕੁਝ ਮੇਰੇ ਲਈ ਕੁੜਾਂਹਦ ਜਾਏਗਾ...." ਆਪਣੇ ਤਜੁਰਬੇ ਤੋਂ ਇਨਕਾਰੀ ਹੋਣਾ ਇੰਜ ਹੈ ਜਿਵੇਂ

ਆਪਣੀ ਜ਼ਿੰਦਗੀ ਦੇ ਹੋਠਾਂ ਵਿਚ ਕੋਈ ਹਮੇਸ਼ਾਂ ਲਈ ਝੂਠ ਭਰ ਲਵੇ....ਇਹ ਆਪਣੀ ਰੂਹ ਤੋਂ ਇਨਕਾਰੀ ਹੋਣਾ ਹੈ....

ਇਮਰੋਜ਼ ਨਾਲ ਦੋਸਤੀ ਸੀ, ਪਰ ਕਈ ਦੁਚਿਤੀਆਂ ਵਿਚੋਂ ਲੰਘਦੀ। ਜ਼ਿੰਦਗੀ ਦੀਆਂ ਸਭ ਤੋਂ ਉਦਾਸ ਨਜ਼ਮਾਂ, ਮੈਂ ਏਸ ਵਰ੍ਹੇ ਲਿਖੀਆਂ। ਉਨ੍ਹਾਂ ਦਿਨਾਂ ਦਾ ਇਕ ਅਜੀਬ ਸੁਪਨਾ ਮੈਨੂੰ ਅੱਖਰ ਅੱਖਰ ਯਾਦ ਹੈ :

ਗੱਡੀ ਵਿਚ ਸਫ਼ਰ ਕਰ ਰਹੀ ਸਾਂ। ਸਾਹਮਣੀ ਸੀਟ ਉਤੇ ਇਕ ਬਜ਼ੁਰਗ ਮੂੰਹ ਸੀ, ਬੜਾ ਕੂਲਾ ਤੇ ਲਿਸ਼ਕਦਾ। ਲੰਬੇ ਸਫ਼ਰ ਵਿਚ ਮੈਂ ਕਿਤਾਬਾਂ ਦੇ ਵਰਕੇ ਫਰੋਲਦੀ ਰਹੀ, ਤੇ ਫੇਰ ਮੇਰੀਆਂ ਚੁੱਪ ਕਿਤਾਬਾਂ ਨੇ ਉਸ ਬਜ਼ੁਰਗ ਨੂੰ ਗੱਲੀਂ ਲਾ ਲਿਆ। ਉਹਨੇ ਮੈਨੂੰ ਪੁੱਛਿਆ : "ਤੂੰ ਕਦੇ ਕਾਲਾ ਗੁਲਾਬ ਵੇਖਿਆ ਏ ?" ਆਖਿਆ "ਕਾਲਾ ਗੁਲਾਬ ?—ਨਹੀਂ ਤਾਂ।" ਉਹ ਕਹਿਣ ਲੱਗਾ, "ਇਥੇ ਹੋਰ ਥੋੜ੍ਹੇ ਚਿਰ ਨੂੰ ਇਕ ਸਟੇਸ਼ਨ ਆਵੇਗਾ, ਉਥੋਂ ਇਕ ਰਾਹ ਇਕ ਛੋਟੇ ਜਿਹੇ ਪਿੰਡ ਨੂੰ ਜਾਂਦਾ ਏ। ਉਸ ਪਿੰਡ ਵਿਚ ਗੁਲਾਬ ਦੇ ਫੁੱਲਾਂ ਦਾ ਇਕ ਬਾਗ਼ ਏ, ਉਸ ਬਾਗ਼ ਵਿਚ ਥੋੜ੍ਹੇ ਜਿਹੇ ਲਾਲ ਰੰਗ ਦੇ ਗੁਲਾਬ ਨੇ, ਬਾਕੀ ਸਾਰਾ ਬਾਗ਼ ਕਾਲੇ ਗੁਲਾਬ ਦੇ ਫੁੱਲਾਂ ਨਾਲ ਭਰਿਆ ਹੋਇਆ ਏ—"
"ਸੱਚ ?"
"ਤੂੰ ਉਹ ਬਾਗ਼ ਵੇਖਣਾ ਚਾਹੇਂਗੀ ?"
"ਮੈਂ ਇਹੀ ਸੋਚ ਰਹੀ ਹਾਂ—ਜੇ ਮੈਂ ਉਹ ਬਾਗ਼ ਵੇਖ ਸਕਾਂ।"
"ਉਹਦੀ ਇਕ ਕਹਾਣੀ ਵੀ ਏ—"
"ਕੀ ?"
"ਜੇ ਤੂੰ ਉਹ ਵੇਖਣ ਚੱਲੇਂ, ਮੈਂ ਉਥੇ ਹੀ ਇਹ ਕਹਾਣੀ ਸੁਣਾਵਾਂਗਾ।"
"ਮੈਂ ਚਲਾਂਗੀ।" ਤੇ ਫੇਰ ਇਕ ਸਟੇਸ਼ਨ ਉਤੇ ਮੈਂ ਤੇ ਉਹ ਬਜ਼ੁਰਗ ਉਤਰ ਗਏ। ਇਕ ਲੰਬਾ ਕੱਚਾ ਰਾਹ ਫੜਿਆ, ਉਥੇ ਕੋਈ ਸਵਾਰੀ ਨਹੀਂ ਸੀ ਜਾਂਦੀ—ਤੇ ਫੇਰ ਸੱਚਮੁਚ ਅਸੀ ਇਕ ਬਾਗ਼ ਵਿਚ ਪਹੁੰਚ ਗਏ—ਏਡਾ ਵੱਡਾ ਤੇ ਚਮਕਦਾ ਗੁਲਾਬ ਮੈਂ ਕਦੇ ਜ਼ਿੰਦਗੀ ਵਿਚ ਨਹੀਂ ਵੇਖਿਆ। ਗੁਲਾਬ ਦੀਆਂ ਪੱਤੀਆਂ ਉਤੋਂ ਨਜ਼ਰ ਤਿਲਕ ਤਿਲਕ ਪੈਂਦੀ ਸੀ। ਬਹੁਤ ਵੱਡਾ ਬਾਗ਼ ਸੀ, ਇਕ ਛੋਟੇ ਜਿਹੇ ਹਿੱਸੇ ਵਿਚ ਲਾਲ ਸੂਹੇ ਰੰਗ ਦੇ ਗੁਲਾਬ ਸਨ, ਤੇ ਇਕ ਛੋਟੇ ਜਿਹੇ ਹਿੱਸੇ ਵਿਚ ਚਿੱਟੇ ਦੁੱਧ ਰੰਗ ਦੇ। ਬਾਕੀ ਸਾਰਾ, ਮੀਲਾਂ ਵਿਚ ਵਲਿਆ ਹੋਇਆ ਬਾਗ਼, ਕਾਲੇ ਸ਼ਾਹ ਗੁਲਾਬ ਨਾਲ ਭਰਿਆ ਹੋਇਆ ਸੀ।
"ਇਹਦੀ ਕਹਾਣੀ ?"
"ਕਹਿੰਦੇ ਨੇ ਇਕ ਔਰਤ ਹੁੰਦੀ ਸੀ, ਬੜੇ ਸੁੱਚੇ ਮਨ ਨਾਲ ਉਹਨੇ ਕਿਸੇ ਨੂੰ ਮੁਹੱਬਤ ਕੀਤੀ। ਇਕ ਵਾਰ ਉਹਦੇ ਪਿਆਰੇ ਨੇ ਉਹਦੇ ਵਾਲਾਂ ਵਿਚ ਸੂਹੇ ਗੁਲਾਬ ਦਾ ਫੁੱਲ ਟੁੰਗਿਆ। ਤੇ ਔਰਤ ਨੇ ਮੁਹੱਬਤ ਦੇ ਬੜੇ ਪਿਆਰੇ ਗੀਤ ਲਿਖੇ। ਉਹ ਮੁਹੱਬਤ ਨੇਪਰੇ ਨਾ ਚੜ੍ਹੀ। ਉਸ ਔਰਤ ਨੇ ਆਪਣੀ ਜ਼ਿੰਦਗੀ ਸਮਾਜ ਦੀਆਂ ਗ਼ਲਤ ਕੀਮਤਾਂ ਉਤੋਂ ਵਾਰ ਦਿਤੀ। ਇਕ ਅਸਹਿ ਦਰਦ ਉਹਦੇ ਦਿਲ ਵਿਚ ਪੈ ਗਿਆ। ਤੇ ਉਹ ਸਾਰੀ ਉਮਰ ਆਪਣੀ ਕਲਮ ਨੂੰ ਉਸ ਦਰਦ ਵਿਚ ਭਿਉਂ ਕੇ ਗੀਤ ਲਿਖਦੀ ਰਹੀ। ਸ੍ਵੈ-ਪੀੜ ਇਕ ਉਹ ਨਜ਼ਰ ਦੇਂਦੀ ਹੈ, ਜਿਹੜੀ ਨਜ਼ਰ ਨਾਲ ਕੋਈ ਪਰਾਈਆਂ

ਪੀੜਾਂ ਨੂੰ ਵੇਖ ਸਕਦਾ ਹੈ। ਉਹਨੇ ਆਪਣੀ ਪੀੜ ਵਿਚ ਸਮੁੱਚੀ ਮਨੁੱਖਤਾ ਦੀ ਪੀੜ ਨੂੰ ਰਲਾ ਲਿਆ ਤੇ ਫੇਰ ਇਹੋ ਜਿਹੇ ਗੀਤ ਲਿਖੇ—ਜਿਨ੍ਹਾਂ ਵਿਚ ਸਿਰਫ਼ ਉਹਦਾ ਨਹੀਂ, ਲੁਕਾਈ ਦਾ ਦਰਦ ਸੀ।"

"ਫੇਰ ?"

"ਜਦੋਂ ਉਹ ਔਰਤ ਮਰ ਗਈ, ਉਹਨੂੰ ਇਸ ਧਰਤੀ ਵਿਚ ਦਫ਼ਨਾਇਆ ਗਿਆ—ਉਹਦੀ ਕਬਰ ਉਤੇ ਪਤਾ ਨਹੀਂ ਕਿਸ ਤਰ੍ਹਾਂ ਗੁਲਾਬ ਦੇ ਤਿੰਨ ਫੁੱਲ ਉਗੇ। ਇਕ ਫੁੱਲ ਲਾਲ ਰੰਗ ਦਾ ਸੀ, ਇਕ ਕਾਲੇ ਰੰਗ ਦਾ, ਤੇ ਇਕ ਚਿੱਟੇ ਰੰਗ ਦਾ।"

"ਅਜੀਬ ਗੱਲ ਏ!"

"ਤੇ ਫੇਰ ਉਹ ਫੁੱਲ ਆਪੇ ਹੀ ਵਧਦੇ ਗਏ। ਨਾ ਕਿਸੇ ਪਾਣੀ ਦਿੱਤਾ, ਨਾ ਕਿਸੇ ਰਾਖੀ ਕੀਤੀ। ਅਤੇ ਹੌਲੀ ਹੌਲੀ ਇਥੇ ਇਕ ਫੁੱਲਾਂ ਦਾ ਬਾਗ਼ ਬਣ ਗਿਆ। ਹੁਣ ਤੂੰ ਆਪਣੀ ਅੱਖੀਂ ਵੇਖ ਲਿਆ ਏ, ਇਕ ਹਿੱਸੇ ਵਿਚ ਲਾਲ ਰੰਗ ਦੇ ਗੁਲਾਬ ਹਨ, ਇਕ ਹਿੱਸੇ ਵਿਚ ਚਿੱਟੇ ਰੰਗ ਦੇ, ਤੇ ਬਾਕੀ ਸਾਰੇ ਹਿੱਸੇ ਵਿਚ ਕਾਲੇ ਰੰਗ ਦੇ।"

"ਲੋਕ ਕੀ ਆਖਦੇ ਨੇ ?"

"ਲੋਕ ਆਖਦੇ ਨੇ, ਉਸ ਔਰਤ ਨੇ ਜਿਹੜੇ ਮੁਹੱਬਤ ਦੇ ਗੀਤ ਲਿਖੇ, ਉਹ ਲਾਲ ਰੰਗ ਦੇ ਗੁਲਾਬ ਬਣ ਗਏ ਨੇ—ਤੇ ਜਿਹੜੇ ਦਰਦਾਂ ਦੇ ਗੀਤ ਲਿਖੇ, ਉਹ ਗੁਲਾਬ ਕਾਲੇ ਰੰਗ ਦੇ ਹੋ ਗਏ ਨੇ—ਤੇ ਜਿਹੜੇ ਉਹਨੇ ਮਨੁੱਖੀ-ਪਿਆਰ ਦੇ ਗੀਤ ਲਿਖੇ, ਉਹ ਚਿੱਟੇ ਗੁਲਾਬ ਦੇ ਫੁੱਲ ਬਣ ਗਏ ਨੇ—"

ਸਿਰ ਤੋਂ ਪੈਰਾਂ ਤਕ ਮੈਨੂੰ ਇਕ ਕੰਬਣੀ ਆਈ, ਤੇ ਮੈਂ ਉਸ ਬਜ਼ੁਰਗ ਨੂੰ ਪੁੱਛਿਆ :

"ਤੁਹਾਡਾ ਨਾਂ ਕੀ ਏ ?"

"ਮੇਰਾ ਨਾਂ ?....ਮੇਰਾ ਨਾਂ 'ਸਮਾਂ'।"

"ਸਮੇਂ! ਤੂੰ ਮੇਰੀ ਕਹਾਣੀ ਹੀ ਮੈਨੂੰ ਸੁਣਾ ਰਿਹਾ ਏਂ ?" ਤੇ ਸਮੇਂ ਦੀ ਮੁਸਕਰਾਹਟ ਨਾਲ ਤੇ ਮੇਰੀ ਆਪਣੀ ਕੰਬਣੀ ਨਾਲ ਮੇਰੀ ਨੀਂਦਰ ਖੁਲ੍ਹ ਗਈ।

ਉਸ ਵਰ੍ਹੇ ਦੇ ਅਖ਼ੀਰ ਵਿਚ ਮੈਂ ਇਕ ਸਾਇਕੀਐਟਰਿਸਟ ਦੇ ਇਲਾਜ ਵਿਚ ਵੀ ਰਹੀ, ਆਪਣੇ ਆਪ ਨੂੰ ਜਾਨਣ ਲਈ, ਤੇ ਉਹਦੇ ਆਖੇ ਰੋਜ਼ ਦੀਆਂ ਸੋਚਾਂ ਤੇ ਸੁਪਨੇ ਕਾਗਜ਼ ਉਤੇ ਲਿਖਦੀ ਹੁੰਦੀ ਸਾਂ। ਉਨ੍ਹਾਂ ਦਿਨਾਂ ਦੇ ਅਜੀਬ ਸੁਪਨੇ ਜੋ ਡਾਕਟਰ ਦੇ ਪੜ੍ਹਣ ਲਈ ਲਿਖੇ ਸਨ, ਇਹ ਹਨ :

1

ਕਿਸੇ ਬੜੀ ਉੱਚੀ ਇਮਾਰਤ ਦੀ ਸਿਖਰ ਉਤੇ ਮੈਂ ਇਕੱਲੀ ਖਲੋ ਕੇ ਆਪਣੇ ਹੱਥ ਵਿਚ ਫੜੀ ਹੋਈ ਕਲਮ ਨਾਲ ਗੱਲਾਂ ਕਰਦੀ ਪਈ ਸਾਂ, "ਤੂੰ ਮੇਰਾ ਸਾਥ ਦੇਵੇਂਗੀ ?—ਕਿੰਨਾ ਕੁ ਚਿਰ ਮੇਰਾ ਸਾਥ ਦੇਵੇਂਗੀ ?" ਅਚਾਨਕ ਕਿਸੇ ਨੇ ਘੁਟ ਕੇ ਮੇਰਾ ਹੱਥ ਫੜ ਲਿਆ। "ਤੂੰ ਛਲਾਵਾ ਏਂ ਮੇਰਾ ਹੱਥ ਛੱਡ ਦੇ" ਮੈਂ ਆਖਿਆ ਤੇ ਜ਼ੋਰ ਦੀ ਆਪਣਾ ਹੱਥ ਛੁਡਾ ਕੇ ਉਸ ਇਮਾਰਤ ਦੀਆਂ ਪੌੜੀਆਂ ਉਤਰਨ ਲੱਗ ਪਈ। ਮੈਂ ਬੜੀ ਤੇਜ਼ ਉਤਰ ਰਹੀ ਸਾਂ, ਪਰ ਪੌੜੀਆਂ ਮੁਕਣ ਵਿਚ ਨਹੀਂ ਸਨ ਆਉਂਦੀਆਂ। ਮੇਰਾ ਸਾਹ ਕਾਹਲਾ ਹੁੰਦਾ ਜਾਂਦਾ ਸੀ ਕਿ ਹੁਣ ਪਿਛੋਂ ਦੀ ਆਣ ਕੇ ਉਹ ਛਲਾਵਾ ਮੈਨੂੰ ਫੜ ਲਵੇਗਾ। ਅਖ਼ੀਰ ਪੌੜੀਆਂ ਮੁੱਕ ਗਈਆਂ, ਪਰ ਹੇਠਾਂ ਉਤਰ ਕੇ ਵੇਖਿਆ ਸਭਨੀਂ ਪਾਸੀਂ

ਬਾਗ ਹੀ ਬਾਗ ਸਨ, ਤੇ ਜ਼ਮੀਨ ਦਾ ਚੱਪਾ ਚੱਪਾ ਲੋਕਾਂ ਨਾਲ ਭਰਿਆ ਹੋਇਆ ਸੀ। ਇਹ ਬਾਗ ਵੀ ਉਸੇ ਇਮਾਰਤ ਦਾ ਹਿੱਸਾ ਸਨ, ਤੇ ਉਥੇ ਲੋਕਾਂ ਦਾ ਮੇਲਾ ਲੱਗਾ ਹੋਇਆ ਸੀ। ਕਿਸੇ ਪਾਸੇ ਲੋਕ ਨਾਟਕ ਖੇਡ ਰਹੇ ਸਨ ਤੇ ਕਿਸੇ ਪਾਸੇ ਕੋਈ ਮੈਚ। ਪਤਾ ਨਹੀਂ ਕਿਥੋਂ ਮੇਰਾ ਪੁਰਾਣਾ ਸਾਈਕਲ ਮੈਨੂੰ ਲੱਭ ਪਿਆ ਤੇ ਮੈਂ ਸਾਈਕਲ ਉਤੇ ਚੜ੍ਹ ਕੇ ਬਾਹਰ ਜਾਣ ਦਾ ਰਸਤਾ ਲੱਭਣ ਲੱਗ ਪਈ। ਬਾਗਾਂ ਦੇ ਕੰਢੇ ਕੰਢੇ ਸਾਈਕਲ ਚਲਾਂਦੀ ਮੈਂ ਜਿਹੜੇ ਵੀ ਪਾਸੇ ਜਾਂਦੀ ਉਥੇ ਅਗੇ ਪੱਥਰ ਦੀ ਦੀਵਾਰ ਆ ਜਾਂਦੀ ਤੇ ਮੈਨੂੰ ਬਾਹਰ ਜਾਣ ਦਾ ਰਸਤਾ ਨਾ ਲੱਭਦਾ। ਮੈਂ ਫੇਰ ਕਿਸੇ ਹੋਰ ਪਾਸੇ ਵਲ ਸਾਈਕਲ ਮੋੜਦੀ, ਪਰ ਉਥੇ ਵੀ ਅਖੀਰ ਇਕ ਦੀਵਾਰ ਆ ਜਾਂਦੀ ਤੇ ਮੈਨੂੰ ਬਾਹਰ ਜਾਣ ਦਾ ਰਸਤਾ ਨਾ ਮਿਲਦਾ—ਏਸੇ ਘਬਰਾਹਟ ਵਿਚ ਮੇਰੀ ਨੀਂਦਰ ਖੁਲ੍ਹ ਗਈ।

2

ਚਿੱਟੇ ਸੰਗਮਰਮਰ ਦਾ ਇਕ ਬੁੱਤ ਮੇਰੇ ਸਾਹਮਣੇ ਪਿਆ ਹੋਇਆ ਸੀ! ਮੈਂ ਉਹਦੇ ਵਲ ਤੱਕਦੀ ਰਹੀ, ਤੱਕਦੀ ਰਹੀ ਤੇ ਫੇਰ ਮੈਂ ਉਹਨੂੰ ਆਖਿਆ, "ਮੈਂ ਤੈਨੂੰ ਕੀ ਕਰਨਾ ਏਂ! ਨਾ ਤੂੰ ਬੋਲਦਾ ਏਂ ਤੇ ਨਾ ਤੂੰ ਸਾਹ ਲੈਂਦਾ ਏਂ!—ਅਜ ਮੈਂ ਤੈਨੂੰ ਤੋੜ ਦਿਆਂਗੀ—ਚੀਣਾ ਚੀਣਾ ਕਰ ਦਿਆਂਗੀ—ਤੂੰ ਮੇਰੀ ਸਾਰੀ ਉਮਰ ਗੁਆ ਦਿੱਤੀ ਏ—ਮੇਰਾ ਤਸੱਵਰ.....ਤੂੰ ਮੇਰਾ ਆਦਰਸ਼....." ਤੇ ਜਦੋਂ ਮੈਂ ਜ਼ੋਰ ਨਾਲ ਉਸ ਬੁੱਤ ਨੂੰ ਪਰ੍ਹਾਂ ਸੁੱਟਿਆ, ਮੇਰੇ ਆਪਣੇ ਹੀ ਜ਼ੋਰ ਨਾਲ ਮੈਨੂੰ ਜਾਗ ਆ ਗਈ।

3

ਮੈਂ ਵੇਖਿਆ ਮੇਰੇ ਕੋਲ ਇਕ ਕੁੜੀ ਖਲੋਤੀ ਹੋਈ ਸੀ। ਕੋਈ ਵੀਹਾਂ ਵਰ੍ਹਿਆਂ ਦੀ ਹੋਵੇਗੀ। ਪਤਲੀ, ਲੰਬੀ ਤੇ ਉਹਦਾ ਇਕ ਇਕ ਨਕਸ਼ ਜਿਵੇਂ ਕਿਸੇ ਨੇ ਬੜੀ ਮਿਹਨਤ ਨਾਲ ਘੜਿਆ ਹੋਇਆ ਹੋਵੇ। ਪਰ ਉਸ ਦਾ ਰੰਗ ਕਾਲਾ ਤੇ ਲਿਸ਼ਕਵਾਂ—ਜਿਵੇਂ ਕਿਸੇ ਨੇ ਕਾਲੇ ਪੱਥਰ ਨੂੰ ਤਰਾਸ਼ ਤਰਾਸ਼ ਕੇ ਇਕ ਬੁੱਤ ਬਣਾਇਆ ਹੋਵੇ। "ਇਹ ਕੌਣ ਏ?" ਮੈਨੂੰ ਕਿਸੇ ਨੇ ਪੁੱਛਿਆ। "ਮੇਰੀ ਧੀ" ਮੈਂ ਜਵਾਬ ਦਿੱਤਾ। ਪੁੱਛਣ ਵਾਲਾ ਕੌਣ ਸੀ, ਇਹ ਮੈਨੂੰ ਪਤਾ ਨਹੀਂ, ਪਰ ਉਹਨੇ ਫੇਰ ਹੈਰਾਨ ਹੋ ਕੇ ਪੁੱਛਿਆ, "ਮੈਂ ਤੇਰੇ ਦੋ ਬੱਚੇ ਵੇਖੇ ਨੇ, ਉਹ ਬੜੇ ਸੋਹਣੇ ਨੇ। ਸੋਹਣੀ ਤਾਂ ਇਹ ਵੀ ਏ, ਪਰ ਇਹਦਾ ਰੰਗ...." ਆਖਿਆ, "ਉਹ ਦੋਵੇਂ ਛੋਟੇ ਨੇ। ਉਨ੍ਹਾਂ ਦਾ ਰੰਗ ਗੋਰਾ ਏ। ਇਹ ਮੇਰੀ ਸਾਰਿਆਂ ਤੋਂ ਵੱਡੀ ਧੀ ਏ.... ਤੈਨੂੰ ਪਤਾ ਏ ਪਾਰਬਤੀ ਨੇ ਇਕ ਵਾਰੀ ਆਪਣੇ ਪਿੰਡੇ ਦੀ ਮੈਲ ਨੂੰ ਇਕੱਠਿਆਂ ਕਰ ਕੇ ਇਕ ਪੁੱਤਰ, ਗਣੇਸ਼ ਬਣਾ ਲਿਆ ਸੀ—ਮੈਂ ਆਪਣੇ ਮਨ ਦੇ ਸਾਰੇ ਰੋਹ ਨੂੰ ਵੱਟ ਕੇ ਇਹ ਧੀ ਬਣਾਈ ਏ.... ਮੇਰੀ ਕਲਾ ਮੇਰੀ ਕਿਰਤ....."

4

ਮੈਂ ਇਕ ਉਜਾੜ ਵਿਚੋਂ ਲੰਘਦੀ ਪਈ ਸਾਂ। ਮੈਨੂੰ ਕਿਸੇ ਦੀ ਸ਼ਕਲ ਨਜ਼ਰ ਨਾ ਆਈ, ਪਰ ਇਕ ਆਵਾਜ਼ ਆਈ। ਕੋਈ ਗਾਉਂਦਾ ਪਿਆ ਸੀ "ਬੁਰਾ ਕੀਤੋਈ ਸਾਹਿਬਾਂ ਮੇਰਾ ਤਰਕਸ਼ ਟੰਗਿਓ ਈ ਜੰਡ।" ਮੈਂ ਉਜਾੜ ਵਿਚ ਖਲੋ ਕੇ ਚਵ੍ਹੀਂ ਪਾਸੀਂ ਤੱਕਿਆ ਤੇ ਪੁੱਛਿਆ ਤੂੰ ਕੌਣ ਏਂ?" ਜਵਾਬ ਮਿਲਿਆ—ਮੈਂ ਬਹਾਦੁਰ ਮਿਰਜ਼ਾ ਹਾਂ, ਸਾਹਿਬਾਂ ਨੇ ਮੇਰੇ ਤੀਰ ਲੁਕਾ ਛੱਡੇ ਤੇ ਮੈਨੂੰ ਲੋਕਾਂ ਦੇ ਹੱਥੋਂ ਅਨਿਆਈ ਮੌਤੇ ਮਰਵਾ ਦਿਤਾ।" ਮੈਂ ਫੇਰ ਚਾਰੇ ਪਾਸੇ ਵੇਖਿਆ, ਪਰ ਮੈਨੂੰ ਕਿਸੇ ਦੀ ਸ਼ਕਲ ਨਜ਼ਰ ਨਾ ਆਈ, ਮੈਂ ਜਵਾਬ ਦਿਤਾ, "ਕਦੇ ਕਦੇ ਕਹਾਣੀਆਂ ਪਾਸਾ ਪਰਤ ਲੈਂਦੀਆਂ ਨੇ, ਅੱਜ ਇਕ ਮਿਰਜ਼ੇ ਨੇ ਮੇਰੇ ਤੀਰ ਲੁਕਾ ਛੱਡੇ ਨੇ, ਤੇ ਮੈਨੂੰ, ਇਕ ਬਹਾਦਰ ਸਾਹਿਬਾਂ ਨੂੰ, ਅਨਿਆਈ ਮੌਤੇ ਮਰਵਾ ਦਿਤਾ ਏ।"

5

ਬੱਦਲ ਬੜੇ ਜ਼ੋਰ ਦੀ ਗਰਜੇ। ਸਾਰਾ ਅਸਮਾਨ ਕੰਬਦਾ ਪਿਆ ਸੀ। ਤੇ ਫੇਰ ਮੇਰੇ ਸੱਜੇ ਹੱਥ ਉਤੇ ਬਿਜਲੀ ਡਿੱਗ ਪਈ। ਮੇਰੇ ਜਿਸਮ ਨੂੰ ਇਕ ਸਖ਼ਤ ਝਟਕਾ ਲੱਗਾ ਤੇ ਫੇਰ ਮੈਂ ਸੰਭਲ ਕੇ ਆਪਣੇ ਹੱਥ ਨੂੰ ਹਿਲਾ ਕੇ ਵੇਖਿਆ। ਹੱਥ ਬਿਲਕੁਲ ਠੀਕ ਸੀ ਸਿਰਫ਼ ਇਕ ਥਾਵੇਂ ਥੋੜ੍ਹਾ ਲਹੂ ਵਗਦਾ ਪਿਆ ਸੀ ਜਿਵੇਂ ਇਕ ਝਰੀਟ ਆ ਗਈ ਹੋਵੇ। ਦੂਸਰੀ ਵਾਰ ਫੇਰ ਬਿਜਲੀ ਕੜਕੀ ਤੇ ਮੇਰੇ ਉਸ ਹੱਥ ਉਤੇ ਡਿੱਗ ਪਈ। ਫੇਰ ਇਕ ਸਖ਼ਤ ਝਟਕਾ ਲੱਗਾ ਤੇ ਮੈਂ ਜਦੋਂ ਹੱਥ ਨੂੰ ਹਿਲਾ ਕੇ ਵੇਖਿਆ, ਉਹ ਬਿਲਕੁਲ ਸਾਬਤ ਸੀ, ਸਿਰਫ਼ ਇਕ ਥਾਵੇਂ ਇਸ ਤਰ੍ਹਾਂ ਸੀ ਜਿਵੇਂ ਮਾੜੀ ਜਿਹੀ ਰਗੜ ਆ ਗਈ ਹੋਵੇ। ਤੀਸਰੀ ਵਾਰ ਫੇਰ ਅਸਮਾਨ ਪਾਟ ਗਿਆ ਤੇ ਮੇਰੇ ਉਸੇ ਹੱਥ ਉਤੇ ਬਿਜਲੀ ਡਿੱਗ ਪਈ। ਸਖ਼ਤ ਝਟਕਾ ਲੱਗਾ, ਪਰ ਉਸ ਤੋਂ ਬਾਅਦ ਮੈਂ ਜਦੋਂ ਹੱਥ ਨੂੰ ਹਿਲਾਇਆ, ਹੱਥ ਹਿਲਦਾ ਜ਼ਰੂਰ ਸੀ, ਪਰ ਇਕ ਉਂਗਲ ਵਿੰਗੀ ਹੋ ਗਈ ਸੀ। ਮੈਂ ਆਪਣੇ ਦੂਸਰੇ ਹੱਥ ਨਾਲ ਉਸ ਉਂਗਲ ਨੂੰ ਦਬਾਇਆ, ਮੁੜ ਮੁੜ ਕੇ ਘੁਟਿਆ, ਤੇ ਉਹ ਸਿੱਧੀ ਹੋ ਗਈ ਆਪਣੀ ਥਾਵੇਂ ਹੋ ਗਈ–ਮੈਂ ਆਪਣੇ ਹੱਥ ਵਿਚ ਕਲਮ ਫੜ ਕੇ ਵੇਖੀ, ਮੇਰਾ ਹੱਥ ਬਿਲਕੁਲ ਠੀਕ ਸੀ, ਮੇਰੀ ਕਲਮ ਅਜੇ ਵੀ ਲਿਖਦੀ ਪਈ ਸੀ। ਇਸ ਵੇਲੇ ਮੇਰੇ ਮਨ ਦੀ ਹਾਲਤ ਬਾਦਲੇਅਰ ਦੇ ਮਨ ਵਰਗੀ ਸੀ, ਜਦੋਂ ਉਸ ਨੇ 'ਸੁੰਦਰਤਾ ਦਾ ਵਿਰਦ' ਲਿਖਿਆ ਸੀ :

ਤੂੰ ਉੱਚੇ ਅਸਮਾਨ ਵਿਚੋਂ ਉਤਰੀ ਏਂ, ਕਿ ਡੂੰਘੇ ਪਤਾਲ ਵਿਚੋਂ ਨਿਕਲੀ ਏਂ ?
ਤੇਰੀ ਤੱਕਣੀ, ਨਿਰੀ ਸ਼ਰਾਬ, ਦੈਂਤ ਮਈ ਵੀ, ਤੇ ਦੇਵ ਮਈ ਵੀ।
ਤੇਰੀਆਂ ਅੱਖਾਂ ਵਿਚ, ਸੰਝ ਵੀ ਤੇ ਸਵੇਰ ਵੀ।
ਤੇਰੀ ਸੁਗੰਧ, ਜਿਵੇਂ ਤਰਕਾਲਾਂ ਦੀ ਹਨੇਰੀ।
ਤੇਰੇ ਹੋਠ, ਦਾਰੂ ਦਾ ਇਕ ਘੁਟ, ਤੇਰਾ ਮੂੰਹ ਇਕ ਜਾਮ
ਤੂੰ ਕਿਸੇ ਖੋਹ ਖੁੰਦਰ ਵਿਚੋਂ ਉੱਭਰੀ ਏਂ, ਕਿ ਤਾਰਿਆਂ ਵਿਚੋਂ ਪਲਮੀ ਏਂ ?
ਤੂੰ ਇਕ ਹੱਥ ਨਾਲ ਖ਼ੁਸ਼ੀ ਬੀਜਣੀ ਏਂ, ਦੂਸਰੇ ਨਾਲ ਤਬਾਹੀ
ਤੇਰੇ ਗਹਿਣਿਆਂ ਦੀ ਛਣਕ ਕਿੰਨੀ ਭਿਆਨਕ !
ਤੇਰੀ ਗਲਵੱਕੜੀ, ਜਿਵੇਂ ਕੋਈ ਕਬਰ ਵਿਚ ਲਹਿੰਦਾ ਜਾਵੇ–

ਏਸੇ ਵਰ੍ਹੇ ਦੇ ਮੁੱਢ ਵਿਚ 26 ਜਨਵਰੀ ਦੇ ਗਣਤੰਤਰ ਦਿਵਸ ਤੇ ਭਾਰਤ ਸਰਕਾਰ ਵਲੋਂ ਨੈਪਾਲ ਗਈ ਸਾਂ। ਪਰ ਮਨ ਦੀ ਬੜੀ ਉਖੜੀ ਹੋਈ ਹਾਲਤ ਸੀ, ਤੇ ਉਥੋਂ ਦੋ ਖ਼ਤ ਇਮਰੋਜ਼ ਨੂੰ ਲਿਖੇ ਸਨ "ਕਲ੍ਹ ਨੈਪਾਲ ਨੇ ਮੇਰੀ ਉਸ ਕਲਮ ਨੂੰ ਸਤਕਾਰਿਆ ਜਿਸ ਕਲਮ ਨਾਲ ਮੈਂ ਤੇਰੇ ਲਈ ਮੁਹੱਬਤ ਦੇ ਗੀਤ ਲਿਖੇ। ਇਸ ਲਈ ਮੈਨੂੰ ਜਿੰਨੇ ਫੁੱਲ ਮਿਲੇ ਮੈਂ ਸਾਰੇ ਤੇਰੀ ਯਾਦ ਨੂੰ ਚੜ੍ਹਾ ਦਿਤੇ। "ਹਿਜਰ ਦੀ ਇਸ ਰਾਤ ਵਿਚ ਕੁਝ ਰੌਸ਼ਨੀ ਆਉਂਦੀ ਪਈ" ਇਸ ਮੇਰੀ ਨਜ਼ਮ ਵਿਚ ਤੇਰੀ ਯਾਦ ਦੀ ਬੱਤੀ ਬਲਦੀ ਪਈ ਸੀ। ਰਾਤ ਸਾਢੇ ਯਾਰਾਂ ਵਜੇ ਤਕ ਇਸ ਰੌਸ਼ਨੀ ਦਾ ਜ਼ਿਕਰ ਹੁੰਦਾ ਰਿਹਾ। ਕੋਲ ਕਿੰਨੀਆਂ ਹੀ ਨੈਪਾਲੀ, ਹਿੰਦੀ ਤੇ ਬੰਗਾਲੀ ਕਵਿਤਾਵਾਂ ਜਗਦੀਆਂ ਪਈਆਂ ਸਨ। ਇਕ ਫ਼ਾਰਸੀ ਦਾ ਸ਼ੇਅਰ ਸੀ, ਜਿਹਦਾ ਅਰਥ ਸੀ, "ਰੇਗਿਸਤਾਨ ਵਿਚ ਅਸੀ ਲੋਕ ਧੁੱਪ ਨਾਲ ਚਮਕਦੀ ਰੇਤ ਨੂੰ ਪਾਣੀ ਸਮਝ ਕੇ ਦੌੜਦੇ ਹਾਂ। ਭੁਲੇਖਾ ਖਾਂਦੇ ਹਾਂ, ਤੜਪਦੇ ਹਾਂ। ਪਰ ਲੋਕ ਆਖਦੇ ਨੇ ਰੇਤ ਰੇਤ ਹੈ, ਪਾਣੀ ਨਹੀਂ ਬਣ ਸਕਦੀ, ਤੇ ਕੁਝ ਸਿਆਣੇ ਲੋਕ ਉਸ ਰੇਤ ਨੂੰ ਪਾਣੀ

ਸਮਝਣ ਦੀ ਗ਼ਲਤੀ ਨਹੀਂ ਕਰਦੇ। ਉਹ ਲੋਕ ਸਿਆਣੇ ਹੋਣਗੇ, ਪਰ ਮੈਂ ਆਖਦਾ ਹਾਂ, ਜਿਹੜੇ ਲੋਕ ਰੇਤ ਨੂੰ ਪਾਣੀ ਸਮਝਣ ਦੀ ਗ਼ਲਤੀ ਨਹੀਂ ਕਰਦੇ, ਉਨ੍ਹਾਂ ਦੀ ਪਿਆਸ ਵਿਚ ਜ਼ਰੂਰ ਕੋਈ ਕਸਰ ਹੋਵੇਗੀ।" –ਸੱਚ ਮੇਰੇ ਛਲਾਵੇ ! ਮੇਰੀ ਸਿਆਣਪ ਵਿਚ ਕੋਈ ਕਸਰ ਹੋ ਸਕਦੀ ਹੈ, ਪਰ ਮੇਰੀ ਪਿਆਸ ਵਿਚ ਕੋਈ ਕਸਰ ਨਹੀਂ.... **27** ਜਨਵਰੀ, **1960**.... ! "ਰਾਹੀ ! ਤੂੰ ਮੈਨੂੰ ਸੰਧਿਆ ਵੇਲੇ ਕਿਉਂ ਮਿਲਿਆ ! ਜ਼ਿੰਦਗੀ ਦਾ ਸਫ਼ਰ ਮੁੱਕਣ ਵਾਲਾ ਹੈ। ਤੂੰ ਮਿਲਣਾ ਸੀ ਤਾਂ ਜ਼ਿੰਦਗੀ ਦੀ ਦੁਪਹਿਰ ਵੇਲੇ ਮਿਲਦਾ, ਉਸ ਦੁਪਹਿਰ ਦਾ ਸੇਕ ਤਾਂ ਵੇਖ ਲੈਂਦੋਂ" ਕਠਮੰਡੂ ਵਿਚ ਇਹ ਕਿਸੇ ਨੇ ਹਿੰਦੀ ਕਵਿਤਾ ਪੜ੍ਹੀ ਸੀ। ਹਰ ਇਕ ਦੀ ਪੀੜ ਆਪੋ ਆਪਣੀ ਹੁੰਦੀ ਹੈ, ਪਰ ਕਈ ਵਾਰ ਇਨ੍ਹਾਂ ਪੀੜਾਂ ਦੇ ਮੁਹਾਂਦਰੇ ਮਿਲ ਜਾਂਦੇ ਹਨ। ਇਹ ਮੇਰੀ ਉਡੀਕ ਤੇਰੇ ਸ਼ਹਿਰ ਦੀਆਂ ਜ਼ਾਲਮ ਦੀਵਾਰਾਂ ਨਾਲ ਠੋਕਰ ਖਾ ਕੇ ਹਮੇਸ਼ਾ ਜ਼ਖ਼ਮੀ ਹੁੰਦੀ ਰਹੀ ਹੈ। ਪਹਿਲਾਂ ਚੌਦਾਂ ਵਰ੍ਹੇ (ਰਾਮ ਬਨਬਾਸ ਜਿੰਨੇ) ਇਸੇ ਤਰ੍ਹਾਂ ਲੰਘ ਗਏ, ਤੇ ਜਾਪਦਾ ਹੈ ਮੇਰੀ ਜ਼ਿੰਦਗੀ ਦੇ ਰਹਿੰਦੇ ਵਰ੍ਹੇ ਵੀ ਆਪਣੀ ਉਸੇ ਕਤਾਰ ਵਿਚ ਜਾ ਰਲਣਗੇ.....

1961

ਏਸ ਵਰ੍ਹੇ ਦੇ ਮੁੱਢ ਵਿਚ ਮਨ ਦੀ ਜੋ ਹਾਲਤ ਸੀ, ਉਹਨੂੰ ਉਦੋਂ ਇਨ੍ਹਾਂ ਲਫ਼ਜ਼ਾਂ ਵਿਚ ਲਿਖਿਆ ਸੀ : "ਹਿੰਦੂ ਧਰਮ ਅਨੁਸਾਰ ਜ਼ਿੰਦਗੀ ਦੇ ਚਾਰ ਪੜਾਅ ਹੁੰਦੇ ਹਨ, ਚਾਰ ਵਰਨ, ਚਾਰ ਆਸ਼ਰਮ। ਇਨ੍ਹਾਂ ਬਾਰੇ ਮੈਨੂੰ ਬਹੁਤੀ ਜਾਣਕਾਰੀ ਨਹੀਂ, ਪਰ ਜ਼ਿੰਦਗੀ ਦੇ ਸਫ਼ਰ ਵਿਚ ਮੈਂ ਆਪਣੀ ਮਾਨਸਿਕ ਅਵਸਥਾ ਦੇ ਚਾਰ ਪੜਾਅ ਜ਼ਰੂਰ ਵੇਖੇ ਹਨ, ਤੇ ਇਨ੍ਹਾਂ ਬਾਰੇ ਮੈਂ ਕੁਝ ਵੇਰਵੇ ਨਾਲ ਆਖ ਸਕਦੀ ਹਾਂ–

ਪਹਿਲਾ ਪੜਾਅ ਸੀ ਅਚੇਤਨਤਾ। ਇਹ ਇਕ ਬਾਲ-ਬੁੱਧ ਵਾਂਗ ਸੀ, ਜਿਸ ਨੂੰ ਹਰ ਚੀਜ਼ ਅਚੰਭਾ ਲਗਦੀ ਹੈ। ਜਿਸ ਨੂੰ ਛੋਟੀ ਤੋਂ ਛੋਟੀ ਚੀਜ਼ ਵਿਚ ਵੱਡੀ ਤੋਂ ਵੱਡੀ ਦਿਲਚਸਪੀ ਜਾਗ ਪੈਂਦੀ ਹੈ। ਤੇ ਜਿਹੜੀ ਝੱਟ ਵਿਲਕ ਉਠਦੀ ਹੈ ਤੇ ਝਟ ਵਿਰਚ ਜਾਂਦੀ ਹੈ।

ਦੂਸਰਾ ਪੜਾਅ ਸੀ ਚੇਤਨਤਾ। ਇਹ ਇਕ ਮੋਕਲੇ ਅੰਗਾਂ ਵਾਲੀ ਤੇ ਹੁੰਦੜਹੇਲ ਜਵਾਨੀ ਵਾਂਗ ਸੀ, ਜਿਸ ਦਾ ਰੋਹ ਬੜਾ ਤਗੜਾ ਹੁੰਦਾ ਹੈ, ਬੜਾ ਰੱਤਾ। ਜਿਹੜੀ, ਜ਼ਿੰਦਗੀ ਦੀਆਂ ਗ਼ਲਤ ਕੀਮਤਾਂ ਨਾਲ ਜਦੋਂ ਰੁੱਸ ਬਹਿੰਦੀ ਹੈ, ਮੰਨਣ ਵਿਚ ਨਹੀਂ ਆਉਂਦੀ। ਤੇ ਜਿਹੜੀ ਇਕ ਸੱਪ ਵਾਂਗੂੰ ਨਫ਼ਰਤ ਨੂੰ ਮਣੀ ਸਮਝ ਕੇ ਆਪਣੇ ਮੱਥੇ ਵਿਚ ਸਾਂਭੀ ਰਖਦੀ ਹੈ।

ਤੀਸਰਾ ਪੜਾਅ ਸੀ ਦਲੇਰੀ। ਵਰਤਮਾਨ ਨੂੰ ਉਧੇੜਨ ਵਾਲੀ ਤੇ ਭਵਿੱਖ ਨੂੰ ਸੀਊਣ ਵਾਲੀ ਦਲੇਰੀ। ਸੁਪਨਿਆਂ ਨੂੰ ਤਾਸ਼ ਦੇ ਪੱਤਿਆਂ ਵਾਂਗੂੰ ਰਲਾ ਕੇ ਤੇ ਵੰਡ ਕੇ ਕੋਈ ਖੇਡ ਖੇਡਣ ਵਾਲੀ ਦਲੇਰੀ, ਜਿਸ ਦੀ ਕੋਈ ਵੀ ਹਾਰ ਸਦੀਵੀ ਹਾਰ ਨਹੀ ਹੁੰਦੀ। ਜਿਸ ਦੇ ਪੱਤੇ ਮੁੜ ਰਲਾਏ ਜਾ ਸਕਦੇ ਹਨ, ਤੇ ਜਿੱਤ ਦੀ ਆਸ ਮੁੜ ਕੇ ਬੰਨ੍ਹੀ ਜਾ ਸਕਦੀ ਹੈ.....

ਤੇ ਹੁਣ ਚੌਥਾ ਪੜਾਅ ਹੈ ਇਕਲੱਤਾ....

ਉਸ ਇਕਲੱਤਾ ਨੂੰ ਸਿਰਫ਼ ਇੱਕ ਕੰਬਣੀ ਦਾ ਅਹਿਸਾਸ ਹੈ–

ਧਰਤੀ ਨੇ ਅਜ ਵਰਤ ਖੋਲ੍ਹਣਾ, ਦਿਲ ਦੀ ਥਾਲੀ ਕੌਣ ਪਰੋਸੇ
ਗੀਤਾਂ ਵਾਲੇ ਚੌਲ ਛੜਦਿਆਂ, ਕੰਬਣ ਲੱਗੀ ਉਖ਼ਲੀ....

ਹੋਣੀ ਨੇ ਅੱਜ ਰੂੰ ਪਿੰਜਾਇਆ, ਜਿਉਂ ਜਿਉਂ ਚਰਖ਼ਾ ਘੂਕਰ ਦੇਵੇ
ਕੰਬੀ ਜਾਵੇ ਜਿੰਦ ਜੁਲਾਹੀ, ਕੰਬੀ ਜਾਵੇ ਤੱਕਲੀ....

ਅੰਬਰ ਦੀ ਅੱਜ ਪੌੜੀ ਕੰਬੇ, ਤਾਰੇ ਉਤਰਨ ਵਾਹੋ ਦਾਹੀ
ਕਿਹੜੇ ਮਨ ਦੇ ਮਹਿਲਾਂ ਅੰਦਰ, ਪਈ ਅਚਾਨਕ ਭਉਜਲੀ

ਕਿਸ ਪਾਪੀ ਨੇ ਤੀਰ ਚਲਾਇਆ, ਇਸ਼ਕ ਦਾ ਜੰਗਲ ਸਹਿਮ ਗਿਆ ਹੈ
ਡਰਦੀ ਕੰਬਦੀ ਭੱਜ ਗਈ ਹੈ, ਯਾਦਾਂ ਦੀ ਮਿਰਗਾਵਲੀ

ਤੇ ਜਾਪਿਆ

ਦੁਖਾਂਤ ਇਹ ਨਹੀਂ ਹੁੰਦਾ ਕਿ ਰਾਤ ਦੀ ਕੌਲੀ ਨੂੰ ਕੋਈ ਜ਼ਿੰਦਗੀ ਦੇ ਸ਼ਹਿਦ ਨਾਲ ਭਰ ਨਾ ਸਕੇ ਤੇ ਅਸਲੀਅਤ ਦੇ ਹੋਂਠ ਕਦੇ ਉਸ ਸ਼ਹਿਦ ਨੂੰ ਚੱਖ ਨਾ ਸਕਣ–

ਦੁਖਾਂਤ ਇਹ ਹੁੰਦਾ ਹੈ ਜਦੋਂ ਰਾਤ ਦੀ ਕੌਲੀ ਉਤੋਂ ਚੰਨ ਦੀ ਕਲੀ ਲਹਿ ਜਾਏ ਤੇ ਉਸ ਕੌਲੀ ਵਿਚ ਪਈ ਹੋਈ ਕਲਪਨਾ ਕਸਰ ਜਾਏ।

ਦੁਖਾਂਤ ਇਹ ਨਹੀਂ ਹੁੰਦਾ ਕਿ ਤੁਹਾਡੀ ਕਿਸਮਤ ਕੋਲੋਂ ਤੁਹਾਡੇ ਸੱਜਣ ਦਾ ਸਰਨਾਵਾਂ ਨਾ ਪੜ੍ਹਿਆ ਜਾਏ ਅਤੇ ਤੁਹਾਡੀ ਉਮਰ ਦੀ ਚਿੱਠੀ ਹਮੇਸ਼ਾ ਰੁਲਦੀ ਰਵ੍ਹੇ,

ਦੁਖਾਂਤ ਇਹ ਹੁੰਦਾ ਹੈ ਕਿ ਤੁਸੀਂ ਆਪਣੇ ਪਿਆਰੇ ਵਲ ਆਪਣੀ ਉਮਰ ਦੀ ਸਾਰੀ ਚਿੱਠੀ ਲਿਖ ਲਵੋ ਤੇ ਫਿਰ ਤੁਹਾਡੇ ਕੋਲੋਂ ਤੁਹਾਡੇ ਪਿਆਰੇ ਦਾ ਸਰਨਾਵਾਂ ਗੁਆਚ ਜਾਏ।

ਦੁਖਾਂਤ ਇਹ ਨਹੀ ਹੁੰਦਾ ਕਿ ਜ਼ਿੰਦਗੀ ਦੇ ਲੰਬੇ ਪੈਂਡੇ ਉਤੇ ਸਮਾਜ ਦੇ ਬੰਧਨ ਆਪਣੇ ਕੰਡੇ ਖਿਲਾਰਦੇ ਰਹਿਣ, ਤੇ ਤੁਹਾਡੇ ਪੈਰਾਂ ਵਿਚੋਂ ਸਾਰੀ ਉਮਰ ਲਹੂ ਵਗਦਾ ਰਹੇ,

ਦੁਖਾਂਤ ਇਹ ਹੁੰਦਾ ਹੈ ਕਿ ਤੁਸੀਂ ਲਹੂ ਲੁਹਾਨ ਪੈਰਾਂ ਨਾਲ ਇਕ ਉਸ ਥਾਂ ਉਤੇ ਖਲੋ ਜਾਵੋ, ਜਿਸ ਤੋਂ ਅਗੇ ਕੋਈ ਰਾਹ ਤੁਹਾਨੂੰ ਬੁਲਾਵਾ ਨਾ ਦੇਵੇ।

ਦੁਖਾਂਤ ਇਹ ਨਹੀਂ ਹੁੰਦਾ ਕਿ ਤੁਸੀਂ ਆਪਣੇ ਇਸ਼ਕ ਦੇ ਠਰਦੇ ਪਿੰਡੇ ਵਾਸਤੇ ਸਾਰੀ ਉਮਰ ਗੀਤਾਂ ਦੇ ਝੱਗੇ ਸੀਉਂਦੇ ਰਵ੍ਹੋ,

ਦੁਖਾਂਤ ਇਹ ਹੁੰਦਾ ਹੈ ਕਿ ਇਹਨਾਂ ਝੱਗਿਆਂ ਨੂੰ ਸੀਊਣ ਲਈ ਤੁਹਾਡੇ ਕੋਲ ਖ਼ਿਆਲਾਂ ਦਾ ਧਾਗਾ ਮੁੱਕ ਜਾਏ, ਤੇ ਤੁਹਾਡੀ ਕਲਮ-ਸੂਈ ਦਾ ਨੱਕਾ ਟੁੱਟ ਜਾਏ.....

ਤਾਸ਼ਕੰਦ

ਤਿੰਨ ਚਾਰ ਵਰ੍ਹੇ ਪਹਿਲਾਂ ਜਦੋਂ ਵੀਅਤਨਾਮ ਦੇ ਪ੍ਰੈਜ਼ੀਡੈਂਟ ਹੋ ਚੀ ਮਿੰਨ੍ਹ ਦਿੱਲੀ ਆਏ ਸਨ, ਤਾਂ ਇਕ ਮੁਲਾਕਾਤ ਵਿਚ ਉਨ੍ਹਾਂ ਨੇ ਮੇਰਾ ਮੱਥਾ ਚੁੰਮ ਕੇ ਆਖਿਆ ਸੀ, "ਅਸੀ ਦੋਵੇਂ ਦੁਨੀਆ ਦੀਆਂ

ਗ਼ਲਤ ਕੀਮਤਾਂ ਨਾਲ ਲੜ ਰਹੇ ਹਾਂ, ਮੈਂ ਤਲਵਾਰ ਨਾਲ, ਤੂੰ ਕਲਮ ਨਾਲ"—ਤੇ ਹੋ ਚੀ ਮਿੰਨ੍ਹ ਦੀ ਸ਼ਖ਼ਸੀਅਤ ਦਾ ਮੇਰੇ ਉੱਤੇ ਇਹੋ ਜਿਹਾ ਪ੍ਰਭਾਵ ਪਿਆ ਸੀ ਕਿ ਉਨ੍ਹਾਂ ਦੇ ਜਾਣ ਪਿਛੋਂ ਮੈਂ ਇਕ ਨਜ਼ਮ ਲਿਖੀ ਜੋ ਵੀਅਤਨਾਮ ਵਿਚ 26.5.1958 ਦੇ ਅਖ਼ਬਾਰ NHAN DAN ਵਿਚ ਛਪੀ ਸੀ, ਪਰ ਇਹ ਨਹੀਂ ਪਤਾ ਉਹ ਹੋ ਚੀ ਮਿੰਨ੍ਹ ਦੀ ਨਜ਼ਰ ਤੋਂ ਗੁਜ਼ਰੀ ਸੀ ਕਿ ਨਹੀਂ। ਅਤੇ ਫੇਰ ਦਿੱਲੀ ਰੇਡੀਓ ਲਈ ਜਦੋਂ "ਦੁਨੀਆਂ ਦੇ ਕੁਝ ਲੋਕ ਗੀਤ" ਤਰਜੁਮਾ ਕਰ ਕੇ ਇਕ ਸੀਰੀਜ਼ ਵਿਚ ਪੇਸ਼ ਕੀਤੇ ਤਾਂ ਉਨ੍ਹਾਂ ਨੂੰ ਕਿਤਾਬੀ ਸੂਰਤ ਵਿਚ ਛਾਪਣ ਵੇਲੇ, ਉਹ ਕਿਤਾਬ "ਆਸ਼ਮਾ" ਹੋ ਚੀ ਮਿੰਨ੍ਹ ਦੇ ਲਫ਼ਜ਼ ਦੁਹਰਾਂਦਿਆਂ ਉਨ੍ਹਾਂ ਨੂੰ ਹੀ ਅਰਪਣ ਕਰ ਦਿੱਤੀ ਸੀ। ਪਹਿਲੀ ਮਾਰਚ 1961 ਸੀ, ਜਦੋਂ ਵੀਅਤਨਾਮ ਤੋਂ ਮੈਨੂੰ ਹੋ ਚੀ ਮਿੰਨ੍ਹ ਦੀ ਤਾਰ ਆਈ "I send you my friendliest admiration and kindest greetings" —ਤਾਂ ਮਨ ਦਾ ਰੌਅ ਕੁਝ ਬਦਲਿਆ। ਨਾਲ ਹੀ ਇਕ ਉਹ ਅੰਗ੍ਰੇਜ਼ੀ ਫ਼ਿਲਮ ਚੇਤੇ ਔਣ ਲੱਗੀ, ਜਿਹਦੇ ਵਿਚ ਮਲਕਾ ਅਲਿਜ਼ਬੈਥ ਇਕ ਜਿਹੜੇ ਨੌਜਵਾਨ ਨੂੰ ਮਨ ਹੀ ਮਨ ਪਿਆਰ ਕਰਦੀ ਹੈ, ਉਹਨੂੰ ਜਦੋਂ ਸਮੁੰਦਰੀ ਜਹਾਜ਼ ਦੇ ਕੇ ਇਕ ਕਾਰਜ ਸੌਂਪਦੀ ਹੈ, ਤਾਂ ਦੂਰੋਂ ਦੂਰਬੀਨ ਨਾਲ ਜਾਂਦੇ ਜਹਾਜ਼ ਨੂੰ ਵੇਖ ਕੇ ਪਰੇਸ਼ਾਨ ਹੋ ਜਾਦੀ ਹੈ। ਵੇਖਦੀ ਹੈ ਕਿ ਉਸ ਨੌਜਵਾਨ ਦੀ ਪ੍ਰੇਮਿਕਾ ਵੀ ਜਹਾਜ਼ ਉੱਤੇ ਉਹਦੇ ਨਾਲ ਹੈ। ਉਹ ਦੋਵੇਂ ਡੈੱਕ ਉੱਤੇ ਖੜੇ ਹਨ। ਉਸ ਵੇਲੇ ਮਲਕਾ ਨੂੰ ਪਰੇਸ਼ਾਨ ਵੇਖ ਕੇ ਉਸ ਦਾ ਇਕ ਸ਼ੁਭ ਚਿੰਤਕ ਆਖਦਾ ਹੈ "ਮੈਡਮ! ਲੁਕ ਏ ਬਿਟ ਹਾਇਰ"—ਉਤਾਂਹ, ਉਸ ਨੌਜਵਾਨ ਦੇ, ਤੇ ਉਹਦੀ ਪ੍ਰੇਮਿਕਾ ਦੇ ਸਿਰਾਂ ਤੋਂ ਉਤਾਂਹ, ਮਲਕਾ ਦੇ ਰਾਜ ਦਾ ਝੰਡਾ ਲਹਿਰਾ ਰਿਹਾ ਹੈ—ਅਤੇ ਮੈਂ ਆਪਣੇ ਆਪ ਨੂੰ ਆਪੇ ਹੀ ਆਖਦੀ "ਅੰਮ੍ਰਿਤਾ! ਲੁਕ ਏ ਬਿਟ ਹਾਇਰ!" ਤੇ ਮੈਂ ਜ਼ਿੰਦਗੀ ਦੀਆਂ ਸਾਰੀਆਂ ਹਾਰਾਂ ਤੇ ਪਰੇਸ਼ਾਨੀਆਂ ਤੋਂ ਉਤਾਂਹ ਵੇਖਣ ਦੀ ਕੋਸ਼ਿਸ਼ ਕਰਨ ਲੱਗੀ—ਜਿੱਥੇ ਮੇਰੀ ਕਿਰਤ ਸੀ, ਮੇਰੀਆਂ ਨਜ਼ਮਾਂ, ਕਹਾਣੀਆਂ, ਮੇਰੇ ਨਾਵਲ....

ਉਸ ਵਰ੍ਹੇ ਜ਼ਿੰਦਗੀ ਨੇ ਵੀ ਮੇਰੀ ਮਦਦ ਕੀਤੀ, ਮੇਰੀ ਨਜ਼ਰ ਉਤਾਂਹ ਕੀਤੀ। ਮਾਰਚ ਵਿਚ ਹੀ ਮਾਸਕੋ ਦੀ ਰਾਈਟਰਜ਼ ਯੂਨੀਅਨ ਵੱਲੋਂ ਬੁਲਾਵਾ ਮਿਲਿਆ, ਤੇ ਉਜ਼ਬੇਕ ਸ਼ਾਇਰਾ ਜ਼ੁਲਫੀਆ ਖ਼ਾਨਮ ਦਾ ਖ਼ਤ ਕਿ ਤਾਸ਼ਕੰਦ ਵਿਚ ਮੈਂ ਉਹਦੇ ਘਰ ਉਹਦੀ ਮਹਿਮਾਨ ਰਵ੍ਹਾਂ। ਇਹ ਸਾਰਾ ਕਰੈਡਿਟ ਆਪਣੇ ਰੂਸੀ ਦੋਸਤਾਂ ਨੂੰ ਦੇਂਦੀ ਹਾਂ ਕਿ ਉਨ੍ਹਾਂ ਨੇ ਮੇਰੇ ਮਨ ਦੇ ਬੜੇ ਨਾਜ਼ਕ ਵੇਲੇ ਮੈਨੂੰ ਇਹ ਬੁਲਾਵਾ ਦੇ ਕੇ ਮੈਨੂੰ ਉਦਾਸੀ ਦੀ ਡੂੰਘੀ ਜਿੱਲਣ ਵਿਚੋਂ ਕੱਢ ਲਿਆ। ਮੈਂ 23 ਅਪ੍ਰੈਲ ਨੂੰ ਤਾਸ਼ਕੰਦ ਚਲੀ ਗਈ। ਮੇਰੀ ਉਸ ਵੇਲੇ ਦੀ 1961 ਦੀ ਡਾਇਰੀ ਵਿਚ ਕਈ ਪਿਆਰੇ ਪਲਾਂ ਦੇ ਚੇਤੇ ਉੱਕਰੇ ਹੋਏ ਹਨ—

ਜ਼ੁਲਫੀਆ ਦੇ ਦਿਲ ਦਾ ਜਾਮ ਮੁਹੱਬਤ ਨਾਲ ਭਰਿਆ ਹੋਇਆ ਹੈ, ਤੇ ਦਸਤਰ ਖਾਨ ਉੱਤੇ ਸ਼ੀਸ਼ੇ ਦਾ ਪਿਆਲਾ ਅਨਾਰਾਂ ਦੇ ਰਸ ਨਾਲ। ਦੋਹਾਂ ਸੂਹੇ ਪਿਆਲਿਆਂ ਵਿਚੋਂ ਵਾਰੋ ਵਾਰ ਘੁੱਟ ਭਰਦੀ ਮੈਂ ਉਜ਼ਬੇਕ ਕਿਤਾਬਾਂ ਦੇ ਵਰਕੇ ਫੋਲਦੀ ਰਹੀ। ਮੇਰੇ ਤੇ ਕਿਤਾਬਾਂ ਦੇ ਵਿਚਕਾਰ ਜ਼ਬਾਨ ਦੀ ਦੀਵਾਰ ਹੈ, ਪਰ ਇਥੇ ਕਿਤਾਬ ਦੀ ਜਿਲਦ ਉੱਤੇ ਇਕ ਪਿਆਰੀ ਕੁੜੀ ਦੀ ਤਸਵੀਰ ਹੈ, ਜਿਹਦੀ ਅੱਖ ਵਿਚ ਹੰਝੂ ਲਟਕਿਆ ਹੋਇਆ ਹੈ, ਜਾਪਿਆ, ਉਹ ਹੰਝੂ ਜ਼ਬਾਨ ਦੀ ਦੀਵਾਰ ਟੱਪ ਕੇ ਮੇਰੀ ਝੋਲੀ ਵਿਚ ਆ ਪਿਆ। ਮੈਂ ਆਖਿਆ "ਜ਼ੁਲਫੀਆ ਇਨ੍ਹਾਂ ਹੰਝੂਆਂ ਦਾ ਤੇ ਔਰਤਾਂ ਦੀਆਂ ਅੱਖਾਂ ਦਾ ਪਤਾ ਨਹੀਂ ਕੀ ਰਿਸ਼ਤਾ ਹੈ, ਕੋਈ ਮੁਲਕ ਹੋਵੇ, ਇਹ ਰਿਸ਼ਤਾ ਬੜਾ ਅੰਗ ਪਾਲ ਜਾਪਦਾ ਹੈ...." ਜ਼ੁਲਫੀਆ ਨੇ ਕਿਹਾ "ਜਦੋਂ ਦੋ ਜਣਿਆਂ ਨੂੰ ਇਸ ਰਿਸ਼ਤੇ ਦੀ ਸਮਝ ਲੱਗ ਜਾਏ, ਤਾਂ ਉਸ ਸਮਝ

ਸਦਕਾ, ਉਨ੍ਹਾਂ ਵਿਚ ਵੀ ਇਕ ਅਤੁੱਟ ਰਿਸ਼ਤਾ ਹੋ ਜਾਂਦਾ ਹੈ। ਮੈਨੂੰ ਜਾਪਦਾ ਹੈ ਅੰਮ੍ਰਿਤਾ ਤੇ ਜ਼ੁਲਫ਼ੀਆ ਵੀ ਜਿਵੇਂ ਇਕ ਔਰਤ ਦੇ ਦੋ ਨਾਂ ਹਨ...." ਤੇ ਜ਼ੁਲਫ਼ੀਆ ਨੇ ਮੇਰੇ ਲਈ ਉਨ੍ਹੀਵੀਂ ਸਦੀ ਦੀ ਉਜ਼ਬੇਕ ਸ਼ਾਇਰਾ ਨਾਦਰਾ ਦਾ ਕਲਾਮ ਪੜ੍ਹਿਆ। ਤੇ ਅਸੀ ਕਿੰਨਾ ਚਿਰ ਨਾਦਰਾ ਤੇ ਮਹਿਜੂਨਾ ਦੀ ਸ਼ਾਇਰੀ ਵਿਚ ਡੁੱਬੀਆਂ ਰਹੀਆਂ....

ਅੱਜ ਸਮਰਕੰਦ ਵਿਚ ਇਕ ਸ਼ਾਇਰ ਆਰਿਫ਼ ਨੇ ਲਾਲਾ ਦੇ ਦੋ ਫੁੱਲ ਆਂਦੇ ਤੇ ਸਾਨੂੰ ਦੋਹਾਂ ਨੂੰ ਦਿੱਤੇ। ਦੋਹਾਂ ਦਾ ਰੰਗ ਸੂਹਾ ਸੀ, ਤੇ ਇਕੋ ਜਹੀ ਖ਼ੁਸ਼ਬੂ ਸੀ, ਪਰ ਮੈਂ ਤੇ ਜ਼ੁਲਫ਼ੀਆ ਨੇ ਆਪੋ ਵਿਚ ਉਹ ਫੁੱਲ ਵੱਟਾ ਲਏ, ਜਿਵੇਂ ਮੇਰੇ ਦੇਸ ਵਿਚ ਦੋ ਸਹੇਲੀਆਂ ਚੁੰਨੀਆਂ ਵਟਾਂਦੀਆਂ ਹਨ। ਜ਼ੁਲਫ਼ੀਆ ਕਹਿਣ ਲੱਗੀ "ਦੋ ਫੁੱਲ, ਪਰ ਇਕ ਖ਼ੁਸ਼ਬੂ, ਦੋ ਦੇਸ, ਦੋ ਜ਼ਬਾਨਾਂ, ਦੋ ਦਿਲ, ਪਰ ਇਕ ਦੋਸਤੀ...." ਫੇਰ ਘੜੀ ਪਿੱਛੋਂ ਜ਼ੁਲਫ਼ੀਆ ਕਹਿਣ ਲੱਗੀ "ਪਰ ਇਨ੍ਹਾਂ ਫੁੱਲਾਂ ਵਿਚ ਦਰਦ ਦਾ ਦਾਗ਼ ਕੋਈ ਨਹੀਂ, ਸਾਡੇ ਦਿਲਾਂ ਵਿਚ ਦਰਦ ਦੇ ਦਾਗ਼ ਹਨ...."

ਮੈਨੂੰ ਨਾਦਰਾ ਦਾ ਉਹ ਸ਼ੇਅਰ ਯਾਦ ਆਇਆ, ਜਿਹਦੇ ਵਿਚ ਉਹ ਬੁਲਬੁਲ ਨੂੰ ਆਖਦੀ ਹੈ ਕਿ ਜੇ ਤੇਰੇ ਗਲੇ ਵਿਚ ਗੀਤ ਮੁੱਕ ਗਏ ਨੇ ਤਾਂ ਇਸ ਨਾਦਰਾ ਦੇ ਕਲਾਮ ਵਿਚੋਂ ਫ਼ਰਿਆਦ ਲੈ ਜਾ। ਤੇ ਮੈਂ ਆਖਿਆ "ਮੈਂ ਲਾਲਾ ਫੁੱਲ ਨੂੰ ਆਖਦੀ ਹਾਂ ਜੇ ਤੈਨੂੰ ਆਪਣੇ ਦਿਲ ਲਈ ਦਰਦ ਦੇ ਦਾਗ਼ ਨਹੀਂ ਮਿਲੇ ਤਾਂ ਮੇਰੇ ਕੋਲੋਂ ਤੇ ਜ਼ੁਲਫ਼ੀਆ ਕੋਲੋਂ ਕੁਝ ਦਾਗ਼ ਹੁਦਾਰੇ ਲੈ ਜਾ।" ਜ਼ੁਲਫ਼ੀਆ ਨੂੰ ਕੁਝ ਚੇਤੇ ਆ ਗਿਆ, ਕਹਿਣ ਲੱਗੀ "ਹਾਂ ਸੱਚ ਲਾਲਾ ਦੇ ਉਹ ਫੁੱਲ ਵੀ ਹੁੰਦੇ ਨੇ, ਜਿਨ੍ਹਾਂ ਦੀ ਛਾਤੀ ਵਿਚ ਕਾਲੇ ਦਾਗ਼ ਹੁੰਦੇ ਨੇ। ਚਲ ਖ਼ੇਤਾਂ ਵਿਚੋਂ ਉਹ ਫੁੱਲ ਲੱਭੀਏ।" ਫੇਰ ਮੈਂ ਤੇ ਜ਼ੁਲਫ਼ੀਆ ਖੇਤਾਂ ਦੀ ਵੱਟੋ ਵੱਟ ਤੁਰਦੀਆਂ ਉਹ ਦਾਗ਼ਦਾਰ ਫੁੱਲ ਲਭਦੀਆਂ ਰਹੀਆਂ....

ਇਕ ਉਜ਼ਬੇਕ ਮਰਦ ਨਬੀ ਜਾਨ, ਮੇਰਾ ਦੁਭਾਸ਼ੀਆ, ਨਾਲ ਸੀ। ਉਹਨੇ ਲਾਲਾ ਦਾ ਇਕ ਖ਼ਾਸ ਫੁੱਲ ਲੱਭ ਕੇ ਲਿਆਂਦਾ, ਤੇ ਮੈਨੂੰ ਆਖਣ ਲੱਗਾ "ਇਸ ਫੁੱਲ ਦੀ ਛਾਤੀ ਵਿਚ ਹਿਜਰ ਦੇ ਕਾਲੇ ਦਾਗ਼ ਤਾਂ ਨਹੀਂ, ਪਰ ਰੌਸ਼ਨੀ ਦੇ ਸਿਲਕੀ ਦਾਗ਼ ਜ਼ਰੂਰ ਨੇ...." ਫੁੱਲ ਦੀਆਂ ਪੱਤੀਆਂ ਵਿਚ ਲੁਕੇ ਸਚਮੁੱਚ ਸਿਲਕੀ ਰੰਗ ਦੇ ਨਿਸ਼ਾਨ ਸਨ, ਮੈਂ ਉਹਦਾ ਸ਼ੁਕਰੀਆ ਕੀਤਾ, ਤੇ ਜ਼ੁਲਫ਼ੀਆ ਨੂੰ ਕਿਹਾ— "ਇਹ ਦਾਗ਼ ਸ਼ਾਇਦ ਇਸ ਲਈ ਰੌਸ਼ਨ ਨੇ, ਕਿ ਇਨ੍ਹਾਂ ਵਿਚ ਯਾਦ ਦੀ ਬੱਤੀ ਬਲ ਰਹੀ ਏ...."

ਜ਼ੁਲਫ਼ੀਆ ਮੁਸਕਰਾਈ, ਆਖਣ ਲੱਗੀ "ਅੰਮ੍ਰਿਤਾ! ਕੀ ਇਹ ਯਾਦ ਸਾਡੀ ਆਪਣੀ ਹੀ ਕਰਾਮਾਤ ਨਹੀਂ? ਨਹੀਂ ਤਾਂ ਇਹ ਮਰਦ...." ਤੇ ਅਸੀ ਮਰਦਾਂ ਦੀ ਗੱਲ ਨੂੰ ਵਿਚੇ ਛੱਡ ਕੇ, ਆਪਣੀਆਂ ਯਾਦਾਂ, ਆਪਣੀਆਂ ਕਰਾਮਾਤਾਂ ਦੀਆਂ ਗੱਲਾਂ ਕਰਦੀਆਂ ਰਹੀਆਂ....

ਤਾਸ਼ਕੰਦ ਵਿਚ ਅੱਜ ਕਲ੍ਹ—ਹਿੰਦੁਸਤਾਨ ਤੋਂ ਉਰਦੂ ਸ਼ਾਇਰ ਅਲੀ ਸਰਦਾਰ ਜਾਫ਼ਰੀ ਵੀ ਆਏ ਹੋਏ ਹਨ, ਅੱਜ ਸਬੱਬ ਨਾਲ ਮਿਲ ਪਏ, ਤਾਂ ਜ਼ੁਲਫ਼ੀਆ ਨੇ ਉਨ੍ਹਾਂ ਨੂੰ ਆਪਣੇ ਘਰ ਦਾਅਵਤ ਤੇ ਬੁਲਾਇਆ। ਦਾਅਵਤ ਵਿਚ ਇਕ ਟੋਸਟ ਪੇਸ਼ ਕਰਦਿਆਂ ਜ਼ੁਲਫ਼ੀਆ ਨੇ ਕਿਹਾ "ਸਾਡੇ ਦੇਸ ਵਿਚ ਛੋਟੀ ਕੁੜੀ ਨੂੰ ਖ਼ਾਨ ਤੇ ਵੱਡੀ ਨੂੰ ਖ਼ਾਨੁਮ ਕਹਿੰਦੇ ਹਨ, ਸੋ ਅੰਮ੍ਰਿਤਾ ਦਾ ਨਾਂ ਬਣਦਾ ਹੈ ਅੰਮ੍ਰਿਤਾ ਖਾਨੁਮ। ਜੇ ਅਸੀ ਅੰਮ੍ਰਿਤਾ ਲਫ਼ਜ਼ ਦਾ ਉਜ਼ਬੇਕ ਤਰਜੁਮਾ ਕਰੀਏ ਤਾਂ ਬਣਦਾ ਹੈ — ਉਲਮਸ। ਸੋ ਮੈਂ ਉਲਮਸ ਖਾਨੁਮ ਦੇ ਨਾਂ ਤੇ ਟੋਸਟ ਪੇਸ਼ ਕਰਦੀ ਹਾਂ" ਜਵਾਬ ਵਿਚ ਅਲੀ ਸਰਦਾਰ ਜਾਫ਼ਰੀ ਨੇ ਜ਼ੁਲਫ਼ ਲਫ਼ਜ਼ ਦਾ ਤਰਜੁਮਾ ਹਿੰਦੀ ਵਿਚ ਕੀਤਾ, ਅਲਕਾ, ਤੇ ਜ਼ੁਲਫ਼ੀਆ ਦੇ

ਨਾਂ ਦਾ ਭਾਰਤੀਕਰਨ ਕਰਦਿਆਂ ਟੋਸਟ ਪੇਸ਼ ਕੀਤਾ "ਅਲਕਾ ਕੁਮਾਰੀ ਦੇ ਨਾਂ !" ਟੋਸਟ ਪੇਸ਼ ਕਰਨ ਦੀ ਮੇਰੀ ਵਾਰੀ ਆਈ, ਤਾਂ ਮੈਂ ਨਜ਼ਮ ਦੀਆਂ ਦੋ ਸਤਰਾਂ ਪੜ੍ਹੀਆਂ–

ਚਿਰਾਂ ਵਿਛੁੰਨੀ ਕਲਮ ਜਿਸ ਤਰ੍ਹਾਂ ਘੁੱਟ ਕੇ ਕਾਗ਼ਜ਼ ਦੇ ਗਲ ਲੱਗੀ,
ਭੇਤ ਇਸ਼ਕ ਦਾ ਖੁੱਲ੍ਹਦਾ ਜਾਵੇ ।
ਇੱਕ ਸਤਰ ਪੰਜਾਬੀ ਦੇ ਵਿੱਚ, ਇਕ ਸਤਰ ਉਜ਼ਬੇਕ ਸੁਣੀਵੇ
ਫੇਰ ਕਾਫ਼ੀਆ ਮਿਲਦਾ ਜਾਵੇ....

ਉਜ਼ਬੇਕਿਸਤਾਨ ਦੀ ਇਕ ਵਾਦੀ ਦਾ ਨਾਂ ਖ਼ਾਬੀਦਾ ਹੁਸੀਨਾ ਹੁੰਦਾ ਸੀ, ਸੁੱਤੀ ਪਈ ਸੁੰਦਰੀ, ਪਰ ਹੁਣ ਜਦੋਂ ਉਹ ਸਮਾਜਵਾਦੀ ਰਾਜ ਤੋਂ ਬਾਅਦ ਕੰਮਾਂ ਨਾਲ ਵਿਆਹੀ ਗਈ ਹੈ ਤਾਂ ਉਹਦਾ ਨਾਂ ਫ਼ਰਗਾਨਾਵਾਦੀ ਹੋ ਗਿਆ ਹੈ। ਇਥੇ ਰੇਸ਼ਮ ਦੀਆਂ ਮਿੱਲਾਂ ਹਨ, ਲੋਕ ਕਹਿੰਦੇ ਹਨ–"ਇਕ ਵਰ੍ਹੇ ਵਿਚ ਇਹ ਵਾਦੀ ਜਿੰਨਾ ਰੇਸ਼ਮ ਉਣਦੀ ਹੈ, ਜੇ ਉਹਦੀ ਇਕ ਕੰਨੀ ਧਰਤੀ ਉੱਤੇ ਰੱਖੀਏ, ਤਾਂ ਦੂਜੀ ਕੰਨੀ ਚੰਨ ਤੱਕ ਪਹੁੰਚ ਜਾਂਦੀ ਹੈ...."

ਇਨ੍ਹਾਂ ਰੇਸ਼ਮ ਦੀਆਂ ਮਿੱਲਾਂ ਦੀਆਂ ਡਾਇਰੈਕਟਰ ਔਰਤਾਂ ਹਨ, ਉਨ੍ਹਾਂ ਨੇ ਆਪਣੀਆਂ ਮਿੱਲਾਂ ਵਿਖਾਂਦਿਆਂ ਮੈਨੂੰ ਬੜੇ ਰਾਂਗਲੇ ਰੇਸ਼ਮ ਦਾ ਕੱਪੜਾ ਸੁਗਾਤ ਦਿੱਤਾ, ਤੇ ਮੇਰੇ ਕੋਲੋਂ ਕੋਈ ਸੁਨੇਹਾ ਮੰਗਿਆ। ਕੱਲ੍ਹ ਪਹਿਲੀ ਮਈ ਹੈ, ਦੁਨੀਆਂ ਭਰ ਦੇ ਮਜ਼ਦੂਰਾਂ ਦਾ ਦਿਨ, ਸੋ ਦੋ ਸਤਰਾਂ ਦੀ ਨਜ਼ਮ ਵਿਚ ਸੁਨੇਹਾ ਦਿੱਤਾ–

ਕੁੜੀਏ ਰੇਸ਼ਮ ਕਤਦੀਏ ! ਮਈ ਮਹੀਨਾ ਪੂਰਨ ਆਇਆ, ਲੱਖ ਮੁਰਾਦਾਂ ਤੇਰੀਆਂ
ਕੁੜੀਏ ਸੁਪਨੇ ਉਣਦੀਏ ! ਪੱਛੀ ਦੇ ਵਿਚ ਰੱਖ ਲੈ ਲੱਖ ਦੁਆਵਾਂ ਮੇਰੀਆਂ....

ਏਨਾ ਖ਼ਾਨ ਨੇ ਦਸਤਰ ਖ਼ਾਨ ਉੱਤੇ ਕੋਨਿਆਕ, ਸ਼ਹਿਦ ਤੇ ਅਨਾਰਾਂ ਦਾ ਰਸ ਪਰੋਸ ਕੇ ਮੈਨੂੰ ਪੁੱਛਿਆ– "ਦੱਸ ਸਾਡੀ ਮਹਿਮਾਨ ! ਮੈਂ ਤੇਰੇ ਲਈ ਕੀ ਗਾਵਾਂ ?" ਮੈਂ ਆਖਿਆ "ਏਨਾ ! ਆਪਣੇ ਦੇਸ ਦਾ ਉਹ ਗੀਤ ਗਾ, ਜੋ ਕੋਨਿਆਕ ਵਰਗਾ ਤਲਖ਼ ਹੋਵੇ, ਸ਼ਹਿਦ ਵਰਗਾ ਮਿੱਠਾ, ਤੇ ਅਨਾਰਾਂ ਦੇ ਰਸ ਵਰਗਾ ਸੂਹਾ...." ਉਹ ਹੱਸ ਪਈ "ਅੱਛਾ, ਤੇ ਭੇਡ ਦੇ ਭੁੱਜੇ ਹੋਏ ਮਾਸ ਵਰਗਾ ਆਸ਼ਕੀ ਗੀਤ" ਉਹਨੇ ਤੇ ਲਾਲਾ ਖ਼ਾਨਮ ਨੇ ਅੱਜ ਬਹੁਤ ਪਿਆਰੇ ਗੀਤ ਗਾਏ। ਅਖ਼ੀਰ ਤੇ ਲਾਲਾ ਖ਼ਾਨਮ ਨੇ ਇਹ ਵੀ ਗਾਇਆ "ਇਹ ਸਾਡੇ ਮੱਥੇ ਦੇ ਨਸੀਬ, ਕਿ ਅਸਾਂ ਤੈਨੂੰ ਢੂੰਡ ਲਿਆ, ਅੱਜ ਤੂੰ ਸਾਡੇ ਦੇਸ ਦੀ ਮਹਿਮਾਨ...." ਏਸ ਦਸਤਰ ਖ਼ਾਨ ਦਾ ਸ਼ੁਕਰੀਆ ਕਰਦਿਆਂ ਮੇਰੇ ਦਿਲ ਦੀਆਂ ਤੈਹਾਂ ਵੀ ਉਨ੍ਹਾਂ ਦੇ ਪਿਆਰ ਨਾਲ ਭਿੱਜ ਗਈਆਂ, ਆਖਿਆ "ਕਦੇ ਮੈਂ ਗੀਤ ਲਿਖਿਆ ਸੀ ਕਿ ਜ਼ਿੰਦਗੀ ਮੈਨੂੰ ਆਪਣੇ ਘਰ ਬੁਲਾ ਕੇ ਮਹਿਮਾਨ ਨਿਵਾਜ਼ੀ ਕਰਨਾ ਭੁੱਲ ਗਈ, ਪਰ ਅੱਜ ਮੈਂ ਆਪਣਾ ਇਹ ਸ਼ਿਕਵਾ ਵਾਪਿਸ ਲੈਂਦੀ ਹਾਂ....

ਅੱਜ ਤਾਸ਼ਕੰਦ ਤੋਂ ਸਤਾਲਨਾ ਬਾਦ ਆਈ ਹਾਂ, ਜ਼ੁਲਫ਼ੀਆ ਨਾਲ ਨਹੀਂ ਆ ਸੱਕੀ, ਇਕੱਲੀ ਆਈ ਹਾਂ। ਹਵਾਈ ਅੱਡੇ ਤੇ ਕਿੰਨੇ ਹੀ ਤਾਜਿਕ ਲੇਖਕ ਆਏ ਹੋਏ ਹਨ, ਉਨ੍ਹਾਂ ਵਿਚ ਤਾਜਿਕਸਤਾਨ ਦੇ ਸਭ ਤੋਂ ਵੱਡੇ ਸ਼ਾਇਰ ਮਿਰਜ਼ਾ ਤੁਰਸਨਜ਼ਾਦੇ ਵੀ ਹਨ....ਉਨ੍ਹਾਂ ਨੂੰ ਮਿਲ ਕੇ ਮੈਂ ਆਖਿਆ "ਮਹਾਨ ਤਾਜਿਕ ਸ਼ਾਇਰ ਨੂੰ ਮੇਰਾ ਸਲਾਮ ! ਪਰ ਤੁਹਾਡੇ ਲਈ ਆਂਦੇ ਇਕ ਹੋਰ ਸਲਾਮ ਦੀ ਮੈਂ ਕਾਸਦ ਵੀ ਹਾਂ, ਉਹ ਸਲਾਮ ਜ਼ੁਲਫ਼ੀਆ ਦਾ ਹੈ, ਸਾਡੇ ਉਰਦੂ ਸ਼ਾਇਰ ਫ਼ੈਜ਼ ਅਹਿਮਦ ਫ਼ੈਜ਼ ਦੇ ਲਫ਼ਜ਼ਾਂ ਵਿਚ "ਸ਼ਾਇਰ ਸਲਾਮ ਲਿਖਤਾ ਹੈ ਤੇਰੇ ਹੁਸਨ ਕੇ ਨਾਮ !" ਤਾਂ ਮਿਰਜ਼ਾ ਤੁਰਸਨ ਜ਼ਾਦੇ ਬਹੁਤ

ਹੱਸੇ "ਇਕ ਸਲਾਮ ਜ਼ੁਲਫ਼ੀਆ ਦਾ, ਦੂਜਾ ਫ਼ੈਜ਼ ਦੇ ਲਫ਼ਜ਼ਾਂ ਵਿਚ, ਤੀਜਾ ਇਹੋ ਜਹੇ ਕਾਸਦ ਦੇ ਹੱਥੀਂ, ਮੇਰਾ ਹਾਲ ਕੀ ਹੋਵੇਗਾ ?"

......

ਸ਼ਹਿਰ ਤੋਂ ਵੀਹ ਮੀਲ ਦੂਰ ਪਹਾੜ ਦੀ ਵੱਖੀ ਵਿਚ ਇਕ ਨਦੀ ਦੇ ਕੰਢੇ ਲਿਖਾਰੀ ਘਰ ਬਣੇ ਹੋਏ ਹਨ, ਇਸ ਨਦੀ ਦਾ ਨਾਂ ਹੈ ਵਰਜ਼ ਆਬ (ਨਚਦੇ ਪਾਣੀ) ਇੱਥੇ ਅੱਜ ਤਾਜਿਕ ਲੇਖਕਾਂ ਨੇ ਮੈਨੂੰ ਰਾਤ ਦੇ ਖਾਣੇ ਦੀ ਦਾਅਵਤ ਦਿੱਤੀ ਹੈ। ਅਮਨ ਦੇ, ਦੋਸਤੀ ਦੇ, ਤੇ ਕਲਮਾਂ ਦੀ ਅਮੀਰੀ ਦੇ ਨਾਂ ਜਾਮ ਭਰਦਿਆਂ, ਤੇ ਟੋਸਟ ਦੇਂਦਿਆਂ–ਸਾਰਿਆਂ ਨੇ ਵਾਰੋ ਵਾਰੀ ਬਹੁਤ ਪਿਆਰੀਆਂ ਨਜ਼ਮਾਂ ਪੜ੍ਹੀਆਂ ਹਨ.....ਫੇਰ ਅਚਾਨਕ ਨਿੱਕੀਆਂ ਨਿੱਕੀਆਂ ਕਣੀਆਂ ਲਹਿ ਪਈਆਂ, ਤਾਂ ਮਿਰਜ਼ਾ ਤੁਰਸਨ ਜ਼ਾਦੇ ਨੇ ਕਿਹਾ "ਅੱਜ ਅਸੀ ਮਿੱਟੀ ਵਿਚ ਦੋ ਦੇਸਾਂ ਦੀ ਦੋਸਤੀ ਦਾ ਬੀਅ ਬੀਜਿਆ ਹੈ, ਸੋ ਅਸਮਾਨ ਪਾਣੀ ਦੇਣ ਆਇਆ ਹੈ...."

ਇਕ ਸ਼ਾਇਰ ਨੇ ਪੁੱਛਿਆ "ਤੁਹਾਡੇ ਦੇਸ ਵਿਚ, ਸੁਣਿਆ ਹੈ, ਇਕ ਆਸ਼ਕਾਂ ਦਾ ਦਰਿਆ ਹੈ, ਉਹਦਾ ਨਾਂ ਕੀ ਹੈ ?" ਮੈਂ ਦੱਸਿਆ "ਚਨਾਬ" ਤੇ ਆਖਿਆ "ਤੁਹਾਡੇ ਦੇਸ ਵਿਚ ਵਰਜ਼ਆਬ, ਸੋ ਵੇਖ ਲਵੋ ਸਾਡੇ ਦਰਿਆਵਾਂ ਦਾ ਕਾਫ਼ੀਆ ਵੀ ਮਿਲਦਾ ਹੈ...."

–ਅਜ਼ਰਬਾਈਜਾਨ ਦੀ ਰਾਜਧਾਨੀ ਬਾਕੂ ਵਿਚ ਵੀ ਬੜੇ ਚੰਗੇ ਲੋਕ ਮਿਲੇ, ਖ਼ਾਸ ਕਰ ਉਥੋਂ ਦੀਆਂ ਸ਼ਾਇਰ ਔਰਤਾਂ, ਨਿਗਾਰ ਖ਼ਾਨਮ, ਕੋਈ **25** ਕਿਤਾਬਾਂ ਦੀ ਲੇਖਕ, ਮਿਰਵਾਰਦਖ਼ਾਨਮ ਦਿਲਬਾਜ਼ੀ ਤੇ ਈਰਾਨੀ ਸ਼ਾਇਰਾ ਮਦੀਨਾ ਗੁਲਗੁਨ। ਉਨ੍ਹਾਂ ਤਿੰਨਾਂ ਵਿਚ ਮੈਂ ਚੌਥੀ ਦੋਸਤ ਵਾਂਗ ਰਲ ਗਈ, ਤਾਂ ਆਪਣੀਆਂ ਨਜ਼ਮਾਂ ਪੜ੍ਹਦਿਆਂ, ਅਸਾਂ ਦੂਰ ਉਜ਼ਬੇਕਿਸਤਾਨ ਵਿਚ ਬੈਠੀ ਜ਼ੁਲਫ਼ੀਆ ਨੂੰ ਵੀ ਯਾਦ ਕੀਤਾ, ਉਹਦੀ ਨਜ਼ਮ ਪੜ੍ਹੀ, ਤਾਂ ਉਥੋਂ ਦੇ ਮਸ਼ਹੂਰ ਸ਼ਾਇਰ ਰਸੂਲ ਰਜ਼ਾ ਨੇ ਜੋ ਟੋਸਟ ਪੇਸ਼ ਕੀਤਾ, ਉਹ ਅਜੇ ਤਕ ਮੇਰੀ ਡਾਇਰੀ ਵਿਚ ਲਿਖਿਆ ਹੋਇਆ ਹੈ–"ਇਹ ਤਾਂ ਪੰਜ ਸ਼ਾਇਰ ਔਰਤਾਂ ਰਲ ਗਈਆਂ, ਪੰਜਾਂ ਪਾਣੀਆਂ ਵਾਂਗ, ਤੇ ਇੱਥੇ ਅਜ਼ਰਬਾਈਜਾਨ ਦੀ ਰਾਜਧਾਨੀ ਬਾਕੂ ਵਿਚ ਪੂਰਾ ਪੰਜਾਬ ਬਣ ਗਿਆ। ਸੋ ਮੈਂ ਪੰਜਾਬ ਦੀ ਰੱਖਿਆ ਲਈ ਜਾਮ ਪੀਂਦਾ ਹਾਂ...."

ਇਸੇ ਮਹਿਫ਼ਲ ਵਿਚ ਬਾਹਰਵੀਂ ਸਦੀ ਦੀ ਇਕ ਅਜ਼ਰੀ ਸ਼ਾਇਰਾ ਮਹਸਤੀ ਗੰਜਵੀ ਦਾ ਕਲਾਮ ਵੀ ਪੜ੍ਹਿਆ ਗਿਆ, ਅਤੇ ਮੈਂ ਇਸ ਮਹਿਫ਼ਲ ਨੂੰ "ਅੱਠ ਸਦੀਆਂ ਦੀ ਮਹਿਫ਼ਲ" ਆਖ ਕੇ, ਆਖਿਆ "ਕਦੇ ਮੈਂ ਨਜ਼ਮ ਲਿਖੀ ਸੀ ਕਿ ਰਲ ਗਈ ਸੀ ਏਸ ਵਿਚ ਇਕ ਬੂੰਦ ਤੇਰੇ ਇਸ਼ਕ ਦੀ, ਇਸ ਲਈ ਮੈਂ ਉਮਰ ਦੀ ਸਾਰੀ ਕੁੜੱਤਣ ਪੀ ਲਈ, ਪਰ ਅੱਜ ਇਸ ਮਹਿਫ਼ਲ ਵਿਚ ਬੈਠਿਆਂ ਮੈਨੂੰ ਪਤਾ ਲੱਗਾ ਏ ਕਿ ਮੇਰੀ ਉਮਰ ਦੇ ਪਿਆਲੇ ਵਿਚ ਇਨਸਾਨੀ ਪਿਆਰ ਦੀਆਂ ਬਹੁਤ ਸਾਰੀਆਂ ਬੂੰਦਾਂ ਰਲ ਗਈਆਂ ਨੇ।"

ਵੀਹ ਸਾਲ ਲੰਬਾ ਸੁਪਨਾ

ਇਕ ਹੋਰ ਸੁਪਨਾ ਸੀ–ਜਿਹਨੇ ਮੇਰੀ ਚੜ੍ਹਦੀ ਜਵਾਨੀ ਨੂੰ ਆਪਣੀਆਂ ਤੰਦਾਂ ਵਿਚ ਵਲ ਲਿਆ ਸੀ। ਹਰ ਤੀਜੀ ਚੌਥੀ ਰਾਤ–ਵੇਖਦੀ ਸਾਂ, ਕੋਈ ਦੋ ਮੰਜਲਾ ਮਕਾਨ ਹੈ, ਕੱਲਾ ਕਾਰਾ, ਕਿਸੇ ਬਸਤੀ ਦਾ ਹਿੱਸਾ ਨਹੀਂ। ਚਾਰੇ ਪਾਸੇ ਜੰਗਲ ਹੈ, ਤੇ ਜਿੱਥੇ ਉਹ ਮਕਾਨ ਹੈ–ਉਹਦੇ ਇੱਕ ਪਾਸੇ ਨਦੀ

ਵਗਦੀ ਹੈ। ਉਸੇ ਨਦੀ ਵਾਲੇ ਪਾਸੇ ਮਕਾਨ ਦੀ ਦੂਸਰੀ ਮੰਜ਼ਲ ਦੀ ਇਕ ਬਾਰੀ ਖੁਲ੍ਹਦੀ ਹੈ, ਜਿੱਥੇ ਕੋਈ ਖਲੋਤਾ, ਬਾਰੀ ਵਿਚੋਂ ਬਾਹਰ, ਜੰਗਲ ਦੇ ਰੁੱਖਾਂ ਨੂੰ ਤੇ ਨਦੀ ਨੂੰ ਵੇਖ ਰਿਹਾ ਹੈ....

ਮੈਨੂੰ ਸਿਰਫ਼ ਉਹਦੀ ਪਿੱਠ ਦਿਸਦੀ ਸੀ, ਤੇ ਏਨਾ ਦਿਸਦਾ ਸੀ ਕਿ ਇਕ ਗਰਮ ਚਾਦਰ ਉਹਦੇ ਮੋਢਿਆਂ ਤੇ ਵਲੀ ਹੁੰਦੀ ਸੀ। ਜਾਂ ਕਦੇ ਉਹ ਬਾਰੀ ਕੋਲ ਲੱਗੇ ਮੇਜ਼ ਉੱਤੇ ਰੱਖੀ ਕਿਸੇ ਕੈਨਵਸ ਨੂੰ ਪੇਂਟ ਕਰ ਰਿਹਾ ਹੁੰਦਾ ਸੀ। ਉਸ ਹਾਲਤ ਵਿਚ ਵੀ, ਮੈਨੂੰ ਸਿਰਫ਼ ਉਹਦਾ ਸੱਜਾ ਮੋਢਾ, ਦਿਸਦਾ ਸੀ। ਸੱਜੀ ਬਾਂਹ, ਤੇ ਚੇਹਰੇ ਦਾ ਸੱਜਾ ਪਾਸਾ–ਜਿਸਤੋਂ ਕੋਈ ਪਛਾਣ ਨਹੀਂ ਸੀ ਹੁੰਦੀ ਕਿ ਉਹ ਕੌਣ ਹੈ ? ਨਾ ਕਦੇ ਇਹ ਪਤਾ ਲਗਦਾ ਸੀ ਕਿ ਉਹ ਹਰ ਤੀਜੀ–ਚੌਥੀ ਰਾਤ ਮੈਨੂੰ ਕਿਉਂ ਵਿਖਾਲੀ ਦੇਂਦਾ ਸੀ....ਤੇ ਏਸ ਸੁਪਨੇ ਦਾ ਕੋਈ ਵੀ ਰਹੱਸ ਮੇਰੀ ਪਕੜ ਵਿਚ ਨਹੀਂ ਔਂਦਾ ਸੀ....

ਸਾਹਿਰ ਦੇ ਨਾਂ ਜੋ ਆਖ਼ਰੀ ਖ਼ਤ ਲਿਖਿਆ ਸੀ, ਉਹ ਕਿਤਾਬੀ ਸੂਰਤ ਵਿਚ ਛਪਣਾ ਸੀ, ਜਿਹਦੇ ਲਈ ਕਿਸੇ ਚਿੱਤਰਕਾਰ ਦੀ ਲੋੜ ਸੀ–ਸੋਚਦੀ ਸਾਂ–ਉਹਦੇ ਕੁਝ ਹਿੱਸੇ ਚਿੱਤਰਿਤ ਹੋਣ....
ਦਿੱਲੀ ਵਿਚ, ਉਹਨੀਂ ਦਿਨੀਂ ਸੇਠੀ ਚਿੱਤਰਕਾਰ ਦਾ ਨਾਂ ਸੁਣੀਂਦਾ ਸੀ। ਅਦਬੀ ਹਲਕੇ ਵਿਚੋਂ ਇੱਕ ਦੇਵਿੰਦਰ ਸੀ, ਜੋ ਮੈਨੂੰ ਸੰਜੀਦਾ ਜਾਪਿਆ ਸੀ। ਉਹਦੇ ਨਾਲ ਗੱਲ ਕੀਤੀ, ਉਹ ਸੇਠੀ ਨੂੰ ਜਾਣਦਾ ਸੀ, ਪਰ ਉਹਨੂੰ ਸੇਠੀ ਨੇ ਕਿਹਾ–ਬੰਬਈ ਤੋਂ ਅਜਕਲ ਇਕ ਚਿੱਤਰਕਾਰ ਆਇਆ ਹੋਇਆ ਹੈ, ਸ਼ਮ੍ਹਾ ਦੇ ਦਫ਼ਤਰ ਕੰਮ ਕਰਦਾ ਹੈ, ਉਹਦੀ ਕਲਾ ਵਿਚ ਜੋ ਬਾਰੀਕੀ ਹੈ, ਉਹ ਮੇਰੇ ਦਫ਼ਤਰ ਦੇ ਚਿੱਤਰਕਾਰਾਂ ਕੋਲ ਨਹੀਂ। ਸੋ ਇਕ ਦਿਨ–ਦੇਵਿੰਦਰ, ਲੈ ਆਇਆ ਸੀ, ਉਸ ਚਿੱਤਰਕਾਰ ਨੂੰ, ਆਖ਼ਰੀ ਖ਼ਤ ਨੂੰ ਚਿੱਤਰਤ ਕਰਨ ਲਈ....

"ਆਖ਼ਰੀ ਖ਼ਤ" ਕਿਤਾਬ ਛਪੀ, ਪੰਜਾਬੀ ਵਿਚ ਵੀ, ਹਿੰਦੀ ਵਿਚ ਵੀ, ਪਰ ਇਹ ਦੋਵੇਂ ਜ਼ਬਾਨਾਂ ਚੁੱਪ ਦੀਆਂ ਚੁੱਪ ਰਹਿ ਗਈਆਂ, ਕਿਉਂਕਿ ਇਹਨਾਂ ਨੇ ਸਾਹਿਰ ਤਕ ਨਹੀਂ ਸੀ ਅੱਪੜ ਸੱਕਣਾ, ਜਿਹਦੇ ਲਈ ਉਹ ਆਖ਼ਰੀ ਖ਼ਤ ਲਿਖਿਆ ਸੀ....
ਸ਼ਮ੍ਹਾ ਉਰਦੂ ਮਹੀਨੇ ਵਾਰ ਨੇ ਉਨ੍ਹਾਂ ਦਿਨਾਂ ਵਿਚ ਇਕ ਅਦਬੀ ਪਰਚਾ ਸ਼ੁਰੂ ਕੀਤਾ ਸੀ–ਆਈਨਾ। ਉਸੇ ਆਈਨਾ ਵਿਚ ਆਖ਼ਰੀ ਖ਼ਤ ਛਪਵਾਇਆ ਕਿ ਸ਼ਾਇਦ ਉਹਦੀ ਨਜ਼ਰੋਂ ਲੰਘ ਜਾਏ....ਇਸ ਤੋਂ ਬਾਅਦ ਇਕ ਖ਼ਮੋਸ਼ੀ ਸੀ–ਹੋਰ ਕੁਝ ਨਹੀਂ।

ਭਾਵੇਂ ਇਹ ਗੱਲ ਵਰ੍ਹਿਆਂ ਪਿਛੋਂ ਪਤਾ-ਲੱਗੀ ਸਾਹਿਰ ਦੀ ਜ਼ਬਾਨੀ, ਕਿ "ਮੈਂ ਜਦੋਂ ਆਈਨਾ ਵਿਚ ਆਖ਼ਰੀ ਖ਼ਤ ਪੜ੍ਹਿਆ, ਦਿਲ ਕੀਤਾ, ਹੁਣੇ ਅਬੱਾਸ ਦੇ ਘਰ ਜਾਵਾਂ, ਕ੍ਰਿਸ਼ਨ ਚੰਦਰ ਦੇ ਘਰ ਵੀ, ਤੇ ਹੋਰ ਦੋਸਤਾਂ ਦੇ ਘਰ ਵੀ, ਤੇ ਦੱਸਾਂ–ਕਿ ਇਹ ਖ਼ਤ ਮੇਰੇ ਨਾਂ ਲਿਖਿਆ ਹੋਇਆ ਹੈ। ਪਰ ਆਪੇ ਮੈਂ ਚੁੱਪ ਕਰ ਗਿਆ। ਜਾਪਿਆ–ਕਿ ਜਦੋਂ ਇਹ ਆਖਾਂਗਾ, ਤਾਂ ਸਾਰੇ ਦੋਸਤ ਕਹਿਣਗੇ–ਹਾਂ, ਹਾਂ, ਤੇਰੇ ਨਾਂ ਲਿਖਿਆ ਹੋਇਆ ਏ, ਚੱਲ ਬੇਟਾ। ਤੈਨੂੰ ਪਾਗਲਖਾਨੇ ਛੱਡ ਔਂਦੇ ਹਾਂ....ਤੇ ਮੈਂ ਇਹ ਸੋਚ ਕੇ ਚੁੱਪ ਕਰ ਗਿਆ...."

ਇਹ ਸਾਹਿਰ ਦੀ ਇੱਕ ਚੁੱਪ ਸੀ, ਜਿਹਨੂੰ ਮੇਰੀ ਜ਼ਿੰਦਗੀ ਦੇ ਵਰ੍ਹੇ ਕਦੇ ਨਹੀਂ ਸਮਝ ਸੱਕੇ। ਤੇ ਸ਼ਾਇਦ ਉਹ ਵੀ ਆਪਣੀ ਚੁੱਪ ਨੂੰ ਨਹੀਂ ਸੀ ਸਮਝ ਸੱਕਿਆ
ਪਰ ਗੱਲ ਉਦੋਂ ਦੀ ਹੈ, ਜਦੋਂ ਮੈਂ ਉਸ ਚੁੱਪ ਵਿਚੋਂ ਲੰਘ ਰਹੀ ਸਾਂ। ਤੇ ਚੁੱਪ ਦੀ ਬਰਫ਼ ਕਿਤੋਂ ਵੀ ਹਿਲਦੀ ਪੰਘਰਦੀ ਨਹੀਂ ਸੀ....

ਇੱਕ ਦਿਨ ਅਚਾਨਕ ਇਮਰੋਜ਼ (ਉਨ੍ਹਾਂ ਦਿਨਾਂ ਵਿਚ ਇੰਦਰਜੀਤ ਚਿੱਤਰਕਾਰ) ਆਪਣੇ ਦਫ਼ਤਰ ਤੋਂ ਰੋਟੀ ਵੇਲੇ ਦੀ ਛੁੱਟੀ ਵੇਲੇ, ਮੇਰੇ ਕੋਲ ਆਇਆ, ਬੜਾ ਖੁਸ਼। ਉਹਨੂੰ ਬੰਬਈ ਦੇ ਫਿਲਮ ਡਾਇਰੈਕਟਰ ਗੁਰੂ ਦੱਤ ਦਾ ਖ਼ਤ ਆਇਆ ਸੀ, ਜਿਹਨੇ ਬੁਲਾ ਭੇਜਿਆ ਸੀ, ਉਹਨੂੰ, ਆਪਣੀਆਂ ਫ਼ਿਲਮਾਂ ਦੇ ਕੰਮ ਲਈ। ਤਨਖ਼ਾਹ ਦੀ ਪੇਸ਼ਕਸ਼ ਵੀ ਚੰਗੀ ਸੀ, ਰਹਾਇਸ਼ ਦਾ ਬੰਦੋਬਸਤ ਵੀ–ਤੇ ਆਰਟਿਸਟ ਖ਼ੁਸ਼ ਸੀ....

ਮੈਂ ਖੁਸ਼ ਸਾਂ–ਕਿ ਉਹਨੇ ਆਪਣੀ ਕਲਾ ਦੀ ਇਹ ਕਦਰਦਾਨੀ ਸਭ ਤੋਂ ਪਹਿਲਾਂ ਮੈਨੂੰ ਸੁਨਾਣੀ ਚਾਹੀ ਸੀ....

ਰੱਬ ਜਾਣਦਾ ਹੈ–ਮੈਂ ਚੇਤਨ ਤੌਰ ਤੇ ਕੁਝ ਵੀ ਉਹਦੇ ਨਾਲ ਜੋੜਿਆ ਹੋਇਆ ਨਹੀਂ ਸੀ, ਪਰ ਉਸ ਵੇਲੇ ਮੇਰੇ ਅੰਦਰ ਕਹਿਰਾਂ ਦਾ ਹੌਲ ਪਿਆ–ਕਿ ਇੱਕ ਵਾਰ ਏਸੇ ਬੰਬਈ ਨੇ ਮੇਰੇ ਕੋਲੋਂ ਸਾਹਿਰ ਖੋਹ ਲਿਆ ਸੀ, ਤੇ ਹੁਣ ਉਹੀਉ ਬੰਬਈ ਦੂਜੀ ਵਾਰ....

ਏਸ 'ਦੂਜੀ ਵਾਰ' ਲਫ਼ਜ਼ ਦਾ ਭੇਤ ਮੈਂ ਨਹੀਂ ਸਾਂ ਜਾਣਦੀ, ਸਿਰਫ਼ ਤਕਦੀਰ ਜਾਣਦੀ ਸੀ....
ਅੱਖਾਂ ਦਾ ਪਾਣੀ ਸੰਭਾਲਿਆ ਨਹੀਂ ਸੀ ਜਾ ਰਿਹਾ, ਇਸ ਲਈ ਕੋਲ ਪਏ ਮੇਜ਼ ਤੋਂ ਕੋਈ ਰਸਾਲਾ ਚੁੱਕ ਕੇ ਮੈਂ ਅੱਖਾਂ ਅੱਗੇ ਰੱਖ ਲਿਆ....

ਉਨ੍ਹਾਂ ਦਿਨਾਂ ਵਿਚ ਜਦੋਂ ਕਦੇ ਉਹਦੇ ਨਾਲ ਮੁਲਾਕਾਤ ਹੁੰਦੀ ਸੀ, ਹਮੇਸ਼ਾਂ ਕਿਸੇ ਕਿਤਾਬ ਦੀ ਗੱਲ ਹੁੰਦੀ ਸੀ ਕਿ ਮੈਂ ਕੀ ਪੜ੍ਹ ਰਹੀ ਸਾਂ, ਜਾਂ ਉਹਨੇ ਅਜ ਕਲ ਕੀ ਪੜ੍ਹਿਆ ਹੈ। ਕਮਰੇ ਵਿਚ ਇਕ ਚੁੱਪ ਜਹੀ ਆ ਗਈ ਸੀ, ਸ਼ਾਇਦ ਇਸੇ ਲਈ ਉਹਨੇ ਪੁੱਛਿਆ–ਅਜ ਕਲ ਕੋਈ ਨਵੀਂ ਕਿਤਾਬ ਪੜ੍ਹੀ ਏ? ਉਸ ਵੇਲੇ ਕਦੇ ਪਹਿਲਾਂ ਦੀ ਪੜ੍ਹੀ ਹੋਈ ਇਕ ਕਿਤਾਬ ਚੇਤੇ ਆਈ। ਅੰਗ੍ਰੇਜ਼ੀ ਦਾ ਇਕ ਨਾਵਲ, ਕਿਤਾਬ ਦਾ ਨਾਂ ਵੀ ਭੁੱਲ ਗਿਆ ਹੋਇਆ ਸੀ, ਲਿਖਣ ਵਾਲੇ ਦਾ ਵੀ, ਪਰ ਉਸ ਘੜੀ ਜਾਪ ਰਿਹਾ ਸੀ–ਜਿਵੇਂ ਉਸ ਨਾਵਲ ਦੀ ਕਹਾਣੀ–ਅਜ ਮੇਰੇ ਨਾਲ ਵਾਪਰ ਰਹੀ ਹੋਵੇ....

ਤੇ ਉਹ ਕਹਾਣੀ ਮੈਂ ਉਸ ਵੇਲੇ ਓਹਨੂੰ ਸਣਾਈ–"ਇਹ ਇੱਕ ਬੜੇ ਵਧੀਆ ਸ਼ਾਇਰ ਦੀ ਕਹਾਣੀ ਏਂ, ਜਿਹਨੂੰ ਰੱਬ ਵੱਲੋਂ ਦਿਲ ਮਿਲਿਆ ਸੀ, ਪਰ ਸੂਰਤ ਨਹੀਂ ਸੀ ਮਿਲੀ। ਉਹਨੂੰ ਇਕ ਅੰਤਾਂ ਦੀ ਹੁਸੀਨ ਲੜਕੀ ਨਾਲ ਮੁਹੱਬਤ ਹੋ ਜਾਂਦੀ ਏ, ਦੀਵਾਨਗੀ ਦੀ ਹੱਦ ਤਕ, ਪਰ ਉਹ ਕਦੇ ਉਸ ਮੁਹੱਬਤ ਨੂੰ ਜ਼ਬਾਨ ਤੇ ਨਹੀਂ ਲਿਆ ਸਕਦਾ....

ਉਸੇ ਦਾ ਇੱਕ ਦੋਸਤ, ਬੜਾ ਅਮੀਰ ਤੇ ਬੜਾ ਸੂਰਤ ਵਾਲਾ ਬੰਦਾ ਸੀ, ਤੇ ਸਬੱਬ ਇਹ ਹੁੰਦਾ ਹੈ ਕਿ ਉਹਨੂੰ ਵੀ ਉਸੇ ਹੁਸੀਨ ਲੜਕੀ ਨਾਲ ਮੁਹੱਬਤ ਹੋ ਜਾਂਦੀ ਏ–ਪਰ ਉਹਦੇ ਕੋਲ ਕੁਝ ਵੀ ਕਹਿ ਸੱਕਣ ਦੀ ਜਾਚ ਨਹੀਂ। ਉਸ ਵੇਲੇ ਉਹ ਸ਼ਾਇਰ ਦੋਸਤ ਆਪਣੇ ਸਾਰੇ ਅਹਿਸਾਸ ਲਫ਼ਜ਼ਾਂ ਵਿਚ ਪਾ ਕੇ ਲਫ਼ਜ਼ ਉਹਨੂੰ ਦੇ ਦੇਂਦਾ ਏ–ਤੇ ਉਹ ਸੁੰਦਰੀ ਕੋਲ ਜਾ ਕੇ ਜੋ ਕੁਝ ਆਖਦਾ ਏ, ਆਵਾਜ਼ ਉਹਦੀ ਹੁੰਦੀ ਏ, ਪਰ ਲਫ਼ਜ਼ ਉਹਦੇ ਦੋਸਤ ਦੇ....

ਉਹ ਸੁੰਦਰੀ ਫ਼ਿਦਾ ਹੋ ਜਾਂਦੀ ਏ, ਉਹਦੇ ਅੰਜਾਜ਼ ਤੇ। ਨਾਲ ਹੀ ਉਹ ਏਨਾ ਖ਼ੂਬਸੂਰਤ ਤੇ ਅਮੀਰ ਏ, ਏਸ ਲਈ ਕੁਝ ਦਿਨਾਂ ਦੀ ਮੁਲਾਕਾਤ ਤੋਂ ਬਾਅਦ ਉਹਦੇ ਨਾਲ ਵਿਆਹ ਕਰ ਲੈਂਦੀ ਏ....

ਫੇਰ ਸਬੱਬ ਬਣਦਾ ਏ, ਜੰਗ ਛਿੜ ਜਾਂਦੀ ਏ, ਤੇ ਦੋਹਾਂ ਦੋਸਤਾਂ ਨੂੰ ਮਹਾਜ਼ ਤੇ ਜਾਣਾ ਪੈਂਦਾ ਏ। ਉਥੋਂ ਉਸ ਸੁੰਦਰੀ ਦਾ ਖਾਵੰਦ ਜੋ ਖ਼ਤ ਲਿਖਦਾ ਏ, ਬੜੇ ਸ਼ਾਇਰਾਨਾ ਖ਼ਤ, ਉਹ ਸਾਰੇ ਉਹਦੇ ਦੋਸਤ ਦੇ ਲਿਖਵਾਏ ਹੋਏ ਹੁੰਦੇ ਨੇ....

ਉਸੇ ਜੰਗ ਵਿਚ ਉਸ ਸੁੰਦਰੀ ਦਾ ਖਾਵੰਦ ਮਾਰਿਆ ਜਾਂਦਾ ਏ, ਤੇ ਉਹਦਾ ਦੋਸਤ ਜ਼ਖ਼ਮੀ ਹੋ ਕੇ, ਮਰਣ ਮਰਾਂਦ ਹਾਲਤ ਵਿਚ ਉਸ ਸ਼ਹਿਰ ਦੇ ਹਸਪਤਾਲ ਵਿਚ ਭੇਜਿਆ ਜਾਂਦਾ ਏ। ਉਸ ਹੁਸੀਨਾ ਨੂੰ ਪਤਾ ਲਗਦਾ ਏ, ਤਾਂ ਹਸਪਤਾਲ ਔਂਦੀ ਏ, ਉਹਦੇ ਕੋਲੋਂ ਆਪਣੇ ਮਰ ਚੁੱਕੇ ਖਾਵੰਦ ਦੀਆਂ ਗੱਲਾਂ ਸੁਨਣ ਵਾਸਤੇ। ਤੇ ਇਕ ਸ਼ਾਮ ਉਹ ਸਾਰੇ ਖ਼ਤ ਵੀ ਲਿਔਂਦੀ ਏ, ਉਹਨੂੰ ਵਿਖਾਣ ਲਈ ਕਿ ਵੇਖ! ਉਹ ਕਿਹੋ ਜਿਹਾ ਨਫ਼ੀਸ ਬੰਦਾ ਸੀ।

ਹਸਪਤਾਲ ਵਿਚ ਦੋਸਤ ਦੇ ਬਿਸਤਰੇ ਕੋਲ ਬੈਠੀ, ਉਹ ਸਾਰੇ ਖ਼ਤ ਉਹਨੂੰ ਦੇਂਦੀ ਏ, ਤੇ ਆਖਦੀ ਏ, ਹੁਣ ਤੂੰ ਪੜ੍ਹ, ਜ਼ਰਾ ਉੱਚੀ, ਮੈਂ ਅੱਖਾਂ ਮੀਟ ਕੇ ਸੁਣਾਂ—ਤਾਂ ਜਾਪੇਗਾ ਜਿਵੇਂ ਉਸੇ ਦੀ ਆਵਾਜ਼ ਸੁਣ ਰਹੀ ਹਾਂ....

ਖ਼ਤ ਪੜ੍ਹਦਿਆਂ ਪੜ੍ਹਦਿਆਂ ਡੂੰਘੀ ਸ਼ਾਮ ਹੋ ਜਾਂਦੀ ਏ, ਕਮਰੇ ਦੀ ਬੱਤੀ ਜਗਾਣ ਦਾ ਕਿਸੇ ਨੂੰ ਧਿਆਨ ਨਹੀ ਔਂਦਾ, ਤੇ ਅਚਾਨਕ ਉਹ ਤ੍ਰਭਕ ਜਾਂਦੀ ਏ ਕਿ ਉਹ ਦੋਸਤ, ਏਨੇ ਹਨੇਰੇ ਵਿਚ, ਖ਼ਤ ਕਿਵੇਂ ਪੜ੍ਹਦਾ ਪਿਆ ਏ ?....

ਖ਼ਤ ਦਾ ਅੱਖਰ ਅੱਖਰ ਪੜ੍ਹਣ ਵਾਲੇ ਦੀ ਛਾਤੀ ਵਿਚ ਲਿਖਿਆ ਹੋਇਆ ਸੀ—ਉਹਨੂੰ ਬਾਹਰਲੇ ਚਾਨਣ ਦੀ ਲੋੜ ਨਹੀਂ ਸੀ—ਤੇ ਉਸ ਵੇਲੇ ਉਹ ਹੁਸੀਨਾ ਉਸ ਭੇਤ ਨੂੰ ਪਾ ਜਾਂਦੀ ਏ, ਜੋ ਉਹਨੇ ਅਜੇ ਤਕ ਨਹੀਂ ਸੀ ਪਾਇਆ....

ਉਹ ਦੋਸਤ ਬੜੀ ਮਰਣ ਮਰਾਂਦ ਹਾਲਤ ਵਿਚ ਸੀ। ਦੂਜੇ ਦਿਨ ਉਹਦੀ ਮੌਤ ਦੀ ਖ਼ਬਰ ਮਿਲੀ, ਤਾਂ ਉਹ ਹੁਸੀਨਾ ਦੌੜ ਕੇ ਹਸਪਤਾਲ ਗਈ—ਉਹਦੇ ਹੋਠ ਚੁੰਮੇ, ਤੇ ਆਖਿਆ "ਆਈ ਲਵੱਡ ਵਨ ਮੈਨ ਬਟ ਲੱਸਟ ਹਿਮ ਟਵਾਈਸ"

ਇਹ ਕਹਾਣੀ ਸੀ, ਜੋ ਉਸ ਵੇਲੇ ਮੈਂ ਚਿੱਤਰਕਾਰ ਨੂੰ ਸੁਣਾਈ, ਮਨ ਵਿੱਚ ਪੱਕਾ ਯਕੀਨ ਲੈ ਕੇ, ਕਿ ਉਹ ਇਸ ਕਹਾਣੀ ਤੋਂ ਮੇਰੇ ਕਿਸੇ ਅਹਿਸਾਸ ਨੂੰ ਨਹੀਂ ਕਿਆਸ ਸੱਕੇਗਾ....

ਉਹ ਬੰਬਈ ਚਲਾ ਗਿਆ, ਮੇਰੀ ਜਾਚੇ ਹਮੇਸ਼ਾਂ ਲਈ। ਪਰ ਤਿੰਨ ਦਿਨ ਗੁਜ਼ਰੇ ਸਨ ਕਿ ਉਹਦਾ ਬੰਬਈ ਤੋਂ ਫ਼ੋਨ ਆਇਆ 'ਮੈਂ ਕੱਲ੍ਹ ਪਰਤ ਆਵਾਂਗਾ। ਇਥੇ ਨੌਕਰੀ ਵਾਲਾ ਸਾਰਾ ਸਿਲਸਿਲਾ ਠੀਕ ਏ, ਗੁਰੂ ਦੱਤ ਮੈਨੂੰ ਚੰਗਾ ਲੱਗਾ ਏ, ਪਰ ਮੈਨੂੰ ਜਾਪਿਆ, ਮੈਂ ਇੱਥੇ ਰਹਿ ਨਹੀਂ ਸਕਾਂਗਾ...."

ਮੈਂ ਪੁੱਛਿਆ—ਕਿਉਂ ? ਤਾਂ ਉਹਨੇ ਸਿਰਫ਼ ਏਨਾ ਆਖਿਆ—ਪਤਾ ਨਹੀਂ....

ਅਗਲੀ ਜ਼ਿੰਦਗੀ ਦਾ ਕਿਆਸ ਜਿਹਾ ਵੀ, ਨਾ ਮੈਨੂੰ ਸੀ, ਨਾ ਉਹਨੂੰ। ਪਰ ਲਗਦਾ ਏ—ਤਕਦੀਰ ਨੂੰ ਸਭ ਕੁਝ ਪਤਾ ਸੀ....

ਉਦੋਂ ਤਕ ਮੈਂ ਆਪਣੇ ਵੀਹ ਸਾਲ ਲੰਬੇ ਸੁਪਨੇ ਨੂੰ ਕਦੇ ਉਹਦੇ ਨਾਲ ਜੋੜ ਕੇ ਨਹੀਂ ਸੀ ਵੇਖਿਆ। ਪਰ ਇਹ ਹਕੀਕਤ ਹੈ ਕਿ ਉਹਦੇ ਮਿਲਣ ਤੋਂ ਬਾਅਦ ਫੇਰ ਕਦੇ ਮੈਨੂੰ ਉਹ ਸੁਪਨਾ ਨਹੀਂ ਆਇਆ....

ਦੁੱਖਾਂ ਵਾਲਾ ਡੱਲਡੂ

ਮੈਨੂੰ ਛੋਟੀ ਹੁੰਦੀ ਨੂੰ ਮੇਰੇ ਪਿਤਾ ਹਰ ਵਰ੍ਹੇ ਡਲਹੌਜ਼ੀ ਲੈ ਜਾਂਦੇ ਸਨ। ਅੱਜ ਵੀ ਉਹ ਵੇਲਾ ਚੇਤੇ ਕਰਾਂ, ਤਾਂ ਉਹਨਾਂ ਤੱਤੀਆਂ ਪੰਘਰੀਆਂ ਹੋਈਆਂ ਘੜੀਆਂ ਵਿਚ ਮੈਂ ਫੇਰ ਪੰਘਰ ਜਾਂਦੀ ਹਾਂ....

ਇਕ ਬੜੀ ਛਬੀਲੀ ਪਹਾੜਣ ਸੀ, ਜਿਹੜੀ ਦੁੱਧ ਦੇਣ ਔਂਦੀ ਹੁੰਦੀ ਸੀ। ਮੈਂ ਛੋਟੀ ਹੁੰਦੀ ਨੇ ਇਕ ਕੁੱਤਾ ਪਾਲਿਆ ਹੋਇਆ ਸੀ, ਜਿਹਦਾ ਨਾਂ ਕੰਚਕੀ ਰਖਿਆ ਹੋਇਆ ਸੀ। ਇਕ ਵਾਰ ਡਲਹੌਜ਼ੀ ਉਹਨੂੰ ਵੀ ਨਾਲ ਲੈ ਗਈ ਸਾਂ। ਉਹ ਪਹਾੜਣ ਦੁੱਧ ਦੇਣ ਔਂਦੀ, ਤਾਂ ਕੁੱਤੇ ਨੂੰ ਬੜਾ ਲਾਡ ਕਰਦੀ—ਤੇ ਫੇਰ ਇਕ ਦਿਨ ਮੈਨੂੰ ਪਹਾੜੀ ਗੀਤ ਸੁਣਾਂਦੀ ਨੇ, ਮੇਰੇ ਕੋਲੋਂ ਇਕਰਾਰ ਮੰਗ ਲਿਆ ਕਿ ਮੈਂ ਸ਼ਹਿਰ ਮੁੜਣ ਵੇਲੇ, ਉਹ ਕੁੱਤਾ ਉਹਨੂੰ ਦੇ ਜਾਵਾਂਗੀ....
ਇੰਜ ਰੋਜ਼ ਦੇ ਆਹਰਾਂ ਪਾਹਰਾਂ ਵਿਚ ਵਲੀ ਹੋਈ ਉਹ ਪਹਾੜਣ ਮੇਰੇ ਲਈ ਬੜਾ ਹੀ ਵੇਲਾ ਖ਼ਰਚ ਦੇਂਦੀ ਸੀ। ਮੈਨੂੰ ਪਹਾੜੀ ਕਹਾਣੀਆਂ ਸੁਣਾਂਦੀ, ਤੇ ਲੋਰ ਵਿਚ ਆ ਕੇ ਕਈ ਗੀਤ ਗੌਂਦੀ। ਉਹਦਾ ਲਿਹਾਜ਼ ਮੁਲਾਹਜ਼ਾ ਏਥੋਂ ਤਕ ਹੋ ਗਿਆ ਸੀ ਕਿ ਇਕ ਵਾਰ ਉਹਨੇ ਮੈਨੂੰ ਆਪਣੇ ਨਵੇਂ ਚਮਚਮ ਕਰਦੇ ਕੱਪੜੇ ਲਿਆ ਕੇ ਦਿੱਤੇ ਕਿ ਉਹ ਪਾ ਕੇ ਮੈਂ ਪਹਾੜੀ ਵੇਸ ਵਿਚ ਤਸਵੀਰਾਂ ਖਿਚਵਾ ਲਵਾਂ.... ਉਹ ਕਈ ਤਸਵੀਰਾਂ ਸਨ, ਜੋ ਮੈਂ ਸਿਰ ਉੱਤੇ ਟੋਪੀ ਪਾ ਕੇ, ਹੱਥ ਸੋਟੀ ਫੜ ਕੇ ਪਹਾੜੀ ਵੇਸ ਵਿਚ ਖਿਚਵਾਈਆਂ ਸਨ, ਤੇ ਦੇਸ ਦੀ ਤਕਸੀਮ ਤਕ ਉਹ ਮੇਰੇ ਕੋਲ ਹੁੰਦੀਆਂ ਸਨ। ਫੇਰ ਜਿਥੇ ਹੋਰ ਕਈ ਕੁਝ ਗੁਆਚ ਗਿਆ, ਉਹ ਤਸਵੀਰਾਂ ਵੀ ਗੁਆਚ ਗਈਆਂ। ਤੇ ਉਸ ਪਹਾੜਣ ਦਾ ਨਾਂ ਵੀ ਮੇਰੇ ਚੇਤੇ ਵਿਚੋਂ ਗੁਆਚ ਗਿਆ.....

ਪਰ ਜੋ ਕਦੇ ਨਹੀਂ ਗੁਆਚਿਆ—ਉਹ ਇਕ ਗੀਤ ਸੀ, ਜੋ ਉਹ ਪਹਾੜਣ ਬੜੇ ਲੋਰ ਵਿਚ ਗੌਂਦੀ ਹੁੰਦੀ ਸੀ—'ਦੁਖਾਂ ਵਾਲਾ ਡੱਲੜੂ ਤੂੰ ਮੇਰੇ ਕੰਨੇ ਦੇਈਦੇ, ਤੇ ਹੋਈ ਜਾ ਅਗਾੜੀ ਮੇਰੇ ਮਾਹਣੂਆਂ.... ਜ਼ਿੰਦਗੀ ਵਿਚ ਬੜੇ ਤਿੱਖੇ ਵਾਵਰੋਲਿਆਂ ਵਰਗੇ ਵੇਲੇ ਆਏ, ਜਦੋਂ ਪੈਰਾਂ ਹੇਠੋਂ ਜ਼ਮੀਨ ਹਿੱਲ ਗਈ ਜਾਪਦੀ ਸੀ, ਤੇ ਸਿਰ ਉੱਤੋਂ ਛੱਪਰ ਦੀ ਛੱਤ ਵੀ ਉੱਡ ਗਈ ਜਾਪਦੀ ਸੀ—ਉਸ ਵੇਲੇ ਜੇ ਕੋਈ ਮੈਨੂੰ ਠੁੰਮ੍ਹਣਾ ਦੇ ਕੇ ਮੇਰੇ ਕੋਲ ਆ ਖਲੋਤਾ ਸੀ, ਤਾਂ ਉਹ ਇਹ ਗੀਤ ਸੀ—ਦੁੱਖਾਂ ਵਾਲਾ ਡੱਲੜੂ ਤੂੰ ਮੇਰੇ ਕੰਨੇ ਦੇਈਦੇ....
ਮੈਂ ਅੱਡੀਆਂ ਉਸ ਜ਼ਮੀਨ ਉੱਤੇ ਲਾ ਦੇਂਦੀ, ਜਿਹਦੀ ਮਿੱਟੀ ਮੇਰੇ ਪੈਰਾਂ ਹੇਠੋਂ ਕਿਰਦੀ ਜਾਪਦੀ ਸੀ, ਤੇ ਆਪਣੇ ਆਪ ਨੂੰ ਆਖਦੀ—ਮੈਂ ਤਾਂ ਆਪਣਾ ਵੀ, ਤੇ "ਉਹਦਾ" ਵੀ ਦੁੱਖਾਂ ਵਾਲਾ ਡੱਲੜੂ ਫੜ ਕੇ ਤੁਰਨਾ ਹੈ, ਘਬਰਾਂਦੀ ਕਿਉਂ ਪਈ ਹਾਂ ?

ਸਾਹਮਣੇ ਦਿਸਦਾ ਸੀ ਕਿ ਸਾਥ ਨਿੱਖੜਦਾ ਪਿਆ ਹੈ। ਉਸ ਦੂਜੇ ਵਿਚ ਏਨਾ ਜੇਰਾ ਨਹੀਂ, ਕਿ ਆਪਣੇ ਦੁੱਖਾਂ ਦਾ ਡੱਲੜੂ ਫੜ ਕੇ ਮੇਰੇ ਸੰਗ ਸੰਗ ਤੁਰਦਾ ਰਹੇ, ਤੇ ਮੇਰੇ ਵੀ ਦੁੱਖਾਂ ਵਾਲੇ ਡੱਲੜੂ ਨੂੰ ਹੱਥ ਪੁਆਏ—ਸੋ ਰੋਂਦੀ ਰੋਂਦੀ ਹੱਸ ਪੈਂਦੀ ਸਾਂ, ਤੇ ਦੋਵੇਂ ਹੱਥ ਅੱਗੇ ਕਰਕੇ ਉਸ ਦਾ ਡੱਲੜੂ ਵੀ ਮੰਗ ਲੈਂਦੀ ਸਾਂ, ਤੇ ਆਖਦੀ ਸਾਂ—ਤੂੰ ਇਹਦੇ ਭਾਰ ਤੋਂ ਖ਼ਾਲੀ ਹੋ ਕੇ ਅੱਗੇ ਲੰਘ ਜਾਹ। ਮੈਂ ਇਹਨੂੰ ਚੁੱਕੀ ਚੁੱਕੀ ਤੁਰਦੀ ਰਹਾਂਗੀ—ਕਿਤੇ ਅੱਪੜ ਗਈ ਤਾਂ ਵਾਹ ਭਲਾ, ਨਾ ਅੱਪੜੀ ਤਾਂ ਤੇਰੇ ਤੇ ਉਲਾਂਭਾ ਕੋਈ ਨਹੀਂ.....
ਇਹੋ ਗੀਤ ਸੀ—ਇਹੋ ਸਤਰ ਜੋ ਮੈਂ ਸਾਹਿਰ ਦੀ ਮੁਹੱਬਤ ਵੇਲੇ ਵੀ ਹੋਠਾਂ ਉੱਤੇ ਰੱਖ ਲਈ ਸੀ, ਤੇ ਇਮਰੋਜ਼ ਦੀ ਮੁਹੱਬਤ ਵੇਲੇ ਵੀ....

ਰੱਬ ਜਾਣੇ—ਸਾਹਿਰ ਦੇ ਰਾਹਵਾਂ ਦਾ ਕੀ ਤਕਾਜ਼ਾ ਸੀ, ਤੇ ਉਹਨੇ ਆਪਣੇ ਦੁੱਖਾਂ ਵਾਲਾ ਡੱਲੜੂ ਖੌਰੇ ਆਪ ਕਿੰਨਾ ਕੁ ਚੁੱਕਿਆ, ਤੇ ਕਿੰਨਾ ਕੁ ਮੈਨੂੰ ਫੜਾਇਆ, ਪਰ ਉਹ ਅਗਾੜੀ ਤੁਰ ਗਿਆ ਸੀ, ਤੇ ਜਦੋਂ ਇਤਿਹਾਸ ਨੇ ਆਪਣੇ ਆਪ ਨੂੰ ਦੁਹਰਾਇਆ, ਮੈਂ ਇਮਰੋਜ਼ ਨੂੰ ਵੀ ਇਹੋ ਗੱਲ ਆਖੀ, ਤਾਂ

ਉਹ ਅਗਾੜੀ ਜਾ ਕੇ ਵੀ ਪਿਛਾਂਹ ਮੁੜ ਆਇਆ, ਮੇਰੇ ਸੰਗ ਸੰਗ ਤੁਰਨ ਲਈ।

ਇਹ ਤਾਂ ਰੱਬ ਨੇ ਪੁੱਠੀਆਂ ਨੂੰ ਸਿੱਧੀਆਂ ਪਾ ਦਿੱਤਾ, ਉਹਦਾ ਕਰਮ ਹੋ ਗਿਆ, ਪਰ ਏਸ ਗੀਤ ਦੀ ਸ਼ਕਤੀ ਨੂੰ ਮੈਂ ਹੱਡਾਂ ਨਾਲ ਹੰਢਾਇਆ ਹੈ। ਬਹੁਤ ਛੋਟੀ ਸਾਂ, ਜਦੋਂ ਸੁਣਿਆ ਸੀ, ਪਰ ਸੁਣਦਿਆਂ ਹੀ ਜਿਵੇਂ ਵੱਡੀ ਹੋ ਗਈ ਸਾਂ, ਉਸ ਜੇਰੇ ਵਾਲੀ, ਜੋ ਦੋਵੇਂ ਹੱਥ ਅੱਗੇ ਕਰਕੇ ਆਪਣੇ ਪਿਆਰੇ ਦੇ ਦੁੱਖਾਂ ਵਾਲਾ ਡੱਲਡੂ ਚੁੱਕ ਸਕਦੀ ਹੈ....

ਅੱਧੀ ਰੋਟੀ ਪੂਰਾ ਚੰਨ

ਉਹ ਪੂਰੇ ਚੰਨ ਵਾਲੀ ਰਾਤ ਸੀ। ਗੱਲ ਸ਼ਾਇਦ 1959 ਦੀ ਹੈ। ਦਿੱਲੀ ਰੇਡੀਉ ਤੇ ਮੈਂ ਕੰਮ ਕਰਦੀ ਸਾਂ, ਤੇ ਵਾਪਸੀ ਲਈ ਮੈਨੂੰ ਦਫ਼ਤਰ ਦੀ ਗੱਡੀ ਮਿਲਦੀ ਸੀ, ਪਟੇਲ ਨਗਰ ਪੁਚਾਣ ਵਾਸਤੇ। ਇਕ ਦਿਨ ਦਫ਼ਤਰ ਦੀ ਗੱਡੀ ਮਿਲਣ ਵਿਚ ਬਹੁਤ ਦੇਰ ਹੋ ਗਈ। ਉਸ ਦਿਨ ਇਮਰੋਜ਼ ਘੜੀ ਕੁ ਮੈਨੂੰ ਮਿਲਣ ਵਾਸਤੇ ਉਥੇ ਆਇਆ ਹੋਇਆ ਸੀ, ਤੇ ਜਦੋਂ ਗੱਡੀ ਉਡੀਕਦਿਆਂ ਬੜਾ ਵੇਲਾ ਲੰਘ ਗਿਆ, ਤਾਂ ਉਹਨੇ ਆਖਿਆ—ਚਲ! ਮੈਂ ਘਰ ਛੱਡ ਔਂਦਾ ਹਾਂ।

ਉਥੋਂ ਤੁਰੇ ਤਾਂ ਬਾਹਰ ਪੂਰੇ ਚੰਨ ਦੀ ਰਾਤ ਵੇਖ ਕੇ, ਕੋਈ ਸਕੂਟਰ ਟੈਕਸੀ ਲੈਣ ਵਾਸਤੇ ਦਿਲ ਨਹੀਂ ਕੀਤਾ। ਪੈਦਲ ਤੁਰ ਪਏ ਪਟੇਲ ਨਗਰ। ਪਹੁੰਚਦਿਆਂ ਬੜੀ ਕਵੇਲ ਹੋ ਗਈ ਸੀ, ਇਸ ਲਈ ਮੈਂ ਘਰ ਦੇ ਨੌਕਰ ਨੂੰ ਕਿਹਾ ਕਿ ਮੇਰੇ ਲਈ ਉਹਨੇ ਜੋ ਕੁਝ ਵੀ ਪਕਾ ਕੇ ਰਖਿਆ ਹੋਵੇ, ਉਹ ਦੋ ਥਾਲੀਆਂ ਵਿਚ ਪਾ ਕੇ ਲੈ ਆਵੇ!

ਰੋਟੀ ਆਈ, ਤਾਂ ਇਕ ਇਕ ਥਾਲੀ ਵਿਚ ਬੜੀ ਛੋਟੀ ਛੋਟੀ ਇਕ ਇਕ ਤੰਦੂਰੀ ਰੋਟੀ ਸੀ। ਤੇ ਰੋਟੀ ਖਾਂਦਿਆਂ ਮੈਨੂੰ ਜਾਪਿਆ—ਇਕ ਰੋਟੀ ਨਾਲ ਇਮਰੋਜ਼ ਦਾ ਕੀ ਬਣੇਗਾ, ਸੋ ਉਹਦੀ ਅੱਖ ਬਚਾ ਕੇ, ਮੈਂ ਆਪਣੀ ਥਾਲੀ ਦੀ ਇਕ ਰੋਟੀ ਵਿਚੋਂ, ਅੱਧੀ ਰੋਟੀ ਉਹਦੀ ਥਾਲੀ ਵਿਚ ਹੋਰ ਰੱਖ ਦਿੱਤੀ....

ਕਦੇ ਵਰ੍ਹਿਆਂ ਪਿੱਛੋਂ ਇਮਰੋਜ਼ ਨੇ ਕਿਤੇ ਇਸ ਘਟਨਾ ਨੂੰ ਲਿਖਿਆ ਸੀ—'ਅੱਧੀ ਰੋਟੀ—ਪੂਰਾ ਚੰਨ'—ਪਰ ਉਸ ਦਿਨ ਤਕ ਸਾਨੂੰ ਦੋਹਾਂ ਨੂੰ ਸੁਪਨੇ ਵਰਗਾ ਵੀ ਇਹ ਖ਼ਿਆਲ ਨਹੀਂ ਸੀ, ਕਿ ਵਕਤ ਆਵੇ ਗਾ, ਜਦੋਂ ਅਸੀ ਦੋਵੇਂ ਰਲ ਕੇ ਜੋ ਰੋਟੀ ਕਮਾਵਾਂਗੇ, ਉਹ ਅੱਧੀ ਅੱਧੀ ਖਾ ਲਵਾਂਗੇ.....

ਇਕ ਤਕਦੀਰੀ ਵਾਕਿਆ

ਸਮੁੰਦਰ ਵਿਚ ਤੂਫ਼ਾਨ ਉਠਦਾ ਹੈ ਤਾਂ ਛੱਲਾਂ ਉਹਦੀ ਖ਼ਬਰ ਦੇਂਦੀਆਂ ਹਨ, ਪਰ ਕਈ ਵਾਰੀ ਮਨ ਵਿਚੋਂ ਉਠਦੇ ਤੂਫਾਨ ਦੀ, ਬਾਹਰੋਂ ਕਿਸੇ ਨੂੰ ਖ਼ਬਰ ਨਹੀਂ ਪੈਂਦੀ।

ਚਹੁੰ ਵਰਿਆਂ ਦੀ ਸਾਂ, ਜਦੋਂ ਮਾਂ ਨੇ ਨੇੜੇ ਦੇ ਸਾਕੋਂ ਲਗਦੀ ਮੇਰੀ ਭੂਆ ਦੇ ਪੁੱਤਰ ਨਾਲ ਮੈਨੂੰ ਮੰਗ ਦਿੱਤਾ ਸੀ। ਫੇਰ ਮਾਂ ਨਹੀਂ ਰਹੀ ਤਾਂ ਪਿਤਾ ਨੇ ਮੇਰੇ ਵਿਆਹ ਦਾ ਫਰਜ਼ ਪੂਰਾ ਕੀਤਾ, 1936 ਵਿਚ। ਸਾਰੇ ਹੀ ਬੜੇ ਚੰਗੇ ਲੋਕ ਸਨ, ਪਰ ਜਾਪਿਆ, ਹੋਣੀ ਨੇ ਕਿਸੇ ਅਣਗਹਿਲੀ ਵਿੱਚ ਮੇਰੇ ਤੇ ਉਨ੍ਹਾਂ ਚੰਗੇ ਲੋਕਾਂ ਦੇ ਨਸੀਬਾਂ ਉੱਤੇ ਦਸਤਖ਼ਤ ਕਰ ਦਿੱਤੇ ਹੋਣ.....

ਛੋਟੀ ਜਹੀ ਸਾਂ, ਜਦੋਂ ਤੋਂ ਇਕ ਪਰਛਾਵੇਂ ਨਾਲ ਗੱਲਾਂ ਕਰਦੀ ਰਹੀ ਸਾਂ, ਤੇ ਉਹ ਖੌਰੇ ਮੇਰੇ ਕਿਸੇ ਪੂਰਬ ਜਨਮ ਦਾ ਪਰਛਾਵਾਂ ਸੀ, ਕਿ ਉਹਨੂੰ ਲਭਦੀ ਮੈਂ ਵਿਰਾਗੀ ਜਾਂਦੀ ਸਾਂ....

ਉਹ ਦਿਨ ਦੇਸ ਦੀ ਤਕਸੀਮ ਤੋਂ ਪਹਿਲਾਂ ਦੇ ਦਿਨ ਸਨ। ਮਾਂ ਰਹੀ ਨਹੀਂ ਸੀ, ਭੈਣ ਭਰਾ ਕੋਈ ਨਹੀਂ ਸੀ, ਤੇ ਪਿਤਾ ਹਜ਼ਾਰੀ ਬਾਗ਼ ਜ਼ਮੀਨ ਲੈ ਕੇ ਇਕ ਕੁਟੀਆ ਵਸਾਣ ਚਲੇ ਗਏ ਸਨ....ਤੇ ਮਨ ਦੀ ਗੱਲ ਕਰਨ ਵਾਸਤੇ ਮੇਰਾ ਕੋਈ ਨਹੀਂ ਸੀ।

ਡਾ. ਲਤੀਫ਼, ਲਾਹੌਰ ਐਫ. ਸੀ. ਕਾਲਜ ਵਿਚ ਪੜ੍ਹਾਂਦੇ ਸਨ। ਮਨੋਵਿਗਿਆਨ ਦੇ ਮਾਹਿਰ ਸਦੀਦੇਂ ਸਨ। ਇਸ ਲਈ ਮੈਂ ਉਨ੍ਹਾਂ ਨੂੰ ਮਿਲੀ ਸਾਂ। ਉਹ ਬੜੇ ਸਬਰ ਨਾਲ ਕੁਝ ਦਿਨ ਵਕਤ ਦੇਂਦੇ ਰਹੇ। ਬੜੀ ਅਪੱਣਤ ਨਾਲ। ਉਨ੍ਹਾਂ ਦੇ ਕਈ ਸਵਾਲਾਂ ਦੇ ਜਵਾਬ ਵਿਚ ਜੋ ਸੀ, ਉਹੀ ਆਖਦੀ ਰਹੀ ਸਾਂ ਕਿ ਏਸ ਵਿਆਹੀ ਜ਼ਿੰਦਗੀ ਵਿਚ ਮੈਨੂੰ ਕੋਈ ਤਕਲੀਫ਼ ਨਹੀਂ। ਸਿਰਫ ਇਕੋ ਗੱਲ ਹੈ ਕਿ ਮੈਨੂੰ ਆਪਣਾ ਆਪ ਜੀਊਂਦਾ ਨਹੀਂ ਜਾਪਦਾ....

ਇਕ ਦਿਨ ਉਨ੍ਹਾਂ ਪੁਛਿਆ ਕਿ ਮੈਂ ਕਿਸੇ ਹੋਰ ਨੂੰ ਮੁਹੱਬਤ ਕਰਦੀ ਹਾਂ ? ਮੈਂ ਕਿਹਾ—ਨਹੀਂ। ਇਹ ਸੱਚ ਸੀ। ਉਹ ਵੀ ਜਾਣਦੇ ਸਨ, ਤੇ ਮੈਂ ਵੀ ਕਿ ਜ਼ੇਹਨ ਵਿੱਚ ਵੱਸੇ ਹੋਏ ਪਰਛਾਵੇਂ ਘਰਾਂ ਦੀ ਛੱਤ ਨਹੀਂ ਬਣਦੇ। ਏਸ ਲਈ ਉਹ ਪੁੱਛਣ ਲੱਗੇ—ਪਰ ਘਰ ਛੱਡ ਕੇ ਜਾਏਂਗੀ ਕਿੱਥੇ ?

ਮੈਂ ਕਿਹਾ—ਪ੍ਰੀਤ ਨਗਰ ਚਲੀ ਜਾਵਾਂਗੀ। ਗੁਰਬਖ਼ਸ਼ ਸਿੰਘ ਜੀ ਬੜੇ ਅਦਬੀ ਬੰਦੇ ਹਨ, ਤੇ ਮੈਂ ਅਦਬੀ ਕੰਮ ਕਰ ਸਕਦੀ ਹਾਂ....

ਉਸ ਵੇਲੇ ਡਾਕਟਰ ਲਤੀਫ਼ ਨੇ ਮੇਰਾ ਹੱਥ ਫੜ ਲਿਆ। ਫੜ ਲਿਆ ਨਹੀਂ, ਥੰਮ੍ਹ ਲਿਆ। ਆਖਣ ਲੱਗੇ—'ਇਹ ਨਾ ਕਰੀਂ ! ਮੈਂ ਗੁਰਬਖ਼ਸ਼ ਸਿੰਘ ਨੂੰ ਜ਼ਾਤੀ ਤੌਰ ਤੇ ਜਾਣਦਾ ਹਾਂ। ਤੇਰੀ ਸਾਰੀ ਇੰਡੀਵੀਜੁਐਲਿਟੀ ਤੇ ਕ੍ਰੀਏਟਿਵਟੀ ਖ਼ਤਮ ਹੋ ਜਾਏਗੀ।"

ਕਈ ਗੱਲਾਂ ਇਹੋ ਜਹੀਆਂ ਹੁੰਦੀਆਂ ਹਨ, ਖ਼ਾਸ ਨਹੀਂ ਜਾਪਦੀਆਂ। ਪਰ ਵਰ੍ਹਿਆਂ ਪਿਛੋਂ ਉਨ੍ਹਾਂ ਦੇ ਅਰਥ, ਤਕਦੀਰੀ ਅਰਥ ਹੋ ਜਾਂਦੇ ਹਨ। ਡਾਕਟਰ ਲਤੀਫ ਵਾਲੀ ਮੁਲਾਕਾਤ ਦਾ ਜ਼ਿਕਰ ਮੈਂ ਕਦੇ ਗੁਰਬਖ਼ਸ਼ ਸਿੰਘ ਜੀ ਨਾਲ ਨਹੀਂ ਕੀਤਾ, ਪਰ ਇਕ ਵਾਰ ਏਨਾ ਜ਼ਰੂਰ ਦੱਸਿਆ ਸੀ ਕਿ ਇਕ ਵਕਤ ਆਇਆ ਸੀ, ਮੈਂ ਸਭ ਕੁਝ ਛੱਡ ਕੇ ਤੁਹਾਡੇ ਕੋਲ ਪ੍ਰੀਤ ਨਗਰ ਰਹਿਣਾ ਸੋਚਿਆ ਸੀ। ਉਨ੍ਹਾਂ ਨੇ ਪਿਆਰ ਨਾਲ ਕਿਹਾ—'ਜੇ ਆ ਜਾਂਦੀ, ਤਾਂ ਮੈਂ ਪ੍ਰੀਤ ਲੜੀ ਦੀ ਸੰਪਾਦਕੀ ਦੇ ਦੇਣੀ ਸੀ..' ਫੇਰ ਕਈ ਵਰ੍ਹੇ ਲੰਘ ਗਏ। ਤੇ ਜਦੋਂ ਮੈਂ ਤੇ ਇਮਰੋਜ਼ ਬੰਬਈ ਰਹਿੰਦੇ ਸਾਂ, ਉਥੇ ਗੁਰਬਖ਼ਸ਼ ਸਿੰਘ ਜੀ ਮਿਲਣ ਆਏ। ਉਸ ਵੇਲੇ ਸਾਰਾ ਸਮਾਜ ਮੇਰੇ ਨਾਲ ਰੁੱਸਿਆ ਹੋਇਆ ਸੀ, ਇਸ ਲਈ ਗੁਰਬਖ਼ਸ਼ ਸਿੰਘ ਜੀ ਦਾ ਆ ਕੇ ਮੇਰਾ ਹਾਲ ਪੁੱਛਣਾ, ਮੈਨੂੰ ਬਹੁਤ ਚੰਗਾ ਲੱਗਾ।

ਬੰਬਈ ਵਾਲਾ ਘਰ ਅਜੇ ਉਖੱੜੀ ਹੋਈ ਹਾਲਤ ਵਿਚ ਸੀ। ਚੌਂਕੇ ਵਿਚ ਅਜੇ ਚਕਲਾ ਤਕ ਨਹੀਂ ਸੀ, ਤੇ ਮੈਂ ਥਾਲੀ ਮੂਧੀ ਮਾਰ ਕੇ, ਵੇਲਣੇ ਨਾਲ ਰੋਟੀ ਵੇਲ ਰਹੀ ਸਾਂ। ਗੁਰਬਖ਼ਸ਼ ਸਿੰਘ ਜੀ ਨੇ ਵੇਖਿਆ, ਆਖਿਆ ਕੁਝ ਨਹੀਂ, ਪਰ ਬਾਅਦ ਵਿਚ ਕਿਸੇ ਨੂੰ ਕਿਹਾ—ਜੇ ਇਹ ਕਦਮ ਉਠਾਣਾ ਸੀ ਤਾਂ ਕੋਈ ਅਮੀਰ ਆਦਮੀ ਲੱਭਦੀ....

ਉਸ ਘੜੀ ਮੈਂ ਜਾਣਿਆ ਕਿ ਡਾ. ਲਤੀਫ਼ ਨੇ ਮੇਰੀ ਕੱਚੀ ਉਮਰ ਵਿਚ ਮੇਰਾ ਹੱਥ ਫੜ ਕੇ ਜਿਸ ਰਾਹ ਤੋਂ ਰੋਕਿਆ ਸੀ, ਉਹਦੇ ਅਰਥ ਸਚਮੁਚ ਤਕਦੀਰੀ ਅਰਥ ਸਨ....

ਮੈਨੂੰ ਜਿਹੜੀ ਹਾਲਤ ਵਿਚ ਵੇਖ ਕੇ, ਗੁਰਬਖ਼ਸ਼ ਸਿੰਘ ਜੀ ਨੇ ਸੋਚਿਆ ਸੀ—"ਜੇ ਇਹ ਕਦਮ ਉਠਾਣਾ ਸੀ, ਤਾਂ ਕੋਈ ਅਮੀਰ ਆਦਮੀ ਲਭਦੀ" ਮੈਂ ਉਸ ਹਾਲਤ ਵਿਚ ਲਿਖ ਰਹੀ ਸਾਂ—

ਕਲਮ ਨੇ ਅਜ ਤੋੜਿਆ ਗੀਤਾਂ ਦਾ ਕਾਫ਼ੀਆ

ਇਸ਼ਕ ਮੇਰਾ ਪਹੁੰਚਿਆ—ਇਹ ਕਿਹੜੇ ਮੁਕਾਮ ਤੇ !
ਵੇਖ ਨਜ਼ਰਾਂ ਵਾਲਿਆ ! ਕਿ ਬਹਿਨੀ ਆਂ ਚਾਨਣੇ
ਤਲੀ ਵਿਚੋਂ ਹਿਜਰ ਦੀ ਛਿਲਤਰ ਨੂੰ ਕੱਢ ਦੇ,
ਉੱਠ ! ਆਪਣੇ ਘੜੇ ਚੋਂ ਪਾਣੀ ਦਾ ਕੌਲ ਦੇ !
ਮੈਂ ਧੋ ਲਵਾਂਗੀ ਬੈਠ ਕੇ, ਰਾਹਵਾਂ ਦੇ ਹਾਦਸੇ....
....
ਅਜ ਅਸਾਂ ਇਕ ਦੁਨੀਆ ਵੇਚੀ,
ਤੇ ਇਕ ਦੀਨ ਵਿਹਾਜ ਲਿਆਏ, ਗੱਲ ਕੁਫ਼ਰ ਦੀ ਕੀਤੀ....
ਸੁਪਨੇ ਦਾ ਇਕ ਥਾਨ ਉਣਾਇਆ
ਗਜ਼ ਕੁ ਕੱਪੜਾ ਪਾੜ ਲਿਆ, ਤੇ ਉਮਰ ਦੀ ਚੋਲੀ ਸੀਤੀ.....
ਅਜ ਅਸਾਂ ਅੰਬਰ ਦੇ ਘੜਿਉਂ—
ਬੱਦਲ ਦੀ ਇਕ ਚੱਪਣੀ ਲਾਹੀ, ਤੇ ਘੁੱਟ ਚਾਨਣੀ ਪੀਤੀ
ਗੀਤਾਂ ਨਾਲ ਚੁਕਾ ਜਾਵਾਂਗੇ—
ਇਹ ਜੁ ਅਸਾਂ ਮੌਤ ਦੇ ਕੋਲੋਂ, ਘੜੀ ਹੁਦਾਰੀ ਲੀਤੀ....

ਨਿਰੋਲ ਔਰਤ

ਬਚਪਣ ਦੇ ਪੱਲ੍ਹਰਦੇ ਅੰਗਾਂ ਵੇਲੇ, ਪਤਾ ਨਹੀਂ ਕਿਹੜੀ ਘੜੀ ਇਕ ਕਲਪਨਾ ਵੀ ਜਿਸਮ ਦਾ ਅੰਗ ਬਣ ਜਾਂਦੀ ਹੈ, ਤੇ ਪੱਲ੍ਹਰਣ ਲੱਗ ਪੈਂਦੀ ਹੈ....ਤੇ ਆਪਣਾ ਮਨ ਆਪੇ ਹੀ ਜਾਦੂ ਉਨਣ ਲੱਗ ਪੈਂਦਾ ਹੈ....ਦੁਨੀਆਂ ਨੂੰ ਉਸਾਰਨ ਵਾਲੀ, ਖ਼ੁਦਾ ਦੀ ਸ਼ਕਤੀ ਦਾ, ਮੁੱਠ ਕੁ ਹਿੱਸਾ, ਸ਼ਾਇਦ ਹਰ ਇਨਸਾਨ ਦੇ ਹਿੱਸੇ ਔਂਦਾ ਹੈ, ਪਤਾ ਨਹੀਂ, ਪਰ ਮੇਰੇ ਹਿੱਸੇ ਜ਼ਰੂਰ ਆਇਆ ਸੀ....ਤੇ ਇਹਦੇ ਵਿਚੋਂ ਮੈਂ ਇਕ ਮਰਦ ਦਾ ਪਰਛਾਂਵਾਂ ਘੜਿਆ ਸੀ....ਤੇ ਉਸ ਪਰਛਾਵੇਂ ਨੂੰ ਅੰਗ ਸੰਗ ਲੈ ਕੇ—ਉਮਰ ਦੇ ਵਰ੍ਹੇ ਲੰਘਣ ਲੱਗ ਪਈ ਸਾਂ.....

ਹੋ ਸਕਦਾ ਹੈ, ਇਹ ਜਿਹਨੂੰ ਮੈਂ ਸ਼ਕਤੀ ਆਖਿਆ ਹੈ, ਇਹ ਆਪਣੇ ਸਹਿਜ ਰੂਪ ਵਿਚ ਸ਼ਕਤੀ ਨਹੀਂ, ਇਹ ਕੁਝ ਉਸ ਤਰ੍ਹਾਂ ਦੀ ਤਾਕਤ ਹੈ, ਜੋ ਬੜੇ ਖ਼ਤਰੇ ਦੇ ਵੇਲੇ, ਇਕ ਉਸ ਸਾਧਾਰਣ ਜਹੇ ਇਨਸਾਨ ਵਿਚ ਵੀ ਆ ਜਾਂਦੀ ਹੈ, ਜੋ ਸਾਰੀਆਂ ਮਿਟਾਣ ਵਾਲੀਆਂ ਤਾਕਤਾਂ ਨੂੰ ਸਾਹਮਣੇ ਵੇਖ ਕੇ ਆਪਣਾ ਅੰਤਮ ਹੀਲਾ ਵੀ ਆਪਣੇ ਅੰਗਾਂ ਵਿਚ ਜਗਾ ਲੈਂਦਾ ਹੈ....ਔਰਤ ਸਾਂ, ਭਾਵੇਂ ਬੱਚੀ ਜਹੀ, ਤੇ ਇਹ ਖ਼ੌਫ਼ ਜਿਹਾ ਵਿਰਸੇ ਵਿਚ ਪਾਇਆ ਸੀ—ਕਿ ਦੁਨੀਆਂ ਦੇ ਭਿਆਨਕ ਜੰਗਲ ਵਿਚੋਂ ਮੈਂ ਇਕੱਲੀ ਨਹੀਂ ਲੰਘ ਸਕਦੀ। ਤੇ ਸ਼ਾਇਦ ਇਸੇ ਖ਼ੌਫ਼ ਵਿੱਚੋਂ ਆਪਣੇ ਸਾਥ ਲਈ ਇਕ ਮਰਦ ਦਾ ਮੂੰਹ ਚਿਤਵਣਾ—ਮੇਰੀ ਕਲਪਨਾ ਦਾ ਅੰਤਮ ਹੀਲਾ ਸੀ....ਪਰ ਇਸ ਮਰਦ ਲਫ਼ਜ਼ ਦੇ ਮੇਰੇ ਅਰਥ, ਕਿਤੇ ਵੀ ਪੜ੍ਹੇ ਸੁਣੇ ਜਾਂ ਪਛਾਣੇ ਹੋਏ ਅਰਥ ਨਹੀਂ ਸਨ। ਅੰਦਰ ਕਿਤੇ ਜਾਣਦੀ ਜ਼ਰੂਰ ਸਾਂ, ਪਰ ਆਪਣੇ ਆਪ ਨੂੰ ਵੀ ਦੱਸ ਸਕਣ ਦੀ ਸਮਰੱਥਾ ਵਿਚ ਨਹੀਂ ਸਾਂ। ਸਿਰਫ਼ ਇਕ ਵਿਸ਼ਵਾਸ ਜਿਹਾ ਸੀ—ਕਿ ਵੇਖਾਂ ਤਾਂ ਪਛਾਣ ਲਵਾਂਗੀ।

ਪਰ ਕਿਤੇ ਦੂਰ ਮੀਲਾਂ ਤੱਕ ਵੀ ਕੁਝ ਦਿਸਦਾ ਨਹੀਂ ਸੀ। ਤੇ ਇੰਜ ਵਰ੍ਹਿਆਂ ਦੇ ਕੋਈ ਅਠੱਤੀ ਮੀਲ ਲੰਘ ਗਏ.....ਮੈਂ ਜਦੋਂ ਉਹਨੂੰ ਪਹਿਲੀ ਵਾਰ ਵੇਖਿਆ—ਤਾਂ ਮੇਰੇ ਤੋਂ ਵੀ ਪਹਿਲਾਂ ਮੇਰੇ ਮਨ ਨੇ ਉਹਨੂੰ ਪਛਾਣ ਲਿਆ। ਉਸ ਵੇਲੇ ਮੇਰੀ ਉਮਰ ਅਠੱਤੀਆਂ ਵਰ੍ਹਿਆਂ ਦੀ ਸੀ....ਇਹ ਕਲਪਨਾ ਏਨੇ ਵਰ੍ਹੇ ਜੀਊਂਦੀ ਰਹੀ, ਤੇ ਇਹਦੇ ਅਰਥ ਵੀ ਜੀਊਂਦੇ ਰਹੇ, ਇਹਦੇ ਤੇ ਹੈਰਾਨ ਹੋ ਸਕਦੀ ਹਾਂ, ਪਰ ਹੈਰਾਨ ਨਹੀਂ। ਕਿਉਂਕਿ ਜਾਣ ਲਿਆ ਹੈ, ਕਿ ਇਹ ਮੇਰੇ "ਮੈਂ" ਦੀ ਪਰਿਭਾਸ਼ਾ ਸੀ। ਸੀ ਵੀ, ਤੇ ਹੈ ਵੀ।

ਮੈਂ ਉਹਨਾਂ ਵਰ੍ਹਿਆਂ ਵਿਚ ਨਹੀਂ ਮਿਟੀ, ਇਸ ਲਈ ਉਹ ਵੀ ਨਹੀਂ ਮਿਟੀ....ਇਹ ਨਹੀਂ ਕਿ ਕਲਪਨਾ ਨਾਲ ਸ਼ਿਕਵਾ ਨਹੀਂ ਆਇਆ, ਉਸ ਉਮਰ ਦੀਆਂ ਕਈ ਨਜ਼ਮਾਂ, ਨਿਰਾ ਸ਼ਿਕਵਾ ਹਨ, ਜਿਵੇਂ : "ਲੱਖ ਤੇਰੇ ਅੰਬਾਰਾਂ ਵਿਚੋਂ, ਦੱਸ ਕੀ ਲੱਭਾ ਸਾਨੂੰ ? ਇਕੋ ਤੰਦ ਪਿਆਰ ਦੀ ਲੱਭੀ, ਉਹ ਵੀ ਤੰਦ ਇਕਹਰੀ...." ਪਰ ਇਹ ਇਕਹਰੀ ਤੰਦ, ਵਰ੍ਹਿਆਂ ਨਾਲ ਛਿੱਜੀ ਨਹੀਂ। ਉਸੇ ਤਰ੍ਹਾਂ ਮੇਰੀ ਜਿੰਦ ਨੂੰ ਆਪਣੇ ਵਿਚ ਵਲ ਕੇ, ਮੇਰੀ ਉਮਰ ਦੇ ਨਾਲ ਤੁਰਦੀ ਰਹੀ....

ਕਈ ਹਾਦਸੇ ਹੋਏ, ਪਰ ਕਲਪਨਾ ਜੋ ਮੇਰੇ ਅੰਗਾਂ ਵਾਂਗ ਮੇਰੇ ਬਦਨ ਦਾ ਹਿੱਸਾ ਸੀ—ਉਹ ਮੇਰੇ ਬਦਨ ਵਿਚ ਨਿਰਲੇਪ ਹੋ ਕੇ ਬੈਠੀ ਰਹੀ....ਉਹਨੂੰ ਕਈ ਵਰ੍ਹੇ ਸਮਾਜ ਨੇ ਵੀ ਸਮਝਾਇਆ, ਤੇ ਕਈ ਵਰ੍ਹੇ ਮੈਂ ਖ਼ੁਦ ਵੀ, ਪਰ ਉਹਨੇ ਪਲਕਾਂ ਨਹੀਂ ਝਮਕੀਆਂ। ਉਹ ਵਰ੍ਹਿਆਂ ਤੋਂ ਪਾਰ—ਉਸ ਵੀਰਾਨਗੀ ਵੱਲ ਵੇਖਦੀ ਰਹੀ, ਜਿਥੇ ਕੁਝ ਵੀ ਨਜ਼ਰ ਨਹੀਂ ਸੀ ਔਂਦਾ....ਤੇ ਜਦੋਂ ਉਹਨੇ ਪਲਕਾਂ ਝਮਕੀਆਂ, ਉਦੋਂ ਮੇਰੀ ਉਮਰ ਨੂੰ ਅਠੱਤੀਵਾਂ ਵਰ੍ਹਾ ਲੱਗਾ ਹੋਇਆ ਸੀ....ਤੇ ਉਦੋਂ—ਮੈਂ ਜਾਣਿਆ—ਕਿ ਕਿਉਂ ਉਹਨੂੰ, ਉਸ ਤੋਂ ਕੁਝ ਵੱਖਰਾ, ਜਾਂ ਅੱਧਾ ਜਾਂ ਤਕਰੀਬਨ ਜਿਹਾ ਵੀ, ਕੁਝ ਨਹੀਂ ਸੀ ਚਾਹੀਦਾ।

ਉਂਜ ਮੇਰੀ ਹੋਂਦ ਵਿਚਲੀ ਔਰਤ ਹਮੇਸ਼ਾਂ ਮੇਰੇ ਵਿਚਲੇ ਲੇਖਕ ਤੋਂ ਦੂਸਰੇ ਥਾਂ ਰਹੀ ਹੈ। ਕਈ ਵਾਰ ਏਥੋਂ ਤੱਕ ਕਿ ਮੈਂ ਆਪਣੇ ਵਿਚਲੀ ਔਰਤ ਦਾ ਆਪਣੇ ਆਪ ਨੂੰ ਚੇਤਾ ਕਰਾਂਦੀ ਰਹੀ ਹਾਂ। 'ਸਿਰਫ਼ ਲੇਖਕ' ਦਾ ਰੂਪ ਹਮੇਸ਼ਾਂ ਏਨਾ ਉਜਾਗਰ ਹੁੰਦਾ ਹੈ ਕਿ ਮੇਰੀਆਂ ਆਪਣੀਆਂ ਅੱਖਾਂ ਨੂੰ ਵੀ ਆਪਣੀ ਪਛਾਣ ਉਸੇ ਵਿਚੋਂ ਮਿਲਦੀ ਹੈ। ਪਰ ਜ਼ਿੰਦਗੀ ਵਿਚ ਤਿੰਨ ਵਕਤ ਇਹੋ ਜਿਹੇ ਆਏ ਸਨ—ਮੈਂ ਆਪਣੇ ਵਿਚ "ਨਿਰੋਲ ਔਰਤ" ਨੂੰ ਰੱਜ ਕੇ ਵੇਖਿਆ ਸੀ। ਉਹਦਾ ਰੂਪ ਏਨਾ ਭਰਿਆ ਪੂਰਿਆ ਸੀ ਕਿ ਮੇਰੇ ਵਿਚਲੀ ਲੇਖਕ ਦੀ ਹੋਂਦ ਮੇਰੇ ਚੇਤਿਉਂ ਵਿਸਰ ਗਈ ਸੀ। ਉਥੇ, ਉਸ ਵੇਲੇ, ਕੋਈ ਥੋੜ੍ਹੀ ਜਿਹੀ ਵੀ ਸੱਖਣੀ ਥਾਂ ਨਹੀਂ ਸੀ, ਜੋ ਉਹਦਾ ਚੇਤਾ ਕਰਾਂਦੀ। ਇਹ ਚੇਤਾ ਸਿਰਫ਼ ਹੁਣ ਕਰ ਸਕਦੀ ਹਾਂ—ਵਰ੍ਹਿਆਂ ਦੀ ਵਿੱਥ ਤੇ ਖਲੋ ਕੇ।

ਪਹਿਲਾ ਵੇਲਾ—ਉਦੋਂ ਵੇਖਿਆ ਸੀ, ਜਦੋਂ ਮੇਰੀ ਉਮਰ ਪੰਝੀਆਂ ਵਰ੍ਹਿਆਂ ਦੀ ਸੀ। ਮੇਰਾ ਕੋਈ ਬੱਚਾ ਨਹੀਂ ਸੀ ਤੇ ਮੈਨੂੰ ਅਕਸਰ ਰਾਤ ਨੂੰ ਇਕ ਬੱਚੇ ਦਾ ਸੁਪਨਾ ਔਂਦਾ ਸੀ। ਇਕ ਛੋਟਾ ਜਿਹਾ ਮੂੰਹ – ਬੜੇ ਤਰਾਸ਼ੇ ਹੋਏ ਨਕਸ਼, ਸਿੱਧਾ ਬਿਟ ਬਿਟ ਮੇਰੇ ਵਲ ਵੇਖ ਰਿਹਾ। ਤੇ ਕਈ ਵਾਰਾਂ ਦੇ ਸੁਪਨੇ ਨਾਲ ਮੈਨੂੰ ਉਹਦੇ ਮੂੰਹ ਦੀ ਪੱਕੀ ਪਛਾਣ ਹੋ ਗਈ ਸੀ। ਸੁਪਨੇ ਵਿਚ ਮੈਂ ਬੂਟਿਆਂ ਨੂੰ ਪਾਣੀ ਦੇ ਰਹੀ ਹੁੰਦੀ ਸਾਂ—ਤੇ ਅਚਾਨਕ ਇਕ ਗਮਲੇ ਵਿਚੋਂ ਫੁੱਲ ਉਗਣ ਦੀ ਥਾਵੇਂ ਇਕ ਬੱਚੇ ਦਾ ਮੂੰਹ ਉੱਗ ਪੈਂਦਾ ਸੀ—ਮੈਂ ਹੈਰਾਨ ਚੌਂਕ ਕੇ ਪੁੱਛਦੀ ਸਾਂ—"ਤੂੰ ਕਿੱਥੇ ਸੀ ? ਮੈਂ ਤੈਨੂੰ ਲੱਭਦੀ ਰਹੀ...." ਤੇ ਉਹ ਮੂੰਹ ਹੱਸ ਪੈਂਦਾ ਸੀ—"ਮੈਂ ਐਥੇ ਸਾਂ, ਲੁਕਿਆ ਹੋਇਆ ਸਾਂ।" ਤੇ ਮੈਂ ਛੇਤੀ ਨਾਲ ਗਮਲੇ ਵਿਚੋਂ ਬੱਚੇ ਨੂੰ ਚੁਕ ਲੈਂਦੀ ਸਾਂ। ਜਦੋਂ ਜਾਗ ਆ ਜਾਂਦੀ ਸੀ, ਮੈਂ ਉਂਜ ਦੀ ਉਂਜ ਸੁੰਞੀ ਹੁੰਦੀ ਸਾਂ,

ਇਕੱਲੀ। ਇਕ "ਨਿਰੋਲ ਔਰਤ", ਜੋ, ਜੇ ਮਾਂ ਨਹੀਂ ਸੀ ਬਣ ਸਕਦੀ, ਤਾਂ ਜੀਊਣਾ ਨਹੀਂ ਸੀ ਚਾਹੁੰਦੀ। ਤੇ ਜਦੋਂ ਮੈਂ ਆਪਣੀ ਕੁੱਖ ਵਿਚੋਂ ਬੱਚੇ ਨੂੰ ਜਨਮ ਦਿੱਤਾ ਤਾਂ ਇਕ ਨਿਰੋਲ ਔਰਤ ਉਹਦੇ ਮੂੰਹ ਵਲ ਵੇਖਦੀ ਰਹਿ ਗਈ।

ਦੂਸਰੀ ਵਾਰ—ਇਹੋ ਜਿਹਾ ਵੇਲਾ ਮੈਂ ਉਦੋਂ ਵੇਖਿਆ ਸੀ, ਜਦੋਂ ਇਕ ਦਿਨ ਸਾਹਿਰ ਆਇਆ ਤਾਂ ਉਹਨੂੰ ਹਲਕਾ ਜਿਹਾ ਬੁਖ਼ਾਰ ਚੜ੍ਹਿਆ ਹੋਇਆ ਸੀ। ਉਹਦੇ ਸੰਘ ਵਿਚ ਦਰਦ ਸੀ—ਸਾਹ ਖਿੱਚਿਆ ਖਿੱਚਿਆ ਸੀ। ਉਸ ਦਿਨ ਉਹਦੇ ਗਲ ਨੂੰ ਤੇ ਛਾਤੀ ਨੂੰ ਵਿਕਸ ਮਲੀ ਸੀ। ਕਿੰਨਾ ਚਿਰ ਮਲਦੀ ਰਹੀ ਸਾਂ—ਤੇ ਜਾਪਿਆ ਸੀ—ਇੰਜ ਪੈਰਾਂ ਦੇ ਭਾਰ ਖਲੋਤੀ, ਮੈਂ ਪੋਟਿਆਂ ਨਾਲ, ਉਂਗਲਾਂ ਨਾਲ, ਤੇ ਤਲੀ ਨਾਲ, ਉਹਦੀ ਛਾਤੀ ਨੂੰ ਹੌਲੀ ਹੌਲੀ ਮਲਦੀ ਸਾਰੀ ਉਮਰ ਗੁਜ਼ਾਰ ਸਕਦੀ ਹਾਂ। ਮੇਰੇ ਅੰਦਰਲੀ 'ਨਿਰੋਲ ਔਰਤ' ਨੂੰ ਉਸ ਵੇਲੇ ਦੁਨੀਆਂ ਦੇ ਕਿਸੇ ਕਾਗਜ਼ ਕਲਮ ਦੀ ਲੋੜ ਨਹੀਂ ਸੀ।

ਤੇ ਤੀਸਰੀ ਵਾਰ—ਇਹ "ਨਿਰੋਲ ਔਰਤ" ਮੈਂ ਉਦੋਂ ਵੇਖੀ ਸੀ—ਜਦੋਂ ਆਪਣੇ ਸਟੂਡੀਓ ਵਿਚ ਬੈਠੇ ਹੋਏ ਇਮਰੋਜ਼ ਨੇ—ਆਪਣਾ ਪਤਲਾ ਜਿਹਾ ਬੁਰਸ਼ ਆਪਣੇ ਕਾਗਜ਼ ਉਤੋਂ ਚੁਕ ਕੇ, ਇਕ ਵਾਰੀ ਲਾਲ ਰੰਗ ਵਿਚ ਡੋਬਿਆ ਸੀ, ਤੇ ਫੇਰ ਉਠ ਕੇ ਉਹਨੇ ਉਸ ਬੁਰਸ਼ ਨਾਲ ਮੇਰੇ ਮੱਥੇ ਉਤੇ ਇਕ ਬਿੰਦੀ ਲਾ ਦਿੱਤੀ ਸੀ।

ਏਸ ਮੇਰੇ ਅੰਦਰਲੀ ਨਿਰੋਲ—ਔਰਤ ਦੀ ਨਿਰੋਲ-ਲੇਖਕ ਨਾਲ ਕੋਈ ਖਹਿਬੜ ਨਹੀਂ। ਉਹਨੇ ਆਪ ਹੀ ਉਹਦੇ ਨਾਲੋਂ ਪਿਛਾਂਹ, ਉਹਦੇ ਉਹਲੇ ਵਿਚ ਖਲੋਣਾ ਮੰਨ ਲਿਆ ਹੋਇਆ ਹੈ—ਆਪਣੇ ਬਦਨ ਨੂੰ ਉਹਦੀਆਂ ਅੱਖਾਂ ਤੋਂ ਚੁਰਾਂਦੀ—ਤੇ ਸ਼ਾਇਦ ਆਪਣੀਆਂ ਅੱਖਾਂ ਤੋਂ ਵੀ। ਤੇ ਜਦੋਂ ਤਿੰਨ ਵਾਰਾਂ—ਉਹਨੇ ਅਗਲੀ ਥਾਂ ਤੇ ਔਣਾ ਚਾਹਿਆ ਸੀ, ਮੇਰੇ ਅੰਦਰਲੀ ਨਿਰੋਲ-ਲੇਖਕ ਨੇ ਪਿਛਾਂਹ ਹੋ ਕੇ ਉਹਦੇ ਲਈ ਥਾਂ ਵੇਹਲੀ ਕਰ ਦਿੱਤੀ ਸੀ।

ਅਲਗੋਜ਼ੂ ਬਜਦਾ ਪੱਤਣੇ ਕੀ

ਗੱਲ 1955 ਦੀ ਹੈ, ਇਹ ਰੰਧਾਵਾ ਸਾਹਬ ਦਾ ਫ਼ੁਰਮਾਨ ਸੀ—"ਮੈਂ ਕਾਂਗੜੇ ਦੇ ਲੋਕ ਗੀਤ ਇਕੱਠੇ ਕਰ ਰਿਹਾ ਹਾਂ, ਤੂੰ ਕਾਂਗੜੇ ਦੀ ਵਾਦੀ ਵਿਚ ਬਹਿ ਕੇ ਉਸ ਕਿਤਾਬ ਦੀ ਭੂਮਿਕਾ ਲਿਖ!"
—ਤੇ ਇਹ ਮੈਂ ਉਸ ਵਾਦੀ ਵਿਚ ਬਹਿ ਕੇ ਜਾਣਿਆ ਕਿ ਰੰਧਾਵਾ ਸਾਹਬ ਕਿਵੇਂ ਕੁਦਰਤ ਦੇ ਕਣ ਕਣ ਨਾਲ ਜੁੜੇ ਹੋਏ ਹਨ। ਤੇ ਇਹ ਗੱਲ ਸੱਚੀ ਸੀ ਕਿ ਮੈਂ ਦੂਰ ਦਿੱਲੀ ਵਿਚ ਬਹਿ ਕੇ ਉਹ ਹਰਫ਼ ਨਹੀਂ ਸਾਂ ਲਿਖ ਸਕਦੀ, ਜੋ ਉਸ ਵਾਦੀ ਦੀ ਛਾਤੀ ਨਾਲ ਕੰਨ ਲਾ ਕੇ ਕੁਝ ਸੁਣ ਸਕਦੀ ਸਾਂ, ਤੇ ਫੇਰ ਲਿਖ ਸਕਦੀ ਸਾਂ...

ਉਥੇ ਨੋਰਾ ਰਿਚਰਡ ਦੀ ਇਕ ਮਿੱਟੀ ਦੀ ਝੁੱਗੀ ਸੀ, ਜਿਹਦੇ ਵਿਚ ਰਹਿ ਕੇ ਮੈਂ ਵਾਦੀ ਦੀਆਂ ਡੰਡੀਆਂ ਗਾਹੀਆਂ, ਤੇ ਜੋ ਲਿਖਿਆ, ਉਹਦੇ ਕੁਝ ਹਰਫ਼ ਸਨ—
"ਧਾਰਮਿਕ ਬਾਣੀ ਨੂੰ ਜੇ ਅਰਸ਼ੋਂ ਉਤਰੀ ਆਖਿਆ ਜਾ ਸਕਦਾ ਹੈ, ਤਾਂ ਲੋਕ ਗੀਤਾਂ ਨੂੰ ਧਰਤੀ ਉੱਤੇ ਜੰਮੇ ਆਖਿਆ ਜਾ ਸਕਦਾ ਹੈ...

"ਲੋਕ ਗੀਤਾਂ ਵਿਚ ਦਿਲਾਂ ਦੀ ਡੂੰਘੀ ਤੇ ਕੁਦਰਤੀ ਆਵਾਜ਼ ਹੁੰਦੀ ਹੈ, ਜਿਹੜੀ ਮਣਾਂ-ਮੂੰਹੀਂ ਪੱਥਰਾਂ ਨੂੰ ਚੀਰ ਕੇ ਕੁਦਰਤੀ ਚਸ਼ਮੇ ਬਣ ਜਾਂਦੀ ਹੈ...
"ਲੋਕ ਗੀਤ ਦਾ ਅਲਬੇਲਾ ਸੁਭਾ ਪਿੰਗਲ ਦਾ ਮੁਹਤਾਜ ਨਹੀਂ ਹੁੰਦਾ। ਉਹਦੇ ਕੁਦਰਤੀ ਹੁਸਨ ਨੂੰ ਅਲੰਕਾਰਾਂ ਦਾ ਸ਼ਿੰਗਾਰ ਨਹੀਂ ਚਾਹੀਦਾ, ਤੇ ਉਹਦੀ ਅਹਿਲ ਜਵਾਨੀ ਮਾਤ੍ਰਾਆਂ ਦੀ ਟੋਹਣੀ ਲੈ ਕੇ ਨਹੀਂ ਚਲਦੀ। ਉਹਦੇ ਅੰਦਰਲੀ ਟੇਕ ਉਹਨੂੰ ਰਾਹ ਦਿਖਾਂਦੀ ਹੈ, ਤੇ ਉਹਦਾ ਭਰ ਜਜ਼ਬਾ ਆਪਣੇ ਆਪ ਸੰਗੀਤਮਈ ਹੋ ਜਾਂਦਾ ਹੈ...
"ਕਾਂਗੜੇ ਦੀ ਵਾਦੀ ਵਿਚ, ਜਿਥੇ ਚਾਂਦੀ ਰੰਗੀਆਂ ਕੂਹਲਾਂ ਵਗਦੀਆਂ ਹਨ, ਸੋਨੇ ਰੰਗਾ ਧਾਨ ਪੱਕਦਾ ਹੈ, ਅਮਰੂਦ, ਸੇਬ, ਤੇ ਆੜੂ ਤੇ ਬੂਟੇ ਪਲ੍ਹਰਦੇ ਹਨ, ਤੇ ਜਾਂਗਲੀ ਫੁੱਲਾਂ ਨਾਲ ਭਰੀ ਮੀਲਾਂ ਲੰਬੀ ਹਰਿਆਵਲ ਵਿਚ ਬਰਫ਼ਾਂ ਕੱਜੇ ਪਹਾੜ ਤੇ ਸੌਲੇ ਪਰਛਾਵੇਂ ਇਕ ਤਲਿੱਸਮ ਬਣਦੇ ਹਨ, ਉਥੇ ਅਲਗੋਜ਼ਿਆਂ ਵਿਚੋਂ ਪਰੀ ਕਹਾਣੀਆਂ ਜਹੇ ਗੀਤਾਂ ਦੇ ਸੁੱਤੇ ਹੋਏ ਸੁਰ ਜਾਗਦੇ ਹਨ—ਅਲਗੋਜ਼ੂ ਬਜਦਾ ਪੱਤਣੇ ਕੀ, ਮੇਰਾ ਮ੍ਹਨ ਨਹੀਂ ਲਗਦਾ ਕੱਤਣੇ ਕੀ, ਮੀਆਂ ਅਲਗੋਜ਼ੂਆ..."

ਅੰਦਰੇਟੇ ਵਿਚ ਨੋਰਾ ਰਿਚਰਡ ਵੀ ਸੀ, ਸੋਭਾ ਸਿੰਘ ਜੀ ਵੀ, ਤੇ ਵੇਲਾ ਪਾ ਕੇ ਇਕ ਵਾਰੀ ਫੇਰ ਰੰਧਾਵਾ ਸਾਹਬ ਨੇ ਉਸ ਵਾਦੀ ਵਲੋਂ ਦਾਅਵਤਨਾਮਾ ਭੇਜ ਦਿਤਾ। ਉਦੋਂ ਇਮਰੋਜ਼ ਵੀ ਮੇਰੇ ਨਾਲ ਸੀ, ਤੇ ਕੁਲਵੰਤ ਸਿੰਘ ਵਿਰਕ ਵੀ ਰੰਧਾਵਾ ਸਾਹਬ ਦੇ ਨਾਲ ਸੀ। ਉਹ ਪੱਕੀਆਂ ਫ਼ਸਲਾਂ ਦੇ ਦਿਨ ਸਨ, ਤੇ ਅਸੀ ਜਦੋਂ ਚਾਰੇ ਰੰਧਾਵਾ ਸਾਹਬ ਦੀ ਗੱਡੀ ਵਿਚ ਮੁੜਦੇ ਪਏ ਸਾਂ, ਅੰਤਾਂ ਦਾ ਮੀਂਹ ਲਹਿ ਪਿਆ ਸੀ। ਇਹ ਆਖ਼ਰਾਂ ਦਾ ਮੀਂਹ ਥੰਮ੍ਹਣ ਵਿਚ ਨਹੀਂ ਸੀ ਆ ਰਿਹਾ, ਤੇ ਮੈਂ ਵੇਖਿਆ, ਰੰਧਾਵਾ ਸਾਹਬ ਅੰਤਾਂ ਦੀ ਬੇਚੈਨੀ ਵਿਚੋਂ ਗੱਡੀ ਦੇ ਸ਼ੀਸ਼ਿਆਂ ਵਿਚੋਂ ਮੁੜ ਮੁੜ ਬਾਹਰ ਵਲ ਵੇਖਦੇ ਆਖੀ ਜਾ ਰਹੇ ਸਨ "ਇਹ ਮੰਦਾ ਹੋਇਆ, ਕਿਸਾਨਾਂ ਦੀਆਂ ਪੱਕੀਆਂ ਫਸਲਾਂ ਦਾ ਕੀ ਹੋਵੇਗਾ..." ਉਸ ਦਿਨ ਰੰਧਾਵਾ ਸਾਹਬ ਦੀ ਅਹਿਸਾਸ ਮੰਦੀ ਦਾ ਮੈਂ ਇਕ ਵੱਖਰਾ ਰੂਪ ਵੇਖਿਆ ਸੀ, ਜੋ ਕਾਮਿਆਂ ਕਿਸਾਨਾਂ ਦੇ ਦੁਖ ਸੁਖ ਨਾਲ ਜੁੜਿਆ ਹੋਇਆ ਸੀ।

ਕਲਮਾ ਵਾਲਿਆ ਨਾਲ ਉਹਨਾਂ ਦਾ ਮੋਹ ਕਿਹੋ ਜਿਹਾ ਡੂੰਘਾ ਸੀ, ਏਸ ਗੱਲ ਤੋਂ ਮੈਂ ਚਿਰਾਂ ਤੋਂ ਵਾਕਫ਼ ਸਾਂ, ਉਦੋਂ ਤੋਂ, ਜਦੋਂ ਹਿੰਦੁਸਤਾਨ ਦੀ ਤਕਸੀਮ ਤੋਂ ਬਾਅਦ, ਮੈਂ ਬੜੇ ਫ਼ਿਕਰਾਂ ਵਿਚ ਸਾਂ, ਤੇ ਰੰਧਾਵਾ ਸਾਹਬ ਨੇ ਮੈਨੂੰ ਦਿੱਲੀ ਆਲ ਇੰਡੀਆ ਰੇਡੀਉ ਦੀ ਨੌਕਰੀ ਲੈ ਕੇ ਦਿਤੀ ਸੀ, 1948 ਵਿਚ।

ਫੇਰ ਜਦੋਂ ਮੈਨੂੰ ਅਕਾਦਮੀ ਐਵਾਰਡ ਮਿਲਿਆ ਸੀ, ਉਹ ਕਹਿਣ ਲੱਗੇ—"ਤੇਰੇ ਕੋਲੋਂ ਸਾਰੀ ਉਮਰ ਅਪਣਾ ਘਰ ਨਹੀਂ ਬਨਣਾ, ਹੁਣੇ ਇਕ ਹਜ਼ਾਰ ਰੁਪੈ ਦਾ ਚੈਕੱ ਕੱਟ, ਮੈਂ ਡੀ. ਐਲ. ਐਫ. ਦੀ ਹੌਜ਼ ਖ਼ਾਸ ਵਿਚ ਬਣ ਰਹੀ ਕਾਲੋਨੀ ਵਿਚ ਤੇਰੇ ਲਈ ਇਕ ਟੁਕੜਾ ਜ਼ਮੀਨ ਲੈ ਦੇਂਦਾ ਹਾਂ। ਇਹ ਐਵਾਰਡ ਵਾਲੇ ਪੈਸੇ ਖ਼ਰਚੀਂ ਨਾਂਹ, ਉਹ ਜ਼ਮੀਨ ਲੈਣੀ ਹੈ, ਕਿਸ਼ਤਾਂ ਵਿਚ" ਤੇ ਹੁਣ ਜਦੋਂ ਮੈਂ ਏਸ ਘਹ ਵਿਚ ਰਹਿੰਦੀ ਹਾਂ, ਉਸੇ ਜ਼ਮੀਨ ਦੇ ਟੁਕੜੇ ਉੱਤੇ ਬਣਾਏ ਘਰ ਵਿਚ, ਤਾਂ ਰੰਧਾਵਾ ਸਾਹਬ ਦੀ ਦੂਰ ਅੰਦੇਸ਼ੀ ਤੇ ਹੈਰਾਨ ਹੋ ਜਾਂਦੀ ਹਾਂ, ਜਾਪਦਾ ਹੈ, ਇਹਦੀ ਇੱਟ ਇੱਟ ਉੱਤੇ ਰੰਧਾਵਾ ਸਾਹਬ ਦਾ ਕਰਮ ਖੁਣਿਆ ਹੋਇਆ ਹੈ। ਇਹ ਘਰ ਜਦੋਂ ਬਣ ਰਿਹਾ ਸੀ, ਰੰਧਾਵਾ ਸਾਹਬ ਦੋ-ਤਿੰਨ ਵਾਰ ਆਏ ਸਨ, ਤੇ ਇਹਨੂੰ ਹਰਿਆਉਲਾ ਕਰਨ ਲਈ ਮੈਨੂੰ ਗੁਲਾਬ ਦੇ ਕੁਝ ਗਮਲੇ ਦੇ ਗਏ ਸਨ...ਅੱਜ ਵੀ ਜਦੋਂ ਗੁਲਾਬ ਦੀਆਂ ਹੋਰ ਕਲਮਾਂ ਖ਼ਰੀਦਦੀ ਹਾਂ, ਕਦੇ ਨਹੀਂ ਵਿੱਸਰਦਾ ਕਿ ਏਥੇ ਗੁਲਾਬ

ਦੀਆਂ ਪਹਿਲੀਆਂ ਕਲਮਾਂ ਰੰਧਾਵਾ ਸਾਹਬ ਨੇ ਲੁਆਈਆਂ ਸਨ....

ਰੰਧਾਵਾ ਸਾਹਬ ਨਾਲ ਕਦੇ ਮੇਰੀਆਂ ਮੁਲਾਕਾਤਾਂ ਬਹੁਤੀਆਂ ਨਹੀਂ ਰਹੀਆਂ, ਇਸ ਲਈ ਮੈਂ ਬਹੁਤਾ ਕੁਝ ਨਹੀਂ ਜਾਣਦੀ, ਸਿਰਫ਼ ਦੋ ਕੁ ਵਾਰੀ ਮੈਂ ਉਹਨਾਂ ਨੂੰ ਮੋਹ-ਭੰਗ ਦੀ ਹਾਲਤ ਵਿਚ ਵੇਖਿਆ ਸੀ। ਕਿਸੇ ਇਕ ਲੇਖਕ ਤੇ ਉਹ ਬਹੁਤ ਮੇਹਰਬਾਨ ਸਨ, ਕਈ ਵਾਰ ਦਿੱਲੀ ਉਹਨੂੰ ਆਪਣੇ ਘਰ ਵੀ ਰੱਖਦੇ ਸਨ, ਪਰ ਉਥੇ ਜਦੋਂ ਉਹਨੇ ਪ੍ਰਦੇਸਾਂ ਤੋਂ ਆਏ ਡੈਲੀਗੇਸ਼ਨਾਂ ਨੂੰ ਦਾਅਵਤਾਂ ਦੇਣੀਆਂ ਸ਼ੁਰੂ ਕਰ ਦਿਤੀਆਂ, ਜਿਨ੍ਹਾਂ ਦਾਅਵਤਾਂ ਦਾ ਸਾਰਾ ਖ਼ਰਚ ਰੰਧਾਵਾ ਸਾਹਬ ਦੇ ਘਰੋਂ ਅਦਾ ਹੁੰਦਾ ਸੀ, ਤਾਂ ਇਕ ਦਿਨ ਰੰਧਾਵਾ ਸਾਹਬ ਨੂੰ ਮੈਂ ਉਦਾਸੇ ਹੋਏ ਵੇਖਿਆ ਸੀ। ਗੱਲ ਸਿਰਫ਼ ਖ਼ਰਚ ਦੀ ਨਹੀਂ ਸੀ, ਰੰਧਾਵਾ ਸਾਹਬ ਦੇ ਵਕਤ ਦੀ ਵੀ ਸੀ, ਤੇ ਬਹੁਤ ਸਾਰੇ ਲੋਕਾਂ ਦੀਆਂ ਰਾਹ ਜਾਂਦੀਆਂ ਮੰਗਾਂ ਪੂਰਨ ਦੀ ਵੀ, ਤਾਂ ਇਕ ਦਿਨ ਉਹਨਾਂ ਦੇ ਮੂੰਹੋਂ ਨਿਕਲਿਆ "ਉਹ ਲੇਖਕ ਤਾਂ ਵੱਡਾ ਹੋ ਗਿਆ, ਪਰ ਰਿਹਾ ਨਿਰਾ ਆਹਲੂਵਾਲੀਆ...."

ਪਰ ਅਜਿਹਾ ਮੋਹ ਭੰਗ ਉਹਨਾਂ ਦਾ ਬੜਾ ਵਕਤੀ ਹੁੰਦਾ ਸੀ, ਮਨ ਵਿਚ ਠਹਿਰਦਾ ਨਹੀਂ ਸੀ; ਉਹ ਫੇਰ ਕਿਸੇ ਆਏ ਦੀਆਂ ਮੰਗਾਂ ਪੂਰਨ ਲਈ ਦੋਵੇਂ ਹੱਥ ਖੋਲ੍ਹ ਦੇਂਦੇ ਸਨ। ਇਕ ਵਾਰੀ ਏਸੇ ਰੌਅ ਵਿਚ ਉਹਨਾਂ ਨੇ ਇਕ ਬੜੇ ਲਲਸਾਏ ਬੰਦੇਂ ਦੀ ਕਿਸੇ ਵੱਡੀ ਥਾਂ ਤੇ ਸਿਫ਼ਾਰਸ਼ ਕਰ ਦਿਤੀ। ਉਹ ਲੇਖਕ ਵੀ ਚੰਗਾ ਨਹੀਂ ਸੀ, ਸਿਰਫ਼ ਮਸ਼ਹੂਰੀ ਨੂੰ ਦੋਹੀਂ ਹੱਥੀ ਜੋੜ ਰਿਹਾ ਸੀ। ਜਦੋਂ ਉਹਦੇ ਬਾਰੇ ਇਹੋ ਜਿਹਾ ਬੜਾ ਕੁਝ ਸੁਣਿਆ, ਤਾਂ ਰੰਧਾਵਾ ਸਾਹਬ ਅਫ਼ਸੋਸੇ ਹੋਏ ਕਹਿਣ ਲੱਗੇ—"ਮੈਂ ਉਹਦੀ ਸਿਫ਼ਾਰਸ਼ ਕਰਨ ਲੱਗਿਆਂ ਉਹਨੂੰ ਕਿਹਾ ਸੀ ਕਿ ਹੁਣ ਉਥੇ ਜਾ ਕੇ ਆਪਣੀ ਹੱਟੀ ਨਾ ਖੋਲ੍ਹ ਲਵੀਂ! ਪਰ...."

ਇਹ 'ਪਰ' ਮੈਂ ਨਹੀਂ ਜਾਣਦੀ, ਉਹਨਾਂ ਨੂੰ ਕਿੰਨੀ ਵਾਰ ਭੁਗਤਣਾ ਪਿਆ। ਪਰ ਅਜਿਹੇ 'ਪਰ' ਦੀ ਚੀਸ ਵੀ ਉਹ ਛੇਤੀ ਭੁੱਲ ਜਾਂਦੇ ਸਨ। ਅਗਲੀ ਘੜੀ ਉਹ ਫੇਰ ਲੋਰ ਵਿਚ ਆ ਜਾਂਦੇ ਸਨ, ਕਿਤੇ ਆਰਟ ਗੈਲਰੀ ਖੋਲ੍ਹਣ ਵਾਸਤੇ, ਕਿਸੇ ਚਿੱਤਰਕਾਰ ਦੀਆਂ ਤਸਵੀਰਾਂ ਖ਼ਰੀਦਣ ਵਾਸਤੇ, ਜਾਂ ਕਿਤਾਬਾਂ ਤੇ ਚਿੱਤਰਾਂ ਨਾਲ ਜੁੜਿਆ, ਕੋਈ ਹੋਰ ਨਵਾਂ ਕੰਮ ਅਰੰਭਣ ਵਾਸਤੇ....

ਕਹਿ ਸਕਦੀ ਹਾਂ ਕਿ ਸਾਡੇ ਸਾਹਿਤ ਤੇ ਹੁਨਰ ਨੇ ਇਕ ਤਵਾਰੀਖ਼ੀ ਵੇਲਾ ਵੇਖਿਆ ਸੀ, ਰੰਧਾਵਾ ਸਾਹਬ ਦੀ ਹੋਂਦ ਦਾ, ਜਦੋਂ ਹਰ ਕਲਾਕਾਰ ਨੂੰ ਕਿਸੇ ਔਖੇ ਵੇਲੇ, ਜ਼ਿੰਦਗੀ ਦੀਆਂ ਖੱਡਾਂ ਖਾਈਆਂ ਵਿਚੋਂ ਲੰਘਦਿਆਂ ਇਕ ਯਕੀਨ ਹੁੰਦਾ ਸੀ ਕਿ ਅਲਗੋਜ਼ੂ ਬਜਦਾ ਪੱਤਣੇ ਕੀ...ਰੰਧਾਵਾ ਸਾਹਬ ਦੀ ਹੋਂਦ ਪੱਤਣ ਵਰਗੀ ਵੀ ਸੀ, ਤੇ ਪੱਤਣ ਉੱਤੇ ਵਜਦੇ ਅਲਗੋਜ਼ੇ ਵਰਗੀ ਵੀ....

ਗੁਰਬਖ਼ਸ਼ ਸਿੰਘ ਜੀ

ਡਾਕਟਰ ਲਤੀਫ਼ ਨੇ ਕਦੇ ਜੋ ਆਖਿਆ ਸੀ, ਗ਼ਲਤ ਨਹੀਂ ਸੀ ਆਖਿਆ। ਉਹ ਦੂਰ ਅੰਦੇਸ਼ ਸਨ। ਮੈਂ ਉਦੋਂ ਨਹੀ ਸਾਂ ਕਿਆਸ ਸਕਦੀ, ਪਰ ਵਰ੍ਹਿਆਂ ਦੀ ਵਿੱਥ ਪਾ ਕੇ, ਮੈਨੂੰ ਵੀ ਪੂਰਾ ਅਹਿਸਾਸ ਹੋਇਆ ਕਿ ਜੇ ਮਨ ਦੀ ਕਿਸੇ ਰੌਅ ਵਿਚ ਮੈਂ ਗੁਰਬਖ਼ਸ਼ ਸਿੰਘ ਜੀ ਦੇ ਸਾਏ ਨੂੰ ਕਬੂਲ ਲੈਂਦੀ, ਤਾਂ ਉਨ੍ਹਾਂ ਦੀ ਭਾਰੀ ਗੌਰੀ ਸ਼ਖ਼ਸੀਅਤ ਵਾਲਾ ਮਾਹੌਲ ਮੇਰੀਆਂ ਸੋਚਾਂ ਦੀ ਇਕ ਸੀਮਾਂ ਬਣ ਜਾਣਾ ਸੀ....

ਤੇ ਜਦੋਂ ਉਨ੍ਹਾਂ ਇਹ ਆਖਿਆ—'ਜੇ ਇਹ ਕਦਮ ਉਠਾਣਾ ਹੀ ਸੀ, ਤਾਂ ਕੋਈ ਅਮੀਰ ਆਦਮੀ

ਲਭਦੀਂ–ਇਹ ਵੀ ਉਨ੍ਹਾਂ ਦੀ ਸ਼ਖ਼ਸੀਅਤ ਦਾ ਇਕ ਪਹਿਲੂ ਹੈ। ਕਿਉਂਕਿ ਦੌਲਤਮੰਦਾਂ ਤੇ ਰੁਤਬਿਆਂ ਵਾਲੇ ਲੋਕਾਂ ਲਈ ਉਹਨਾਂ ਦੇ ਮਨ ਵਿਚ ਇਕ ਕਸ਼ਿਸ਼ ਸੀ। ਤਾਂ ਵੀ ਸੋਚਦੀ ਹਾਂ–ਕਿ ਉਨ੍ਹਾਂ ਦੀ ਸ਼ਖ਼ਸੀਅਤ ਬਾਰੇ ਸਿਰਫ਼ ਇਸੇ ਗੱਲ ਦਾ ਜ਼ਿਕਰ ਕਰਨਾ, ਉਨ੍ਹਾਂ ਨਾਲ ਇਨਸਾਫ਼ ਨਹੀਂ ਹੋਵੇਗਾ। ਦੂਜੀ ਹਕੀਕਤ ਇਹ ਵੀ ਹੈ ਕਿ ਮੇਰੇ ਬੜੇ ਉਦਾਸੇ ਦਿਨਾਂ ਵਿਚ ਉਨ੍ਹਾਂ ਦੇ ਚਿੰਤਨਸ਼ੀਲ ਮਨ ਨੇ ਇਹ ਵੀ ਆਖਿਆ ਸੀ "ਹੋਣੀ ਜਦੋਂ ਸਮੇਂ ਦੀ ਉੱਚੀ ਦੀਵਾਰ ਉਤੇ ਚੜ੍ਹਦੀ ਹੈ ਤਾਂ ਹਮੇਸ਼ਾਂ ਹਾਦਸਿਆਂ ਦੀਆਂ ਪੌੜਾਂ ਵਿਚ ਪੈਰ ਧਰ ਧਰ ਕੇ ਉਤਾਂਹ ਹੁੰਦੀ ਹੈ..."

1966 ਦੀ ਡਾਇਰੀ

ਮਾਸਕੋ ਪਹੁੰਚਣ ਵਿਚ ਅਜੇ ਦੋ ਘੰਟੇ ਰਹਿੰਦੇ ਹਨ, ਪਰ ਸੋਚ ਦਾ, ਇਕੱਲਤਾ ਕੋਲੋਂ ਤੁਰ ਕੇ ਕਿਤੇ ਪਹੁੰਚਣ ਵਿਚ ਅਜੇ ਪਤਾ ਨਹੀਂ ਕਿੰਨਾ ਚਿਰ ਰਹਿੰਦਾ ਹੈ.... 24 ਮਈ 1966

ਜਿਥੋਂ ਤਕ ਨਜ਼ਰ ਜਾਂਦੀ ਹੈ, ਧਰਤੀ ਉਤੇ ਬੱਦਲਾਂ ਦੇ ਖੇਤ ਉਗੇ ਹੋਏ ਵਿਖਾਈ ਦੇਂਦੇ ਹਨ, ਕਿਸੇ ਥਾਂ ਵਿਰਲੇ, ਜਿਵੇਂ ਬੱਦਲਾਂ ਦੇ ਬੀਅ ਘੱਟ ਪਏ ਹੋਣ, ਪਰ ਕਿਸੇ ਥਾਂ ਏਨੇ ਸੰਘਣੇ ਹਨ, ਜਿਵੇਂ ਬੱਦਲਾਂ ਦੀ ਖੇਤੀ ਬੜੀ ਭਰ ਕੇ ਹੋਈ ਹੋਵੇ। ਤੇ ਇਨ੍ਹਾਂ ਖੇਤਾਂ ਵਿਚੋਂ ਲੰਘਦਿਆਂ ਹਵਾਈ ਜਹਾਜ਼ ਬੱਦਲਾਂ ਦੀ ਵਾਢੀ ਕਰਦਾ ਜਾਪਦਾ ਹੈ। ਤੇ ਜਾਪਦਾ ਹੈ ਜਿਵੇਂ ਕਦੇ ਕਣਕਾਂ ਦੇ ਖੇਤਾਂ ਵਿਚ ਘੁੰਮਦਿਆਂ ਕਣਕ ਦਾ ਦਾਣਾ ਮੂੰਹ ਲਾ ਕੇ ਆਦਮ ਬਹਿਸ਼ਤ ਵਿਚੋਂ ਕੱਢਿਆ ਗਿਆ ਸੀ, ਉਸੇ ਤਰ੍ਹਾਂ ਬੱਦਲਾਂ ਦੇ ਖੇਤਾਂ ਵਿਚ ਤੁਰਦਿਆਂ, ਏਨ੍ਹਾਂ ਖੇਤਾਂ ਦੀ ਵਾਸ਼ਨਾ ਪੀ ਕੇ, ਅੱਜ ਆਦਮ ਧਰਤੀ ਤੋਂ ਕੱਢਿਆ ਗਿਆ ਹੈ...

ਸੋਫ਼ੀਆ ਦੇ ਹਵਾਈ ਅੱਡੇ ਉਤੇ ਬਿਲਕੁਲ ਅਜਨਬੀ ਹੋ ਕੇ ਖੜੀ ਹਾਂ। ਅਚਾਨਕ ਕਿਸੇ ਨੇ ਲਾਲ ਫੁੱਲਾਂ ਦਾ ਗੁੱਛਾ ਹੱਥ ਵਿਚ ਫੜਾ ਦਿੱਤਾ ਹੈ, ਤੇ ਨਾਲ ਹੀ ਪੁਛਿਆ ਹੈ–"ਤੂੰ ਅੰਮ੍ਰਿਤਾ....?" ਤੇ ਮੈਂ ਲਾਲ ਫੱਲਾਂ ਦੀ ਉਂਗਲ ਫੜ ਕੇ ਅਜਨਬੀ ਚੇਹਰਿਆਂ ਦੇ ਸ਼ਹਿਰ ਵਿਚ ਤੁਰ ਪਈ ਹਾਂ.... 25 ਮਈ, 1966

ਹੁਣੇ ਬਲਗਾਰੀਆ ਦੇ ਕੌਮੀ ਨੇਤਾ ਗੇਔਰਗੀ ਦਿਮਿਤਰੋਵ ਨੂੰ ਵੇਖਿਆ ਹੈ, ਜਿਹਦੀ ਰੂਹ ਲੋਕਾਂ ਨੇ ਆਪਣੀ ਰੂਹ ਵਿਚ ਪਾ ਲਈ ਹੈ, ਤੇ ਜਿਹਦਾ ਜਿਸਮ ਸਾਇੰਸ ਦੀ ਮਦਦ ਨਾਲ ਸਾਂਭ ਲਿਆ ਹੈ...ਇਹਨੂੰ 1933 ਵਿਚ ਹਿਟਲਰ ਨੇ ਕੈਦ ਕਰ ਲਿਆ ਸੀ, ਉਸ ਵੇਲੇ ਲਿਖਾਰੀ ਤਾਕਤਾਂ ਨੇ ਹੀ ਉਹਨੂੰ ਬਚਾਣ ਦੀ ਵਾਹ ਲਾਈ ਸੀ, ਫ਼ਰਾਂਸ ਦੇ ਰੋਮਾਂ ਰੋਲਾਂ ਨੇ ਉਹਨੂੰ ਬਚਾਣ ਲਈ ਕਲਮੀ ਜਹਾਦ ਸ਼ੁਰੂ ਕੀਤਾ ਸੀ, ਤੇ ਉਹਨੇ ਸੁਤੰਤਰ ਹੋ ਕੇ ਫੇਰ 1944 ਵਿਚ ਬਲਗਾਰੀਆ ਨੂੰ ਫਾਸਿਸਟ ਹਕੂਮਤ ਤੋਂ ਸੁਤੰਤਰ ਕਰਵਾ ਲਿਆ। ਅਜ ਲੋਕ ਮੈਨੂੰ ਕਹਿ ਰਹੇ ਹਨ–"ਇਹ ਸਾਡਾ ਦਿਮਿਤਰੋਵ ਤੁਹਾਡੇ ਗਾਂਧੀ ਵਰਗਾ ਹੈ, ਤੁਹਾਡੇ ਨਹਿਰੂ ਵਰਗਾ...." 25 ਮਈ 1966

ਆਪਣੇ ਦੇਸ਼ ਨੂੰ ਜਰਮਨ ਜੂਲੇ ਤੋਂ ਸੁਤੰਤਰ ਕਰਵਾਣ ਵਾਲੇ ਬਲਗਾਰੀਅਨ ਸਿਪਾਹੀਆਂ ਦੇ ਬੁੱਤ ਵੇਖ ਰਹੀ ਹਾਂ। ਤਿੰਨ ਕਿਲੋਮੀਟਰ ਲੰਬੇ ਤੇ ਏਨੇ ਹੀ ਚੌੜੇ ਘੇਰੇ ਵਿਚ ਬਣਿਆ, ਬੁੱਤਾਂ ਦਾ ਇਹ ਬਾਗ਼, ਸੁਤੰਤਰਤਾ ਦਾ ਬਾਗ਼ ਅਖਵਾਂਦਾ ਹੈ... ਇਹ ਬੁੱਤ ਗੁਲਾਮ ਜ਼ਿੰਦਗੀ ਦੀਆਂ ਪੀੜਾਂ ਦੀ, ਸੁਤੰਤਰ ਜ਼ਿੰਦਗੀ ਦੇ ਇਸ਼ਕ ਦੀ ਮੂੰਹ ਬੋਲਦੀ ਤਸਵੀਰ ਹਨ... 26 ਮਈ 1966

ਅੱਜ ਦੁਪਹਿਰ ਪ੍ਰਦੇਸੀ ਮੁਲਕਾਂ ਨਾਲ ਸਭਿਅਕ ਰਿਸ਼ਤਿਆਂ ਦੇ ਮਹਿਕਮੇ ਦੇ ਵਾਈਸ ਪ੍ਰੈਜ਼ੀਡੈਂਟ ਪ੍ਰੋ: ਸਟੀਫ਼ਨ ਸਟਾਂਚੇਵ ਨਾਲ ਬੜੀ ਦਿਲਚਸਪ ਮੁਲਾਕਾਤ ਹੋਈ। ਬੜੇ ਗੰਭੀਰ ਵਿਅਕਤੀ ਹਨ, ਇਸ ਲਈ ਪ੍ਰੈਸ ਦੇ ਸੈਂਸਰ ਬਾਰੇ ਮੈਂ ਗੱਲਾਂ ਕਰ ਸੱਕੀ। ਆਖਿਆ "ਇਹ ਠੀਕ ਹੈ ਕਿ ਲਿਖਣ ਬੋਲਣ ਦੀ ਸੁਤੰਤਰਤਾ ਵਿਚ ਜਦੋਂ ਤਕ ਲਿਖਣ ਬੋਲਣ ਵਾਲੇ ਨੂੰ ਜ਼ਿੰਮੇਵਾਰੀ ਦੀ ਪਹਿਚਾਣ ਨਹੀਂ ਔਂਦੀ, ਤਾਂ ਬੜਾ ਕੁਝ ਗ਼ਲਤ ਵੀ ਹੋਂਦ ਵਿਚ ਆ ਜਾਂਦਾ ਹੈ, ਪਰ ਇਹਦਾ ਦੂਸਰਾ ਪੱਖ ਸੋਚ ਰਹੀ ਹਾਂ, ਜੋ ਲਿਖਤ ਜ਼ਿੰਮੇਵਾਰ ਹੋਏ, ਪਰ ਵੱਖਰੇ ਖ਼ਿਆਲਾਂ ਤੇ ਵੱਖਰੇ ਨਜ਼ਰੀਏ ਕਾਰਨ, ਵੱਖਰੀ ਤਰ੍ਹਾਂ ਦੀ ਹੋਵੇ, ਉਹਦਾ ਕੀ ਬਣੇਗਾ ?"

ਉਨ੍ਹਾਂ ਦਾ ਜਵਾਬ ਵੀ ਸੰਭਲਿਆ ਹੋਇਆ ਹੈ "ਸਾਡੀ ਸੰਸਥਾ ਨਜ਼ਰ ਨੂੰ ਵਿਸ਼ਾਲ ਰੱਖਦੀ ਹੈ, ਨਵੇਂ ਤਜੁਰਬਿਆਂ ਨੂੰ ਪ੍ਰਵਾਣ ਕਰਦੀ ਹੈ, ਪਰ ਹੋ ਸਕਦਾ ਹੈ ਇਹਦੀ ਹੱਦਬੰਦੀ ਕੁਝ ਚੰਗੀਆਂ ਕਿਰਤਾਂ ਲਈ ਨੁਕਸਾਨਦੇਹ ਵੀ ਹੋਵੇ...ਪਰ ਬੀਮਾਰ ਸਾਹਿਤ ਦੇ ਹੋਂਦ ਵਿਚ ਔਣ ਨਾਲੋਂ ਇਹ ਘਟ ਨੁਕਸਾਨਦੇਹ ਹੈ..." ਜਾਣਦੀ ਹਾਂ, ਵਕਤ ਖਲੋ ਨਹੀਂ ਸਕਦਾ, ਸਵਾਲ ਵੀ ਖਲੋ ਨਹੀਂ ਸਕਦਾ। ਇਹ ਸਮਾਜਵਾਦੀ ਨਿਜ਼ਾਮ ਵਿਚ ਵੀ ਰਾਹ ਲੱਭੇਗਾ। ਅੱਜ ਦੀ ਗੱਲਬਾਤ ਦਾ ਮਾਹੌਲ ਖ਼ੁਸ਼ਗਵਾਰ ਹੈ, "ਮਾੜੇ ਤੋਂ ਚੰਗੇ ਤਕ ਪਹੁੰਚੇ ਹਾਂ, ਚੰਗੇਰੇ ਤੱਕ ਵੀ ਪਹੁੰਚਾਂਗੇ..." **27 ਮਈ 1966**

ਅੱਜ ਬਲਗਾਰੀਅਨ ਲੇਖਕਾਂ ਦੀ ਮਹਿਫ਼ਲ ਵਿਚ ਨਜ਼ਮਾਂ ਪੜ੍ਹੀਆਂ, ਅਰਥਾਂ ਦੀ ਤੈਹ ਵਿਚ ਲਹਿ ਜਾਣ ਲਈ ਜ਼ਬਾਨ ਦੀ ਮਜਬੂਰੀ ਦਾ ਬੰਦ ਬੂਹਾ ਕਦੇ ਬਲਗਾਰੀਅਨ, ਕਦੇ ਰੂਸੀ, ਤੇ ਕਦੇ ਫ਼ਰੈਂਚ ਲਫ਼ਜ਼ ਨਾਲ ਖੋਲ੍ਹਿਆ ਜਾ ਰਿਹਾ ਸੀ, ਕਿ ਉੱਥੇ ਯੂਗੋਸਲਾਵੀਆ ਤੋਂ ਮਹਿਮਾਨ ਆਏ ਜ਼ਲਾਤਕੋ ਗੋਰੀਆਨ ਨੇ ਮੇਰੀ ਸਭ ਤੋਂ ਵੱਧ ਮਦਦ ਕੀਤੀ। ਗੋਰੀਆਨ ਨੂੰ ਫ਼ਰੈਂਚ ਤੇ ਜਰਮਨ ਤੋਂ ਅੰਗ੍ਰੇਜ਼ੀ ਵਿਚ ਅਨੁਵਾਦ ਕਰਨ ਦਾ ਲੰਬਾ ਤਜੁਰਬਾ ਹੈ, ਇਸ ਲਈ ਅੱਜ ਉਹਨੇ ਮੇਰੇ ਉਤੇ ਬੜਾ ਪਿਆਰਾ ਜਿਹਾ, ਅਹਿਸਾਨ ਕੀਤਾ ਹੈ "ਤੂੰ ਯੂਗੋਸਲਾਵੀਆ ਦੇ ਇਸ ਦੋਸਤ ਨੂੰ ਚੇਤੇ ਰੱਖੀਂ, ਇਹਨੇ ਤੇਰੀਆਂ ਨਜ਼ਮਾਂ ਦੇ ਅਰਥ ਕਰਨ ਵਿਚ ਬੜੀ ਮਦਦ ਕੀਤੀ ਹੈ..." **28 ਮਈ 1966**

ਅੱਜ ਸ਼ਾਮ ਬਲਗਾਰੀਆ ਦੇ ਮਹਾਨ ਲੇਖਕਾਂ ਇਵਾਨ ਵਾਜ਼ੋਵ, ਪੀਯੋ ਯਾਵੋਰੋਵ, ਤੇ ਨਿਕੋਲਾ ਵਾਪਤਸਾਰੋਵ ਦੇ ਤਵਾਰੀਖ਼ੀ ਘਰਾਂ ਨੂੰ ਵੇਖਿਆ। ਵਾਪਤਸਾਰੋਵ ਦੀਆਂ ਨਜ਼ਮਾਂ ਦਾ ਪੰਜਾਬੀ ਅਨੁਵਾਦ ਮੈਂ ਕਈ ਵਰ੍ਹੇ ਹੋਏ ਕੀਤਾ ਸੀ, ਉਹ ਮੇਰੀ ਅਨੁਵਾਦ ਕੀਤੀ ਪੰਜਾਬੀ ਕਿਤਾਬ ਵੀ ਉਹਦੇ ਤਵਾਰੀਖ਼ੀ ਘਰ ਵਿਚ ਪਈ ਹੋਈ ਹੈ। ਅੱਜ ਉਹਦੇ ਮੇਜ਼ ਨੂੰ, ਕਲਮ ਨੂੰ, ਉਹਦੀ ਚਾਹ ਦੀ ਕੇਤਲੀ ਨੂੰ ਹੱਥਾਂ ਨਾਲ ਛੋਹਿਆ, ਤਾਂ ਅੱਖਾਂ ਭਰ ਭਰ ਆਈਆਂ। ਜਾਪਿਆ, ਕਈ ਵਰ੍ਹੇ ਪਹਿਲਾਂ ਜਦੋਂ ਮੈਂ ਉਹਦੀਆਂ ਨਜ਼ਮਾਂ ਤਰਜੁਮਾ ਕੀਤੀਆਂ ਸਨ, ਉਦੋਂ ਤੋਂ ਉਹਦੀਆਂ ਕਈ ਸਤਰਾਂ ਜੋ ਕੰਨਾਂ ਵਿਚ ਪਈਆਂ, ਸ਼ਾਇਦ ਕੰਨਾਂ ਵਿਚ ਹੀ ਖਲੋਤੀਆਂ ਰਹਿ ਗਈਆਂ ਸਨ, ਕਿ ਅੱਜ ਕੰਨਾਂ ਵਿਚ ਸੁਲਗ ਪਈਆਂ–"ਕੱਲ੍ਹ ਨੂੰ ਇਹ ਜ਼ਿੰਦਗੀ ਸਿਆਣੀ ਹੋਵੇਗੀ...ਇਹ ਵਿਸ਼ਵਾਸ ਮੇਰੀ ਹਿੱਕ ਵਿਚ ਬੈਠਾ, ਤੇ ਜੋ ਇਸ ਵਿਸ਼ਵਾਸ ਨੂੰ ਵੱਜ ਸੱਕੇ ਉਹ ਗੋਲੀ ਕਿਤੇ ਨਹੀਂ....ਉਹ ਗੋਲੀ ਕਿਤੇ ਨਹੀਂ...." ਇਹ ਸਤਰਾਂ ਉਹਨੇ 1942 ਵਿਚ ਫ਼ਾਸਿਸਟਾਂ ਦੇ ਹੱਥੋਂ ਕਤਲ ਹੋਣ ਤੋਂ ਕੁਝ ਦੇਰ ਪਹਿਲਾਂ ਲਿਖੀਆਂ ਸਨ–ਜਾਪਿਆ ਉਸ ਵਿਸ਼ਵਾਸ ਨੂੰ, ਜਿਹਨੂੰ ਜਦੋਂ ਤੋਂ ਦੁਨੀਆਂ ਬਣੀ ਹੈ, ਗੋਲੀ ਨਹੀਂ ਵੱਜ ਸੱਕੀ, ਅੱਜ ਹੱਥ ਨਾਲ ਛੋਹ ਕੇ ਵੇਖ ਰਹੀ ਹਾਂ... **29 ਮਈ 1966**

ਸੋਫ਼ੀਆ ਤੋਂ 160 ਕਿਲੋਮੀਟਰ ਦੂਰ ਬਤਕ ਪਿੰਡ ਵਿਚ ਬਣੇ ਉਸ ਚਰਚ ਵਿਚ ਖੜੀ ਹਾਂ, ਜਿਥੇ

1876 ਵਿਚ ਤੁਰਕ ਰਾਜ ਦੀ ਗੁਲਾਮੀ ਤੋਂ ਸੁਤੰਤਰ ਹੋਣ ਲਈ ਜੂਝਦੇ ਪਿੰਡ ਦੇ ਦੋ ਹਜ਼ਾਰ ਔਰਤਾਂ ਤੇ ਬੱਚਿਆਂ ਨੇ ਪਨਾਹ ਲਈ ਸੀ। ਉਹ ਖੂਹ ਵੇਖ ਰਹੀ ਹਾਂ, ਜਿਹੜਾ ਚਰਚ ਦੇ ਦੁਆਲੇ ਘੇਰਾ ਪੈ ਜਾਣ ਕਰਕੇ, ਚਰਚ ਵਿਚ ਡੱਕੇ ਗਏ ਪਿਆਸੇ ਲੋਕਾਂ ਨੇ ਆਪਣੇ ਨਹੁੰਆਂ ਨਾਲ ਖੋਦ ਖੋਦ ਕੇ ਪਾਣੀ ਕਢਣ ਦਾ ਜਤਨ ਕੀਤਾ ਸੀ। ਇਹ ਸਾਰੇ 17 ਮਈ ਨੂੰ ਦੁਸ਼ਮਣਾਂ ਦੇ ਹੱਥੋਂ ਮਾਰੇ ਗਏ—ਦੋ ਹਜ਼ਾਰ ਮਨੁੱਖਾਂ ਦੀਆਂ ਹੱਡੀਆਂ ਤੇ ਖੋਪਰੀਆਂ ਸ਼ੀਸ਼ੇ ਦੇ ਢੱਕਣਾਂ ਹੇਠ ਸਾਂਭੀਆਂ ਦਿੱਸ ਰਹੀਆਂ ਹਨ। ਕੰਧਾਂ ਵਿਚ ਸਾਡੇ ਪੰਜਾਬ ਦੇ ਜਲ੍ਹਿਆਂ ਵਾਲੇ ਬਾਗ਼ ਦੀਆਂ ਕੰਧਾਂ ਵਿਚ ਪਏ ਹੋਏ ਗੋਲੀਆਂ ਦੇ ਨਿਸ਼ਾਨਾਂ ਵਾਂਗ ਨਿਸ਼ਾਨ ਹਨ...."

31 ਮਈ 1966

ਅੱਜ ਪਲੋਵਦਿਵ ਕਸਬੇ ਵਿਚ ਉਹ ਪ੍ਰਿੰਟਿੰਗ ਮਸ਼ੀਨ ਵੇਖੀ, ਜਿਹਦੇ ਉੱਤੇ ਗੁਲਾਮੀ ਦੇ ਖ਼ਿਲਾਫ਼ ਸਾਹਿਤ ਛਪਦਾ ਹੁੰਦਾ ਸੀ ਹਕੂਮਤ ਤੋਂ ਚੋਰੀ। ਤੇ ਉਹ ਬੇੜੀਆਂ ਵੇਖੀਆਂ, ਜਿਨ੍ਹਾਂ ਵਿਚ ਮਨੁੱਖ ਬੰਨ੍ਹੇ ਜਾ ਸਕਦੇ ਸਨ, ਪਰ ਵਕਤ ਨਹੀਂ....

ਕਾਲੋਫੈਰ ਕਸਬੇ ਵਿੱਚੋਂ ਲੰਘ ਰਹੇ ਸਾਂ ਕਿ ਵੇਖਿਆ—ਜਿਵੇਂ ਸਾਰਾ ਕਸਬਾ ਹੀ ਹੱਥਾਂ ਵਿਚ ਫੁੱਲ ਫੜੀ ਇਕ ਥਾਵੇਂ ਜੁੜਿਆ ਹੋਵੇ। ਪਤਾ ਲੱਗਾ, ਅੱਜ ਦੋ ਜੂਨ ਹੈ, 1876 ਵਿਚ ਵੀ ਇਹੋ ਦਿਨ ਸੀ ਦੋ ਜੂਨ, ਜਦੋਂ ਇਥੋਂ ਦਾ ਬਹੁਤ ਪਿਆਰਾ ਸ਼ਾਇਰ ਖ਼ਰਿਸਤੋ ਬੋਤੇਫ਼ ਕਤਲ ਕੀਤਾ ਗਿਆ ਸੀ। ਇਸੇ ਦਿਨ ਉਹ ਨਜ਼ਮਾਂ ਲਿਖਦਾ ਆਪਣੀ ਵੀਹ ਦਿਨ ਦੀ ਬੱਚੀ ਨੂੰ ਚੁੰਮ ਕੇ, ਤੇ ਹੱਥਾਂ ਵਿਚ ਬੰਦੂਕ ਫੜ ਕੇ ਆਪਣੇ ਦੇਸ਼ ਦੀ ਰਾਖੀ ਲਈ ਵਿਦਾ ਹੋ ਗਿਆ ਸੀ। ਤੇ ਜਦੋਂ ਕਤਲ ਹੋਇਆ, ਉਹਦੀ ਉਮਰ 27 ਵਰ੍ਹੇ 5 ਮਹੀਨੇ ਸੀ। ਉਹਦੇ ਸਾਥੀ ਉਹਦੇ ਨਾਲ ਰਲ ਕੇ ਲੜਦੇ, ਤੇ ਉਹਦੀਆਂ ਨਜ਼ਮਾਂ ਗੌਂਦੇ ਗੌਂਦੇ ਮਾਰੇ ਗਏ...ਮੈਂ ਅੱਜ ਰਾਤ ਖਰਿਸਤੋ ਬੋਤੇਫ਼ ਦੀ ਇਕ ਨਜ਼ਮ ਤਰਜਮਾ ਕੀਤੀ ਹੈ...ਸ਼ਾਮ ਨੂੰ ਮੀਂਹ ਵੱਸਦਾ ਰਿਹਾ। ਬਾਹਰ ਨਹੀਂ ਜਾ ਸਕੀ, ਇਸ ਲਈ ਹੋਟਲ ਦੇ ਕਮਰੇ ਵਿਚ ਬਹਿ ਕੇ ਬਲਗਾਰੀਆ ਦਾ ਇਕ ਮਸ਼ਹੂਰ ਨਾਵਲ 'ਅੰਡਰ ਦਾ ਯੋਕ' ਪੜ੍ਹਦੀ ਰਹੀ। ਹੈਰਾਨ ਹੋਈ ਕਿ ਨਾਵਲ ਦੀ ਮੁੱਖ ਨਾਇਕਾ ਦਾ ਨਾਂ ਰਾਧਾ ਹੈ। ਕਈ ਥਾਂ ਰਾਧਿਕਾ ਵੀ ਲਿਖਿਆ ਹੋਇਆ ਹੈ। ਰਾਤੀ ਖ਼ਾਣੇ ਵੇਲੇ ਆਪਣੇ ਦੁਭਾਸ਼ੀਏ ਨੂੰ ਹੱਸ ਕੇ ਆਖਦੀ ਰਹੀ "ਰਾਧਾ ਬਲਗਾਰੀਅਨ ਕਿਵੇਂ ਹੋ ਗਈ ? ਕ੍ਰਿਸ਼ਨ ਤਾਂ ਭਾਰਤ ਦਾ ਸੀ, ਸ਼ਾਇਦ ਕ੍ਰਿਸ਼ਨ ਨੂੰ ਮਿਲਣ ਵਾਸਤੇ ਰਾਧਾ ਬਲਗੀਆ ਤੋਂ ਹੀ ਗਈ ਹੋਵੇ..."

13 ਜੂਨ 1966

ਸਵੇਰੇ ਇਕ ਅਖ਼ਬਾਰ ਦੇ ਸੰਪਾਦਕ ਨੇ ਮੇਰੀ ਨਜ਼ਮ ਤਰਜੁਮਾ ਕੀਤੀ—

ਚੰਨ ਸੂਰਜ ਦੋ ਦਵਾਤਾਂ ਕਲਮ ਨੇ ਡੋਬਾ ਲਿਆ
ਹੁਕਮਰਾਨੋ ਦੋਸਤੋ !
ਗੋਲੀਆਂ ਬੰਦੂਕਾਂ ਤੇ ਐਟਮ ਚਲਾਣ ਤੋਂ ਪਹਿਲਾਂ ਇਹ ਖ਼ਤ ਪੜ੍ਹ ਲਵੋ !
ਸਾਇੰਸਦਾਨੋ ਦੋਸਤੋ !
ਗੋਲੀਆਂ ਬੰਦੂਕਾਂ ਤੇ ਐਟਮ ਬਨਾਣ ਤੋਂ ਪਹਿਲਾਂ ਇਹ ਖ਼ਤ ਪੜ੍ਹ ਲਵੋ !
ਸਿਤਾਰਿਆਂ ਦੇ ਹਰਫ਼ ਤੇ ਕਿਰਨਾਂ ਦੀ ਬੋਲੀ ਜੇ ਪੜ੍ਹਣੀ ਨਹੀਂ ਔਂਦੀ
ਕਿਸੇ ਆਸ਼ਕ ਅਦੀਬ ਤੋਂ ਪੜ੍ਹਵਾ ਲਵੋ, ਆਪਣੀ ਕਿਸੇ ਮਹਿਬੂਬ ਤੋਂ ਪੜ੍ਹਵਾ ਲਵੋ....

ਅੱਜ ਦੁਪਹਿਰ ਜਦੋਂ ਪਰਦੇਸਾਂ ਨਾਲ ਸਭਿੱਅਕ ਰਿਸ਼ਤਿਆਂ ਦੇ ਮਹਿਕਮੇ ਨੇ ਮੈਨੂੰ ਵਿਦਾਇਗੀ ਖਾਣਾ ਦਿੱਤਾ, ਉੱਥੇ ਕੁਝ ਸ਼ਾਇਰ ਵੀ ਸਨ, ਬਲਗਾਰੀਆ ਦੀ ਸਭ ਤੋਂ ਮਸ਼ਹੂਰ ਸ਼ਾਇਰਾ

ਐਲਿਸਾਵੇਤਾ ਬਾਗਰੀਆਨਾ ਵੀ, ਡੋਰਾ ਗਾਬੇ ਵੀ, ਤੇ ਸਾਰੇ ਦੋਸਤੀ ਦੇ ਜਾਮ ਪੇਸ਼ ਕਰਦੇ ਰਹੇ। ਡੋਰਾ ਗਾਬੇ ਨੇ ਔਰਤ-ਸ਼ਾਇਰ ਹੋਣ ਦੇ ਨਾਤੇ ਇਕ ਔਰਤ ਪ੍ਰਧਾਨ ਮੰਤ੍ਰੀ ਤੇ ਮਾਣ ਕਰਦਿਆਂ ਇੰਦਰਾਂ ਗਾਂਧੀ ਦੇ ਨਾਂ ਤੇ ਟੋਸਟ ਪੇਸ਼ ਕੀਤਾ, ਅਤੇ ਮੈਂ ਮੋਰ ਖੰਭਾਂ ਦੀਆਂ ਪੱਖੀਆਂ ਸੁਗਾਤ ਦੇਂਦਿਆਂ ਅਮਨ ਦੇ ਨਾਂ ਤੇ! ਆਖਿਆ : "ਇਹ ਰੰਗਲੇ ਖੰਭ ਸਾਡੇ ਦੇਸ ਦੇ ਕੌਮੀ ਪੰਛੀ ਦੇ ਖੰਭ ਹਨ। ਅਸੀ ਸਾਰੀ ਦੁਨੀਆਂ ਵਿਚ ਅਮਨ ਚਾਹੁੰਦੇ ਹਾਂ—ਤਾਕਿ ਸਾਡਾ ਕੌਮੀ ਪੰਛੀ ਦੁਨੀਆਂ ਦੇ ਵੇਹੜੇ ਵਿਚ ਪੈਲ ਪਾ ਸੱਕੇ...."

14 ਜੂਨ 1966

ਜਿਉਂ ਹੀ ਤਰਕਾਲਾਂ ਪੈਂਦੀਆਂ ਹਨ, ਮਾਸਕੋ ਯੂਨੀਵਰਸਿਟੀ ਪਰੀ-ਮਹਲ ਵਾਂਗੂੰ ਝਿਲਮਿਲਾਣ ਲੱਗ ਪੈਂਦੀ ਹੈ। ਉਹਦੇ ਅਸਲੋਂ ਸਾਹਮਣੇ ਖਲੋਤਿਆਂ, ਤੇ ਉਸ ਉਚੇਰੀ ਥਾਂ ਤੋਂ ਹੇਠਾਂ ਵਗਦੇ ਮਾਸਕੋ-ਦਰਿਆ ਵਲ ਵੇਖਦਿਆਂ—ਦਰਿਆ ਦੀਆਂ ਬਾਹਵਾਂ ਵਿਚ ਵਲੇ ਸ਼ਹਿਰ ਦੀ ਜਗਮਗਾਹਟ ਦਿਸਦੀ ਹੈ। ਇਕ ਹੁਸੀਨ ਹਕੀਕਤ। ਜੰਗ ਦੇ ਖ਼ੂਨੀ ਦਰਿਆਵਾਂ ਨੂੰ ਤਰ ਕੇ, ਤੇ ਭੁੱਖ ਦੇ ਰੇਤ ਥਲਾਂ ਨੂੰ ਚੀਰ ਕੇ ਲੱਭੀ ਹੋਈ ਹਕੀਕਤ।

25 ਸਤੰਬਰ, ਜਾਰਜੀਆ ਵਿਚ, ਉਹਦੇ ਇਕ ਪਿਆਰੇ ਸ਼ਾਇਰ ਸ਼ੋਤਾ੍ਰੁਸਤਾਵੈਲੀ ਦਾ ਅੱਠ ਸੌ ਸਾਲਾ ਜਸ਼ਨ ਸ਼ੁਰੂ ਹੋ ਰਿਹਾ ਹੈ। ਵੇਲੇ ਦੇ ਹਾਕਮਾਂ ਨੇ ਜਦੋਂ ਉਹਨੂੰ ਜਲਾਵਤਨ ਕੀਤਾ ਸੀ, ਉਨ੍ਹਾਂ ਨੂੰ ਕੀ ਪਤਾ ਸੀ ਕਿ ਸਮੇਂ ਦੇ ਸਾਗਰ ਵਿਚ ਮਲ ਮਲ ਨਹਾ ਕੇ, ਉਹਦੀ ਕਹਾਣੀ ਇਕ ਜਲ-ਪਰੀ ਵਾਂਗੂੰ ਨਿਕਲ ਆਵੇਗੀ...ਉਦੋਂ ਮੁਲਕ ਵਿਚ ਉਹਦਾ ਨਾਂ ਲੈਣਾ ਵੀ ਜੁਰਮ ਬਣ ਗਿਆ ਸੀ। ਇਸ ਲਈ ਲੋਕਾਂ ਨੇ ਇਹਦੀ ਰਚਨਾ ਨੂੰ ਕੰਠ ਕਰ ਲਿਆ। ਅਜ ਜਾਰਜੀਆ ਦੇ ਉਨ੍ਹਾਂ ਦੋ ਬੰਦਿਆਂ ਨੂੰ ਸਨਮਾਨਿਆ ਗਿਆ ਹੈ, ਜਿਨ੍ਹਾਂ ਨੂੰ ਰੁਸਤਾਵੈਲੀ ਦਾ ਸਾਰਾ ਕਾਵਿ ਮੂੰਹ ਜ਼ਬਾਨੀ ਯਾਦ ਹੈ... ਤਬਿਲਿਸੀ ਦੀ ਇਕ ਉੱਚੀ ਪਹਾੜੀ ਉਤੇ ਜਾਰਜੀਅਨ ਔਰਤ ਦਾ ਬੁੱਤ ਬਣਿਆ ਹੋਇਆ ਹੈ, ਜਿਹਦੇ ਇਕ ਹੱਥ ਵਿਚ ਤਲਵਾਰ ਹੈ, ਇਕ ਹੱਥ ਵਿਚ ਅੰਗੂਰਾਂ ਦੇ ਰਸ ਦਾ ਪਿਆਲਾ। ਤਲਵਾਰ ਦੁਸ਼ਮਨਾਂ ਲਈ, ਤੇ ਅੰਗੂਰਾਂ ਦੇ ਰਸ ਦਾ ਪਿਆਲਾ ਮੁਲਕ ਦੇ ਦੋਸਤਾਂ ਦੀ ਨਜ਼ਰ....

ਅਜ ਮੈਟੇਖੀ ਚਰਚ ਵੇਖਿਆ, ਜੋ ਛੇ ਸਦੀਆਂ ਤਾਂ ਚਰਚ ਰਿਹਾ ਸੀ, ਪਰ ਅਠਾਰ੍ਹਵੀਂ ਸਦੀ ਵਿਚ ਹਮਲਾਵਰਾਂ ਦੇ ਹੱਥੋਂ ਕੈਦਖਾਨਾ ਬਣ ਗਿਆ ਸੀ। ਮੈਕਸਿਮ ਗੋਰਕੀ ਨੇ ਵੀ ਇਥੇ ਕੈਦ ਕੱਟੀ ਸੀ...

ਤਬਿਲਿਸੀ ਤੋਂ 160 ਕਿਲੋਮੀਟਰ ਦੂਰ ਬਾਰਜੋਮੀ ਵੈਲੀ ਵੱਲ ਜਾਂਦਿਆਂ ਰਾਹ ਵਿਚ ਗੋਰੀ ਕਸਬਾ ਵੀ ਆਇਆ, ਜਿਥੇ ਸਟਾਲਨ ਦਾ ਜਨਮ-ਘਰ ਵੇਖਿਆ...ਦੁਨੀਆਂ ਦੇ ਹਰ ਮੁਲਕ ਤੋਂ ਲੇਖਕ ਆਏ ਹੋਏ ਹਨ, ਬਾਰਜੋਮੀ ਦੀ ਸ਼ਾਮ ਲੇਖਕ ਮਿਲਣੀ ਦੇ ਹਵਾਲੇ ਹੈ। ਹਰ ਦੇਸ ਦੇ ਲੇਖਕ ਨੇ ਚੰਗੇਰੀ ਜ਼ਿੰਦਗੀ ਦੀ ਆਸ ਵਿਚ ਕੁਝ ਲਫ਼ਜ਼ ਆਖੇ, ਪਰ ਜਦੋਂ ਵੀਅਤਨਾਮ ਦਾ ਸ਼ਾਇਰ ਚੇ ਲਿਨ ਵਿਨ ਉਠਿਆ, ਤਾਂ ਸਭਨਾਂ ਦਾ ਮਨ ਭਰ ਆਇਆ। ਅਜ ਉਹਦੇ ਲਫ਼ਜ਼ ਹਨ "ਸਾਡੀ ਕਵਿਤਾ ਲਹੂ ਦੇ ਦਰਿਆ ਤਰ ਰਹੀ ਹੈ। ਅਜ ਇਹ ਸਿਰਫ ਹਥਿਆਰਾਂ ਦੀ ਗੱਲ ਕਰਦੀ ਹੈ, ਤਾਕਿ ਕਦੇ ਇਹ ਫੁੱਲਾਂ ਦੀ ਗੱਲ ਕਰ ਸਕੇ। ਸਾਡੇ ਸਿਪਾਹੀ ਜਦੋਂ ਜੰਗ ਦੇ ਮੈਦਾਨ ਵਿਚ ਜਾਂਦੇ ਹਨ, ਲੋਕ ਨਜ਼ਮਾਂ ਲਿਖ ਕੇ ਉਨ੍ਹਾਂ ਦੇ ਬੋਝਿਆਂ ਵਿਚ ਪਾ ਦੇਂਦੇ ਹਨ। ਅਸੀ ਉਨ੍ਹਾਂ ਬੋਝਿਆਂ ਦੀ ਖ਼ੈਰ ਮੰਗਦੇ ਹਾਂ, ਜਿਨ੍ਹਾਂ ਵਿਚ ਨਜ਼ਮਾਂ ਪਈਆਂ ਹੋਈਆਂ ਹਨ। ਅਜ ਜੇ ਅਸਾਂ ਕਵਿਤਾ ਬਚਾਅ ਲਈ, ਤਾਂ ਸਮਝੋ ਮਨੁੱਖ ਬਚਾ ਲਿਆ..."

ਤੇ ਹੁਣੇ, ਮੇਰੀਆਂ ਅੱਖਾਂ ਭਰ ਆਈਆਂ ਹਨ, ਵੀਅਤਨਾਮ ਦੇ ਇਸ ਸ਼ਾਇਰ ਨੇ ਮੇਰੇ ਕੋਲ ਆ ਕੇ ਆਖਿਆ "ਤੂੰ ਹਿੰਦੁਸਤਾਨ ਤੋਂ ਆਈ ਏ ਨਾ ? ਤੇਰਾ ਨਾਂ ਅੰਮ੍ਰਿਤਾ ਹੈ ?" ਮੈਂ ਹੈਰਾਨ ਹੋਈ, ਤਾਂ ਉਹਨੇ ਦੱਸਿਆ "ਵੀਅਤਨਾਮ ਤੋਂ ਔਣ ਲਗਿਆਂ ਸਾਡੇ ਮਸ਼ਹੂਰ ਸ਼ਾਇਰ ਸੂਨ ਜ਼ਿਆਓ ਨੇ ਮੈਨੂੰ ਕ਼ਿਹਾ ਸੀ ਕਿ ਜੇ ਕੋਈ ਔਰਤ ਹਿੰਦੁਸਤਾਨ ਤੋਂ ਆਈ ਹੋਵੇਗੀ, ਤਾਂ ਉਹਦਾ ਨਾਂ ਅੰਮ੍ਰਿਤਾ ਹੋਵੇਗਾ, ਉਹਨੂੰ ਮੇਰੀ ਯਾਦ ਦੇਵੀਂ..." ਮਨ ਵਿਚੋਂ ਇਕ ਦੁਆ ਉਠ ਰਹੀ ਹੈ—ਕਾਸ਼ ਸਾਰੀ ਦੁਨੀਆਂ ਦੀਆਂ ਖ਼ੂਬਸੂਰਤ ਨਜ਼ਮਾਂ ਰਲ ਜਾਣ, ਤੇ ਉਹ ਵੀਅਤਨਾਮ ਦੀ ਰਾਖੀ ਕਰ ਸਕਣ...

27 ਸਤੰਬਰ 1966

ਅਜ ਆਰਮੀਨੀਆ ਦੀ ਰਾਜਧਾਨੀ ਯਿਰੇਵਾਨ ਵਿਚ ਉਹਦੇ ਪੁਰਾਤਨ ਖਰੜਿਆਂ ਦਾ ਸੰਭਾਲ-ਘਰ ਵੇਖਿਆ। ਇਹ ਲੋਕ ਹਮੇਸ਼ਾਂ ਦੁਨੀਆਂ ਦੇ ਕਈ ਹਿੱਸਿਆਂ ਵਿਚ ਖਿੰਡਦੇ ਰਹੇ, ਇਥੇ ਤਮਿਲ ਜ਼ਬਾਨ ਵਿਚ ਲਿਖੇ ਇਨ੍ਹਾਂ ਦੇ ਇਤਿਹਾਸ ਦੇ ਉਹ ਵਰਕੇ ਵੀ ਸਾਂਭੇ ਹੋਏ ਹਨ, ਜੋ ਕਦੇ ਇਨ੍ਹਾਂ ਨੇ ਦੱਖਣੀ ਭਾਰਤ ਵਿਚ ਵੱਸਣ ਵੇਲੇ ਲਿਖੇ ਸਨ...ਅਜ ਤੇਹਰਵੀਂ ਸਦੀ ਦਾ ਇਕ ਉਹ ਚਰਚ ਵੇਖ ਰਹੀ ਸਾਂ ਜੋ ਇਕ ਪਹਾੜ ਨੂੰ ਸਿਖ਼ਰ ਵਲੋਂ ਕੱਟ ਤਰਾਸ਼ ਕੇ ਬਣਾਇਆ ਹੋਇਆ ਹੈ, ਤਾਂ ਵੇਖਿਆ—ਉਚੇ ਥੜ੍ਹੇ ਤੋਂ ਇਕ ਨਿੱਕੀ ਜਹੀ ਪੌੜੀ ਪੱਥਰਾਂ ਦੀ ਇਕ ਕੁੰਦ੍ਹਰ ਵਿਚ ਜਾਂਦੀ ਹੈ। ਕੁੰਦ੍ਹਰ ਨਾਲ ਇਕ ਮੋਹ ਆ ਗਿਆ, ਝਿਜਕ ਕੇ ਕਿਸੇ ਨੂੰ ਪੁੱਛਿਆ—ਮੈਂ ਇਹਦੇ ਅੰਦਰ ਜਾ ਸਕਦੀ ਹਾਂ ? ਉਹ ਥਾਂ ਜਿਵੇਂ ਮੈਨੂੰ ਆਪਣੇ ਵੱਲ ਜ਼ੋਰੀ ਖਿੱਚ ਰਹੀ ਸੀ, ਪਰ ਆਪੇ ਹੀ ਮੈਂ ਸੰਗ ਕੇ ਆਖਿਆ "ਸ਼ਾਇਦ ਨਹੀਂ"—ਕਿਉਂਕਿ ਵੇਖਿਆ—ਲੋਕ ਇਸ ਥੜ੍ਹੇ ਨੂੰ ਹੋਠਾਂ ਨਾਲ ਚੁੰਮਦੇ ਪਏ ਸਨ, ਸੋ ਸੋਚਿਆ—ਉਹਦੇ ਤੇ ਪੈਰ ਰਖ ਕੇ ਸ਼ਾਇਦ ਅੱਗੇ ਨਹੀਂ ਜਾਇਆ ਜਾ ਸਕਦਾ। ਪਰ ਮੈਨੂੰ ਜਵਾਬ ਮਿਲਿਆ—"ਉਸ ਕੁੰਦ੍ਹਰ ਵਿਚ ਇਕ ਆਲਾ ਹੈ, ਜਿਥੇ ਦੀਵਾ ਜਗਾ ਕੇ ਸਾਡੇ ਲੇਖਕ, ਹਮਲਾਵਰਾਂ ਤੋਂ ਚੋਰੀ, ਸਮੇਂ ਦਾ ਇਤਿਹਾਸ ਲਿਖਦੇ ਸਨ। ਤੂੰ ਇਸ ਥੜ੍ਹੇ ਨੂੰ ਲੰਘ ਕੇ, ਜਿੰਨਾ ਚਿਰ ਚਾਹੇਂ ਕੁੰਦ੍ਹਰ ਵਿਚ ਬੈਠ ਸਕਦੀ ਹੈਂ..."

ਤਬਿਲਿਸੀ ਵਿਚ ਬਰਤਾਨੀਆਂ ਦੇ ਇਕ ਲੇਖਕ ਨੇ ਮੈਨੂੰ ਪੁੱਛਿਆ ਸੀ "ਤੈਨੂੰ ਕਦੀ ਕਿਸੇ ਖ਼ਾਸ ਦੇਸ ਦੇ ਲੋਕਾਂ ਨਾਲ ਖ਼ਾਸ ਸਾਂਝ ਜਾਪਦੀ ਹੈ ?" ਤਾਂ ਮੈਂ ਜਵਾਬ ਦਿੱਤਾ ਸੀ "ਇਸ ਤਰ੍ਹਾਂ ਮੈਨੂੰ ਕਿਸੇ ਦੇਸ ਵਿਚ ਕਦੀ ਨਹੀਂ ਜਾਪੀ, ਪਰ ਕਈ ਕਿਤਾਬਾਂ ਦੇ ਕਈ ਪਾਤਰਾਂ ਨਾਲ ਜਾਪਣ ਲਗ ਪੈਂਦੀ ਹੈ..." ਪਰ ਅਜ ਯਿਰੇਵਾਨ ਦੇ ਇਕ ਚਰਚ ਦੀ ਇਕ ਕੁੰਦ੍ਹਰ ਨੇ ਮੇਰੇ ਨਾਲ ਇੰਜ ਅਚਾਨਕ ਮੋਹ ਪਾ ਲਿਆ ਹੈ, ਤਾਂ ਸੋਚ ਰਹੀ ਹਾਂ ਸਿਰਫ਼ ਕਿਤਾਬਾਂ ਦੇ ਪਾਤਰ ਹੀ ਨਹੀਂ, ਕੋਈ ਨੁੱਕਰਾਂ ਕੋਨੇ ਵੀ ਇਹੋ ਜਹੇ ਹੁੰਦੇ ਹਨ, ਜੋ ਅਜਨਬੀ ਦੇਸਾਂ ਵਿਚ ਕੁਝ ਆਪਣੇ ਲੱਗਣ ਲੱਗ ਪੈਂਦੇ ਹਨ...

2 ਅਕਤੂਬਰ 1966 ਮਾਸਕੋ ਤੋਂ ਕੋਈ ਦੋ ਸੌ ਕਿਲੋਮੀਟਰ ਦਾ ਲੰਬਾ ਰਾਹ ਰੁੱਖਾਂ ਵਿਚ ਵਲਿਆ ਹੋਇਆ ਹੈ। ਸੁਣਿਆਂ ਹੋਇਆ ਸੀ ਕਿ ਰੂਸ ਦੇ ਜੰਗਲਾਂ ਦੀ ਪਤਝੜ ਵੇਖਣ ਵਾਲੀ ਹੁੰਦੀ ਹੈ, ਅਜ ਵੇਖ ਰਹੀ ਹਾਂ—ਰੁੱਖਾਂ ਦੇ ਪੱਤੇ ਸੋਨੇ ਦੇ ਚੌੜੇ ਪੱਤਿਆਂ ਵਾਂਗ ਝੂਲਦੇ ਲਗਦੇ ਹਨ। ਕਈ ਰੁੱਖਾਂ ਦੇ ਤਣੇ ਅਸਲੋਂ ਚਿੱਟੇ ਹਨ, ਜਿਵੇਂ ਚਾਂਦੀ ਦੇ ਰੁੱਖਾਂ ਉਤੇ ਸੋਨੇ ਦੇ ਪੱਤੇ ਉਗੇ ਹੋਣ....

ਯਾਸਨਾਯਾ ਪੋਲਿਆਨਾ ਵਿਚ ਅਜ ਟਾਲਸਟਾਏ ਦੇ ਘਰ ਖੜੀ ਸਾਂ, ਉਸ ਕਮਰੇ ਵਿਚ ਜ਼ਿਥੇ ਉਹਨੇ "ਵਾਰ ਐਂਡ ਪੀਸ" ਲਿਖਿਆ ਸੀ। ਉਹਦੇ ਸੌਣ ਕਮਰੇ ਦੇ ਪਲੰਘ ਕੋਲ, ਟਾਲਸਟਾਏ ਦੀ ਇਕ ਚਿੱਟੀ ਕਮੀਜ਼ ਟੰਗੀ ਹੋਈ ਹੈ। ਪਲੰਘ ਦੀ ਬਾਹੀ ਉਤੇ ਮੈਂ ਇਕ ਹੱਥ ਰਖ ਕੇ ਖੜੀ ਸਾਂ, ਕਿ ਸੱਜੇ ਪਾਸੇ ਦੀ ਬਾਰੀ ਵਿਚੋਂ ਹਲਕੀ ਜਹੀ ਹਵਾ ਆਈ, ਤੇ ਉਸ ਟੰਗੀ ਹੋਈ ਕਮੀਜ਼ ਦੀ ਬਾਂਹ ਹਿੱਲ ਕੇ

ਮੇਰੀ ਬਾਂਹ ਨੂੰ ਛੋਹ ਗਈ...ਇਕ ਪਲ ਲਈ ਜਿਵੇਂ ਸਮੇਂ ਦੀਆਂ ਸੂਈਆਂ ਪਿਛਾਂਹ ਪਰਤ ਪਈਆਂ— 1966 ਤੋਂ 1910 ਤੇ ਆ ਗਈਆਂ, ਤੇ ਵੇਖਿਆ—ਗਲ ਵਿਚ ਖੁੱਲ੍ਹੀ ਚਿੱਟੀ ਕਮੀਜ਼ ਪਾ ਕੇ ਉਥੇ ਦੀਵਾਰ ਦੇ ਕੋਲ ਟਾਲਸਟਾਏ ਖਲੋਤਾ ਹੋਇਆ ਹੈ...ਫੇਰ ਲਹੂ ਦੀ ਹਰਕਤ ਨੇ ਸ਼ਾਂਤ ਹੋ ਕੇ ਵੇ ਖਿਆ, ਕਮਰੇ ਵਿਚ ਕੋਈ ਨਹੀਂ ਸੀ, ਤੇ ਖੱਬੇ ਹੱਥ ਦੀ ਕੰਧ ਉਤੇ, ਸਿਰਫ਼ ਇਕ ਚਿੱਟੀ ਕਮੀਜ਼ ਟੰਗੀ ਹੋਈ ਸੀ....

8 ਅਕਤੂਬਰ 1966

1967

"ਪੋਇਟ੍ਰੀ ਇਜ਼ ਦੇ ਕੰਟਰੀ ਵਿਦਾਊਟ ਫਰੰਟੀਅਰਜ਼" ਕਹਿੰਦਿਆਂ, ਯੂਗੋਸਲਾਵੀਆ ਵਾਲੇ ਹਰ ਸਾਲ ਅਗਸਤ ਦੇ ਅਖ਼ੀਰ ਵਿਚ, ਆਖ਼ਰਿਦ ਝੀਲ ਤੋਂ ਦਸਾਂ ਕੋਹਾਂ ਦੀ ਵਿੱਥ ਤੇ ਸ਼ਤਰੂਗਾ ਸ਼ਹਿਰ ਵਿਚ ਦਰਿਆ ਦਰਿਮ ਦੇ ਕੰਢੇ ਸ਼ਾਇਰੀ ਦਾ ਮੇਲਾ ਲਾਂਦੇ ਹਨ। ਪਹਿਲੇ ਦਿਨ ਸਿਰਫ਼ ਮੈਸੇਡੋਨੀਅਨ ਜ਼ਬਾਨ ਦੀਆਂ ਨਜ਼ਮਾਂ ਪੜ੍ਹੀਆਂ ਜਾਂਦੀਆਂ ਹਨ, ਅਤੇ ਦੂਜੀ ਰਾਤ, ਸਾਰੀਆਂ ਯੂਗੋਸਲਾਵ ਜ਼ਬਾਨਾਂ, ਤੇ ਮਹਿਮਾਨ ਜ਼ਬਾਨਾਂ ਦੇ ਸ਼ਾਇਰਾਂ ਲਈ ਹੁੰਦੀ ਹੈ। ਸਾਰੇ ਸ਼ਾਇਰ ਦਰਿਆ ਦੇ ਪੁਲ ਤੇ ਖਲੋ ਕੇ ਨਜ਼ਮਾਂ ਪੜ੍ਹਦੇ ਹਨ, ਤੇ ਸੁਨਣ ਵਾਲੇ ਦਰਿਆ ਦੇ ਦੋਹੀਂ ਕੰਢੀਂ ਬਹਿ ਕੇ ਸੁਣਦੇ ਹਨ। ਕਈ ਬੇੜੀਆਂ ਵਿਚ ਬਹਿ ਕੇ ਵੀ। ਬਲਦੀਆਂ ਮਸ਼ਾਲਾਂ ਦੀ ਤੇ ਬਿਜਲੀ ਦੀ ਰੌਸ਼ਨੀ ਦਰਿਆ ਵਿਚ ਝਿਲਮਿਲਾਂਦੀ ਹੈ, ਤਾਂ ਇਹ ਰਾਤ ਕਿਸੇ ਪਰੀ ਕਹਾਣੀ ਵਰਗੀ ਹੋ ਜਾਂਦੀ ਹੈ। ਸ਼ਾਇਰ ਆਪੋ ਆਪਣੀ ਜ਼ਬਾਨ ਵਿਚ ਨਜ਼ਮਾਂ ਪੜ੍ਹਦੇ ਹਨ, ਤੇ ਉਨ੍ਹਾਂ ਦੇ ਤਰਜੁਮੇਂ ਇਥੋਂ ਦੇ ਮਸ਼ਹੂਰ ਐਕਟਰ ਪੜ੍ਹਦੇ ਹਨ। ਜਿਸ ਦੇਸ ਦਾ ਸ਼ਾਇਰ ਜਿਸ ਵੇਲੇ ਨਜ਼ਮ ਪੜ੍ਹਦਾ ਹੈ, ਤਾਂ ਉਸ ਦੇਸ ਦਾ ਝੰਡਾ ਲਹਿਰਾਇਆ ਜਾਂਦਾ ਹੈ। ਅਜ ਏਥੇ ਨਜ਼ਮ ਪੜ੍ਹਨਾ ਮੇਰੀ ਜ਼ਿੰਦਗੀ ਦਾ ਪਿਆਰਾ ਤਜੁਰਬਾ ਹੈ...ਇਹ ਸਭ ਤਾਲੀਆਂ ਹਿੰਦੁਸਤਾਨ ਦੇ ਨਾਂ ਤੇ ਹਨ—ਕਾਲੀਦਾਸ ਦੇ ਦੇਸ ਲਈ, ਟੈਗੋਰ ਦੇ ਦੇਸ ਲਈ, ਨਹਿਰੂ ਦੇ ਦੇਸ ਲਈ....

26 ਅਗਸਤ 1967

ਕਲ੍ਹ ਆਖ਼ਰਿਦ ਤੋਂ ਸਕੋਪੀਆ ਪਹੁੰਚਣ ਲਈ ਜਿਸ ਕਾਰ ਦਾ ਇੰਤਜ਼ਾਮ ਸੀ, ਉਹਦੇ ਵਿਚ ਇਥੋਪੀਆ ਦਾ ਇਕ ਸ਼ਾਇਰ ਅਬਰਾ ਜੰਬੇਰੀ ਵੀ ਸੀ, ਤੇ ਇਥੋਪੀਆ ਦਾ ਪ੍ਰਿੰਸ ਮਹਤੇਮਾ ਸੇਲਾਸੀ mahteme selassie ਵੀ। ਅਸੀ ਬਹੁਤਾ ਰਾਹ ਸ਼ਤਰੂਗਾ ਵਿਚ ਹੋਏ ਸ਼ਾਇਰੀ ਦੇ ਮੇਲੇ ਦੀਆਂ ਗੱਲਾਂ ਕਰਦੇ ਰਹੇ, ਪਰ ਇਕ ਥਾਂ ਖਲੋ ਕੇ ਬੀਅਰ ਦਾ ਇਕ ਇਕ ਗਲਾਸ ਪੀਂਦਿਆਂ ਇਥੋਪੀਆ ਦੇ ਪ੍ਰਿੰਸ ਦਾ ਮਨ ਛਲਕ ਪਿਆ "ਤੁਸੀ ਸ਼ਾਇਰ ਲੋਕ ਖ਼ੁਸ਼ਨਸੀਬ ਹੋ, ਹਕੀਕਤ ਦੀ ਦੁਨੀਆਂ ਨਹੀਂ ਵਸਦੀ, ਤਾਂ ਕਲਪਨਾ ਦੀ ਦੁਨੀਆਂ ਵਸਾ ਲੈਂਦੇ ਹੋ...ਮੈਂ ਵੀਹ ਵਰ੍ਹੇ ਵਾਇਲਿਨ ਵਜਾਂਦਾ ਰਿਹਾ ਸਾਂ, ਸਾਜ਼ ਦੀਆਂ ਤਾਰਾਂ ਨਾਲ ਮੈਨੂੰ ਇਸ਼ਕ ਹੈ, ਪਰ ਜੰਗ ਦੇ ਦਿਨਾਂ ਵਿਚ ਮੇਰੀ ਸੱਜੀ ਬਾਂਹ ਤੇ ਗੋਲੀ ਵੱਜ ਗਈ, ਹੁਣ ਮੈਂ ਵਾਇਲਿਨ ਨਹੀਂ ਵਜਾ ਸਕਦਾ...ਸੰਗੀਤ ਮੇਰੀ ਛਾਤੀ ਵਿਚ ਜੰਮ ਗਿਆ ਹੈ..." ਤਵਾਰੀਖ਼ ਚੁੱਪ ਹੈ, ਮੈਂ ਵੀ ਕਲ੍ਹ ਦੀ ਚੁੱਪ ਹਾਂ—ਸੰਗੀਤ ਦੇ ਆਸ਼ਕ ਹੱਥਾਂ ਨੂੰ ਗੋਲੀਆਂ ਕਿਉਂ ਵਜਦੀਆਂ ਹਨ, ਇਹਦਾ ਜਵਾਬ ਕਿਸੇ ਕੋਲ ਨਹੀਂ...ਇਸ ਸਵਾਲ ਦੇ ਸਾਹਮਣੇ ਸਿਰਫ਼ ਚੁੱਪ ਦੀ ਬੰਦ ਗਲੀ ਹੈ....

30 ਅਗਸਤ 1967

ਬੈਲਗ੍ਰੇਡ ਤੋਂ ਕੋਈ ਸੌ ਮੀਲ ਦੂਰ ਕਰਾਗੁਯੇਵਾਚ ਸ਼ਹਿਰ ਦੇ ਪਾਸੇ ਨਾਲ ਖਲੋਤਿਆਂ ਦੂਰ ਤਕ

ਇਕ ਹਰੀ ਸੱਖਣ ਦਿੱਸਦੀ ਹੈ। ਏਸ ਸੱਖਣ ਵਿਚ ਦੋ ਚਿੱਟੇ ਖੰਭ ਦਿਸਦੇ ਹਨ, ਕੋਈ ਅਠਾਰਾਂ ਗਜ਼ ਲੰਬੇ, ਤੇ ਜ਼ਮੀਨ ਨਾਲੋਂ ਕੋਈ ਦਸ ਗਜ਼ ਉੱਚੇ। ਉਦੋਂ 1941 ਸੀ, ਅਕਤੂਬਰ ਮਹੀਨੇ ਦੀ 21 ਤਾਰੀਖ਼, ਜਦੋਂ ਇਕ ਸਕੂਲ ਵਿਚ ਕੋਈ ਤਿੰਨ ਸੌ ਬੱਚੇ ਆਪਣਾ ਸਬਕ ਪੜ੍ਹ ਰਹੇ ਸਨ ਕਿ ਜਰਮਨ ਫ਼ੌਜਾਂ ਨੇ ਸਕੂਲ ਨੂੰ ਘੇਰਾ ਪਾ ਲਿਆ, ਤੇ ਇਕ ਇਕ ਬੱਚੇ ਨੂੰ ਸਣੇ ਮਾਸਟਰਾਂ ਗੋਲੀਆਂ ਨਾਲ ਵਿੰਨ੍ਹ ਦਿੱਤਾ...ਇਹ ਪੱਥਰ ਦੇ ਖੰਭ ਉਸ ਮਰੁੰਡੀ ਹੋਈ ਉਡਾਰੀ ਦਾ ਚਿੰਨ੍ਹ ਹਨ, ਜੋ ਉਨ੍ਹਾਂ ਤਿੰਨ ਸੌ ਬੱਚਿਆਂ ਦੀ ਛਾਤੀ ਵਿਚ ਭਰੀ ਹੋਈ ਸੀ...ਉਸ ਦਿਨ ਪੂਰੇ ਸ਼ਹਿਰ ਦੀ ਵੱਸੋਂ ਕਤਲ ਹੋਈ ਸੀ–ਸੱਤ ਹਜ਼ਾਰ ਲੋਕ। ਅੱਜ ਪੱਥਰ ਦੇ ਦੋ ਬੁੱਤ, ਇਕ ਮਰਦ ਦਾ ਇਕ ਔਰਤ ਦਾ ਉਨ੍ਹਾਂ ਸੱਤ ਹਜ਼ਾਰ ਕਬਰਾਂ ਦਾ ਚਿੰਨ੍ਹ ਹਨ...ਏਥੇ ਖਲੋਤਿਆਂ ਅੱਜ ਜੋ ਕੁਝ ਇਕ ਜੀਊਂਦੇ ਮਨੁੱਖ ਦੀ ਛਾਤੀ ਵਿਚ ਵਾਪਰਦਾ ਹੈ, ਉਹ ਜਾਂ ਤੇ ਇਹ ਹੈ ਕਿ ਉਹਦੀ ਜੀਊਂਦੀ ਛਾਤੀ ਵਿਚੋਂ ਨਿਕਲ ਕੇ ਮਾਸ ਦਾ ਇਕ ਟੁਕੜਾ ਇਨ੍ਹਾਂ ਬੁੱਤਾਂ ਵਿਚ ਸਮਾ ਗਿਆ ਹੈ, ਤੇ ਜਾਂ ਇਨ੍ਹਾਂ ਬੁੱਤਾਂ ਵਿਚੋਂ ਨਿਕਲ ਕੇ ਪੱਥਰ ਦਾ ਇਕ ਟੋਟਾ ਹਮੇਸ਼ਾਂ ਲਈ ਉਹਦੀ ਛਾਤੀ ਵਿਚ ਲਹਿ ਗਿਆ ਹੈ...

31 ਅਗਸਤ 1967

ਹੰਗੇਰੀਅਨ ਸ਼ਾਇਰ ਵਿਹਾਰ ਬੇਲਾ ਨੇ ਮਿਲਦਿਆਂ ਹੀ ਆਖਿਆ "ਕੋਈ ਵੀ ਹਮਲਾਆਵਰ ਜਦੋਂ ਧਰਤੀ ਦੇ ਕਿਸੇ ਟੋਟੇ ਤੇ ਪੈਰ ਰੱਖਦਾ ਹੈ ਤਾਂ ਸਭ ਤੋਂ ਪਹਿਲਾਂ ਉਥੋਂ ਦੀਆਂ ਕਿਤਾਬਾਂ ਦੀਆਂ ਅਲਮਾਰੀਆਂ ਕੰਬਦੀਆਂ ਹਨ। ਪਰ ਜਦੋਂ ਕੋਈ ਸ਼ਾਇਰ ਕਿਸੇ ਦੂਰ ਧਰਤੀ ਦੇ ਟੋਟੇ ਉਤੇ ਪੈਰ ਰਖਦਾ ਹੈ, ਤਾਂ ਕਿਤਾਬਾਂ ਦੀਆਂ ਅਲਮਾਰੀਆਂ ਹੋਰ ਵੱਡੀਆਂ ਹੋ ਜਾਂਦੀਆਂ ਹਨ..." ਖ਼ੁਸ਼ਆਮਦੀਦ ਦੇ ਇਨ੍ਹਾਂ ਪਿਆਰੇ ਲਫ਼ਜ਼ਾਂ ਤੋਂ ਬਾਅਦ ਅੱਜ ਉਹ ਮਸ਼ੀਨ ਵੇਖੀ, ਜਿਹਦੇ ਤੇ 15 ਮਾਰਚ 1848 ਨੂੰ ਸ਼ਾਨਡੋਰ ਪੈਤੋਫ਼ੀ ਦੀ ਲਿਖੀ ਹੋਈ ਉਹ ਬਗ਼ਾਵਤੀ ਨਜ਼ਮ ਛਪੀ ਸੀ ਜੋ ਹੁਣ ਇਥੋਂ ਦਾ ਕੌਮੀ ਗੀਤ ਹੈ।

ਅੱਜ ਯੋਬਾਜ ਕਾਰੋਯ ਦੀ ਮੁਲਾਕਾਤ ਵੀ ਬੜੀ ਯਾਦਗਾਰੀ ਹੈ, ਸਤਾਲਿਨ ਦੀ ਮੌਤ ਤਕ ਇਸ ਸ਼ਾਇਰ ਦੀ ਕੋਈ ਕਿਤਾਬ ਨਹੀਂ ਸੀ ਛਪ ਸੱਕੀ, ਇਹ ਸਾਤ ਵਰ੍ਹੇ ਸਾਇਬੇਰੀਆ ਵਿਚ ਜੰਗੀ ਕੈਦੀ ਰਿਹਾ। 1948 ਵਿਚ ਰਿਹਾਈ ਵੇਲੇ ਇਹਦੇ ਬੋਝੇ ਫੋਲੇ ਗਏ, ਤਾਂ ਬੋਝਿਆਂ ਵਿਚੋਂ ਨਿਕਲੀਆਂ ਨਜ਼ਮਾਂ ਕਾਰਨ, ਇਹਨੂੰ ਇਕ ਸਾਲ ਲਈ ਫੇਰ ਜੇਲ੍ਹ ਵਿਚ ਪਾ ਦਿੱਤਾ ਗਿਆ...

ਅੱਜ ਬੁਦਾਪੇਸਟ ਰੇਡੀਓ ਤੋਂ ਬੋਲਣ ਲਈ, ਤੇ ਹੰਗੇਰੀਅਨ ਲੇਖਕਾਂ ਦੀ ਸਭਾ ਵਿਚ ਪੜ੍ਹਣ ਲਈ, ਜਦੋਂ ਮੈਂ ਆਪਣੀਆਂ ਨਜ਼ਮਾਂ ਚੁਣੀਆਂ, ਤਾਂ ਖੁਸ਼ ਹਾਂ ਕਿ ਮੇਰੇ ਕੋਲੋਂ ਕੋਈ ਸਮਾਜਵਾਦੀ ਲਿਹਾਜ਼ ਨਹੀਂ ਮੰਗਿਆ ਗਿਆ। ਉਹੀ ਨਜ਼ਮਾਂ ਚੁਣੀਆਂ ਗਈਆਂ, ਜੋ ਮੈਂ ਚਾਂਹਦੀ ਸਾਂ। ਅੱਜ ਸ਼ਾਨਡੋਰ ਰਾਕੋਸ਼ ਨੇ ਮੇਰੀਆਂ ਨਜ਼ਮਾਂ ਤਰਜੁਮਾ ਕੀਤੀਆਂ ਹਨ...

ਲੇਖਕ ਯੂਨੀਅਨ ਦੇ ਦਫ਼ਤਰ ਵਿਚ ਇੱਥੋਂ ਦੇ ਮਸ਼ਹੂਰ ਸ਼ਾਇਰ ਗਾਬੋਰ ਗੋਰਾਈ ਨੂੰ ਮਿਲਦਿਆਂ, ਫ਼ਰਾਂਸ ਦੇ ਉਸ ਸ਼ਾਇਰ ਨਾਲ ਅਚਾਨਕ ਮੁਲਾਕਾਤ ਹੋ ਗਈ ਜੋ ਪਿਛਲੇ ਵਰ੍ਹੇ ਜਾਰਜੀਆ ਵਿਚ ਮਿਲਿਆ ਸੀ, ਤੇ ਉਹਨੇ ਮੇਰੀ ਡਾਇਰੀ ਵਿਚ ਲਿਖਿਆ ਸੀ "ਜੇ ਕਦੇ ਮੈਂ ਅਗਲੇ ਵਰ੍ਹੇ ਤੈਨੂੰ ਪੈਰਿਸ ਵਿਚ ਮਿਲ ਸੱਕਾਂ" ਪਰ ਅੱਜ ਉਹਨੇ ਪਹਿਲੀ ਵਾਰ ਮੇਰੀਆਂ ਨਜ਼ਮਾਂ ਪੜ੍ਹੀਆਂ, ਤਾਂ ਖ਼ੁਸ਼ੀ ਨਾਲ ਬੋਲ ਪਿਆ "ਖ਼ੁਦਾ ਦਾ ਸ਼ੁਕਰ ਕਿ ਇਹ ਨਜ਼ਮਾਂ–ਨਜ਼ਮਾਂ ਹਨ, ਮੈਨੂੰ ਇਹ ਡਰ ਸੀ ਕਿ ਤੂੰ ਸਿਰਫ਼ ਸਮਾਜਵਾਦੀ ਨਜ਼ਮਾਂ ਲਿਖਦੀ ਹੋਵੇਂਗੀ" ਤੇ ਇਸ ਗੱਲ ਤੇ ਸਿਰਫ਼ ਮੈਂ ਨਹੀਂ, ਮੇਰੇ ਕੋਲ

ਬੈਠੇ ਹੰਗੇਰੀਅਨ ਸ਼ਾਇਰ ਵੀ ਖੁੱਲ੍ਹ ਕੇ ਹੱਸਦੇ ਰਹੇ...
ਇਕ ਸ਼ਾਇਰਾ ਆਖ ਰਹੀ ਹੈ "ਪੂਰੇ ਦਸ ਵਰ੍ਹੇ ਸਾਨੂੰ ਚੁੱਪ ਦੀ ਇਕ ਲੰਬੀ ਗੁਫ਼ਾ ਵਿਚੋਂ ਲੰਘਣਾ ਪਿਆ। ਹੁਣ ਮਨਜ਼ੂਰ–ਮਿਆਰਾਂ ਨਾਲੋਂ ਨਿੱਖੜ ਕੇ ਲਿਖੀਆਂ ਨਜ਼ਮਾਂ ਦਾ ਛਪਣਾ ਸੰਭਵ ਹੋ ਗਿਆ ਹੈ..."

ਅੱਜ ਬੁਦਾਪੈਸਟ ਤੋਂ 120 ਕਿਲੋਮੀਟਰ ਦੱਖਣ ਵੱਲ ਬਾਲਾਤੋਨ ਝੀਲ ਦਾ ਉਹ ਕੰਢਾ ਵੇਖਿਆ, ਜਿੱਥੇ 6 ਨਵੰਬਰ 1926 ਨੂੰ ਰਾਬਿੰਦਰ ਨਾਥ ਟੈਗੋਰ ਨੇ ਆ ਕੇ ਇਕ ਰੁੱਖ ਬੀਜਿਆ ਸੀ ਤੇ ਇਕ ਨਜ਼ਮ ਲਿਖੀ ਸੀ–
ਮੈਂ ਜਦੋਂ ਇਸ ਧਰਤੀ ਤੇ ਨਹੀਂ ਹੋਵਾਂਗਾ
ਉਦੋਂ ਵੀ ਇਹ ਮੇਰਾ ਰੁੱਖ ਤੁਹਾਡੀ ਬਹਾਰ ਨੂੰ ਨਵੇਂ ਪੱਤੇ ਦੇਵੇਗਾ...
ਤੇ ਰਾਹ ਜਾਂਦੇ ਸੈਲਾਨੀਆਂ ਨੂੰ ਆਖੇਗਾ–
ਕਿ ਇਕ ਸ਼ਾਇਰ ਨੇ ਇਸ ਧਰਤੀ ਨੂੰ ਪਿਆਰ ਕੀਤਾ ਸੀ...

ਰੁੱਖ ਦੇ ਕੋਲ ਵਾਰ ਟੈਗੋਰ ਦਾ ਬੁੱਤ ਹੈ, ਤੇ ਬੁੱਤ ਦੇ ਕੋਲ ਵਾਰ ਇਕ ਚਿੱਟੇ ਪੱਥਰ ਉਤੇ ਇਹ ਸਤਰਾਂ ਖੁਦੀਆਂ ਹੋਈਆਂ ਹਨ, ਤੇ ਉਥੇ ਤਾਰੀਖ਼ ਪਈ ਹੋਈ ਹੈ– 8 ਨਵੰਬਰ 1926
ਰੁੱਖ ਦੀ ਇਕ ਟਾਹਣ ਨਾਲੋਂ ਇਕ ਪੱਤਾ ਤੋੜ ਕੇ ਵੇਖਦੀ ਹਾਂ, ਜਾਪਦਾ ਹੈ ਉਹਦੀ ਡੰਡੀ ਉਤੇ ਅੱਜ ਦੀ ਤਾਰੀਖ਼ ਪਈ ਹੋਈ ਹੈ– 8 ਸਤੰਬਰ 1967

ਜਿਸ ਸ਼ਾਇਰ ਦੇ ਨਾਂ ਤੇ ਹੁਣ ਹੰਗਰੀ ਦਾ ਸਭ ਤੋਂ ਵੱਡਾ ਪ੍ਰਾਈਜ਼ ਹੈ 'ਆਤਿਲਾ ਯੋਜ਼ੇਫ਼ ਪ੍ਰਾਈਜ਼', ਉਹਦੀਆਂ ਨਜ਼ਮਾਂ ਤਰਜੁਮਾ ਕਰਦਿਆਂ, ਮੈਂ ਉਸ ਰੇਲਵੇ ਲਾਈਨ ਤੇ ਗਈ, ਜਿੱਥੇ ਉਨ੍ਹੇ ਅੱਜ ਤੋਂ ਤੀਹ ਵਰ੍ਹੇ ਪਹਿਲਾਂ ਆਤਮਘਾਤ ਕੀਤਾ ਸੀ...ਉਹ ਉਸ ਦੌਰ ਵਿਚ ਪੈਦਾ ਹੋਇਆ–ਜਦੋਂ ਸ਼ਖ਼ਸੀ ਸੁਤੰਤਰਤਾ ਦੇ 'ਗੁਨਾਹ' ਲਈ ਕੋਈ ਮਾਫ਼ੀ ਨਹੀਂ ਸੀ...ਆਤਿਲਾ ਦੀਆਂ ਨਜ਼ਮਾਂ ਬਹੁਤ ਪਿਆਰੀਆਂ ਹਨ–ਇਕੋ ਵੇਲੇ ਉਨ੍ਹਾਂ ਵਿਚ ਜ਼ੋਰ ਵੀ ਹੈ ਤੇ ਨਜ਼ਾਕਤ ਵੀ। ਉਹਦੇ ਆਖ਼ਰੀ ਦਿਨਾਂ ਦੀ ਇਕ ਨਜ਼ਮ ਦੀਆਂ ਦੋ ਸਤਰਾਂ ਹਨ–"ਦੁੱਧ ਦੰਦਾਂ ਦੇ ਨਾਲ ਤੂੰ ਚੱਟਾਨਾਂ ਨੂੰ ਤੋੜਨਾ ਚਾਹਿਆ ਮੂਰਖ ! ਕੀ ਸੁਪਨਿਆਂ ਨੂੰ ਵੇਖਣ ਵਾਸਤੇ ਕੋਈ ਰਾਤ ਕਾਫ਼ੀ ਨਹੀਂ ਸੀ ?..." 9–22 ਸਤੰਬਰ 1967

ਅੱਜ ਰੋਮਾਨੀਆ ਵਿਚ ਉਹ ਗਿਰਜਾ ਵੇਖਿਆ, ਜਿੱਥੇ ਰੂਸੀ ਸ਼ਾਇਰ ਪੁਸ਼ਕਿਨ ਨੂੰ ਪਿਆਰ ਕਰਨ ਵਾਲੀ ਇਕ ਗਰੀਕ ਕੁੜੀ ਕਾਲਿਪਸੋ ਦੀ ਖੋਪਰੀ ਪਈ ਹੋਈ ਹੈ। ਰੋਮਾਨੀਆ ਦਾ ਇਕ ਇਲਾਕਾ ਗਰੀਕ ਲੋਕਾਂ ਦੀ ਵੱਸੋਂ ਹੁੰਦਾ ਸੀ, ਤੇ ਜਦੋਂ 1832 ਵਿਚ ਏਥੇ ਤੁਰਕੀ ਹਾਕਮਾਂ ਦੇ ਖ਼ਿਲਾਫ਼ ਬਗ਼ਾਵਤ ਹੋਈ ਸੀ, ਇਹ ਕੁੜੀ ਵੀ ਉਨ੍ਹਾਂ ਬਗ਼ਾਵਤੀਆਂ ਵਿਚ ਸੀ। ਤੇ ਜਦੋਂ ਇਨ੍ਹਾਂ ਲੋਕਾਂ ਨੇ ਰੂਸ ਦੇ ਦੱਖਣੀ ਹਿੱਸੇ ਵਿਚ ਪਨਾਹ ਲਈ ਤਾਂ ਇਹਦਾ ਪੁਸ਼ਕਿਨ ਨਾਲ ਮੇਲ ਹੋਇਆ। ਪਰ ਕਾਲਿਪਸੋਂ ਇਕ ਉਹ ਨਜ਼ਮ ਸੀ, ਜਿਹਦੇ ਵਾਸਤੇ ਪੁਸ਼ਕਿਨ ਕੋਲ ਕਾਗ਼ਜ਼ ਨਹੀਂ ਸੀ, ਤੇ ਉਹ ਨਿਰਾਸੀ ਹੋਈ ਵਾਪਿਸ ਮੁੜ ਆਈ। ਗਿਰਜੇ ਵਿਚ ਔਰਤ ਨੂੰ ਰਹਿਣ ਦੀ ਮਨਾਹੀ ਸੀ, ਇਸ ਲਈ ਉਹ ਮਰਦ ਸਾਧੂ ਦੇ ਰੂਪ ਵਿਚ ਗਿਰਜੇ ਦੇ ਅੰਦਰ ਰਹਿਣ ਲੱਗੀ। ਕਹਿੰਦੇ ਹਨ–ਇਹ ਸਿਰਫ਼ ਉਹਦੀ ਮੌਤ ਵੇਲੇ ਪਤਾ ਲੱਗਾ ਕਿ ਉਹ ਔਰਤ ਸੀ...1840 ਵਿਚ ਉਹਨੇ ਆਪਣੀ ਜ਼ਿੰਦਗੀ ਨੂੰ ਆਪਣੇ ਹੱਥੀਂ ਖ਼ਤਮ ਕਰਨ ਵੇਲੇ ਇਕ ਖ਼ਤ ਲਿਖਿਆ, ਤੇ ਸਰਹਾਣੇ ਕੋਲ ਰਖ ਦਿੱਤਾ... ਮੈਂ ਗਿਰਜੇ ਦੀ ਗੁਫ਼ਾ

ਵਿਚ ਖੜੀ ਹਾਂ, ਕੰਨਾਂ ਵਿਚ ਇਕ ਖੜਾਕ ਜਿਹਾ ਪੈਂਦਾ ਹੈ, ਪਤਾ ਨਹੀ ਬਾਹਰ ਪਤਝੜੀ ਹਵਾ ਨਾਲ ਜੂਝਦੇ ਰੁੱਖ਼ਾਂ ਦੇ ਪੱਤਿਆਂ ਦਾ ਇਹ ਖੜਾਕ ਹੈ ਕਿ ਸਮੇਂ ਦੀ ਬੁੱਕਲ ਵਿਚ ਪਿਆ ਹੋਇਆ ਕਾਲਿਪਸੋ ਦਾ ਖ਼ਤ ਹਿਲਦਾ ਪਿਆ ਹੈ... 9 ਅਕਤੂਬਰ 1967

ਅੱਜ ਆਪਣੀ ਮੇਹਨਤ ਕਰਨ ਦੀ ਆਦਤ ਮੇਰੇ ਕੰਮ ਆਈ। ਜਿਸ ਦੇਸ ਜਾਂਦੀ ਹਾਂ, ਉਥੋਂ ਦੀਆਂ ਘੱਟੋ ਘੱਟ ਦਸ ਵਧੀਆ ਨਜ਼ਮਾਂ, ਤੇ ਕੁਝ ਕਹਾਣੀਆਂ ਜ਼ਰੂਰ ਤਰਜੁਮਾ ਕਰਦੀ ਹਾਂ, ਇਸ ਲਈ ਉਨ੍ਹਾਂ ਮੁਲਕਾਂ ਦੇ ਲੇਖਕਾਂ ਬਾਰੇ ਮੈਨੂੰ ਕੁਝ ਜਾਣਕਾਰੀ ਹੁੰਦੀ ਹੈ। ਕਲ੍ਹ ਰੋਮਾਨੀਆ ਤੋਂ ਬਲਗਾਰੀਆ ਪਹੁੰਚੀ ਤਾਂ ਪਤਾ ਲੱਗਾ ਅੱਜ ਕਲ੍ਹ ਸਾਡੀ ਪ੍ਰਾਈਮ ਮਨਿਸਟਰ ਬਲਗਾਰੀਆ ਆਏ ਹੋਏ ਹਨ। ਅੱਜ ਉਨ੍ਹਾਂ ਵਲੋਂ ਮੁਲਕ ਦੇ ਪ੍ਰੈਜ਼ੀਡੈਂਟ ਨੂੰ ਚਾਹ ਦੀ ਦਾਅਵਤ ਸੀ, ਉਥੇ ਇੰਦਰਾ ਜੀ ਨੇ ਵੱਖਰੇ ਕਮਰੇ ਵਿਚ ਬੁਲਾ ਕੇ ਜਦੋਂ ਮੈਨੂੰ ਪ੍ਰੈਜ਼ੀਡੈਂਟ ਨਾਲ ਵਾਕਫ਼ ਕਰਵਾਇਆ ਤਾਂ ਬਲਗਾਰੀਅਨ ਸਾਹਿਤ ਬਾਰੇ ਮੈਂ ਏਨੀਆਂ ਗੱਲਾਂ ਕਰ ਸੱਕੀ, ਕਿ ਉਹ ਵੀ ਹੈਰਾਨ ਸਨ—ਮੈਨੂੰ ਉਨ੍ਹਾਂ ਦੇ ਦੇਸ ਦੀ ਏਨੀ ਵਾਕਫ਼ੀ ਕਿਵੇਂ ਹੈ... 15 ਅਕਤੂਬਰ 1967

ਇੱਕੀ ਅਕਤੂਬਰ ਨੂੰ ਯੂਗੋਸਲਾਵੀਆ ਦੇ ਜਿਸ ਸ਼ਹਿਰ ਕਰਾਗੂਯੇਵਾਚ ਵਿਚ ਜਰਮਨ ਫ਼ੌਜਾਂ ਨੇ ਸੱਤ ਹਜ਼ਾਰ ਲੋਕ ਇਕੋ ਦਿਨ ਵਿਚ ਕਤਲ ਕੀਤੇ ਸਨ, ਉਸ ਸ਼ਹਿਰ ਵਾਲਿਆਂ ਦਾ ਬੁਲਾਵਾ ਸੀ ਕਿ ਅਕਤੂਬਰ ਵਿਚ ਮੈਂ ਫੇਰ ਉਥੇ ਆਵਾਂ ਤੇ ਉਸ ਦਿਨ, ਉਸ ਭਿਆਨਕ ਕਾਂਡ ਬਾਰੇ ਲਿਖੀ ਡੀਸਾਂਕਾ ਮੈਕਸੀਮੋਵਿਚ Desanka maksimovic ਦੀ ਮਸ਼ਹੂਰ ਨਜ਼ਮ ਦਾ ਪੰਜਾਬੀ ਤਰਜੁਮਾ ਪੜ੍ਹਾਂ। ਪਰ ਦੇਸ ਦੇਸ ਘੁੰਮਦਿਆਂ ਢਾਈ ਮਹੀਨੇ ਹੋ ਗਏ ਹਨ, ਤੇ ਏਸ ਬੁਲਾਵੇ ਨੂੰ ਕਿਸੇ ਹੋਰ ਸਾਲ ਤੇ ਪਾ ਕੇ ਮੈਂ ਜਰਮਨੀ ਆ ਗਈ ਹਾਂ। ਅਜੀਬ ਇਤਫ਼ਾਕ ਹੈ ਕਿ ਅੱਜ ਉਹੀ ਤਾਰੀਖ਼ ਹੈ—21 ਅਕਤੂਬਰ। ਮਨ ਵਿਚ ਇਕ ਬੇਚੈਨੀ ਹੋਈ ਕਿ ਜਿੱਥੇ ਏਨੇ ਲੋਕ ਕਤਲ ਕੀਤੇ ਗਏ, ਮੈਂ ਉਥੇ ਜਾਣ ਦੀ ਥਾਂ, ਉਥੇ ਆ ਗਈ ਹਾਂ ਜਿੱਥੋਂ ਦੀਆਂ ਫ਼ੌਜਾਂ ਨੇ ਉਹ ਕਤਲ ਕੀਤੇ ਸਨ...

ਅੱਜ ਫਰੈਂਕਫਰਟ ਵਿਚ ਇਥੋਂ ਦੇ ਮਸ਼ਹੂਰ ਲੇਖਕ ਹਾਇਨਰਿਸ਼ ਬਾਅਲ ਨੂੰ ਜਰਮਨੀ ਦਾ ਗੇਓਰਗ ਬਉਸ਼ਨਰ ਐਵਾਰਡ ਮਿਲਣਾ ਸੀ, ਤੇ ਮੈਨੂੰ ਇਸ ਸਮਾਗਮ ਵੱਲੋਂ ਬੁਲਾਵਾ ਸੀ, ਇਸ ਲਈ ਏਅਰਪੋਰਟ ਤੋਂ ਸਿੱਧਾ ਉਥੇ ਚਲੀ ਗਈ। ਉਥੇ ਹਾਇਨਰਿਸ਼ ਬਾਅਲ ਦੀ ਜਵਾਬੀ ਤਕਰੀਰ ਨਾਲ, ਮਨ ਚੈਨ ਵਿਚ ਆਇਆ। ਉਹ ਆਖ ਰਿਹਾ ਸੀ "ਇੱਥੇ ਤੁਸੀ ਲੋਕ ਮੈਨੂੰ ਮਨੁੱਖੀ ਜਜ਼ਬਿਆਂ ਦੀ ਪੈਰਵੀ ਕਰਨ ਲਈ ਸਨਮਾਨਿਤ ਕਰ ਰਹੇ ਹੋ, ਪਰ ਇਹ ਸਨਮਾਨ ਲੈਂਦਿਆਂ ਮੈਨੂੰ ਖ਼ੁਸ਼ੀ ਨਹੀਂ, ਇਥੋਂ ਕੁਝ ਦੂਰ ਵੀਅਤਨਾਮ ਉਤੇ ਬੰਬ ਡਿੱਗ ਰਹੇ ਹਨ, ਤੇ ਮੈਂ ਕੁਝ ਨਹੀਂ ਕਰ ਸਕਦਾ ਪਿਆ..."

ਫ਼ਰੈਂਕਫਰਟ ਵਿਚ ਗੇਟੇ ਦਾ ਘਰ ਵੇਖਿਆ ਤੇ ਸਟੁਟਗਾਟਰ ਵਿਚ ਸ਼ਿਲਰ ਦਾ...ਏਥੋਂ ਦੇ ਇਕ ਫ਼ਿਲਾਸਫ਼ਰ ਨੇ ਕਿਹਾ ਸੀ "ਜਿਸ ਜ਼ਬਾਨ ਦੇ ਲੋਕਾਂ ਨੇ ਦੁਨੀਆਂ ਵਿਚ ਏਨਾ ਕਤਲ ਵਰਤਾਇਆ ਹੈ, ਉਸ ਜ਼ਬਾਨ ਵਿਚ ਹੁਣ ਕੋਈ ਨਜ਼ਮ ਜਾਂ ਕਹਾਣੀ ਨਹੀਂ ਲਿਖੀ ਜਾ ਸਕਦੀ" ਪਰ ਸੋਚ ਰਹੀ ਹਾਂ—ਇਹ ਧਰਤੀ ਫ਼ਿਲਾਸਫ਼ਰਾਂ ਦੀ ਹੁੰਦੀ ਸੀ, ਅਤੇ ਅੱਜ ਵੀ ਜਿੱਥੇ ਦੁੱਖ ਦਾ ਇਹ ਅਹਿਸਾਸ ਹੈ, ਇਹ ਚੇਤਨਤਾ, ਉਸ ਜ਼ਬਾਨ ਵਿਚ ਕੁਝ ਵੀ ਰਚਿਆ ਜਾ ਸਕਦਾ ਹੈ... 26 ਅਕਤੂਬਰ 1967

ਅੱਜ ਮਯੂਨਿਕ ਵਿਚ ਹਾਂ—ਜਿੱਥੇ ਹਿਟਲਰ ਦਾ ਟ੍ਰਾਇਲ ਹੋਇਆ ਸੀ। ਸ਼ਹਿਰ ਤੋਂ ਵੀਹ ਮੀਲ ਦੂਰ ਇਕ ਕਾਨਸੈਂਟ੍ਰੇਸ਼ਨ ਕੈਂਪ ਵੇਖਣ ਗਈ ਤਾਂ ਉਥੇ ਇਕ ਜਰਮਨ ਕੁੜੀ ਨੇ ਭਰੀਆਂ ਅੱਖਾਂ ਨਾਲ

ਮੇਰੀ ਬਾਂਹ ਫੜ ਕੇ ਪੁੱਛਿਆ "ਤੇਰਾ ਕੀ ਖ਼ਿਆਲ ਹੈ, ਸਾਡੇ ਲੋਕਾਂ ਨੇ ਇਹ ਜੋ ਕੁਝ ਕੀਤਾ ਸੀ, ਕਦੇ ਸਾਨੂੰ ਇਹਦਾ ਫ਼ਲ ਭੁਗਤਣਾ ਪਵੇਗਾ ?...." ਅੱਜ ਇਹ ਉਹੀ ਦੇਸ ਹੈ, ਜਿਹਦੇ ਸ਼ਹਿਰ ਵਿਚ ਵੱਡੇ ਵੱਡੇ ਪੋਸਟਰ ਲੱਗੇ ਵੇਖ ਰਹੀ ਹਾਂ, ਜਿੱਥੇ ਲਿਖਿਆ ਹੋਇਆ ਹੈ "ਜਿਹੜਾ ਵੀ ਕੋਈ ਅਮਰੀਕਾ ਦੀ ਵੀਅਤਨਾਮ ਵਿਚ ਵਰਤੀਂਦੀ ਪਾਲਿਸੀ ਦਾ ਹਾਮੀ ਹੈ, ਉਹ ਕਾਤਲਾਂ ਵਿਚ ਸ਼ੁਮਾਰ ਹੈ..."

28 ਅਕਤੂਬਰ 1967

1972

ਅੱਜ ਦੂਜੀ ਵਾਰ ਯੂਗੋਸਲਾਵੀਆ ਵਿਚ ਔਣਾ, ਤੇ ਸ਼ਤਰੂਗਾ ਵਿਚ ਉਹਦੇ ਕਾਇਨਾਤੀ ਮੁਸ਼ਾਹਰੇ ਵਿਚ ਹਿੱਸਾ ਲੈਣਾ, ਮੇਰੀ ਜ਼ਿੰਦਗੀ ਦਾ ਇਕ ਹੋਰ ਬਹੁਤ ਯਾਦਗਾਰੀ ਦਿਨ ਹੈ...ਬਹੁਤ ਸਾਰੇ ਲੇਖਕਾਂ ਦੇ ਇੰਟਰਵੀਊ ਲਏ ਗਏ ਹਨ, ਤੇ ਮੈਨੂੰ ਪੁੱਛੇ ਗਏ ਸਵਾਲਾਂ ਵਿਚੋਂ ਇਕ ਸਵਾਲ ਸੀ ਕਿ ਮੇਰੇ ਲਈ ਸੁਤੰਤਰਤਾ ਦੇ ਕੀ ਅਰਥ ਹਨ ? ਜਵਾਬ ਦਿੱਤਾ "ਉਹ ਨਿਜ਼ਾਮ, ਜੋ ਆਮ ਸਧਾਰਣ ਲੋਕਾਂ ਨੂੰ ਵੀ ਜ਼ਿੰਦਗੀ ਦੇ ਅਰਥ ਦੇਵੇ, ਪਰ ਜਿਹਦੇ ਵਿਚ ਕਿਸੇ ਦੀ ਇੰਡੀਵੀਜੁਐਲਿਟੀ ਨਾ ਗੁਆਚੇ।"

ਅੱਜ ਇਕ ਤਵਾਰੀਖੀ ਚਰਚ ਨੂੰ ਕਾਵਿ-ਮੰਚ ਬਣਾ ਕੇ ਪਾਬਲੋ ਨਰੂਦਾ ਦੀਆਂ ਨਜ਼ਮਾਂ ਦੀ ਸ਼ਾਮ ਮਨਾਈ ਗਈ...

30 ਅਗਸਤ 1972

ਵਾਪਸੀ ਤੇ ਮੈਸੇਡੋਨੀਆ ਦੀ ਰਾਜਧਾਨੀ ਸਕੋਪੀਆ ਵਿਚ ਇਕ ਲੋਕ ਗੀਤ ਸੁਣਿਆ, ਜਿਹਦੇ ਵਿਚ ਭਾਰਤ ਤੋਂ ਵਾਪਿਸ ਆਏ ਸਿਕੰਦਰ ਦੀ ਉਸ ਕੁਰਸੀ ਦਾ ਜ਼ਿਕਰ ਹੈ, ਜੋ ਸੰਦਲ ਦੀ ਲੱਕੜ ਤੋਂ ਬਣਾਈ ਗਈ। ਜ਼ਾਹਿਰ ਹੈ ਇਹ ਗੀਤ ਇੱਥੇ ਯੂਨਾਨ ਤੋਂ ਆਇਆ ਹੋਵੇਗਾ। ਮੇਰੇ ਕੋਲ ਸੰਦਲ ਦੀ ਲਕੜ ਦੀਆਂ ਕੁਝ ਪੈਨਸਿਲਾਂ ਸਨ, ਜੋ ਮੈਂ ਇਥੋਂ ਦੇ ਲੇਖਕਾਂ ਨੂੰ ਸੁਗਾਤਾਂ ਦਿੱਤੀਆਂ, ਤਾਂ ਉਹ ਪੁੱਛਣ ਲੱਗੇ ਕਿ "ਤੁਹਾਡੇ ਦੇਸ ਵਿਚ ਵੀ ਸਿਕੰਦਰ ਬਾਰੇ ਕੋਈ ਲੋਕ ਗੀਤ ਹਨ ?" ਜਵਾਬ ਦਿੱਤਾ "ਸਾਡੇ ਦੇਸ ਵਿਚ ਤਾਂ ਉਹ ਹਮਲਾਆਵਰ ਸੀ, ਕੀ ਉਹ, ਕੀ ਤੁਰਕ, ਕੀ ਮੁਗਲ, ਸਾਡੇ ਲੋਕ ਗੀਤਾਂ ਵਿਚ ਇਨ੍ਹਾਂ ਦੇ ਬੜੇ ਉਦਾਸ ਜ਼ਿਕਰ ਹਨ..."

ਇਥੋਂ ਯਾਦ ਆਇਆ ਕਿ ਸਮਰਕੰਦ ਵਿਚ ਮੈਂ ਵੀ ਇਹੋ ਜਹੀ ਗੱਲ ਉਥੋਂ ਦੇ ਲੋਕਾਂ ਨੂੰ ਪੁੱਛੀ ਸੀ ਕਿ ਤੁਹਾਡਾ ਇੱਜ਼ਤ ਬੇਗ ਜਦੋਂ ਸਾਡੇ ਦੇਸ ਆਇਆ, ਸਾਡੀ ਸੋਹਣੀ ਕੁਮਹਾਰਨ ਨੂੰ ਉਨ੍ਹੇ ਇਸ਼ਕ ਕੀਤਾ, ਤਾਂ ਅਸਾਂ ਉਹਦੇ ਬਾਰੇ ਕਈ ਕਿੱਸੇ ਤੇ ਗੀਤ ਲਿਖੇ। ਕੀ ਤੁਹਾਡੇ ਦੇਸ ਵਿਚ ਵੀ ਕੋਈ ਉਹਦੇ ਗੀਤ ਹਨ ?—ਤਾਂ ਉੱਥੋਂ ਦੀ ਇਕ ਪਿਆਰੀ ਜਹੀ ਔਰਤ ਨੇ ਜਵਾਬ ਦਿੱਤਾ ਸੀ "ਸਾਡੇ ਦੇਸ ਵਿਚ ਤਾਂ ਉਹ ਬਸ ਇਕ ਅਮੀਰ ਸੌਦਾਗਰ ਦਾ ਪੁੱਤਰ ਸੀ, ਹੋਰ ਕੁਝ ਵੀ ਨਹੀਂ ਸੀ। ਆਸ਼ਕ ਤਾਂ ਉਹ ਤੁਹਾਡੇ ਦੇਸ ਜਾ ਕੇ ਬਣਿਆ, ਸੋ ਗੀਤ ਤੁਸਾਂ ਹੀ ਲਿਖਣੇ ਸਨ, ਅਸੀ ਕਿਵੇਂ ਲਿਖਦੇ।" ਕਿਹੜੇ ਦੇਸਾਂ ਦੇ ਲੋਕ, ਕਿਹੜੇ ਦੇਸਾਂ ਵਿਚ ਜਾ ਕੇ, ਗੀਤਾਂ ਦਾ ਵਿਸ਼ਾ ਬਣਦੇ ਹਨ, ਤੇ ਆਪਣੀ ਸ਼ਖ਼ਸੀਅਤ ਦਾ ਕਿਹੜਾ ਹਿੱਸਾ ਕਿੱਥੇ ਛੱਡ ਔਂਦੇ ਹਨ—ਬੜੀ ਦਿਲਚਸਪ ਤਵਾਰੀਖ ਹੈ...ਮੇਰੀਆਂ ਕਹਾਣੀਆਂ ਵਿਚ ਵੀ ਪੰਜਾਬ ਤੋਂ ਬਾਹਰਲੇ ਕਈ ਪਾਤਰ ਹਨ, ਜੋ ਮਿਲੇ ਤੇ ਕਹਾਣੀਆਂ ਲਿਖਵਾ ਗਏ, ਜੀਅ ਕਰਦਾ ਹੈ ਕਿਸੇ ਦਿਨ ਇਹ ਕਹਾਣੀਆਂ, ਇਕੱਠੀਆਂ ਕਰਕੇ ਇਨ੍ਹਾਂ ਦਾ ਇਕ ਸੰਗ੍ਰਹਿ ਕਰਾਂ...

31 ਅਗਸਤ 1972

ਅੱਜ ਮੌਂਟੀਨੀਗਰੋ ਵਿਚ ਪੁਸ਼ਕਿਨ ਦੀ ਤਸਵੀਰ ਵੇਖੀ। ਪਤਾ ਲੱਗਾ ਪੁਸ਼ਕਿਨ ਜਦੋਂ ਸੋਲ੍ਹਾਂ ਵਰ੍ਹਿਆਂ ਦਾ ਸੀ, ਜਿਪਸੀਆਂ ਦੇ ਇਕ ਟੋਲੇ ਨਾਲ ਰਲ ਕੇ ਇੱਥੇ ਆਇਆ ਸੀ, ਪਰ ਧਰਤੀ ਦਾ ਇਹ ਟੁਕੜਾ ਉਹਨੂੰ ਏਨਾ ਮੋਹ ਗਿਆ ਕਿ ਪੰਜ ਵਰ੍ਹੇ ਇੱਥੇ ਹੀ ਰਿਹਾ। ਇਹ ਤਸਵੀਰ ਵਿਖਾਂਦਿਆਂ ਉਥੋਂ ਦੇ ਡਾਇਰੈਕਟਰ ਨੇ ਮੈਨੂੰ ਪੁੱਛਿਆ "ਪੁਸ਼ਕਿਨ ਏਥੇ ਪੰਜ ਵਰ੍ਹੇ ਰਿਹਾ ਸੀ, ਅੰਮ੍ਰਿਤਾ! ਤੂੰ ਕਿੰਨਾ ਚਿਰ ਰਹੇਂਗੀ?" –ਤਾਂ ਮੈਂ ਹੱਸ ਪਈ, ਕਿਹਾ –"ਸਿਰਫ਼ ਵੀਹ ਦਿਨ। ਮੇਰੀ ਜਿਪਸੀ ਇਨਸਟਿੰਕਟ ਸਿਰਫ਼ ਵੀਹਾਂ ਦਿਨਾਂ ਲਈ ਹੈ..." 5 ਸਤੰਬਰ 1972

ਅੱਜ ਯੂਗੋਸਲਾਵੀਆ ਦੇ ਪਰਿਸ਼ਤਿਨਾ ਸ਼ਹਿਰ ਨੇ ਮੇਰੀਆਂ ਨਜ਼ਮਾਂ ਦੀ ਸ਼ਾਮ ਮਨਾਈ। ਥੀਏਟਰ ਦੇ ਹਾਲ ਤੋਂ ਬਾਹਰ ਵੀ ਤੇ ਅੰਦਰ ਵੀ ਭਾਰਤ ਦਾ ਨਾਂ ਮੋਟੇ ਮੋਟੇ ਅੱਖਰਾਂ ਵਿਚ ਲਿਖਿਆ। ਕਈ ਭਾਰਤੀ ਤਸਵੀਰਾਂ ਨਾਲ ਕੰਧਾਂ ਨੂੰ ਸਜਾਇਆ, ਤੇ ਭਾਰਤੀ ਸੰਗੀਤ ਵਜਾ ਕੇ ਇਹ ਸ਼ਾਮ ਸ਼ੁਰੂ ਕੀਤੀ। ਮੇਰੀ ਯੂਗੋਸਲਾਵ ਦੋਸਤ ਇਲੀਆਨਾ ਚੂਰਾ ਨੇ ਸੂਹੇ ਰੇਸ਼ਮ ਦੀ ਸਾੜ੍ਹੀ ਬੰਨ੍ਹੀ, ਤੇ ਸਟੇਜ 'ਤੇ ਜਾ ਕੇ ਮੇਰੇ ਬਾਰੇ ਵਾਕਫ਼ੀ ਦਿੱਤੀ। ਹਰ ਨਜ਼ਮ ਮੈਂ ਪਹਿਲੋਂ ਆਪਣੀ ਜ਼ਬਾਨ ਵਿਚ ਪੜ੍ਹਦੀ ਸਾਂ, ਫੇਰ ਉਥੋਂ ਦੇ ਫ਼ਿਲਮ ਐਕਟਰ ਵਾਰੋ ਵਾਰੀ ਉਹਦਾ ਤਰਜੁਮਾ ਸੈਰਬ, ਤੇ ਅਲਬਾਨੀਅਨ ਵਿਚ ਪੜ੍ਹਦੇ ਰਹੇ। ਇੱਥੇ ਸਬੱਬ ਨਾਲ ਇਕ ਅਮਰੀਕਨ ਸ਼ਾਇਰ ਹਰਬਰਟ ਕੂਨਰ ਵੀ ਸੀ, ਜਿਹਨੂੰ ਉਹ ਇਸ ਸ਼ਾਮ ਵਿਚ ਸਿੱਧੀ ਦਾਅਵਤ ਨਹੀਂ ਸਨ ਦੇ ਸਕਦੇ। ਪਰ ਪਰਿਸ਼ਤਨਾ ਦੀ ਇਕ ਪ੍ਰਥਾ ਹੈ ਕਿ ਮੁੱਖ ਮਹਿਮਾਨ ਆਪਣੇ ਤੌਰ ਤੇ ਕਿਸੇ ਮਹਿਮਾਨ ਨੂੰ ਬੁਲਾ ਸਕਦਾ ਹੈ। ਸੋ ਮੈਂ ਸਟੇਜ ਤੇ ਖਲੋ ਕੇ ਹਰਬਰਟ ਕੂਨਰ ਨੂੰ ਨਜ਼ਮ ਪੜ੍ਹਨ ਦੀ ਗੁਜ਼ਾਰਸ਼ ਕੀਤੀ। ਸਮਾਗਮ ਦੇ ਅਖ਼ੀਰ ਵਿਚ ਦੋ ਛੋਟੀਆਂ ਭਾਰਤੀ ਫ਼ਿਲਮਾਂ ਵਿਖਾਈਆਂ ਗਈਆਂ, ਇਕ ਖਜੁਰਾਹੋ ਬਾਰੇ, ਤੇ ਦੂਜੀ ਭਾਰਤੀ ਜ਼ਿੰਦਗੀ ਦੇ ਕੁਝ ਪਹਿਲੂਆਂ ਬਾਰੇ "ਆਨ ਦਾ ਮੂਵ" ਏਸ ਸ਼ਾਮ ਨੇ ਅਜ ਮੇਰੇ ਮਨ ਨੂੰ ਧਰਤੀ ਦੇ ਪਿਆਰੇ ਲੋਕਾਂ ਦੇ ਅਹਿਸਾਸ ਨਾਲ ਮੱਲਿਆ ਹੋਇਆ ਹੈ... 7 ਸਤੰਬਰ 1972

ਇਤਾਲਵੀ ਧਰਤੀ

ਉਂਜ ਤਾਂ ਹਰ ਦੇਸ ਇਕ ਨਜ਼ਮ ਵਾਂਗ ਹੁੰਦਾ ਹੈ–ਜਿਹਦੇ ਕੁਝ ਅੱਖਰ ਸੁਨਹਿਰੀ ਰੰਗ ਦੇ ਹੋ ਜਾਂਦੇ ਹਨ ਤੇ ਉਹਦੀ ਆਬਰੂ ਬਣ ਜਾਂਦੇ ਹਨ। ਕੁਝ ਅੱਖਰ ਲਾਲ ਸੂਹੇ ਹੋ ਜਾਂਦੇ ਹਨ, ਉਹਦੀਆਂ ਆਪਣੀਆਂ ਜਾਂ ਬਿਗਾਨੀਆਂ ਬੰਦੂਕਾਂ ਨਾਲ ਲਹੂ ਲੁਹਾਨ ਹੋ ਕੇ। ਤੇ ਕੁਝ ਅੱਖਰ ਉਹਦੀ ਹਰਿਆਵਲ ਵਾਂਗ ਹਮੇਸ਼ਾਂ ਹਰੇ ਰਹਿੰਦੇ ਹਨ–ਜਿਨ੍ਹਾਂ ਵਿਚੋਂ ਉਹਦੇ ਭਵਿੱਖ ਦੇ ਲਵੇ ਪੱਤੇ ਨਿੱਤ ਉਗਦੇ ਹਨ...ਤੇ ਇੰਜ ਹਰ ਦੇਸ ਇਕ ਅਧੂਰੀ ਨਜ਼ਮ ਵਾਂਗ ਹੁੰਦਾ ਹੈ। ਪਰ ਇਤਾਲਵੀ ਧਰਤੀ ਨੂੰ ਛੋਹਿਆ, ਤਾਂ ਜਾਪਿਆ ਜਿਵੇਂ ਇਕ ਨਜ਼ਮ ਦੇ ਪੂਰਿਆਂ ਜਾਂ ਅਧੂਰਿਆਂ ਹੋਣ ਦੇ ਅਮਲ ਨੂੰ ਬੜਾ ਪ੍ਰਤੱਖ ਵੇਖ ਰਹੀ ਹੋਵਾਂ। ਏਸ ਧਰਤੀ ਦੇ ਚੱਪੇ ਚੱਪੇ ਉਤੇ ਸੰਗਮਰਮਰ ਦੇ ਬੁੱਤ ਇੰਜ ਜਾਪਦੇ ਹਨ, ਜਿਵੇਂ ਇਸ ਧਰਤੀ ਵਿਚ ਬੁੱਤ ਉਗਦੇ ਹੋਣ। ਜਾਪਿਆ–ਨਜ਼ਮ ਦੇ ਜਿਹੜੇ ਅੱਖਰ ਕਾਨਾਂ ਵਿਚ ਡਿੱਗ ਪਏ, ਉਹ ਸੰਗਮਰਮਰ ਬਣ ਗਏ, ਤੇ ਜਿਹੜੇ ਅੱਖਰ ਧਰਤੀ ਵਿਚ ਬੀਆਂ ਵਾਂਗ ਪੈ ਗਏ, ਉਹ ਮਾਈਕਲ ਐਂਜਲੋ ਦੇ ਤੇ ਹੋਰ ਕਲਾਕਾਰਾਂ ਦੇ ਹੱਥ ਬਣ ਕੇ ਧਰਤੀ ਵਿਚੋਂ ਉੱਗ ਪਏ। ਤੇ ਏਨ੍ਹਾਂ ਚਿੱਟੇ ਦੁੱਧ ਅੱਖਰਾਂ ਦੇ ਇਤਿਹਾਸ ਨਾਲ ਸੂਹੇ ਲਹੂ-ਰੰਗੇ ਅੱਖਰਾਂ ਦਾ ਇਤਿਹਾਸ ਵੀ ਬਹੁਤ ਲੰਬਾ ਹੈ–ਜਦੋਂ ਸਪਾਰਟੇਕਸ ਵਰਗੇ ਹਜ਼ਾਰਾਂ ਗ਼ੁਲਾਮ, ਹਾਕਮ ਰੋਮਨਾਂ ਦੀ ਤਮਾਸ਼ਬੀਨੀ

ਲਈ, ਇਕ ਦੂਜੇ ਦੀ ਜਾਨ ਨਾਲ ਖੇਡਦੇ ਸਨ...

ਤੇ ਏਸ ਨਜ਼ਮ ਦੇ ਅੱਖਰ ਪੀਲੇ ਵੀ ਹਨ, ਖ਼ੌਫ਼ਜ਼ਦਾ, ਪੋਪ ਦੇ ਵੈਟੀਕਨ ਸ਼ਹਿਰ ਦੀਆਂ ਉੱਚੀਆਂ ਕੰਧਾਂ ਨਾਲ ਟਕਰਾਂਦੇ ਤੇ ਗੁੱਛਾ ਹੋ ਕੇ ਆਪ ਹੀ ਆਪਣੇ ਅੰਗਾਂ ਵਿਚ ਸੁੰਗੜ ਜਾਂਦੇ। ਇਤਾਲਵੀ ਧਰਤੀ ਹੋਣੀਆਂ ਦੀ ਧਰਤੀ ਹੈ—ਜਿਥੇ ਅੱਖਰ ਉਹਦੇ ਹਰੇ ਜੰਗਲਾਂ ਵਾਂਗ ਭਵਿੱਖ ਦੀਆਂ ਲਗਰਾਂ ਵੀ ਬਣ ਗਏ ਹਨ—ਤੇ ਕਈ ਅੱਖਰ ਹਮੇਸ਼ਾਂ ਲਈ ਗੁਆਚ ਗਏ ਹਨ—ਸ਼ਾਇਦ ਪਹਿਲੀ ਵਾਰ ਓਦੋਂ ਗੁਆਚੇ ਸਨ, ਜਦੋਂ 'ਡੀਵਾਈਨ ਕਾਮਿਡੀ' ਦਾ ਡਾਂਟੇ ਜਲਾਵਤਨ ਹੋਇਆ ਸੀ ਤੇ ਉਹਦੇ ਨਾਲ ਉਹ ਵੀ ਜਲਾਵਤਨ ਹੋ ਗਏ ਸਨ...ਤੇ ਏਸ ਨਜ਼ਮ ਦੇ ਕੁਝ ਅੱਖਰ ਉਹ ਵੀ ਹਨ—ਜੋ ਕਿਸੇ ਸੈਲਾਨੀ ਤੋਂ ਨਹੀਂ ਪੜ੍ਹੇ ਜਾ ਸਕਦੇ—ਇਹ ਸਿਰਫ਼ ਲੀਨਾਰਦੋ—ਡੀ—ਵਿਨਸੀ ਦੀ ਮੋਨਾਲੀਜ਼ਾ ਵਾਂਗ ਮੁਸਕਰਾਂਦੇ ਹਨ—ਭੇਤਾਂ ਨਾਲ ਭਰੀ ਹੋਈ ਮੁਸਕਰਾਹਟ...

ਪੰਜ ਸੌ ਵਰ੍ਹੇ ਦਾ ਸਫ਼ਰ

ਅੱਜ ਇਕ ਹੋਰ ਪਲ ਮੇਰੇ ਸਾਹਮਣੇ ਖਲੋਤਾ ਮੁਸਕਰਾ ਰਿਹਾ ਹੈ—1969 ਦੇ ਮੁਢਲੇ ਦਿਨਾਂ ਦੀ ਇਕ ਰਾਤ ਸੀ, ਰਾਤ ਦਾ ਦੂਸਰਾ ਪਹਿਰ, ਟੈਲੀਫ਼ੋਨ ਦੀ ਘੰਟੀ ਖੜਕੀ, ਮੇਰੇ ਪੁੱਤਰ ਦੀ ਟਰੰਕ ਕਾਲ ਸੀ, ਬੜੋਦਾ ਯੂਨੀਵਰਸਿਟੀ ਦੇ ਹੋਸਟਲ ਵਿਚੋਂ। ਮੇਰੇ ਫ਼ਿਕਰਮੰਦ ਖ਼ਤਾਂ ਦੇ ਜਵਾਬ ਵਿਚ ਉਹਦੀ ਆਵਾਜ਼ ਸੀ—"ਮੈਂ ਬਿਲਕੁਲ ਠੀਕ ਹਾਂ ਮਾਮਾ!" ਬੜੇ ਦਿਨਾਂ ਪਿੱਛੋਂ ਸੁਣੀ ਉਹਦੀ ਆਵਾਜ਼ ਮੇਰੇ ਕੰਨਾਂ ਵਿਚੋਂ ਲੰਘ ਕੇ ਮੇਰੇ ਲੂੰਆਂ ਵਿਚ ਉਤਰ ਗਈ।

ਹੁਨਾਲ ਹੋਵੇ ਸਿਆਲ, ਮੈਂ ਬਹੁਤੇ ਕੱਪੜੇ ਪਾ ਕੇ ਨਹੀਂ ਸੌਂ ਸਕਦੀ। ਸੁੱਤੀ ਪਈ ਸਾਂ, ਜਦੋਂ ਇਹ ਫ਼ੋਨ ਆਇਆ ਸੀ। ਉਸੇ ਤਰ੍ਹਾਂ ਰਜਾਈ ਵਿਚੋਂ ਨਿਕਲ ਕੇ ਫ਼ੋਨ ਤਕ ਆਈ ਸਾਂ—ਜਾਪਿਆ ਪਿੰਡੇ ਦਾ ਮਾਸ ਪੰਘਰ ਕੇ ਰੂਹ ਵਿਚ ਰਲ ਗਿਆ ਸੀ। ਤੇ ਮੈਂ ਪਿਉਰ-ਨੇਕਿਡ-ਸੋਲ ਉੱਥੇ ਖੜੀ ਸਾਂ। ਹਨੇਰੇ ਵਿਚ ਜਿਵੇਂ ਬਿਜਲੀ ਚਮਕ ਜਾਂਦੀ ਹੈ—ਖ਼ਿਆਲ ਆਇਆ ਮੈਂ ਇਕ ਸਧਾਰਨ ਮਾਂ, ਆਪਣੇ ਸਧਾਰਨ ਬੱਚੇ ਦੀ ਆਵਾਜ਼ ਸੁਣ ਕੇ, ਜੇ ਇੰਜ ਇਕ ਹੁਸੀਨ ਪਲ ਜੀਅ ਸਕਦੀ ਹਾਂ, ਤਾਂ ਮਾਤਾ ਤ੍ਰਿਪਤਾ ਦੀ ਕੁੱਖ ਵਿਚ ਜਦੋਂ ਗੁਰੂ ਨਾਨਕ ਜਿਹਾ ਬੱਚਾ ਪਲ ਰਿਹਾ ਸੀ, ਮਾਤਾ ਤ੍ਰਿਪਤਾ ਨੂੰ ਕਿਹੋ ਜਿਹਾ ਇਲਾਹੀ ਅਹਿਸਾਸ ਹੋਇਆ ਹੋਵੇਗਾ?

ਇਹ ਵਰ੍ਹਾ ਗੁਰੂ ਨਾਨਕ ਦੇ ਪੰਜ ਸੌ ਸਾਲਾ ਜਸ਼ਨ ਦਾ ਵਰ੍ਹਾ ਸੀ। ਮੈਨੂੰ ਇਕ ਪ੍ਰਕਾਸ਼ਕ ਵਲੋਂ ਇਕ ਲੰਬਾ ਕਾਵਿ ਲਿਖਣ ਲਈ ਆਖਿਆ ਗਿਆ ਸੀ, ਪਰ ਮੈਂ ਨਾਂਹ ਕਰ ਦਿੱਤੀ ਸੀ। ਲਿਖਦੀ, ਤਾਂ ਉਹ ਕਾਵਿ ਮੇਰੇ ਲਹੂ ਦੇ ਵਲੇਲ ਵਿਚੋਂ ਉੱਠਿਆ ਨਾ ਹੁੰਦਾ। ਪਰ ਹੁਣ ਇਹ ਪਲ, ਜਿਵੇਂ ਮੇਰਾ ਹੱਥ ਫੜ ਕੇ ਮੈਨੂੰ ਪੰਜ ਸੌ ਵਰ੍ਹੇ ਦੇ ਹਨੇਰੇ ਵਿਚੋਂ ਲੰਘਾ ਕੇ, ਉਸ ਮਾਂ ਕੋਲ ਲੈ ਗਿਆ, ਜਿਹਦੀ ਕੁੱਖ ਵਿਚ ਗੁਰੂ ਨਾਨਕ ਸੀ। ਸਾਰਾ ਹਨੇਰਾ ਇਕ ਨਿੰਮ੍ਹੀ ਜਹੀ ਲੋਅ ਵਿਚ ਭਿੱਜ ਗਿਆ। ਚਾਨਣ ਵਿਚ ਗਿੱਲਾ ਹੋਇਆ ਇਹ ਪਲ, ਤੇ ਫੇਰ ਪਤਾ ਨਹੀਂ ਕਿੰਨਿਆਂ ਦਿਨਾਂ ਤੇ ਕਿੰਨੀਆਂ ਰਾਤਾਂ ਵਿਚ ਇਹਦੀ ਮਹਿਕ ਵੱਸ ਗਈ। ਇਨ੍ਹਾਂ ਦਿਨਾਂ ਵਿਚ ਮੈਂ ਇਕ ਯੂਨਾਨੀ ਕਹਾਵਤ ਨੂੰ ਜੀਵਿਆ ਸੀ—ਆਲ ਵੁਡ ਕੈਨ ਬੀ ਮੇਡ ਇਨ ਟੂ ਕਰੱਾਸ। ਤੇ ਨਜ਼ਮ ਲਿਖੀ—ਗਰਭਵਤੀ। ਮਾਤਾ ਤ੍ਰਿਪਤਾ ਦੇ ਗਰਭ ਦੇ ਨੌਂ ਮਹੀਨੇ, ਜਿਵੇਂ ਉਹਦੇ ਨੌਂ ਸੁਪਨੇ ਸਨ। ਫੇਰ ਪੰਜਾਬ ਦੀਆਂ ਕੁਝ ਅਖ਼ਬਾਰਾਂ ਨੇ ਜਿਵੇਂ ਮੰਦਾ

ਬੋਲਿਆ, ਤੇ ਇਸ ਨਜ਼ਮ ਨੂੰ ਜ਼ਬਤ ਕਰ ਦੇਣ ਲਈ ਪੰਜਾਬ ਸਰਕਾਰ ਨੂੰ ਵਾਸਤਾ ਪਾਇਆ, ਉਹ ਸਭ ਸੁਣਿਆ।

ਪੰਜਾਬੀ ਸਾਹਿਤ ਦੀਆਂ "ਬਜ਼ੁਰਗ" ਆਵਾਜ਼ਾਂ ਚੁੱਪ ਸਨ। ਉਨ੍ਹਾਂ ਦੀ ਜ਼ਿਮੇਂਵਾਰੀ ਸ਼ਾਇਦ ਚੁੱਪ ਨਾਲ ਸੀ। ਪਰ ਮੈਂ ਇਕੱਲੀ ਨਹੀਂ ਸਾਂ ਖੜੀ, ਇਹ ਹੁਸੀਨ ਪਲ ਮੇਰੇ ਨਾਲ ਖੜਾ ਸੀ। ਅਸੀ ਦੋਵੇਂ ਹੈਰਾਨ ਸਾਂ, ਪਰ ਉਦਾਸ ਨਹੀਂ। ਵੇਖਿਆ—ਗੁਰੂ ਨਾਨਕ ਲਫ਼ਜ਼ ਨੂੰ ਬਹੁਤ ਸਾਰੇ ਹੱਥਾਂ ਨੇ ਇਕ ਲੱਕੜ ਵਾਂਗ ਫੜਿਆ ਹੋਇਆ ਸੀ, ਤੇ ਗ਼ੁੱਸੇ ਨਾਲ ਬਾਹਵਾਂ ਉਲਾਰੀਆਂ ਹੋਈਆਂ ਸਨ। ਉਹ ਲੱਕੜ ਮੈਨੂੰ ਵੱਜ ਸਕਦੀ ਸੀ, ਪਰ ਇਸ ਤੋਂ ਵੱਧ ਕੁਝ ਨਹੀਂ ਸੀ ਕਰ ਸਕਦੀ। ਪਰ ਇਸ ਪਲ ਨੇ ਆਪਣੇ ਹਿੱਸੇ ਦੀ ਲੱਕੜ ਨੂੰ ਘੜ ਕੇ ਉਹਦਾ ਕਰੱਾਸ ਬਣਾ ਲਿਆ ਸੀ। ਅਤੇ ਇਹ ਪਲ, ਜਿਹਨੂੰ ਕਰੱਾਸ ਨਸੀਬ ਹੋਇਆ ਸੀ, ਅਜ ਮੇਰੇ ਸਾਹਮਣੇ ਕ੍ਰਾਈਸਟ ਵਾਂਗ ਮੁਸਕਰਾ ਰਿਹਾ ਹੈ...

ਵੇਖੀਆਂ ਸੁਣੀਆਂ ਤੇ ਵਾਪਰੀਆਂ ਗੱਲਾਂ

ਇਹ ਗੱਲਾਂ ਕਿਵੇਂ ਕਾਗਜ਼ ਤੇ ਉਤਰਦੀਆਂ ਹਨ, ਚੇਤਨ-ਅਚੇਤਨ ਤੌਰ ਤੇ, ਜੋ ਤਜੁਰਬਾ ਕਿਸੇ ਰਚਨਾ ਦਾ ਹਿੱਸਾ ਬਣ ਜਾਂਦਾ ਹੈ, ਕਈ ਵਾਰ ਆਪਣੀਆਂ ਅੱਖਾਂ ਵਾਸਤੇ ਵੀ ਇਕ ਅਚੰਭਾ ਜਿ. ਹੋ ਜਾਂਦਾ ਹੈ—

ਰਾਬਿੰਦਰਾਨਾਥ ਟੈਗੋਰ ਨੂੰ ਜਦੋਂ ਮਿਲੀ ਸਾਂ, ਬਹੁਤ ਛੋਟੀ ਸਾਂ, ਨਜ਼ਮਾਂ ਉਦੋਂ ਵੀ ਲਿਖਦੀ ਸਾਂ, ਪਰ ਅੰਜਾਣੀਆਂ ਜਹੀਆਂ। ਉਨ੍ਹਾਂ ਨੇ ਜਦੋਂ ਇਕ ਨਜ਼ਮ ਸੁਨਾਣ ਲਈ ਕਿਹਾ, ਤਾਂ ਸੰਗ ਕੇ ਸੁਣਾਈ ਸੀ, ਪਰ ਉਨ੍ਹਾਂ ਨੇ ਜੋ ਪਿਆਰ ਤੇ ਧਿਆਨ ਦਿੱਤਾ ਸੀ, ਉਹ ਨਜ਼ਮ ਦੇ ਮੁਤਾਬਿਕ ਨਹੀਂ ਸੀ, ਉਨ੍ਹਾਂ ਦੀ ਆਪਣੀ ਸ਼ਖ਼ਸੀਅਤ ਦੇ ਮੁਤਾਬਿਕ ਸੀ। ਉਹ ਪ੍ਰਭਾਵ ਮੇਰੇ ਉਤੇ ਡੂੰਘਾ ਸੀ, ਤੇ ਫੇਰ ਜਦੋਂ ਟੈਗੋਰ ਸ਼ਤਾਬਦੀ ਮਨਾਈ ਜਾਣੀ ਸੀ, ਮੈਂ ਉਨ੍ਹਾਂ ਤੇ ਇਕ ਨਜ਼ਮ ਲਿਖਣੀ ਚਾਹੀ। ਕੁਝ ਸਤਰਾਂ ਲਿਖੀਆਂ ਵੀ, ਪਰ ਤਸੱਲੀ ਨਹੀਂ ਹੋਈ, ਤੇ ਮੈਂ ਮਾਸਕੋ ਚਲੀ ਗਈ (1961 ਵਿਚ) ਉੱਥੇ ਜਿਸ ਹੋਟਲ ਵਿਚ ਠਹਿਰੀ ਸਾਂ, ਉਹਦੇ ਸਾਹਮਣੇ ਮਾਇਆਕੋਵਸਕੀ ਦਾ ਬੁੱਤ ਬਣਿਆ ਹੋਇਆ ਸੀ, ਤੇ ਜਿਹੜੀ ਥਾਵੇਂ ਉਹ ਹੋਟਲ ਸੀ, ਉਹਦਾ ਨਾਂ ਗੋਰਕੀ ਸਟਰੀਟ ਸੀ।

ਇਕ ਰਾਤ, ਕੋਈ ਦਸ ਵਜੇ ਸਨ, ਮੈਂ ਹੋਟਲ ਦੀ ਬਾਰੀ ਵਿਚੋਂ ਵੇਖਿਆ ਕਿ ਬਹੁਤ ਸਾਰੇ ਲੋਕ ਮਾਇਆਕੋਵਸਕੀ ਦੇ ਬੁੱਤ ਦੁਆਲੇ ਜੁੜੇ ਹੋਏ ਸਨ। ਪਤਾ ਲਗਾ ਕਿ ਕਈ ਨੌਜ਼ਵਾਨ ਸ਼ਾਇਰ ਅਕਸਰ ਰਾਤ ਨੂੰ ਇੱਥੇ ਆ ਖਲੋਂਦੇ ਹਨ, ਤੇ ਬੁੱਤ ਦੇ ਚੌਂਤਰੇ ਤੇ ਖਲੋ ਕੇ ਕਦੀ ਉਹ ਮਾਇਆਕੋਵਸਕੀ ਦੀ ਕੋਈ ਨਜ਼ਮ ਪੜ੍ਹਦੇ ਹਨ, ਤੇ ਕਦੀ ਆਪਣੀ। ਰਾਹ ਜਾਂਦੇ ਲੋਕ ਉਨ੍ਹਾਂ ਦੇ ਦੁਆਲੇ ਆ ਜੁੜਦੇ ਹਨ, ਤੇ ਨਜ਼ਮਾਂ ਸੁਣਦੇ ਹਨ। ਫਰਮਾਇਸ਼ਾਂ ਵੀ ਪਾਂਦੇ ਹਨ, ਤੇ ਇੰਜ ਇਹ ਖੁੱਲ੍ਹਾ ਮੁਸ਼ਾਹਰਾ ਅੱਧੀ ਰਾਤ ਤਕ ਜੁੜਿਆ ਰਹਿੰਦਾ ਹੈ। ਹਵਾ ਠੰਢੀ ਹੋ ਜਾਏ ਤਾਂ ਲੋਕ ਆਪਣੇ ਕੋਟਾਂ ਦੇ ਕਾਲਰ ਉੱਚੇ ਕਰ ਲੈਂਦੇ ਹਨ, ਮੀਂਹ ਵੱਸ ਪਵੇ ਤਾਂ ਸਿਰਾਂ ਉੱਤੇ ਛਤਰੀਆਂ ਤਾਣ ਲੈਂਦੇ ਹਨ। ਮੈਂ ਵੀ ਥੋੜ੍ਹੇ ਚਿਰ ਲਈ, ਕੋਟ ਪਾ ਕੇ ਇਸ ਖੁੱਲ੍ਹੇ ਮੁਸ਼ਾਹਰੇ ਵਿਚ ਚਲੀ ਗਈ। ਭਾਵੇਂ ਮੈਨੂੰ ਰੂਸੀ ਜ਼ਬਾਨ ਦਾ ਕੋਈ ਹਰਫ਼ ਸਮਝ ਨਹੀਂ ਆਇਆ। ਪਰ ਉਨ੍ਹਾਂ ਦੀ ਆਵਾਜ਼ ਦਾ ਨਿੱਘ ਮੈਨੂੰ ਜ਼ਰੂਰ ਸਮਝ ਆ ਗਿਆ। ਫੇਰ ਜਦੋਂ ਮੈਂ ਆਪਣੇ ਕਮਰੇ ਵਿਚ ਮੁੜੀ, ਮੇਰੇ ਸਾਹਮਣੇ ਟੈਗੋਰ ਦਾ

ਮੂੰਹ ਵੀ ਸੀ, ਮਾਇਆਕੋਵਸਕੀ ਦਾ ਵੀ, ਤੇ ਗੋਰਕੀ ਦਾ ਵੀ। ਸਾਰੇ ਮੂੰਹ ਰਲ ਗਏ, ਜਿਵੇਂ ਇਕ ਹੋ ਗਏ, ਤੇ ਉਸ ਰਾਤ ਮੇਰੇ ਕੋਲੋਂ ਟੈਗੋਰ ਵਾਲੀ ਨਜ਼ਮ ਪੂਰੀ ਹੋ ਗਈ—

ਮੰਹਿਰਮ ਇਲਾਹੀ ਹੁਸਨ ਦੀ, ਕਾਸਦ ਮਨੁੱਖੀ ਇਸ਼ਕ ਦੀ
ਇਹ ਕਲਮ ਲਾਫ਼ਾਨੀ ਤੇਰੀ, ਸੌਗਾਤ ਫ਼ਾਨੀ ਜਿਸਮ ਦੀ....

"ਅੱਕ ਦਾ ਬੂਟਾ" ਨਾਵਲ ਵਿਚ, ਉਸ ਦਾ ਮੁੱਖ ਪਾਤਰ, ਜਦੋਂ ਰੋਜ਼ ਤਰਕਾਲਾਂ ਨੂੰ ਸਟੇਸ਼ਨ ਤੇ ਜਾ ਕੇ, ਔਂਦੀਆਂ ਗੱਡੀਆਂ ਵਿਚੋਂ ਆਪਣੀ ਗੁਆਚੀ ਭੈਣ ਦਾ ਮੂੰਹ ਲੱਭਦਾ ਹੈ, ਤਾਂ ਇਕ ਦਿਨ ਮੱਲੋਮੱਲੀ ਉਸ ਦੇ ਪੈਰ ਆਪਦੇ ਪਿੰਡ ਜਾਣ ਵਾਲੀ ਗੱਡੀ ਵਿਚ ਬਹਿ ਜਾਂਦੇ ਹਨ। ਸਿਆਲ ਦੇ ਦਿਨ, ਕੋਲ ਕੋਈ ਨਿੱਘਾ ਕਪੜਾ ਨਹੀਂ, ਉਹ ਰਾਤ ਦੀ ਠੰਢੀ ਵਿਚ ਗੁੱਛਾ ਜਿਹਾ ਬਹਿ ਜਾਂਦਾ ਹੈ। ਸੋਚਾਂ ਵਿਚ ਲੱਥਾ ਹੋਇਆ ਉਹਦਾ ਮਨ, ਨੀਂਦਰ ਵਿਚ ਵੀ ਲਹਿ ਜਾਂਦਾ ਹੈ। ਕਿਸੇ ਸਟੇਸ਼ਨ ਉਤੇ ਗੱਡੀ ਖਲੋਂਦੀ ਹੈ, ਤਾਂ ਉਹਦੀਆਂ ਚੜ੍ਹਦੀਆਂ ਸਵਾਰੀਆਂ ਦੇ ਖੜਾਕ ਨਾਲ ਉਹ ਜਾਗ ਪੈਂਦਾ ਹੈ—ਵੇਖਦਾ ਹੈ ਉਹਦੇ ਦੁਆਲੇ ਇਕ ਰਜਾਈ ਵਲ੍ਹੇਟੀ ਹੋਈ ਹੈ...ਇਕ ਬੜੇ ਕੂਲੇ ਜਹੇ ਮੂੰਹ ਵਾਲਾ ਇਕ ਬੁੱਢਾ ਆਦਮੀ ਨਾਲ ਦੀ ਸੀਟ ਉਤੇ ਬੈਠਾ ਹੋਇਆ ਹੈ—ਖੇਸ ਦੀ ਝੁੰਬ ਮਾਰ ਕੇ, ਤੇ ਆਪਣੀ ਰਜਾਈ ਇਹਦੇ ਉਤੇ ਦੇ ਕੇ। ਇਕ ਦਿਨ ਅਚਾਨਕ ਏਸ ਨਾਵਲ ਦਾ ਇਹ ਹਿੱਸਾ ਸਾਹਮਣੇ ਆਇਆ, ਤਾਂ ਯਾਦ ਆਇਆ ਇਸ ਨਾਵਲ ਦੇ ਲਿਖਣ ਤੋਂ ਚਾਰ ਵਰ੍ਹੇ ਪਹਿਲਾਂ—ਮੈਂ ਜਦੋਂ ਰੋਮਾਨੀਆ ਤੋਂ ਗੱਡੀ ਵਿਚ ਬਲਗਾਰੀਆ ਜਾ ਰਹੀ ਸਾਂ, ਰਾਤ ਬਹੁਤ ਠੰਢੀ ਸੀ। ਕੋਲ ਆਪਣੇ ਕੋਟ ਤੋਂ ਬਿਨਾਂ ਕੁਝ ਨਹੀਂ ਸੀ। ਉਹੀਓ ਗੋਡਿਆਂ ਨੂੰ ਕੱਠਿਆਂ ਕਰਕੇ, ਉਤੇ ਤਾਣ ਲਿਆ ਸੀ। ਫੇਰ ਵੀ ਉਹਨੂੰ ਸਿਰ ਵਲ ਕਰਦੀ ਸਾਂ, ਤਾਂ ਪੈਰ ਠਰਦੇ ਸਨ, ਪੈਰਾਂ ਵਲ ਕਰਦੀ ਸਾਂ, ਤਾਂ ਸਿਰ ਮੋਢੇ ਠਰਦੇ ਸਨ। ਪਤਾ ਨਹੀਂ ਕਿਹੜੇ ਵੇਲੇ ਕੁਝ ਨੀਂਦਰ ਪੈ ਗਈ—ਤਾਂ ਜਾਪਿਆ ਸਾਰੇ ਪਿੰਡੇ ਨੂੰ ਨਿੱਘ ਆ ਗਿਆ ਹੈ। ਰਹਿੰਦੀ ਰਾਤ ਮੈਂ ਬਹੁਤ ਨਿੱਘੀ ਸੁੱਤੀ ਰਹੀ। ਸਵੇਰ ਸਾਰ ਜਾਗੀ ਤਾਂ ਵੇਖਿਆ—ਮੇਰੇ ਵਾਲੇ ਡੱਬੇ ਵਿਚ ਸਫ਼ਰ ਕਰਦੇ ਹੋਏ ਇਕ ਬਲਗਾਰੀਅਨ ਆਦਮੀ ਨੇ ਆਪਣਾ ਓਵਰ ਕੋਟ ਮੇਰੇ ਉਪਰ ਰਜਾਈ ਵਾਂਗ ਦਿੱਤਾ ਹੋਇਆ ਹੈ।

ਇਹ ਵਾਕਿਆ ਮੈਂ ਚੇਤਨ ਤੌਰ ਤੇ ਇਸ ਨਾਵਲ ਵਿਚ ਨਹੀਂ ਸੀ ਪਾਇਆ, ਪਰ ਲਿਖ ਚੁੱਕਣ ਤੋਂ ਕਿੰਨਾ ਚਿਰ ਪਿਛੋਂ ਜਦੋਂ ਪੜ੍ਹਿਆ, ਤਾਂ ਜਾਪਿਆ—ਉਸ ਰਾਤ ਦਾ ਨਿੱਘ ਮੇਰੀਆਂ ਨਾੜਾਂ ਵਿਚ ਕਿਤੇ ਅਮਾਨਤ ਵਾਂਗ ਪਿਆ ਹੋਇਆ ਸੀ।

ਯਾਤ੍ਰੀ ਨਾਵਲ 1968 ਵਿਚ ਲਿਖਿਆ ਸੀ। ਉਹਦੀ ਇਕ ਪਾਤਰ ਸੁੰਦਰਾਂ ਅਸਲੋਂ ਕਲਪਿਤ ਸੀ। ਨਾਵਲ ਦੇ ਮੁੱਖ ਪਾਤਰ ਦੀ ਜਨਮ ਕਹਾਣੀ ਨੂੰ ਜਾਣਦੀ ਸਾਂ, ਉਹਦੇ ਬਾਰੇ ਲਿਖਿਆ ਵੀ ਸੀ "ਨਾਇਕ" ਨੂੰ ਜਾਣਦੀ ਹਾਂ—ਉਸ ਦਿਨ ਤੋਂ ਜਿਸ ਦਿਨ ਉਹਨੂੰ ਸਾਧਾਂ ਦੇ ਕਿਸੇ ਡੇਰੇ ਚੜ੍ਹਾਇਆ ਗਿਆ ਸੀ। ਬਹੁੱਤ ਵਰ੍ਹਿਆਂ ਦੀ ਗੱਲ ਹੈ, ਪਰ ਅਜੇ ਵੀ ਸੋਚ ਵਿਚ ਲਿਆਵਾਂ ਤਾਂ ਬੜੇ ਤਰਾਸ਼ੇ ਨਕਸ਼ਾਂ ਵਾਲਾ ਉਸਦਾ ਸਉਲਾ ਮੂੰਹ, ਸਣੇ ਉਹਦੀ ਸਾਰੀ ਉਦਾਸੀ ਦੇ, ਅੱਖਾਂ ਅੱਗੇ ਆ ਜਾਂਦਾ ਹੈ।" ਪਰ ਸੁੰਦਰਾਂ ਮੇਰੀ ਕਲਪਨਾ ਵਿਚੋਂ ਨਿਕਲ ਕੇ ਇਸ ਨਾਵਲ ਦੇ ਸਫ਼ਿਆਂ ਵਿਚ ਉਤਰੀ ਸੀ। ਤੇ ਮੈਨੂੰ ਸਮਝ ਨਹੀਂ ਸੀ ਆ ਰਹੀ ਕਿ ਸੁੰਦਰਾਂ ਦਾ ਪਾਤਰ ਲਿਖਦਿਆਂ ਮੇਰੀਆਂ ਅੱਖਾਂ ਕਿਉਂ ਭਰ ਭਰ ਔਂਦੀਆਂ ਰਹੀਆਂ ਸਨ ?

ਨਾਵਲ ਲਿਖ ਕੇ—ਸਭ ਤੋਂ ਪਹਿਲਾਂ ਇਮਰੋਜ਼ ਨੂੰ ਸੁਣਾਇਆ ਸੀ, ਤੇ ਸੁਣਾਂਦਿਆਂ ਸੁਣਾਂਦਿਆਂ ਜਦੋਂ

ਸੁੰਦਰਾਂ ਦਾ ਜ਼ਿਕਰ ਆਇਆ, ਮੇਰੇ ਆਪਣੇ ਕਲੇਜੇ ਵਿਚੋਂ ਰੁੱਗ ਭਰਿਆ ਗਿਆ। ਫੇਰ ਇਹ ਨਾਵਲ ਹਿੰਦੀ ਵਿਚ ਤਰਜੁਮਾ ਹੋਇਆ। ਹਰ ਤਰਜੁਮਾ ਛਪਣ ਤੋਂ ਪਹਿਲਾਂ ਸੁਣਦੀ ਹਾਂ, ਤੇ ਇਹਨੂੰ ਸੁਣਦਿਆਂ ਫੇਰ ਜਦੋਂ ਸੁੰਦਰਾਂ ਦੀ ਗੱਲ ਆਈ, ਮੈਂ ਬੇਚੈਨ ਹੋ ਗਈ।

ਨਾਵਲ ਹਿੰਦੀ ਵਿਚ ਛਪ ਗਿਆ। ਉਦੋਂ 1969 ਸੀ। ਪੰਜਾਬੀ ਵਿਚ ਦੋ ਵਰ੍ਹਿਆਂ ਪਿੱਛੋਂ ਛਪਿਆ ਸੀ–1971 ਵਿਚ, ਤੇ ਉਹਦੇ ਪਰੂਫ਼ ਵੇਖਦਿਆਂ ਫੇਰ ਜਦੋਂ ਸੁੰਦਰਾਂ ਆਈ, ਮੈਂ ਵਿਆਕੁਲ ਹੋ ਗਈ।

ਆਪਣੇ ਆਪ ਨੂੰ, ਏਸ ਆਪਣੇ ਦਿਲ ਵਿਚ ਪੈਂਦੀ ਧੂਹ ਦਾ ਕੁਝ ਪਤਾ ਨਹੀਂ ਸੀ ਲਗਦਾ। ਪਰ 1973 ਵਿਚ ਜਦੋਂ ਏਸ ਨਾਵਲ ਦਾ ਅੰਗਰੇਜ਼ੀ ਤਰਜੁਮਾ ਹੋ ਰਿਹਾ ਸੀ–ਤੇ ਉਸ ਵੇਲੇ ਜਦੋਂ ਸੁੰਦਰਾਂ ਸਾਹਮਣੇ ਆਈ, ਤਾਂ ਇੰਜ ਜਾਪਿਆ–ਜਿਵੇਂ ਮੈਂ ਆਪ ਆਪਣੀ ਨਬਜ਼ ਵੇਖ ਰਹੀ ਹੋਵਾਂ... ਲੇਖਕ ਦੀ ਆਪਣੀ ਜ਼ਿੰਦਗੀ ਦੇ ਹਾਦਸੇ–ਨਾਵਲਾਂ ਕਹਾਣੀਆਂ ਦੇ ਪਾਤਰਾਂ ਵਿਚ ਹਮੇਸ਼ਾਂ ਪੈਂਦੇ ਹਨ, ਛਾਤੀ ਵਿਚੋਂ ਉਠਦੇ ਹਨ, ਕਾਗ਼ਜ਼ਾਂ ਉਤੇ ਜਾ ਉਤਰਦੇ ਹਨ, ਪਰ ਇਹ ਸੁੰਦਰਾਂ ਇਸ ਤੋਂ ਉਲਟਾ ਤਜੁਰਬਾ ਹੈ। ਇਹ ਕਾਗਜ਼ਾਂ ਵਿਚੋਂ ਉਠ ਕੇ, ਮੇਰੀ ਛਾਤੀ ਵਿਚ ਉਤਰ ਰਿਹਾ ਸੀ। ਤੇ ਅਚਾਨਕ ਜਾਪਿਆ–ਇਕੋ ਵਾਰਗੀ ਜਿਵੇਂ ਘੁੱਪ ਹਨੇਰੇ ਵਿਚ ਦੀਵਾ ਬਲ ਪਵੇ–ਕਿ ਇਹੋ ਸੁੰਦਰਾਂ ਮੈਂ ਸਾਂ...

"ਮੈਂ" ਨੂੰ ਮੈਂ ਚੇਤਨ ਤੌਰ ਤੇ ਸੁੰਦਰਾਂ ਵਿਚ ਨਹੀਂ ਸੀ ਪਾਇਆ, ਇਸ ਲਈ ਕਈ ਵਰ੍ਹੇ ਇਹਨੂੰ ਪਛਾਣ ਨਹੀਂ ਸਾਂ ਸੱਕੀ। ਇਹ ਆਪਣੀ ਹੋਂਦ ਮੈਨੂੰ ਅੰਦਰੋਂ ਦੀ ਖਰੋਚਦੀ ਸੀ, ਮਨ ਦੇ ਖਰੇਪੜਾਂ ਨੂੰ ਹੱਥ ਪਾਂਦੀ ਸੀ, ਤਾਂ ਵੀ ਪਛਾਣੀ ਨਹੀਂ ਸੀ ਜਾਂਦੀ। ਪਰ ਜਦੋਂ ਪਛਾਣੀ ਗਈ–ਤਾਂ ਆਪਣੀ ਇਕ ਇਕ ਸੋਚ ਤਕ ਪਛਾਣੀ ਗਈ...

ਸੁੰਦਰਾਂ ਜਦੋਂ ਮੰਦਰ ਵਿਚ ਜਾ ਕੇ ਸ਼ਿਵ-ਪਾਰਵਤੀ ਦੇ ਪੈਰਾਂ ਉਤੇ ਫੁੱਲਾਂ ਦੀ ਝੋਲੀ ਪਲਟਦੀ ਹੈ, ਕਿ ਉਹ ਜਦੋਂ ਸ਼ਿਵ ਪਾਰਵਤੀ ਦੇ ਪੈਰਾਂ ਉਤੇ ਮੱਥਾ ਨਿਵਾਏ, ਤਾਂ ਫੁੱਲਾਂ ਦੇ ਢੇਰ ਹੇਠੋਂ ਬਾਂਹ ਲੰਘਾ ਕੇ– ਮੂਰਤੀਆਂ ਕੋਲ ਖਲੋਤੇ ਆਪਣੇ ਮਹਿਬੂਬ ਦੇ ਪੈਰਾਂ ਨੂੰ ਵੀ ਤਲੀ ਨਾਲ ਛੋਹ ਲਵੇ, ਤੇ ਉਹਦੀ ਤਲੀ ਕਿਸੇ ਦੀ ਨਜ਼ਰੀਂ ਨਾ ਪਵੇ। ਜਾਪਿਆ–ਇਹ ਮੈਂ ਹਾਂ, ਜੋ ਵਰ੍ਹਿਆਂ ਦੇ ਵਰ੍ਹੇ ਇਕ ਮੂੰਹ ਨੂੰ ਇੰਜ ਸੋਚਦੀ ਰਹੀ ਸਾਂ, ਕਿ ਅੱਖਰਾਂ ਦੇ ਅੱਖਰ ਫੁੱਲਾਂ ਦੇ ਢੇਰ ਵਾਂਗ ਲਾ ਦਿੱਤੇ ਸਨ, ਤੇ ਜਿਹਦੇ ਹੇਠੋਂ ਦੀ ਬਾਂਹ ਲੰਘਾ ਕੇ ਕਿਸੇ ਨੂੰ ਇਸ ਤਰ੍ਹਾਂ ਛੋਹ ਲੈਣਾ ਚਾਹੁੰਦੀ ਸਾਂ ਜੋ–ਉਤੋਂ ਕਿਸੇ ਵੇਖਣ ਵਾਲੇ ਨੂੰ ਨਾ ਦਿੱਸੇ।

ਸੁੰਦਰਾਂ ਕਈ ਚਿਰ–ਚੁੱਪ ਚਾਪ–ਫੁੱਲ ਚੁਣਦੀ ਰਹੀ, ਤੇ ਸਭ ਤੋਂ ਚੋਰੀ ਆਪਣੇ ਮਹਿਬੂਬ ਦੇ ਪੈਰ ਛੋਂਹਦੀ ਰਹੀ। ਮੈਂ ਵਰ੍ਹਿਆਂ ਦੇ ਵਰ੍ਹੇ ਨਜ਼ਮਾਂ ਦੇ ਅੱਖਰ ਜੋੜਦੀ ਰਹੀ, ਤੇ ਚੁਪਚਾਪ ਆਪਣੇ ਮਹਿਬੂਬ ਦੀ ਹੋਂਦ ਨੂੰ ਛੋਂਹਦੀ ਰਹੀ...

ਸੁੰਦਰਾਂ ਦਾ ਮਹਿਬੂਬ–ਜੀਊਂਦਾ ਜਾਗਦਾ ਵੀ–ਪੱਥਰ ਦੀ ਮੂਰਤੀ ਵਰਗਾ ਸੀ, ਜਿਹਨੂੰ ਸੁੰਦਰਾਂ ਦੇ ਮਨ ਦਾ ਸੇਕ ਨਹੀਂ ਸੀ ਪਹੁੰਚਦਾ। ਤੇ ਮੈਂ ਵੀ ਵਰ੍ਹਿਆਂ ਦੇ ਵਰ੍ਹੇ ਸੁੰਦਰਾਂ ਵਾਲੀ ਥਾਂ ਉਤੇ ਖਲੋਤੀ ਰਹੀ ਸਾਂ–ਮੇਰੇ ਮਨ ਦਾ ਸੇਕ ਵੀ ਕਿਤੇ ਨਹੀਂ ਸੀ ਪਹੁੰਚਦਾ। ਇਕ ਪੱਥਰ ਵਰਗੀ ਚੁੱਪ ਨਾਲ ਟਕਰਾਂਦਾ ਸੀ, ਤੇ ਜਗਦਾ ਬੁਝਦਾ ਫੇਰ ਮੇਰੇ ਕੋਲ ਹੀ ਮੁੜ ਔਂਦਾ ਸੀ।

ਸੁੰਦਰਾਂ ਗਲ ਵਿਚ ਵਿਆਹ ਦਾ ਜੋੜਾ ਤੇ ਨੱਕ ਵਿਚ ਸੋਨੇ ਦੀ ਨੱਥ ਪਾਈ, ਜਦੋਂ ਮੰਦਰ ਵਿਚ

ਆਪਣੇ ਮਹਿਬੂਬ ਨੂੰ ਆਖ਼ਰੀ ਪ੍ਰਣਾਮ ਕਰਨ ਔਂਦੀ ਹੈ, ਕੁਝ ਅੱਥਰੂ ਛਲਕ ਕੇ ਉਹਦੀ ਨੱਥ ਦੀ ਤਾਰ ਨਾਲ ਅਟਕ ਜਾਂਦੇ ਹਨ—ਜਿਵੇਂ ਨੱਥ ਦੀਆਂ ਅੱਖਾਂ ਵਿਚ ਅੱਥਰੂ ਭਰ ਆਏ ਹੋਣ—ਤੇ ਇਹ ਸਗਵੀਂ ਮੈਂ ਸਾਂ—ਮੇਰੇ ਹਰ ਛਾਪ ਛੱਲੇ ਦੀਆਂ ਅੱਖਾਂ ਵਿਚ ਇੰਜ ਹੀ ਅੱਥਰੂ ਭਰ ਭਰ ਔਂਦੇ ਸਨ... ਓ ਖ਼ੁਦਾਇਆ ! ਕਦੇ ਆਪਣਾ ਆਪ ਵੀ ਆਪਣੇ ਕੋਲੋਂ ਇੰਜ ਛੁਪ ਛੁਪ ਜਾਂਦਾ ਹੈ...ਇਹ ਅਚੇਤ ਮਨ ਦੀ ਕਿਹੋ ਜਹੀ ਖੇਡ ਹੈ ?...

ਪੂਰੇ ਯਾਰਾਂ ਵਰ੍ਹਿਆਂ ਦੀ ਨਹੀਂ ਸਾਂ, ਜਦੋਂ ਮਾਂ ਮਰ ਗਈ ਸੀ। ਮਾਂ ਦੀ ਜ਼ਿੰਦਗੀ ਦਾ ਆਖ਼ਰੀ ਦਿਨ ਭੋਰਾ ਭੋਰਾ ਮੇਰੇ ਚੇਤੇ ਵਿਚ ਹੈ। 'ਇਕ ਸਵਾਲ' ਨਾਵਲ ਵਿਚ ਨਾਵਲ ਦਾ ਨਾਇਕ ਜਗਦੀਪ ਮਰਦੀ ਮਾਂ ਦੀ ਮੰਜੀ ਕੋਲ ਜਿਵੇਂ ਖਲੋਤਾ ਹੋਇਆ ਹੈ, ਉਵੇਂ ਮੈਂ ਆਪਣੀ ਮਰਦੀ ਮਾਂ ਦੀ ਮੰਜੀ ਕੋਲ ਖਲੋਤੀ ਹੋਈ ਸਾਂ। ਤੇ ਮੈਂ ਜਗਦੀਪ ਵਾਂਗੂੰ ਇਕ ਮਨ ਇਕ ਚਿਤ ਹੋ ਕੇ ਰੱਬ ਨੂੰ ਆਖਿਆ ਸੀ 'ਮੇਰੀ ਮਾਂ ਨੂੰ ਨਾ ਮਾਰੀਂ' ਤੇ ਮੈਨੂੰ ਵੀ ਇਹਦੇ ਵਾਂਗ ਯਕੀਨ ਹੋ ਗਿਆ ਸੀ ਕਿ ਹੁਣ ਮੇਰੀ ਮਾਂ ਨਹੀਂ ਮਰੇਗੀ, ਕਿਉਂਕਿ ਰੱਬ ਬਾਲਾਂ ਦਾ ਆਖਿਆ ਨਹੀਂ ਮੋੜਦਾ...ਪਰ ਮਾਂ ਮਰ ਗਈ ਸੀ ਤੇ ਮੈਨੂੰ ਵੀ ਜਗਦੀਪ ਵਾਂਗ ਰੱਬ ਤੋਂ ਵਿਸ਼ਵਾਸ ਹਟ ਗਿਆ ਸੀ।

ਤੇ ਜਿਵੇਂ ਜਗਦੀਪ ਉਸ ਨਾਵਲ ਵਿਚ ਮਾਂ ਦੇ ਹੱਥਾਂ ਦੀਆਂ ਪੱਕੀਆਂ ਤੇ ਇਕ ਆਲੇ ਵਿਚ ਪਈਆਂ ਹੋਈਆਂ ਦੋ ਸੁੱਕੀਆਂ ਰੋਟੀਆਂ ਨੂੰ ਸਾਂਭ ਕੇ ਆਪਦੇ ਕੋਲ ਰੱਖ ਲੈਂਦਾ ਹੈ "ਐਹਨਾਂ ਰੋਟੀਆਂ ਨੂੰ ਭੋਰ ਭੋਰ ਕੇ ਕਈ ਦਿਨ ਖਾਵਾਂਗਾ" ਜੋ ਮੇਰੀ ਮਾਂ ਦੇ ਹੱਥਾਂ ਦੀਆਂ ਪੱਕੀਆਂ ਆਖ਼ਰੀ ਦੋ ਰੋਟੀਆਂ ਸਨ—ਉਸੇ ਤਰ੍ਹਾਂ ਮੈਂ ਉਨ੍ਹਾਂ ਸੁੱਕੀਆਂ ਰੋਟੀਆਂ ਨੂੰ ਪੀਹ ਕੇ ਇਕ ਸ਼ੀਸ਼ੀ ਵਿਚ ਪਾ ਲਿਆ ਸੀ...

ਇਹ ਸਾਰਾ ਕੁਝ ਮੈਂ ਚੇਤਨ ਤੌਰ ਤੇ ਉਸ ਨਾਵਲ ਵਿਚ ਪਾਇਆ ਸੀ। ਪਰ "ਯਾਤ੍ਰੀ" ਨਾਵਲ ਵਿਚ ਮਹੰਤ ਕਿਰਪਾ ਸਾਗਰ ਦੇ ਕਿਸੇ ਵੀ ਵਰਨਣ ਵਿਚ ਮੈਂ ਚੇਤਨ ਤੌਰ ਤੇ ਆਪਣੇ ਪਿਤਾ ਦਾ ਚੇਤਾ ਨਹੀਂ ਸੀ ਪਾਇਆ। ਪਰ ਕਈਆਂ ਵਰ੍ਹਿਆਂ ਪਿਛੋਂ ਮੈਂ ਇਕ ਦਿਨ ਉਸ ਨਾਵਲ ਨੂੰ ਪੜ੍ਹਿਆ, ਤੇ ਜਦੋਂ ਮਹੰਤ ਕਿਰਪਾ ਸਾਗਰ ਦੀ ਮੌਤ ਪਿੱਛੋਂ ਨਾਵਲ ਦਾ ਨਾਇਕ ਉਹਦੀ ਆਵਾਜ਼ ਨੂੰ ਮਨ ਵਿਚ ਚਿਤਵਦਾ ਹੈ, ਤਾਂ ਮੈਨੂੰ ਜਾਪਿਆ—ਇਹ ਮੈਂ ਆਪ ਆਪਣੇ ਪਿਤਾ ਦੀ ਆਵਾਜ਼ ਨੂੰ ਚਿਤਵ ਰਹੀ ਸਾਂ "ਉਨ੍ਹਾਂ ਦੀ ਆਵਾਜ਼ ਵਿਚ ਕੁਝ ਖਾਸ ਤਰ੍ਹਾਂ ਦਾ ਇੰਜ ਸੀ—ਨਦੀ ਦੇ ਪਾਣੀ ਵਰਗਾ, ਹੌਲਾ ਜਿਹਾ ਹੁੰਦਾ ਵੀ ਬੜਾ ਭਾਰਾ, ਤੇ ਆਪਣੇ ਜ਼ੋਰ ਨਾਲ ਵਹਿੰਦਾ। ਕੋਈ ਪੱਥਰ, ਕੰਕਰ, ਪੱਤਾ, ਜਾਂ ਹੱਥਾਂ ਦੀ ਮੈਲ ਉਹਦੇ ਵਿਚ ਸੁੱਟ ਦੇਵੇ, ਤਾਂ ਉਸ ਤੋਂ ਬੇਪ੍ਰਵਾਹ ਉਸ ਨੂੰ ਰੋੜ੍ਹ ਕੇ ਲੈ ਜਾਂਦਾ, ਜਾਂ ਪੈਰਾਂ ਵਿਚ ਸੁੱਟ ਕੇ ਉਹਦੇ ਉਤੋਂ ਦੀ ਲੰਘ ਜਾਂਦਾ। ਉਨ੍ਹਾਂ ਦੀ ਆਵਾਜ਼ ਇਕ ਸੇਧ ਵਿਚ ਤੁਰੀ ਜਾਂਦੀ ਸੀ, ਦੁਆਲੇ ਦੀਆਂ ਗੱਲਾਂ ਸੁਣ ਕੇ ਕਦੇ ਖਲੋਂਦੀ ਨਹੀਂ ਸੀ ਜਾਪਦੀ। ਸਾਧ ਡੇਰੇ ਵੀ ਘਰ ਗ੍ਰਹਸਥੀਆਂ ਵਾਂਗ ਝਗੜਿਆਂ-ਖਹਿਬੜਾਂ, ਤੇ ਨਿੰਦਿਆ-ਚੁਗਲੀਆਂ ਨਾਲ ਵਸਦੇ ਰਸਦੇ ਹਨ—ਜਾਲੇ ਇਨ੍ਹਾਂ ਦੀਆਂ ਗੁੱਠਾਂ ਵਿਚ ਵੀ ਲਗਦੇ ਹਨ। ਪਰ ਉਨ੍ਹਾਂ ਦੀ ਆਵਾਜ਼ ਨਦੀ ਦੇ ਵੇਗ ਵਾਂਗ, ਇਸ ਸਭ ਕੁਝ ਨੂੰ ਰੋੜ੍ਹ ਕੇ ਲਿਜਾਂਦੀ, ਤੇ ਇਨ੍ਹਾਂ ਨੂੰ ਅੱਖ ਭਰ ਕੇ ਤੱਕਦੀ ਵੀ ਨਹੀਂ ਸੀ। ਇਹ ਆਵਾਜ਼ ਦੋ ਤਰ੍ਹਾਂ ਦੀ ਸੀ—ਇਕ ਭਾਰੀ ਗੌਰੀ ਤੇ ਵੇਗ ਦੀ ਭਰੀ। ਦੂਜੀ—ਬਹੁਤ ਸੂਖਮ, ਉਦਾਸ, ਤੇ ਪੌਣ ਵਾਂਗ ਪੌਣ ਵਿਚ ਰਲਦੀ..."

ਤੇ ਨਾਵਲ ਵਿਚ ਮਹੰਤ ਕਿਰਪਾ ਸਾਗਰ ਜਿਹੜੇ ਇਕ ਬੋਲ ਨੂੰ ਬਾਰ-ਬਾਰ ਦੁਹਰਾਂਦੇ ਹਨ, ਚੇਤਾ ਆਇਆ ਕਿ ਉਹੀ ਬੋਲ ਮੇਰੇ ਬਾਪ ਦੇ ਹੇਠਾਂ ਉਤੇ ਹੁੰਦੇ ਸਨ—"ਮੁੱਦਤੇਂ ਗੁਜ਼ਰ ਗਈਂ ਬੇਜਾਰ ਔ

ਮਦਦਗਾਰ ਹੂਏ...."

ਮਹੰਤ ਕਿਰਪਾ ਸਾਗਰ ਦੀ ਕਹਾਣੀ ਦਾ ਕੁਝ ਹਿੱਸਾ ਮੈਂ ਚੇਤਨ ਤੌਰ ਤੇ ਆਪਣੇ ਬਾਪ ਦੇ ਇਕ ਮਿੱਤਰ ਸਾਧੂ ਦੀ ਜ਼ਿੰਦਗੀ ਵਿਚੋਂ ਲਿਆ ਸੀ, ਪਰ ਜਦੋਂ ਮਹੰਤ ਕਿਰਪਾ ਸਾਗਰ ਦੇ ਸੁਭਾਅ ਦਾ ਵਰਣਨ ਕੀਤਾ, ਤਾਂ ਅਚੇਤ ਮੇਰੇ ਕੋਲੋਂ ਆਪਣੇ ਬਾਪ ਦੇ ਸੁਭਾਅ ਦਾ ਵਰਨਣ ਹੋ ਗਿਆ।

15 ਮਈ 1973 ਨੂੰ ਜਦੋਂ ਦਿੱਲੀ ਯੂਨੀਵਰਸਿਟੀ ਨੇ ਆਨਰੇਰੀ ਡੀ. ਲਿਟ ਦੀ ਡਿਗਰੀ ਦਿੱਤੀ, ਘਰ ਆਈ ਨੂੰ ਦੇਵਿੰਦਰ ਨੇ ਆਪਣੇ ਬੋਝੇ ਵਿਚ ਕੁਝ ਛੁਪਾ ਕੇ ਆਖਿਆ "ਦੀਦੀ! ਅੱਜ ਕੋਈ ਮਨ ਆਈ ਕਰਨ ਤੇ ਜੀਅ ਕਰਦਾ ਏ, ਗੁੱਸੇ ਨਾ ਹੋਵੀਂ" ਜਵਾਬ ਵਿਚ ਹੱਸ ਪਈ ਸਾਂ "ਵੇ ਤੇਰੇ ਮਨ ਆਈ ਜੋ ਵੀ ਹੋਵੇਗੀ ਚੰਗੀ ਹੋਵੇਗੀ"–ਤੇ ਦੇਵਿੰਦਰ ਨੇ ਬੋਝੇ ਵਿਚੋਂ ਇਕ ਰੇਸ਼ਮੀ ਰੁਮਾਲ, ਮਿਸ਼ਰੀ, ਤੇ ਇੱਕੀ ਰੁਪਈਏ ਕੱਢ ਕੇ ਆਖਿਆ "ਦੀਦੀ! ਤੇਰਾ ਕੋਈ ਪਿਉ ਜਾਂ ਭਰਾ ਹੁੰਦਾ, ਕੋਈ ਸਗਣ ਕਰਦਾ....ਇਹ ਸਗਣ ਉਨ੍ਹਾਂ ਵਲੋਂ...."

ਅੱਖਾਂ ਭਰ ਭਰ ਆਈਆਂ। ਤੇ ਯਾਦ ਆਇਆ "ਇਕ ਸਵਾਲ" ਨਾਵਲ ਵਿਚ ਜਦੋਂ ਨਾਵਲ ਦਾ ਨਾਇਕ ਆਪਣੇ ਪਿਉ ਦੀ ਮੌਤ ਪਿੱਛੋਂ, ਆਪਣੀ ਅਸਲੋਂ ਜਵਾਨ ਮਤ੍ਰੇਈ ਮਾਂ ਦਾ ਆਪਣੇ ਹੱਥੀਂ ਉਹਦਾ ਮਨਚਾਹਿਆ ਵਿਆਹ ਕਰਦਾ ਹੈ, ਤੇ ਉਹ ਜਵਾਨ ਜਹਾਨ ਕੁੜੀ ਥਾਲੀ ਵਿਚ ਰੋਟੀ ਪਾ ਕੇ ਆਖਦੀ ਹੈ "ਆ! ਮਾਂ ਪੁੱਤਰ ਰਲ ਕੇ ਖਾਈਏ" ਤਾਂ ਉਹ ਰੋਟੀ ਦੀ ਪਹਿਲੀ ਗਰਾਹੀ ਭੰਨਦਾ ਆਖਦਾ ਹੈ "ਪਹਿਲੋਂ ਇਹ ਦੱਸ ਤੂੰ ਮੇਰੀ ਮਾਂ ਲਗਨੀ ਏਂ, ਭੈਣ ਲਗਨੀ ਏਂ ਕਿ ਮੇਰੀ ਧੀ ਲਗਨੀ ਏਂ?"–ਤਾਂ ਨਾਵਲ ਦਾ ਇਹ ਹਿੱਸਾ ਲਿਖਦਿਆਂ ਦੇਵਿੰਦਰ ਮੇਰੇ ਸਾਹਮਣੇ ਨਹੀਂ ਸੀ। ਪਰ ਚੌਦਾਂ ਵਰ੍ਹਿਆਂ ਪਿੱਛੋਂ ਜਦੋਂ ਦੇਵਿੰਦਰ ਨੇ ਉਹ ਰੁਮਾਲ, ਉਹ ਮਿਸ਼ਰੀ, ਤੇ ਉਹ ਰੁਪਈਏ ਮੇਰੀ ਝੋਲੀ ਪਾਏ, ਮੇਰੇ ਮਨ ਵਿਚ ਆਇਆ ਬੋਲ ਨਿਰਾਪੁਰਾ ਉਹੋ ਸੀ–"ਵੇ ਪਹਿਲੋਂ ਇਹ ਦੱਸ ਤੂੰ ਮੇਰਾ ਪਿਉ ਲਗਨਾ ਏਂ, ਮੇਰਾ ਭਰਾ, ਕਿ ਮੇਰਾ ਪੁੱਤਰ?"

ਇਕ ਕਹਾਣੀ "ਪਿਘਲਦੀ ਚੱਟਾਨ" ਮੈਂ 1974 ਦੇ ਸ਼ੁਰੂ ਵਿਚ ਲਿਖੀ ਸੀ, ਬਿਲਕੁਲ ਨਹੀਂ ਜਾਣਦੀ ਕਿ ਮੇਰੇ ਅਚੇਤ ਮਨ ਦਾ ਇਹ ਕਿਹੜਾ ਪ੍ਰਗਟਾਅ ਸੀ। ਮੈਂ ਇਹਦਾ ਪਿਛੋਕੜ ਨੈਪਾਲ ਸ੍ਵੈਂਭੂਪਰਬਤ ਦੀ ਸਿਖਰ ਤੇ ਬਣਿਆ ਇਕ ਮੰਦਰ ਰਖਿਆ, ਜਿੱਥੇ ਇਕ ਜਵਾਨ ਕੁੜੀ ਰਾਜ ਸ਼੍ਰੀ ਰਾਤ ਦੇ ਚੌਥੇ ਪਹਿਰ ਜਾਂਦੀ ਹੈ, ਤੇ ਉਥੇ ਪਹੁੰਚ ਕੇ ਪਾਰਲੀ ਉਤਰਾਈ ਵੱਲ ਉਤਰਦੀ ਉਸ ਬਸੰਗਾ ਨਦੀ ਦਾ ਰਾਹ ਪਛਾਣਦੀ ਹੈ, ਜਿਸ ਨਦੀ ਵਿਚ, ਕਦੇ ਦੋ ਸੌ ਸਾਲ ਹੋਏ ਉਹਦੇ ਵੰਸ਼ ਦੀ ਇਕ ਕੁਮਾਰੀ ਨੇ ਜ਼ਿੰਦਗੀ ਤੋਂ ਨਿਜਾਤ ਦਾ ਰਾਹ ਲੱਭਿਆ ਸੀ। ਰਾਜ ਸ਼੍ਰੀ, ਮੁਹੱਬਤ ਦੀ ਨਿਰਾਸਤਾ ਵਿਚ, ਉਹੀ ਰਾਹ ਚੁਣਦੀ ਹੈ, ਜੋ ਕਦੇ ਉਹਦੇ ਵੰਸ਼ ਦੀ ਇਕ ਕੁਮਾਰੀ ਨੇ ਚੁਣਿਆ ਸੀ। ਨਾਲ ਸੋਚਦੀ ਵੀ ਹੈ–ਪੈਰਾਂ ਵਾਸਤੇ ਇਹ ਇਕੋ ਹੀ ਰਾਹ ਕਿਉਂ ਬਣਿਆ? ਕਹਾਣੀ ਅੱਗੇ ਤੁਰਦੀ ਹੈ ਤਾਂ ਰਾਜ ਸ਼੍ਰੀ ਦੇ ਮਨ ਵਿਚ ਇਕ ਜੁਗ ਪਲਟਦਾ ਹੈ। ਉਹ ਸ੍ਵੈ ਨੂੰ ਪਛਾਣਦੀ ਹੈ, ਜਾਣ ਜਾਂਦੀ ਹੈ ਕਿ ਇਕ ਸਮੇਂ ਦਾ ਸੱਚ ਹਰ ਸਮੇਂ ਦਾ ਸੱਚ ਨਹੀਂ ਹੁੰਦਾ...ਅਤੇ ਉਹ ਮੌਤ ਦੀ ਉਤਰਾਈ ਵਲੋਂ ਪੈਰ ਮੋੜ ਕੇ ਜ਼ਿੰਦਗੀ ਦੀ ਚੜ੍ਹਾਈ ਦੇ ਰਾਹ ਪੈ ਜਾਂਦੀ ਹੈ।

ਪੂਰੇ ਦੋ ਵਰ੍ਹੇ ਲੰਘ ਗਏ। ਇਸ ਕਹਾਣੀ ਦੇ ਕਿਰਦਾਰ ਨਾਲ ਮੈਂ ਆਪਣੇ ਆਪ ਨੂੰ ਕਦੇ ਵੀ ਜੋੜ ਕੇ ਨਹੀਂ ਸੀ ਵੇਖਿਆ, ਕਿ ਇਕ ਰਾਤ, ਸੁੱਤ ਉਨੀਂਦਰੀ ਜਹੀ ਹਾਲਤ ਵਿਚ, ਮੇਰੀ ਜ਼ਿੰਦਗੀ ਦਾ ਵੇਲਾ ਕੋਈ ਪੈਂਤੀ ਵਰ੍ਹੇ ਪਿਛਾਂਹ ਚਲਾ ਗਿਆ, ਤੇ ਵੇਖਿਆ, ਮੈਂ ਮਸਾਂ ਕੋਈ ਵੀਹਾਂ ਕੁ ਵਰ੍ਹਿਆਂ

ਦੀ ਹਾਂ, ਗੁਜਰਾਂ ਵਾਲੇ ਗਈ ਹਾਂ, ਓਸੇ ਗਲੀ ਵਿਚ, ਓਸੇ ਘਰ ਵਿਚ, ਜਿੱਥੇ ਕਦੀ ਮੇਰੇ ਪਿਤਾ ਦੀ ਭੈਣ ਹਾਕੋ ਭੋਰੇ ਵਿਚ ਪੈ ਕੇ ਚਲ੍ਹੀਏ ਕੱਟਦੀ ਮਰ ਗਈ ਸੀ...

ਕੰਨਾਂ ਵਿਚ ਉਹੀ ਆਵਾਜ਼ ਪਈ, ਪੈਂਤੀ ਵਰ੍ਹੇ ਪਹਿਲਾਂ ਦੀ, ਜੋ ਮੈਨੂੰ ਵੇਖ ਕੇ, ਗਲੀ ਦੀ ਜੀਵੀ ਭਗਤਣੀ ਪਹਿਲੋਂ ਮੈਨੂੰ ਵੇਖਦੀ ਰਹਿ ਗਈ ਸੀ, ਫੇਰ ਆਪਣੇ ਹੈਰਾਨ ਹੋਏ ਮੂੰਹ ਉਤੇ ਹੱਥ ਰੱਖ ਕੇ ਬੋਲੀ ਸੀ "ਹਾਏ ਮੈਂ ਮਰ ਗਈ, ਨਿਰੀ ਹਾਕੋ...ਨਿਰੀ ਪੁਰੀ ਉਹੀਓ...." ਮੇਰੀ ਭੂਆ ਹਾਕੋ ਦੇ ਵੇਲੇ ਦੀ ਉਸ ਗਲੀ ਵਿਚ ਇਕੋ ਔਰਤ ਸੀ, ਜੋ ਅਜੇ ਵੀ ਜੀਊਂਦੀ ਸੀ, ਉਸ ਨੇ ਇੰਜ ਆਖਿਆ–ਤਾਂ ਮੈਂ ਸ਼ੀਸ਼ੇ ਵਿਚ ਆਪਣੇ ਮੂੰਹ ਵੱਲ ਵੇਖ ਕੇ ਪਹਿਲੀ ਵਾਰ ਹਾਕੋ ਦੇ ਮੂੰਹ ਨੂੰ ਚਿਤਾਰਿਆ.... ਭਾਵੇਂ ਆਪਣੀ ਭੂਆ ਦੀ ਸ਼ਕਲ ਨਾਲ ਮੇਰੀ ਸ਼ਕਲ ਮਿਲ ਜਾਣੀ ਸੁਭਾਵਕ ਗੱਲ ਹੋ ਸਕਦੀ ਸੀ, ਪਰ ਜਾਪਿਆ–ਇਹ ਕੁਦਰਤ ਦਾ ਕੋਈ ਰਾਜ਼ ਹੈ, ਸ਼ਾਇਦ ਹੋਣੀ ਦਾ ਇਸ਼ਾਰਾ...ਮੈਂ ਉਸ ਵੇਲੇ ਮਨ ਦੀ ਡੂੰਘੀ ਪਰੇਸ਼ਾਨੀ ਵਿਚੋਂ ਗੁਜ਼ਰ ਰਹੀ ਸਾਂ। ਵਿਆਹ ਹੋ ਚੁੱਕਾ ਸੀ, ਪਰ ਮਨ ਉੱਖੜਿਆ ਹੋਇਆ ਸੀ। ਆਪਣੇ ਮੂੰਹ ਵਿਚ ਹਾਕੋ ਦਾ ਮੂੰਹ ਵੇਖਿਆ, ਤਾ ਅੱਖਾਂ ਭਰ ਆਈਆਂ, ਜਾਪਿਆ, ਹਾਕੋ ਦਾ ਅੰਤ ਹੀ ਮੇਰਾ ਅੰਤ ਹੈ...

ਉਹੀ ਦਿਨ ਸਨ–ਜਦੋਂ ਮੈਂ ਮਰਨਾ ਨਹੀਂ ਜੀਊਣਾ ਚਾਹਿਆ। ਤੜਪ ਕੇ ਸੋਚਿਆ–"ਪੈਰਾਂ ਵਾਸਤੇ ਇਹ ਇਕੋ ਹੀ ਰਾਹ ਕਿਉਂ ਬਣਿਆ ?" ਅਤੇ ਤੜਪ ਕੇ ਫੈਸਲਾ ਕੀਤਾ "ਮੈਂ ਹਾਕੋ ਵਾਂਗ ਮਰਾਂਗੀ ਨਹੀਂ...ਜੀਵਾਂਗੀ..."

ਜਨਮਾਂ ਦੀ ਗੱਲ ਨਹੀਂ ਜਾਣਦੀ, ਪਰ ਸੋਚਿਆ, ਜੀਵੀ ਭਗਤਣੀ ਦੇ ਕਹਿਣ ਮੁਤਾਬਿਕ ਜੇ ਇਹ ਸੱਚ ਵੀ ਹੈ ਕਿ ਪਿਛਲੇ ਜਨਮ ਮੈਂ ਹੀ ਹਾਕੋ ਸਾਂ, ਤਾਂ ਵੀ ਇਸ ਜਨਮ ਉਸ ਤਰ੍ਹਾਂ ਮਰਾਂਗੀ ਨਹੀਂ...

ਪਰ ਇਹ, ਆਪਣੀ ਹੱਡ ਬੀਤੀ, ਮੈਨੂੰ 1974 ਵਿਚ ਇਹ ਕਹਾਣੀ 'ਪਿਘਲਦੀ ਚੱਟਾਨ' ਲਿਖਣ ਵੇਲੇ ਚੇਤਨ ਤੌਰ ਉਤੇ ਬਿਲਕੁਲ ਯਾਦ ਨਹੀਂ ਸੀ। ਮੇਰਾ ਅਚੇਤ ਮਨ ਪਤਾ ਨਹੀਂ ਕਿਹੜੇ ਵੇਲੇ ਉਤਾਂਹ ਆ ਕੇ ਇਹ ਕਹਾਣੀ ਲਿਖਵਾ ਗਿਆ, ਤੇ ਫੇਰ ਮੇਰੀਆਂ ਅੱਖਾਂ ਤੋਂ ਵੀ ਆਪਣੇ ਬਦਨ ਨੂੰ ਚੁਰਾਂਦਾ, ਮਨ ਦੀਆਂ ਤੈਹਾਂ ਵਿਚ ਉਤਰ ਕੇ ਅਲੋਪ ਹੋ ਗਿਆ–

.....

ਕਈ ਘਟਨਾਵਾਂ ਮਸਾਂ ਕੁਝ ਹੀ ਦਿਨਾਂ ਦੀ ਵਿੱਥ ਤੇ ਕਿਸੇ ਰਚਨਾ ਦਾ ਹਿੱਸਾ ਬਣ ਜਾਂਦੀਆਂ ਹਨ, ਪਰ ਕਈਆਂ ਨੂੰ ਕਲਮ ਤੱਕ ਪਹੁੰਚਣ ਲਈ ਵਰ੍ਹੇ ਚੀਰਨੇ ਪੈਂਦੇ ਹਨ ! ਪਹਿਲੀ ਤਰ੍ਹਾਂ ਦੀਆਂ ਘਟਨਾਵਾਂ ਵਿਚੋਂ ਮੈਨੂੰ ਇਕ ਯਾਦ ਹੈ, ਜਦੋਂ ਮੈਂ 1960 ਵਿਚ ਨੈਪਾਲ ਗਈ, ਪੰਜ ਕੁ ਦਿਨ ਰੋਜ਼ ਤਰਕਾਲਾਂ ਨੂੰ ਕਿਸੇ ਨਾ ਕਿਸੇ ਬੈਠਕ ਵਿਚ ਮੁਸ਼ਾਹਰਾ ਹੁੰਦਾ ਰਿਹਾ, ਜਿਥੇ ਕੁਝ ਨੈਪਾਲੀ ਸ਼ਾਇਰ ਰੋਜ਼ ਮਿਲਦੇ ਸਨ। ਉਨ੍ਹਾਂ ਵਿਚ ਇਕ ਸ਼ਾਇਰ ਸੀ, ਉਠਦੀ ਉਮਰ ਦਾ, ਪਰ ਬੜੇ ਹੀ ਸੰਜੀਦਾ ਸੁਭਾਅ ਦਾ। ਮੈਂ ਸਿਰਫ਼ ਏਨਾ ਕੁ ਜਾਣਿਆ ਸੀ ਕਿ ਉਹ ਰੋਜ਼ ਹੌਲੀ ਜਹੀ ਮੇਰੀ ਇਕ ਖ਼ਾਸ ਨਜ਼ਮ ਦੀ ਫ਼ਰਮਾਇਸ਼ ਜ਼ਰੂਰ ਕਰਦਾ ਸੀ। ਬਸ ਇਸ ਤੋਂ ਵੱਧ ਕੁਝ ਨਹੀਂ। ਪਰ ਜਿਸ ਦਿਨ ਵਾਪਿਸ ਦਿੱਲੀ ਔਣਾ ਸੀ, ਹੋਰਾਂ ਕਈਆਂ ਦੇ ਨਾਲ ਉਹ ਵੀ ਏਅਰ ਪੋਰਟ ਤੇ ਆਇਆ ਸੀ। ਅਤੇ ਅਜੀਬ ਸਬੱਬ ਸੀ ਕਿ ਉਸ ਦਿਨ ਪਲੇਨ ਇਕ ਘੰਟਾ ਲੇਟ ਸੀ। ਉਡੀਕ ਵਾਲਾ ਸਾਰਾ ਵੇਲਾ, ਉਨ੍ਹੇ ਮੇਰਾ ਭਾਰਾ ਗਰਮ ਕੋਟ ਚੁਕੀ ਰਖਿਆ। ਫੇਰ ਪਲੇਨ ਦੇ ਔਣ ਤੇ ਜਦੋਂ ਮੈਂ ਉਹਦੇ ਕੋਲੋਂ ਕੋਟ ਫੜਣ ਲੱਗੀ, ਉਨ੍ਹੇ ਹੌਲੀ ਜਿਹੀ ਕਿਹਾ, "ਯੇ ਜੋ ਭਾਰ ਦਿਖਾਈ ਦੇਤਾ ਹੈ, ਯੇ ਤੋ ਆਪ ਲੇ ਲੀਜੀਏ, ਜੋ ਨਹੀਂ ਦਿਖਾਈ ਦੇਤਾ ਵੁਹ ਮੈਂ ਲੀਏ ਰਹੂੰਗਾ..." ਤੇ ਮੈਂ ਬਸ ਚੌਂਕ ਗਈ ਸਾਂ।

ਵਾਪਿਸ ਦਿੱਲੀ ਆ ਕੇ ਇਕ ਕਹਾਣੀ ਲਿਖੀ "ਹੁੰਗਾਰਾ" ਉਹਦੇ ਬਾਰੇ ਨਹੀਂ, ਪਰ ਇਹ ਫ਼ਿਕਰਾ ਮੱਲੋ ਮੱਲੀ ਕਹਾਣੀ ਵਿਚ ਆ ਗਿਆ।

ਅਤੇ ਦੂਸਰੀ ਤਰ੍ਹਾਂ ਦੀ ਗੱਲ, ਜੋ ਕਲਮ ਤਕ ਪਹੁੰਚਦਿਆਂ ਵਰ੍ਹੇ ਲਾ ਦੇਂਦੀ ਹੈ, ਉਹਦੀ ਇਕ ਮਿਸਾਲ ਮੇਰੀ ਉਹ ਕਹਾਣੀ "ਦੋ ਔਰਤਾਂ" ਹੈ ਜਿਹਦੇ ਵਿਚ ਇਕ ਔਰਤ ਸ਼ਾਹਣੀ ਹੈ, ਤੇ ਦੂਜੀ ਸ਼ਾਹ ਦੀ ਕੰਜਰੀ। ਇਹ ਕਹਾਣੀ ਲਾਹੌਰ ਮੈਂ ਅੱਖੀਂ ਵਾਪਰਦੀ ਵੇਖੀ ਸੀ। ਇਕ ਅਮੀਰ ਘਰ ਵਿਚ ਪੁੱਤਰ ਦਾ ਵਿਆਹ ਸੀ, ਤੇ ਗੌਣ ਬੈਠਾ ਹੋਇਆ ਸੀ। ਇਸ ਘਰ ਨਾਲ ਮਾਮੂਲੀ ਜਹੀ ਵਾਕਫ਼ੀ ਸੀ, ਪਰ ਮੈਂ ਵੀ ਉਸ ਵੇਲੇ ਉਥੇ ਸਾਂ, ਜਦੋਂ ਪਤਾ ਲੱਗਾ ਕਿ ਅੱਜ ਲਾਹੌਰ ਦੀ ਮਸ਼ਹੂਰ ਗੌਣ ਵਾਲੀ ਤਮੰਚਾ ਜਾਨ ਉਥੇ ਆ ਰਹੀ ਹੈ। ਉਹ ਆਈ, ਬੜੀ ਛਬੀਲੀ ਸੀ, ਤੇ ਨਾਜ਼ ਨਖ਼ਰੇ ਨਾਲ ਆਈ। ਉਹਨੂੰ ਵੇਖ ਕੇ ਇਕ ਵਾਰੀ ਤਾਂ ਘਰ ਦੀ ਮਾਲਕਣ ਦਾ ਰੰਗ ਪੀਲਾ ਵਸਾਰ ਹੋ ਗਿਆ। ਪਰ ਆਖ਼ਰ ਉਹ ਪੁੱਤਰ ਦੀ ਮਾਂ ਸੀ, ਤਮੰਚਾ ਜਾਨ ਜਦੋਂ ਗੌਂ ਬੈਠੀ, ਤਾਂ ਸ਼ਾਹਣੀ ਨੇ ਸੌ ਦਾ ਨੋਟ ਕੱਢ ਕੇ ਉਹਦੀ ਝੋਲੀ ਵਿਚ ਖੈਰਾਇਤ ਵਾਂਗ ਪਾ ਦਿੱਤਾ। ਇਸ ਵੇਲੇ ਨਾਜ਼ ਨਖ਼ਰੇ ਵਾਲੀ ਦੀ ਹੈਸੀਅਤ ਨੀਊਂ ਗਈ, ਤੇ ਉਨ੍ਹੇ ਜਿਵੇਂ ਆਪਣੀ ਹੈਸੀਅਤ ਕਾਇਮ ਰਖਣ ਲਈ, ਔਰਤਾਂ ਦੇ ਭਰੇ ਮੇਲ ਵਿਚ ਆਖ ਦਿੱਤਾ "ਰਹਿਣ ਦੇ ਸ਼ਾਹਣੀ, ਅੱਗੇ ਵੀ ਤਾਂ ਤੇਰੇ ਘਰ ਦਾ ਹੀ ਖਾਨੀ ਆਂ" ਤੇ ਇੰਜ ਸ਼ਾਹ ਨਾਲ ਰਿਸ਼ਤਾ ਜੋੜ ਕੇ, ਉਨ੍ਹੇ ਜਿਵੇਂ ਸ਼ਾਹਣੀ ਨੂੰ ਛੋਟਿਆਂ ਪਾ ਦਿੱਤਾ। ਵੇਖਿਆ ਸ਼ਾਹਣੀ ਭਰੇ ਮੇਲ ਵਿਚ ਇਕ ਵਾਰ ਨਿਗੂਣੀ ਜਹੀ ਹੋ ਗਈ, ਪਰ ਫੇਰ ਸੰਭਲੀ ਤੇ ਬੇਪ੍ਰਵਾਹੀ ਨਾਲ ਨੋਟ ਮੋੜਦੀ ਕਹਿਣ ਲੱਗੀ "ਨੀ ਸ਼ਾਹ ਕੋਲੋਂ ਤਾਂ ਤੂੰ ਨਿੱਤ ਲੈਣਾ, ਮੇਰੇ ਕੋਲੋਂ ਕਦੋਂ ਕਦੋਂ ਲੈਣਾ?" ਇਹ ਦੋ ਔਰਤਾਂ ਦਾ ਅਜੀਬ ਟਕਰਾਉ ਸੀ, ਜਿਹਦੇ ਪਿਛੋਕੜ ਵਿਚ ਸਮਾਜਕ ਕੀਮਤਾਂ ਸਨ। ਤਮੰਚਾ ਭਾਵੇਂ ਜਵਾਨ ਸੀ, ਛਬੀਲੀ ਸੀ, ਹੁਨਰਮੰਦ ਸੀ, ਅਤੇ ਸ਼ਾਹਣੀ ਮੋਟੀ ਤੇ ਢਲੀ ਉਮਰ ਦੀ, ਜੋ ਹਰ ਤਰ੍ਹਾਂ ਉਸ ਦੂਜੀ ਦੇ ਸਾਹਮਣੇ ਸਧਾਰਣ ਸੀ, ਪਰ ਉਹਦੇ ਕੋਲ ਪਤਨੀ ਤੇ ਮਾਂ ਹੋਣ ਦਾ ਜੋ ਮਾਣ ਸੀ, ਉਹ ਬਜ਼ਾਰ ਦੇ ਹੁਸਨ ਉਤੇ ਭਾਰੂ ਸੀ...ਪਰ ਇਹ ਕਹਾਣੀ ਮੈਂ ਪੂਰੇ ਪੰਝੀਆਂ ਵਰ੍ਹਿਆਂ ਪਿਛੋਂ ਲਿਖ ਸਕੀ।

....

1975 ਵਿਚ ਮੇਰੇ ਨਾਵਲ 'ਧਰਤੀ ਸਾਗਰ ਤੇ ਸਿੱਪੀਆਂ' ਦੇ ਆਧਾਰ ਤੇ ਜਦੋਂ ਕਾਦੰਬਰੀ ਫ਼ਿਲਮ ਬਣ ਰਹੀ ਸੀ ਤਾਂ ਉਹਦੇ ਡਾਇਰੈਕਟਰ ਨੇ ਮੈਨੂੰ ਫ਼ਿਲਮ ਦਾ ਇਕ ਗੀਤ ਲਿਖਣ ਲਈ ਆਖਿਆ। ਵੇਲਾ ਉਹ ਦਸਿਆ, ਜਦੋਂ ਚੇਤਨਾ ਸਮਾਜਕ ਪ੍ਰਵਾਨਗੀ ਦੇ ਖ਼ਿਆਲ ਨੂੰ ਹੱਥ ਨਾਲ ਪਰ੍ਹਾਂ ਕਰਕੇ, ਆਪਣੇ ਮਹਿਬੂਬ ਨੂੰ ਆਪਣੇ ਮਨ ਵਿਚ ਤੇ ਤਨ ਵਿਚ ਹਾਸਿਲ ਕਰ ਲੈਂਦੀ ਹੈ। ਅਤੇ ਏਸ ਵਸਲ ਤੇ ਦਰਦ ਦੀ ਥਾਂ ਉਤੇ ਖਲੋਤੀ ਚੇਤਨਾ ਨੂੰ ਸਾਹਮਣੇ ਰਖ ਕੇ ਮੈਂ ਜਦੋਂ ਗੀਤ ਲਿਖਣ ਲੱਗੀ, ਤਾਂ ਅਚਾਨਕ ਉਹ ਗੀਤ ਸਾਹਮਣੇ ਆ ਗਿਆ, ਜੋ ਮੈਂ 1960 ਵਿਚ ਇਮਰੋਜ਼ ਦੇ ਪਹਿਲੇ ਮੇਲ ਤੇ ਆਪਣੇ ਮਨ ਦੀ ਹਾਲਤ ਬਾਰੇ ਲਿਖਿਆ ਸੀ। ਜੋ ਹਾਲਤ ਮੈਂ ਆਪਣੇ ਮਨ ਉਤੇ ਹੰਢਾਈ ਸੀ, ਜਾਪਿਆ ਉਹੀ ਹੁਣ ਚੇਤਨਾ ਨੇ ਹੰਢਾਣੀ ਹੈ, ਤੇ ਉਸ ਗੀਤ ਨਾਲੋਂ ਚੰਗਾ ਹੋਰ ਕੁਝ ਨਹੀਂ ਲਿਖਿਆ ਜਾ ਸਕਦਾ। ਸੋ ਮੈਂ ਆਪਣੇ ਪੰਜਾਬੀ ਗੀਤ ਨੂੰ ਹਿੰਦੀ ਵਿਚ ਕਰਨ ਲੱਗ ਪਈ, ਤੇ ਜਾਪਿਆ ਜਿਵੇਂ ਚੇਤਨਾ ਦੇ ਰੂਪ ਵਿਚ ਮੈਂ 15 ਵਰ੍ਹੇ ਪਹਿਲਾਂ ਦੀ ਉਹ ਘੜੀ ਮੁੜ ਕੇ ਜੀਅ ਰਹੀ ਹਾਂ–

ਅੱਜ ਅਸਾ ਇਕ ਦੁਨੀਆ ਵੇਚੀ

ਤੇ ਇਕ ਦੀਨ ਖ਼ਰੀਦ ਲਿਆਏ, ਗੱਲ ਕੁਫ਼ਰ ਦੀ ਕੀਤੀ
ਸੁਪਨੇ ਦਾ ਇਕ ਥਾਨ ਉਣਾਇਆ
ਗ਼ਜ਼ ਕੁ ਕੱਪੜਾ ਪਾੜ ਲਿਆ, ਤੇ ਉਮਰ ਦੀ ਚੋਲੀ ਸੀਤੀ
ਅੱਜ ਅਸਾਂ ਅੰਬਰ ਦੇ ਘੜਿਉਂ
ਬੱਦਲ ਦੀ ਇਕ ਚੱਪਣੀ ਲਾਹੀ, ਘੁੱਟ ਚਾਨਣੀ ਪੀਤੀ
ਗੀਤਾਂ ਨਾਲ ਚੁਕਾ ਜਾਵਾਂਗੇ
ਇਹ ਜੁ ਅਸਾਂ ਮੌਤ ਦੇ ਕੋਲੋਂ ਘੜੀ ਹੁਦਾਰੀ ਲੀਤੀ....

"ਨੀਨਾ" ਮੇਰੇ ਆਲ੍ਹਣਾ ਨਾਵਲ ਦੀ ਕਿਆਸੀ ਪਾਤਰ ਸੀ, ਪਰ ਉਹਨੂੰ ਲਿਖਦਿਆਂ ਉਹਦੇ ਨੈਣ ਨਕਸ਼ ਮੇਰੇ ਮਨ ਵਿਚ ਇਸ ਤਰ੍ਹਾਂ ਸਾਮਰਤੱਖ ਹੋ ਗਏ ਸਨ, ਕਿ ਇਕ ਦਿਨ ਉਹ ਮੇਰੇ ਸੁਪਨੇ ਵਿਚ ਆਈ। ਬੜੀ ਗੁੱਸੇ ਵਿਚ, ਪਹਿਲੋਂ ਚੁਪ ਚਾਪ ਮੇਰੇ ਕੋਲ ਆ ਕੇ ਖਲੋਤੀ ਰਹੀ ਸੀ, ਫੇਰ ਤੜਪ ਕੇ ਕਹਿਣ ਲੱਗੀ "ਤੂੰ ਮੇਰੀ ਕਹਾਣੀ ਏਨੀ ਦੁਖਾਂਤਕ ਕਿਉਂ ਬਣਾਈ ? ਕਿਉਂ ? ਜੇ ਮੈਂ ਜੀਉਂਦੀ ਰਹਿੰਦੀ, ਤੇਰਾ ਕੀ ਹਰਜ ਹੋਣਾ ਸੀ ? ਤੂੰ ਮੈਨੂੰ ਕਿਉਂ ਮਾਰ ਦਿਤਾ ? ਕਿਉਂ ? ਮੈਂ ਜੀਊਣਾ ਚਾਹੁੰਦੀ ਸਾਂ...."

ਨਾਵਲ ਵਿਚ ਇਕ ਥਾਂ ਨੀਨਾ ਆਖਦੀ ਹੈ "ਮੇਰੀ ਮਾਂ ਵੀ ਸੁਖੀ ਨਾ ਹੋ ਸਕੀ, ਉਹ ਸ਼ਾਇਦ ਮੈਂ ਹੀ ਸਾਂ ਪਹਿਲੇ ਜਨਮ ਵਿਚ, ਤੇ ਹੁਣ ਮੈਂ ਫੇਰ ਸੁਖੀ ਨਾ ਹੋ ਸਕੀ, ਦੂਸਰੇ ਜਨਮ ਵਿਚ, ਸ਼ਾਇਦ ਆਪਣੀ ਧੀ ਦੇ ਰੂਪ ਵਿਚ ਸੁਖੀ ਹੋਵਾਂਗੀ—ਤੀਸਰੇ ਜਨਮ ਵਿਚ...." ਇਹ ਜਨਮਾਂ ਦੀ ਗੱਲ ਮੈਂ ਜਨਮਾਂ ਦੇ ਕਿਸੇ ਇਤਕਾਦ ਵਿਚੋਂ ਨਹੀਂ ਸੀ ਲਿਖੀ, ਸਿਰਫ਼ ਤਿੰਨ ਪੀੜ੍ਹੀਆਂ ਦੀ ਗੱਲ ਨੂੰ ਚਿੰਨ੍ਹਾਤਮਕ ਰੂਪ ਵਿਚ ਪਾਇਆ ਸੀ। ਪਰ ਇਹ ਗੱਲ ਮੇਰੀਆਂ ਪਾਠਕ ਕੁੜੀਆਂ ਵਿਚੋਂ ਇਕ ਦੇ ਮਨ ਵਿਚ ਏਨੀ ਡੂੰਘੀ ਪੈ ਗਈ ਕਿ ਉਸ ਨੇ ਆਪਣੇ ਆਪ ਨੂੰ ਨੀਨਾ ਸਮਝ ਲਿਆ, ਤੇ ਇਹ ਵਿਸ਼ਵਾਸ ਵੀ ਕਰ ਲਿਆ ਕਿ ਉਹ ਮਰ ਕੇ ਤੀਸਰੇ ਜਨਮ ਵਿਚ ਪਵੇਗੀ, ਤਾਂ ਸੁਖੀ ਹੋਵੇਗੀ....

ਉਨ੍ਹੇ ਮੈਨੂੰ ਕੁਝ ਖ਼ਤ ਲਿਖੇ, ਪਰ ਬਿਨਾਂ ਆਪਣਾ ਨਾਂ ਤੇ ਪਤਾ ਦੱਸਿਆਂ, ਸਿਰਫ਼ ਏਨਾ ਹੀ ਲਿਖਦੀ "ਮੈਂ ਤੇਰੇ ਨਾਵਲ ਦੀ ਨੀਨਾ ਹਾਂ"—ਮੈਂ ਉਹਨੂੰ ਏਸ ਵਹਿਮ ਵਿਚੋਂ ਕੱਢਣਾ ਚਾਹੁੰਦੀ ਸਾਂ, ਕਿ ਉਹ ਏਸ ਕਹਾਣੀ ਵਿਚੋਂ ਆਪਣੀ ਹੋਣੀ ਦਾ ਪਰਛਾਵਾਂ ਨਾ ਵੇਖੇ, ਪਰ ਕੰਬਖਤ ਨੇ ਕਦੇ ਵੀ ਮੈਨੂੰ ਪਤਾ ਨਾ ਦੱਸਿਆ। ਮੈਨੂੰ ਨਹੀਂ ਪਤਾ ਉਹਦੇ ਨਾਲ ਫੇਰ ਜ਼ਿੰਦਗੀ ਵਿਚ ਕੀ ਵਾਪਰਿਆ.... ...

ਇਸੇ ਤਰ੍ਹਾਂ ਨਾਵਲਾਂ ਕਹਾਣੀਆਂ ਦੇ ਕਈ ਪਾਤਰ ਪਾਠਕਾਂ ਲਈ ਏਨੇ ਸਜੀਵ ਹੋ ਉਠਦੇ ਹਨ ਕਿ ਉਹ ਖ਼ਤਾਂ ਵਿਚ ਮੈਨੂੰ ਲਿਖਦੇ ਹਨ—ਉਹ ਐਨਾ, ਉਹ ਅਲਕਾ, ਉਹ ਅਨੀਤਾ ਜਿਥੇ ਵੀ ਹੈ, ਉਹਨੂੰ ਪਿਆਰ ਭੇਜਣਾ...

'ਇਕ ਸੀ ਅਨੀਤਾ' ਨਾਵਲ ਜਦੋਂ ਉਰਦੂ ਵਿਚ ਛਪਿਆ, ਤਾਂ ਹੈਦਰਾਬਾਦ ਤੋਂ ਵੇਸ਼ਵਾ ਘਰ ਦੀ ਇਕ ਔਰਤ ਨੇ ਮੈਨੂੰ ਖ਼ਤ ਲਿਖਿਆ ਕਿ ਇਹ ਉਸ ਦੀ ਕਹਾਣੀ ਹੈ, ਉਹਦੀ ਰੂਹ ਵੀ ਉਸੇ ਤਰ੍ਹਾਂ ਪਾਕੀਜ਼ ਹੈ, ਉਹਦੀ ਤਲਾਸ਼ ਵੀ ਉਹੀ ਹੈ, ਸਿਰਫ਼ ਹਾਦਸੇ ਵੱਖਰੇ ਹਨ। ਤੇ ਉਨ੍ਹੇ ਆਪਣਾ ਨਾਂ ਪਤਾ ਦੱਸ ਕੇ ਲਿਖਿਆ ਕਿ ਜੇ ਮੈਂ ਉਹਦੀ ਕਹਾਣੀ ਲਿਖਣਾ ਚਾਹਾਂ, ਤਾਂ ਉਹ ਕੁਝ ਦਿਨਾਂ ਲਈ ਦਿੱਲੀ ਆ ਸਕਦੀ ਹੈ। ਮੈਂ ਉਹਨੂੰ ਖ਼ਤ ਲਿਖਿਆ, ਪਰ ਉਸ ਤੋਂ ਬਾਅਦ ਕਦੇ ਉਹਦਾ ਖ਼ਤ ਨਹੀਂ ਆਇਆ। ਪਤਾ ਨਹੀਂ ਉਸ ਅਹਿਸਾਸਾਂ ਵਾਲੀ ਦਾ ਕੀ ਬਣਿਆ....

ਹਾਂ, 'ਏਰੀਅਲ' ਨਾਵਲੈੱਟ ਦੀ ਮੁੱਖ ਪਾਤਰ ਮੇਰੇ ਕੋਲ ਆ ਕੇ ਕੋਈ ਡੇਢ ਮਹੀਨਾ ਮੇਰੇ ਘਰ ਰਹੀ ਸੀ, ਕਿ ਮੈਂ ਉਹਦੀ ਜ਼ਿੰਦਗੀ ਤੇ ਕੁਝ ਲਿਖ ਸਕਾਂ। ਨਾਵਲੈੱਟ ਲਿਖ ਕੇ ਪਹਿਲੋਂ ਉਸੇ ਨੂੰ ਸੁਣਾਇਆ ਸੀ। ਏਸ ਰੀਡਿੰਗ ਵੇਲੇ ਉਹਦੀਆਂ ਅੱਖਾਂ ਵਿਚ ਕਈ ਵਾਰ ਤਸੱਲੀ ਦੇ ਅੱਥਰੂ ਆਏ। ਇਸ ਤਰ੍ਹਾਂ ਜੇ ਕਿਸੇ ਵਿਅਕਤੀ ਖ਼ਾਸ ਉਤੇ ਕਹਾਣੀ ਜਾਂ ਨਾਵਲ ਲਿਖਾਂ, ਤਾਂ ਉਸ ਪਾਤਰ ਦੀ ਤਸੱਲੀ, ਮੇਰੇ ਲਈ ਕਹਾਣੀ ਛਪਣ ਨਾਲੋਂ, ਵੱਧ ਜ਼ਰੂਰੀ ਹੁੰਦੀ ਹੈ। ਮੇਰਾ ਇਤਕਾਦ ਹੈ ਕਿ ਰਚਨਾ ਇਨਸਾਨੀ ਜ਼ਿੰਦਗੀ ਦੇ ਅਧਿਅਨ ਲਈ ਹੈ, ਨਾ ਕਿ ਕੁਝ ਲੋਕਾਂ ਨੂੰ ਦੁਖਾਣ ਲਈ, ਜਾਂ ਉਨ੍ਹਾਂ ਬਾਰੇ ਚੌਂਕਾਵੀਆਂ ਅਫ਼ਵਾਹਵਾਂ ਫੈਲਾਣ ਲਈ, ਜਿਵੇਂ ਕਿ ਸਾਡੇ ਕੁਝ ਪੰਜਾਬੀ ਲੇਖਕ ਕਰਦੇ ਹਨ।....

"ਬੁਲਾਵਾ" ਨਾਵਲੈੱਟ ਮੈਂ ਬੰਬਈ ਦੇ, ਮਸ਼ਹੂਰ ਆਰਟਿਸਟ, ਫ਼ੈਜ਼ ਦੀ ਜ਼ਿੰਦਗੀ ਤੇ ਲਿਖਿਆ ਸੀ। ਉਨ੍ਹਾਂ ਨੇ ਰੇਸ ਦੇ ਘੋੜਿਆਂ ਤੇ ਸਿਰਫ਼ ਪੈਸਾ ਨਹੀਂ ਆਇਆ, ਆਪਣੀ ਸਾਰੀ ਜ਼ਿੰਦਗੀ ਲਾ ਦਿੱਤੀ ਹੈ। ਉਨ੍ਹਾਂ ਦਾ ਹੁਨਰ ਤੇ ਉਨ੍ਹਾਂ ਦਾ ਇਹ ਮਾਰੂ ਸ਼ੌਕ ਦੋਵੇਂ ਮੁਖ਼ਾਲਫ਼ ਦਿਸ਼ਾਆਂ ਹਨ। ਇਸੇ ਦੀ ਖਿੱਚੋਤਾਣ ਵਿਚ ਪਏ ਹੋਏ ਉਨ੍ਹਾਂ ਦੀ ਜ਼ਿੰਦਗੀ ਦੇ ਅਵਾਰਾ ਵਰ੍ਹੇ ਲਿਖਣ ਦੀ ਮੈਂ ਕੋਸ਼ਿਸ਼ ਕੀਤੀ ਸੀ। ਪਰ ਲਿਖ ਕੇ, ਸਭ ਤੋਂ ਪਹਿਲਾਂ ਇਹ ਨਾਵਲੈੱਟ ਉਨ੍ਹਾਂ ਨੂੰ ਸੁਣਾਇਆ, ਤੇ ਉਨ੍ਹਾਂ ਦੀ ਇਜਾਜ਼ਤ ਲੈ ਕੇ, ਪ੍ਰੈਸ ਵਿਚ ਦਿੱਤਾ।

ਇਸ ਤਰ੍ਹਾਂ ਕਈ ਕਹਾਣੀਆਂ ਹਨ—ਇਕ ਕਿਸੇ ਦੇਸ ਦੇ ਰਾਜਦੂਤ ਦੀ ਬੜੀ ਪਿਆਰੀ ਤੇ ਉਦਾਸ ਬੀਵੀ ਤੇ ਲਿਖੀ ਸੀ, ਜੋ ਉਹਦੇ ਪੜ੍ਹਣ ਲਈ ਪਹਿਲੋਂ ਅੰਗਰੇਜ਼ੀ ਵਿਚ ਤਰਜੁਮਾ ਕਰਵਾਈ, ਤੇ ਫੇਰ ਉਹਦੀ ਇਜਾਜ਼ਤ ਲੈ ਕੇ ਪ੍ਰੈਸ ਵਿਚ ਦਿੱਤੀ। ਦੋ ਤਿੰਨ ਕਹਾਣੀਆਂ, ਮੈਂ ਆਪਣੀ ਇਕ ਬੜੀ ਚੰਗੀ ਦੋਸਤ-ਔਰਤ ਦੀ ਜ਼ਿੰਦਗੀ ਤੇ ਲਿਖੀਆਂ, ਉਹਦੀ ਜ਼ਿੰਦਗੀ ਦੇ ਬੜੇ ਨਾਜ਼ੁਕ ਤੇ ਦੁਖਾਵੇਂ ਵੇਲਿਆਂ ਬਾਰੇ, ਪਰ ਛਾਪਣ ਤੋਂ ਪਹਿਲਾਂ ਉਸ ਨੂੰ ਸੁਣਾਈਆਂ, ਤੇ ਉਹਦੇ ਕਹਿਣ ਤੇ ਸ਼ਹਿਰਾਂ ਤੇ ਪਾਤਰਾਂ ਦੇ ਨਾਂ ਵੀ ਇਸ ਤਰ੍ਹਾਂ ਬਦਲੇ, ਕਿ ਕੋਈ ਉਹਦਾ ਨਜ਼ਦੀਕੀ ਸਬੰਧੀ ਵੀ ਪਛਾਣ ਨਾ ਸਕੇ। ਇਕ ਕਹਾਣੀ ਪ੍ਰਦੇਸੀ ਔਰਤ ਤੇ ਵੀ ਲਿਖੀ ਸੀ, ਜਿਹਦੇ ਵਿਚ ਕਹਾਣੀ ਦਾ ਅੰਤ ਬਦਲਣਾ ਪਿਆ ਸੀ। ਕਹਾਣੀ ਵਿਚ ਉਹਦੀ ਮੌਤ ਹੋ ਜਾਂਦੀ ਹੈ। ਪਰ ਵਰ੍ਹਿਆਂ ਪਿਛੋਂ ਮੈਂ ਉਹਦੇ ਦੇਸ ਗਈ, ਤਾਂ ਉਹ ਘੁੱਟ ਕੇ ਗਲ ਲੱਗ ਕੇ ਮਿਲੀ। ਉਹਦੇ ਪਹਿਲੇ ਲਫ਼ਜ਼ ਸਨ "ਵੇਖ! ਮੈਂ ਅਜੇ ਜੀਊਂਦੀ ਹਾਂ। ਕਹਾਣੀ ਦੀ ਮੌਤ ਵਿਚੋਂ ਲੰਘ ਕੇ ਵੀ ਜੀਊਂਦੀ ਹਾਂ" ਤੇ ਉਸ ਦਿਨ ਅਸਾਂ ਦੋਹਾਂ ਨੇ ਰਲ ਕੇ ਤਸਵੀਰਾਂ ਖਿਚਵਾਈਆਂ। ਉਹਨੇ ਆਪਣੇ ਦੇਸ ਵਿਚ ਮੇਰੇ ਲਈ ਕਈ ਸੁਗਾਤਾਂ ਖ਼ਰੀਦੀਆਂ...
ਸੱਚ, ਮੇਰੇ ਪਾਤਰ, ਤੇ ਉਨ੍ਹਾਂ ਦਾ ਮੇਰੇ ਲਈ ਪਿਆਰ, ਮੇਰੀ ਅਮੀਰੀ ਹੈ। ਮੈਂ ਨਹੀਂ ਜਾਣਦੀ—ਕਿ ਉਹ ਲੇਖਕ ਜੋ ਆਪਣੇ ਪਾਤਰਾਂ ਦੇ ਦਿਲਾਂ ਨੂੰ ਦੁਖਾ ਕੇ ਕਹਾਣੀਆਂ ਘੜਦੇ ਹਨ, ਉਨ੍ਹਾਂ ਨੂੰ ਜ਼ਿੰਦਗੀ ਵਿਚ ਕੀ ਹਾਸਿਲ ਹੁੰਦਾ ਹੈ।

ਨਾਵਲ 'ਜੇਬ ਕਤਰੇ' ਜਦੋਂ ਲਿਖ ਰਹੀ ਸਾਂ, ਤਾਂ ਉਹਦੇ ਵਿਚ ਜੇਲ੍ਹ ਵਿਚ ਪਿਆ ਇਕ ਪਾਤਰ ਤਨਵੀਰ ਇਕ ਨਜ਼ਮ ਲਿਖ ਕੇ ਕਿਸੇ ਤਰ੍ਹਾਂ ਜੇਲ੍ਹ ਵਿਚੋਂ ਬਾਹਰ ਭਿਜਵਾਂਦਾ ਹੈ ਤੇ ਨਜ਼ਮ ਦੇ ਹੇਠਾਂ ਆਪਣੇ ਨਾਂ ਦੀ ਥਾਵੇਂ ਕੈਦੀ ਨੰਬਰ ਲਿਖਦਾ ਹੈ—689—9 ਮੈਂ ਇਹ ਨੰਬਰ ਅਚੇਤ ਤੌਰ ਤੇ ਲਿਖ ਲਿਆ, ਤਾਂ ਯਾਦ ਆਇਆ ਕਿ ਇਹ ਨੰਬਰ ਗੋਰਕੀ ਦਾ ਕੈਦੀ ਨੰਬਰ ਸੀ, ਜੋ ਮੈਂ ਮਾਸਕੋ ਵਿਚ ਉਹਦੇ ਯਾਦਗਾਰੀ ਘਰ ਨੂੰ ਵੇਖਦਿਆਂ, ਕਦੇ ਡਾਇਰੀ ਵਿਚ ਨੋਟ ਕੀਤਾ ਸੀ। ਫੇਰ ਅੱਗੋਂ ਨਾਵਲ ਦੀ ਕਹਾਣੀ ਵਿਚ ਮੈਂ ਇਹਨੂੰ ਚੇਤਨ ਅਚੇਤਨ ਤੌਰ ਤੇ ਵਰਤ ਲਿਆ...

ਹਾਂ ਇਸ ਤਰ੍ਹਾਂ ਕਦੇ ਇਹ ਪਤਾ ਨਹੀਂ ਲਗਦਾ ਕਿ ਚੇਤਨ ਤੇ ਅਚੇਤਨ ਲਿਖਤਾਂ—ਕਦੋਂ ਕਿਥੇ ਰਲ ਜਾਂਦੀਆਂ ਹਨ...

ਨਾਵਲ 'ਜੇਬ ਕਤਰੇ' ਮੈਂ ਆਪਣੇ ਜਵਾਨ ਹੁੰਦੇ ਪੁੱਤਰ ਦੀ ਜ਼ਿੰਦਗੀ ਦੇ ਆਧਾਰ ਤੇ ਲਿਖਿਆ ਸੀ। ਇਸ ਤੋਂ ਪਹਿਲਾਂ ਇਕ ਕਹਾਣੀ ਲਿਖੀ ਸੀ 'ਕਹਾਣੀ ਦਰ ਕਹਾਣੀ' ਜਿਹਦਾ ਵਾਕਿਆ ਇਹ ਸੀ ਕਿ ਇਕ ਵਾਰ ਛੁੱਟੀਆਂ ਵਿਚ ਹੋਸਟਲ ਤੋਂ ਘਰ ਆਏ ਮੇਰੇ ਬੇਟੇ ਨੇ ਆਪਣੀ ਇਕ ਬੰਗਾਲਣ ਕੁੜੀ-ਦੋਸਤ ਨੂੰ ਖ਼ਤ ਲਿਖਿਆ, ਬੜੇ ਅਹਿਸਾਸ ਨਾਲ ਕਿ ਇਸ ਵੇਲੇ ਕਮਰੇ ਵਿਚ ਬੀਥੋਵਿਨ ਦਾ ਸੰਗੀਤ ਹੈ, ਤੇ ਮੈਂ ਤੈਨੂੰ ਖ਼ਤ ਲਿਖ ਰਿਹਾ ਹਾਂ, ਪਰ ਤੈਨੂੰ ਖ਼ਤ ਲਿਖਣਾ ਇੰਜ ਹੈ ਜਿਵੇਂ ਕੋਈ ਆਪਣੇ ਹੀ ਘਰ ਦਾ ਬੂਹਾ ਖੜਕਾ ਰਿਹਾ ਹੋਵੇ...ਜਵਾਬ ਵਿਚ ਜਿਹੜਾ ਉਸ ਕੁੜੀ ਦਾ ਖ਼ਤ ਆਇਆ, ਉਹ ਬਹੁਤ ਸਧਾਰਣ ਸੀ। ਡੂੰਘੀਆਂ ਤਰਕਾਲਾਂ ਸਨ, ਜਿਸ ਵੇਲੇ ਇਕ ਕਾਗ਼ਜ਼ ਫੜੀ ਉਹ ਮੇਰੇ ਕਮਰੇ ਵਿਚ ਆਇਆ। ਉਸ ਵੇਲੇ ਤੱਕ ਨਾ ਮੈਨੂੰ ਉਹ ਪਤਾ ਸੀ, ਜੋ ਉਨ੍ਹੇ ਲਿਖਿਆ ਸੀ, ਤੇ ਨਾ ਉਹ, ਜੋ ਜਵਾਬ ਆਇਆ ਸੀ। ਉਸੇ ਨੇ ਦੱਸਿਆ "ਮਾਮਾ! ਮੈਂ ਇਕ ਕੁੜੀ ਨੂੰ ਇਕ ਖ਼ਤ ਲਿਖਿਆ ਸੀ, ਪਰ ਉਹਨੂੰ ਸਮਝ ਨਹੀਂ ਆਇਆ। ਉਹ ਤੁਹਾਨੂੰ ਸੁਣਾਵਾਂ?" ਤੇ ਉਨ੍ਹੇ ਮੈਨੂੰ ਖ਼ਤ ਸੁਣਾਇਆ। ਖ਼ਤ ਦੀ ਰਫ਼ ਕਾਪੀ ਉਹਦੇ ਕੋਲ ਸੀ। ਤੇ ਕਹਿਣ ਲੱਗਾ—ਜਵਾਬ ਵਿਚ ਜੋ ਖ਼ਤ ਆਇਆ ਹੈ ਉਹ ਇੰਜ ਹੈ ਜਿਵੇਂ ਮੌਸਮ ਦਾ ਹਾਲ ਦੱਸਿਆ ਹੋਵੇ। ਮੈਂ ਪੁੱਛਿਆ—ਹੁਣ ਉਹਨੂੰ ਹੋਰ ਖ਼ਤ ਲਿਖਣਾ ਚਾਹੇਂਗਾ? ਤਾਂ ਉਹ ਕਹਿਣ ਲੱਗਾ—"ਨਹੀਂ! ਉਹਦਾ ਖ਼ਤ ਏਨਾ ਸਧਾਰਣ ਹੈ, ਪੜ੍ਹ ਕੇ ਜਾਪਦਾ ਹੈ—ਜਿਵੇਂ ਮੈਂ ਅਗਲੇ ਬੂਹੇ ਵਿਚੋਂ ਅੰਦਰ ਲੰਘਿਆ ਹੋਵਾਂ, ਤੇ ਪਿਛਲੇ ਬੂਹੇ ਵਿਚੋਂ ਬਾਹਰ ਆ ਗਿਆ ਹੋਵਾਂ" ਤੇ ਮੈਂ ਕੁਝ ਦਿਨਾਂ ਪਿਛੋਂ ਇਸੇ ਛੋਟੀ ਜਹੀ ਗੱਲ ਦੇ ਆਧਾਰ ਤੇ ਕਹਾਣੀ ਲਿਖੀ ਸੀ। ਪਰ ਹੁਣ ਜਦੋਂ ਨਾਵਲ ਲਿਖਿਆ, ਤਾਂ ਉਹਦਾ ਖੇਤਰ ਬਹੁਤ ਵੱਡਾ ਸੀ। ਉਹਦੇ ਵਿਚ ਯੂਨੀਵਰਸਿਟੀ ਦੇ ਹੋਸਟਲ ਦਾ ਜੋ ਮਾਹੌਲ ਹੈ, ਉਹ ਮੇਰੇ ਆਪਣੇ ਲੜਕੇ ਦੇ ਦੋਸਤ ਹਨ—ਜਵਾਨ ਹੁੰਦੇ ਸੁਪਨਿਆਂ ਨਾਲ ਚੌਂਕਦੇ, ਭੁੱਖ, ਖ਼ੌਫ਼, ਤੇ ਵਕਤ ਨਾਲ ਫਲਰਟ ਕਰਦੇ—ਜ਼ਿੰਦਗੀ ਨੂੰ ਆਪਣੇ ਆਪਣੇ ਕੋਨ ਤੋਂ ਵੇਖਦੇ, ਤੇ ਆਪਣੇ ਆਪਣੇ ਤਜੁਰਬੇ ਦੀ ਪੀੜ ਨੂੰ ਜਰਦੇ....

ਬੁਨਿਆਦੀ ਘਟਨਾਵਾਂ ਮੇਰੇ ਪੁੱਤਰ ਦੀ ਤੇ ਉਹਦੇ ਦੋਸਤਾਂ ਦੀ ਜ਼ਿੰਦਗੀ ਦੀਆਂ ਹਨ, ਪਰ ਇਹ ਆਪਣੇ ਤੋਂ ਅਗਲੀ ਪੀੜ੍ਹੀ ਨੂੰ ਸਮਝਣ ਦਾ ਜਤਨ ਸੀ, ਇਹਦੇ ਵਿਚ ਮੈਂ ਆਪਣੇ ਆਪ ਨੂੰ ਭਾਵੇਂ ਦਰਸ਼ਕ ਵਾਂਗ ਰਖਿਆ ਸੀ, ਪਰ ਤਾਂ ਵੀ ਅਚੇਤ ਇਹਦੀਆਂ ਕਈ ਸੋਚਾਂ ਵਿਚ ਸਮਾ ਜਾਣਾ ਸੁਭਾਵਕ ਸੀ। ਇਹ ਜਦੋਂ ਮੈਂ ਲਿਖ ਕੇ, ਆਪਣੇ ਪੁੱਤਰ ਨੂੰ ਪੜ੍ਹਣ ਲਈ ਦਿੱਤਾ, ਤੇ ਭਾਵੇਂ ਉਹਦੇ ਤੋਂ ਵੀ ਪਹਿਲਾਂ ਉਹਦੇ ਦੋਸਤਾਂ ਨੇ ਪੜ੍ਹਿਆ—ਆਪਣਾ ਆਪਣਾ ਚੇਹਰਾ ਪਛਾਣਦੇ ਰਹੇ, ਤੇ ਮੈਨੂੰ ਕੰਪਲੀਮੈਂਟ ਦੇਂਦੇ ਰਹੇ, ਪਰ ਜਦੋਂ ਮੇਰੇ ਪੁੱਤਰ ਨੇ ਪੜ੍ਹਿਆ, ਕਈ ਥਾਂਵਾਂ ਨੂੰ ਬਾਖ਼ੂਬੀ ਲਿਖ ਸਕਣ ਦਾ ਕੰਪਲੀਮੈਂਟ ਵੀ ਦਿੱਤਾ, ਪਰ ਆਖਿਆ—"ਇਹ ਨਾਵਲ ਜੇ ਮੈਂ ਖ਼ੁਦ ਲਿਖਦਾ, ਕੁਝ ਹੋਰ ਤਰ੍ਹਾਂ ਲਿਖਦਾ" ਇਹ ਠੀਕ ਹੈ—ਆਖ਼ਰ ਮੇਰੇ ਲਈ ਇਹ ਪੂਰੀ ਇਕ ਪੀੜ੍ਹੀ ਦੇ ਫ਼ਾਸਲੇ ਨੂੰ ਲੰਘਣ ਦਾ ਜਤਨ ਸੀ, ਪਰ ਫ਼ਾਸਲੇ ਨੂੰ ਲੰਘਦੇ ਪੈਰ ਆਪਣੇ ਸਨ, ਪਹਿਲੀ ਪੀੜ੍ਹੀ ਦੇ, ਇਸ ਲਈ ਮੇਰੇ ਵੇਲੇ ਦੇ 'ਆਈਡੀਅਲਿਜ਼ਮ' ਦਾ ਉਹਦੇ ਵਿਚ ਘੁਲ ਜਾਣਾ ਸੁਭਾਵਕ ਸੀ....

ਇਸ ਨਾਵਲ ਵਿਚਲੇ ਜਿਸ ਸਵਿਤਾ ਤੇ ਰਵੀ ਦਾ ਵਿਆਹ ਮੈਂ ਵੇਰਵੇ ਨਾਲ ਲਿਖਿਆ ਹੈ, ਉਹ ਨਾਵਲ ਛਪਣ ਤੋਂ ਕਈ ਚਿਰ ਪਿਛੋਂ, ਮੇਰੇ ਪੁੱਤਰ ਨੂੰ ਮਿਲਣ ਆਏ, ਹੱਸਦੇ ਰਹੇ, ਤੇ ਮੈਂ ਆਪਣੇ ਪਾਤਰਾਂ ਨੂੰ ਵੇਖਦੀ ਰਹੀ...ਹੁਣ ਉਨ੍ਹਾਂ ਦਾ ਇਕ ਪਿਆਰਾ ਜਿਹਾ ਬੱਚਾ ਵੀ ਹੈ, ਉਨ੍ਹਾਂ ਦੇ ਘਬਰਾ ਕੇ

ਕੀਤੇ ਹੋਏ ਵਿਆਹ ਦੀ ਤਸਦੀਕ...

ਖ਼ੈਰ ਆਪਣੇ ਪਾਤਰਾਂ ਨੂੰ ਇੰਜ ਵੇਖਣਾ, ਜੋ ਇਕ ਪਿਆਰਾ ਤਜੁਰਬਾ ਹੈ, ਉਹ ਵੱਖਰੀ ਗੱਲ ਹੈ, ਮੈਂ ਨਾਵਲ ਦੇ ਲਿਖਣ-ਕਾਲ ਦੀ ਗੱਲ ਕਰ ਰਹੀ ਸਾਂ। ਇਹਦਾ ਖ਼ਿਆਲ ਇਕ ਉਸ ਖ਼ਤ ਤੋਂ ਬੱਝਾ ਸੀ, ਜੋ ਮੇਰੇ ਪੁੱਤਰ ਨੇ ਮੈਨੂੰ ਹੋਸਟਲ ਵਿਚੋਂ ਲਿਖਿਆ ਸੀ। ਨਾਵਲ ਵਿਚ ਇਹ ਖ਼ਤ ਪੰਜਵੇਂ ਕਾਂਡ ਦੇ ਮੁੱਢ ਵਿਚ ਹੈ, ਜਿਹਦੇ ਵਿਚ ਨਾਵਲ ਦਾ ਮੁੱਖ ਪਾਤਰ ਕਪਿਲ, ਖ਼ਤ ਨੂੰ ਅਖਬਾਰ ਦੀ ਸ਼ਕਲ ਦੇਂਦਾ ਹੈ, ਉਹਦਾ ਨਾਂ 'ਦ ਟਾਈਮਜ਼ ਆਫ਼ ਕਪਿਲ' ਰਖਦਾ ਹੈ, ਤੇ ਅਖ਼ਬਾਰ ਦੇ ਜਾਰੀ ਹੋਣ ਦੀ ਤਾਰੀਖ਼, ਉਹ ਲਿਖਦਾ ਹੈ, ਜੋ ਉਹਦੇ ਆਪਣੇ ਜਨਮ ਦੀ ਤਾਰੀਖ਼ ਹੈ। ਅਤੇ ਇਸ ਅਖ਼ਬਾਰ ਦੀ ਵਿੱਕਰੀ ਸਭ ਤੋਂ ਬਹੁਤੀ ਜਿਸ ਸ਼ਹਿਰ ਵਿਚ ਹੁੰਦੀ ਹੈ, ਉਥੇ ਆਪਣੀ ਮਾਂ ਦਾ ਐਡਰੈਸ ਲਿਖਦਾ ਹੈ। ਫੇਰ ਅਖ਼ਬਾਰ ਦੇ ਛੇ ਕਾਲਮ ਬਣਾਂਦਾ ਹੈ—ਜਿਹਦੇ ਵਿਚ ਖ਼ਬਰਾਂ ਦੀ ਸ਼ਕਲ ਵਿਚ ਮਾਂ ਨੂੰ ਖ਼ਤ ਲਿਖਦਾ ਹੈ...ਮੇਰੇ ਪੁੱਤਰ ਦਾ ਨਾਂ ਨਵਰਾਜ ਹੈ, ਪਰ ਉਹਨੂੰ ਪਿਆਰ ਨਾਲ ਸੈਲੀ ਵੀ ਬੁਲਾਂਦੇ ਹਾਂ, ਮੇਰੇ ਕੋਲ ਉਹਦਾ ਖ਼ਤ 'ਦ ਟਾਈਮਜ਼ ਆਫ਼ ਸੈਲੀ' ਅਜੇ ਤਕ ਪਿਆ ਹੋਇਆ ਹੈ....

ਉਹ ਹੋਸਟਲ ਵਿਚੋਂ ਜਦੋਂ ਵੀ ਘਰ ਛੁੱਟੀਆਂ ਵਿਚ ਔਂਦਾ ਸੀ, ਤਾਂ ਹੋਸਟਲ ਦੀਆਂ ਕਈ ਗੱਲਾਂ ਵੇਰਵੇ ਨਾਲ ਸੁਣਾਂਦਾ ਹੁੰਦਾ ਸੀ। ਉਸ ਖ਼ਤ ਤੋਂ ਬਾਅਦ ਜਦੋਂ ਆਇਆ, ਤਾਂ ਮੈਂ ਨਾਵਲ ਸ਼ੁਰੂ ਕਰਨ ਤੋਂ ਪਹਿਲਾਂ, ਉਹਨੂੰ ਕੋਲ ਬਿਠਾ ਕੇ, ਨੋਟਸ ਲੈਣੇ ਸ਼ੁਰੂ ਕੀਤੇ... ਫੇਰ ਜਦੋਂ ਨਾਵਲ ਸ਼ੁਰੂ ਕੀਤਾ, ਤਾਂ ਇਕ ਵਾਰ ਉਨ੍ਹੇ ਆਖਿਆ "ਮਾਮਾ! ਤੁਸਾਂ ਆਪਣੀ ਜ਼ਿੰਦਗੀ ਨੂੰ ਨਵਾਂ ਮੋੜ ਦਿੱਤਾ, ਪਰ ਤੁਹਾਨੂੰ ਪਤਾ ਹੈ, ਅਸਾਂ ਦੋਹਾਂ ਬੱਚਿਆਂ ਨੇ ਇਹਦੇ ਲਈ ਕਿੰਨਾ ਮੈਂਟਲੀ ਸਫ਼ਰ ਕੀਤਾ ਹੈ?"

ਘਰ ਟੁਟਦਾ ਹੈ, ਤਾਂ ਮਾਸੂਮ ਬੱਚੇ ਟੁੱਟਦੇ ਘਰ ਦੀਆਂ ਕੰਕਰਾਂ ਨੂੰ ਕਿਵੇਂ ਪਿੰਡੇ ਤੇ ਜਰਦੇ ਹਨ, ਇਹਦਾ ਦਰਦ ਮੇਰੇ ਮਨ ਵਿਚ ਸੀ, ਆਖਿਆ, "ਜਿਵੇਂ ਗ਼ਰੀਬ ਮਾਂ ਦੇ ਘਰ ਪੈਦਾ ਹੋਏ ਬੱਚਿਆਂ ਨੂੰ ਮਾਂ ਦੀ ਗ਼ਰੀਬੀ ਭੁਗਤਣੀ ਪੈਂਦੀ ਹੈ, ਉਸੇ ਤਰ੍ਹਾਂ ਮਨ ਦੀਆਂ ਪੀੜਾਂ ਵਿਚੋਂ ਗੁਜ਼ਰਦੀ ਮਾਂ ਦੇ ਘਰ ਪੈਦਾ ਹੋਏ ਬੱਚਿਆਂ ਨੂੰ ਉਹਦੀ ਪੀੜ ਵੀ ਭੁਗਤਣੀ ਪੈਂਦੀ ਹੈ—ਮਾਂ ਦੀ ਨੁਹਾਰ ਵਾਂਗ..."

ਜਾਣਦੀ ਹਾਂ—ਏਸ ਪੀੜ ਨੂੰ ਮੇਰੇ ਬੱਚਿਆਂ ਨੇ ਭੁਗਤਿਆ ਹੈ, ਪਰ ਮੇਰੀ ਧੀ ਨੇ ਸਾਰੇ ਸਮੇਂ ਦੀ ਲੰਬਾਈ ਵਿਚ ਕਦੇ ਵੀ ਮੇਰੇ ਨਾਲ ਹਮਦਰਦੀ ਨਹੀਂ ਸੀ ਗੁਆਈ, ਪਰ ਪੁੱਤਰ ਨੇ ਕੁਝ ਸਮੇਂ ਲਈ ਜ਼ਰੂਰ ਗੁਆਈ ਸੀ। ਬਚਪਨ ਤੋਂ ਜਵਾਨ ਹੋਣ ਦੇ ਵਿਚਕਾਰਲੇ ਵੇਲੇ ਵਿਚ। ਇਹ ਸ਼ਾਇਦ ਇਕ ਮੁੰਡੇ ਤੇ ਕੁੜੀ ਹੋਣ ਦਾ ਫ਼ਰਕ ਸੀ। ਅੱਜ ਵੀ ਮੇਰੀ ਨਿੱਕੀ ਜਿਹੀ ਅੰਜਾਣੀ ਜਹੀ ਧੀ ਦੇ ਉਹ ਬੋਲ ਮੇਰੇ ਕੰਨਾਂ ਵਿਚ ਹਨ, ਜਦੋਂ ਨਵਰਾਜ ਦੀ ਕਿਸੇ-ਕਿਸੇ ਵੇਲੇ ਦੀ ਬੇਰੁਖ਼ੀ ਤੋਂ ਉਦਾਸ ਹੋ ਜਾਂਦੀ ਸਾਂ, ਤਾਂ ਕੰਦਲਾ ਆਖਦੀ ਹੁੰਦੀ ਸੀ "ਮਾਮਾ! ਤੁਸੀ ਬਹੁਤਾ ਸੋਚਿਆ ਨਾ ਕਰੋ, ਸੈਲੀ ਵੱਡਾ ਹੋ ਜਾਏਗਾ, ਤਾਂ ਆਪੇ ਠੀਕ ਹੋ ਜਾਏਗਾ।"

ਖ਼ੈਰ, ਉਸ ਦਿਨ ਮੇਰੇ ਬੇਟੇ ਨੇ ਕਿਹਾ—"ਮਾਮਾ! ਏਸ ਨਾਵਲ ਵਿਚ ਤੁਸੀ ਉਸ ਬੱਚੇ ਦੀ ਪਰੇਸ਼ਾਨੀ ਲਿਖ ਸਕਦੇ ਹੋ, ਜੋ ਮਾਂ ਬਾਪ ਦਾ ਘਰ ਟੁੱਟਣ ਤੇ, ਉਹ ਭੁਗਤਦਾ ਹੈ?"

"ਹਾਂ", ਮੈਂ ਆਖਿਆ, ਤੇ ਨਾਵਲ ਦੇ ਅਖ਼ੀਰਲੇ ਹਿੱਸੇ ਵਿਚ ਕਪਿਲ ਦੇ 'ਮਿਡ ਨਾਈਟ ਵੀਯਨ' ਦੀ ਸ਼ਕਲ ਵਿਚ ਉਸ ਪਰੇਸ਼ਾਨੀ ਨੂੰ ਲਿਖਣ ਦੀ ਕੋਸ਼ਿਸ਼ ਕੀਤੀ....

ਇਕ ਲੇਖਕ ਦੀ ਈਮਾਨਦਾਰੀ

ਨੈਪਾਲ ਦੇ ਨੈਵਾਰੀ ਲੇਖਕ ਸਾਯਮੀ ਧੂਸਵਾਂ ਜਦੋਂ ਦਿੱਲੀ ਵਿਚ ਆਪਣੀ ਐਮਬੈਸੀ ਦੇ ਕਲਚਰਲ

ਸੈਕਟਰੀ ਬਣ ਕੇ ਆਏ, ਕੁਝ ਹੀ ਮੁਲਾਕਾਤਾਂ ਵਿਚ ਜਾਪਿਆ ਕਿ ਉਨ੍ਹਾਂ ਅੰਦਰਲਾ ਲੇਖਕ ਉਨ੍ਹਾਂ ਦੇ ਡਿਪਲੋਮੈਟਿਕ ਅਹੁਦੇ ਨਾਲੋਂ ਵੱਡਾ ਹੈ। ਉਨ੍ਹਾਂ ਦੇ ਅੰਦਰਲੀ ਇਹ ਖਹਿਬੜ ਉਨ੍ਹਾਂ ਲਈ ਸੁਖਾਵੀਂ ਨਹੀਂ ਸੀ—ਇਹ, ਤੇ ਆਪਣੀਆਂ ਹੋਰ ਜ਼ਾਤੀ ਉਲਝਣਾਂ ਉਨ੍ਹਾਂ ਨੇ ਇਕ ਦੋਸਤ ਵਾਂਗ ਮੇਰੇ ਨਾਲ ਸਾਂਝੀਆਂ ਕੀਤੀਆਂ। ਜਦੋਂ ਵੀ ਪਰੇਸ਼ਾਨ ਹੁੰਦੇ ਤਾਂ ਮੈਨੂੰ ਮਿਲਣ ਆ ਜਾਂਦੇ, ਨਹੀਂ ਤਾਂ ਫ਼ੋਨ ਜ਼ਰੂਰ ਕਰਦੇ। ਖ਼ੈਰ ਇਕ ਦਿਨ ਮੈਂ ਉਨ੍ਹਾਂ ਦੀ ਅਸਲੋਂ ਨਿਜੀ ਉਲਝਣ ਬਾਰੇ ਇਕ ਕਹਾਣੀ ਲਿਖੀ "ਅਦਾਲਤ", ਉਨ੍ਹਾਂ ਦਿਨ੍ਹਾਂ ਵਿਚ ਮੈਂ ਹਿੰਦੀ ਵਿਚ ਆਪਣੀਆਂ ਕਹਾਣੀਆਂ ਦੀ ਇਕ ਕਿਤਾਬ ਕੰਪਾਈਲ ਕਰ ਰਹੀ ਸਾਂ "ਪੰਜਾਬ ਤੋਂ ਬਾਹਰਲੇ ਪਾਤਰ" ਤੇ ਮੈਂ ਇਸ ਕਿਤਾਬ ਲਈ ਜੋ ਅਠਾਰਾਂ ਕਹਾਣੀਆਂ ਚੁਣੀਆਂ, ਉਨ੍ਹਾਂ ਵਿਚੋਂ ਇਕ ਇਹ ਵੀ ਸੀ "ਅਦਾਲਤ"। ਕਿਤਾਬ ਪ੍ਰੈਸ ਵਿਚ ਚਲੀ ਗਈ, ਤੇ ਮੈਂ ਇਹ ਖ਼ਬਰ ਵੀ ਧੂਸਵਾਂ ਸਾਹਬ ਨੂੰ ਦੱਸੀ। ਹਰ ਕਹਾਣੀ ਦੇ ਹੇਠਾਂ ਉਸ ਦਾ ਪਾਤਰ ਜਿਸ ਦੇਸ ਦਾ ਸੀ, ਉਸ ਦੇਸ ਦਾ ਨਾਂ ਦਿੱਤਾ ਹੋਇਆ ਸੀ, ਸੋ ਅਦਾਲਤ ਕਹਾਣੀ ਦੇ ਹੇਠਾਂ ਨੈਪਾਲ ਦਾ ਪਾਤਰ ਲਿਖਿਆ ਹੋਇਆ ਸੀ। ਧੂਸਵਾਂ ਨੇ ਮੈਨੂੰ ਆਖਿਆ ਕਿ ਇਸ ਕਹਾਣੀ ਦੇ ਹੇਠਾਂ ਮੈਂ ਨੈਪਾਲ ਲਫ਼ਜ਼ ਨੂੰ ਕੱਟ ਕੇ ਕੁਝ ਹੋਰ ਲਿਖ ਦਿਆਂ, ਨਹੀਂ ਤਾਂ ਇਕ ਡਿਪਲੋਮੈਟ ਦੇ ਤੌਰ ਤੇ ਉਨ੍ਹਾਂ ਨੂੰ ਮੁਸ਼ਕਿਲ ਆਵੇਗੀ। ਮੈਂ ਉਨ੍ਹਾਂ ਦੀ ਤਕਲੀਫ਼ ਕਿਸੇ ਤਰ੍ਹਾਂ ਵੀ ਗਵਾਰਾ ਨਹੀਂ ਸਾਂ ਕਰ ਸਕਦੀ, ਇਸ ਲਈ ਉਨ੍ਹਾਂ ਦੇ ਕਹਿਣ ਤੇ ਨੈਪਾਲ ਦੀ ਥਾਂ ਆਸਾਮ ਲਿਖਵਾ ਦਿੱਤਾ। ਕਿਤਾਬ ਛਪ ਗਈ। ਉਨ੍ਹਾਂ ਨੇ ਵੀ ਵੇਖੀ, ਤੇ ਮੈਨੂੰ ਇਕ ਨੋਟ ਲਿਖ ਕੇ ਦਿੱਤਾ, ਕਿ ਮੈਂ ਜਦੋਂ ਆਪਣੀ ਆਤਮਕਥਾ ਲਿਖਾਂ ਉਨ੍ਹਾਂ ਦਾ ਇਹ ਨੋਟ ਉਹਦੇ ਵਿਚ ਜ਼ਰੂਰ ਸ਼ਾਮਿਲ ਕਰ ਲਵਾਂ। ਉਹ ਨੋਟ ਹੈ : "ਇਹ ਕਹਾਣੀ ਧੂਸਵਾਂ ਦੀ ਹੈ। ਪਰ ਸਾਂਸਕ੍ਰਿਤ ਸਹਿਚਾਰੀ ਇਕ ਮਾਨਯੋਗ, ਏਨਾ ਬੁਜ਼ਦਿਲ ਤੇ ਕਾਇਰ ਹੈ, ਕਿ ਇਸ ਕਹਾਣੀ ਨੂੰ ਅਜਨਬੀ ਬਨਾਣ ਲਈ ਆਪਣੇ ਦੇਸ ਨੈਪਾਲ ਨੂੰ ਭਾਰਤ ਦਾ ਇਕ ਰਾਜ ਆਸਾਮ ਬਨਾਣ ਵਿਚ ਉਹਨੇ ਹਾਮੀ ਭਰ ਦਿੱਤੀ।" —ਧੂਸਵਾਂ ਸਾਯਮੀ 16-11-73

ਉਸ ਦਿਨ ਧੂਸਵਾਂ ਮੇਰੀ ਨਜ਼ਰ ਵਿਚ ਹੋਰ ਵੀ ਉੱਚੇ ਹੋ ਗਏ। ਇਹ ਉਨ੍ਹਾਂ ਦੇ ਅੰਦਰਲੇ ਲੇਖਕ ਦੀ ਈਮਾਨਦਾਰੀ ਦਾ ਤਕਾਜ਼ਾ ਸੀ। ਮੈਂ ਆਦਰ ਨਾਲ ਸਿਰ ਝੁਕਾ ਲਿਆ। ਏਸ ਕਹਾਣੀ ਦਾ ਉਨ੍ਹਾਂ ਉਤੇ ਡੂੰਘਾ ਅਸਰ ਸੀ, ਉਨ੍ਹਾਂ ਨੇ ਆਪਣੀ ਬੀਵੀ ਨੂੰ ਵੀ ਇਹ ਕਹਾਣੀ ਸੁਣਾਈ, ਤੇ ਆਪਣੀ ਦੋਸਤ ਕੁੜੀ ਨੂੰ ਵੀ। ਇਕ ਬੇਚੈਨੀ ਨਾਲ ਇਸ ਕਹਾਣੀ ਨੂੰ ਬਾਰ ਬਾਰ ਪੜ੍ਹਦੇ ਰਹੇ, ਜਦੋਂ ਤਿੰਨ ਵਾਰ ਪੜ੍ਹ ਚੁੱਕੇ ਤਾਂ ਉਨ੍ਹਾਂ ਨੂੰ ਇਕ ਬੇਚੈਨ ਸੁਪਨਾ ਆਇਆ, ਜੋ ਉਨ੍ਹਾਂ ਨੇ ਲਿਖ ਕੇ ਮੈਨੂੰ ਦੇ ਦਿੱਤਾ। ਉਨ੍ਹਾਂ ਦਾ ਸੁਪਨਾ ਸੀ –

"ਪਤਾ ਨਹੀਂ ਸਵੇਰ ਸੀ ਕਿ ਸੰਧਿਆ, ਅਸਮਾਨ ਰੋਸ਼ਨੀ ਤੇ ਹਨੇਰੇ ਦੀ ਸਾਂਝ ਵਿਚ ਫ਼ੈਲਿਆ ਹੋਇਆ ਸੀ। ਮੈਂ ਇਕ ਨਦੀ ਵਲ ਖਿਚੀਂਦਾ ਤੁਰੀ ਜਾ ਰਿਹਾ ਸਾਂ। ਇਸ ਨਦੀ ਨੂੰ ਮੈਂ ਰੋਜ਼ ਪਾਰ ਕਰਕੇ ਲੰਘ ਜਾਂਦਾ ਸਾਂ, ਪਰ ਇੱਕ ਦਿਨ ਇਸ ਨਦੀ ਦੇ ਕੰਢੇ ਉਤੇ ਆਪਣੀ ਇਕ ਪ੍ਰੇਮਿਕਾ, ਜੋ ਸ਼ਾਦੀ ਸ਼ੁਦਾ ਤੇ ਬੱਚਿਆਂ ਦੀ ਮਾਂ ਸੀ, ਨੂੰ ਵੇਖ ਕੇ ਘਬਰਾ ਜਿਹਾ ਗਿਆ। ਉਸ ਨਦੀ ਨੂੰ ਪਾਰ ਕਰਨ ਦੀ ਮੇਰੀ ਹਿੰਮਤ ਨਾ ਹੋਈ। ਸ਼ਾਇਦ ਅਚੇਤਨ ਮਨ ਵਿਚ ਡੁੱਬ ਜਾਣ ਦਾ ਡਰ ਸਮਾ ਗਿਆ ਸੀ। ਮੈਂ ਨਦੀ ਦੇ ਕੰਢੇ ਕੰਢੇ ਤੁਰਨ ਲੱਗਾ, ਪਰ ਉਸ ਵੇਲੇ ਸਭ ਪਾਸੇ ਰੇਤ ਹੀ ਰੇਤ ਦਿੱਸਣ ਲੱਗੀ। ਉਸ ਰੇਤਲੇ ਹਿੱਸੇ ਵਿਚ ਮੈਂ ਦੋ ਤੰਬੂ ਲੱਗੇ ਹੋਏ ਵੇਖੇ। ਮੇਰੀਆਂ ਅੱਖਾਂ ਸਾਹਮਣੇ ਤੰਬੂ ਦੇ ਅੰਦਰਲਾ ਦ੍ਰਿਸ਼ ਫ਼ੈਲ ਗਿਆ। ਮੈਂ ਵੇਖਦਾ ਹਾਂ ਕਿ ਇਹਦੇ ਅੰਦਰ ਇਕ ਮਰਦ ਸੀ, ਜਿਹਨੂੰ ਮੈਂ ਚੰਗੀ ਤਰ੍ਹਾਂ

ਪਹਿਚਾਣਦਾ ਸਾਂ। ਜਿਹਦੇ ਜਜ਼ਬੇ ਤੇ ਖ਼ਿਆਲ ਇਕ ਯੰਤ੍ਰ ਵਾਂਗ ਮੇਰੇ ਅੰਦਰ ਟਰਾਂਸਮਿਟ ਹੋ ਜਾਂਦੇ ਸਨ। ਉਹਦੇ ਸਾਹਮਣੇ ਤਿੰਨ ਤਰ੍ਹਾਂ ਦੀਆਂ ਪੁਸ਼ਾਕਾਂ ਪਾਈ ਪਰ ਇਕੋ ਹੀ ਚੇਹਰੇ ਵਾਲੀਆਂ, ਤਿੰਨ ਮੁਟਿਆਰਾਂ ਖਲੋਤੀਆਂ ਸਨ। ਆਦਮੀ ਪਰੇਸ਼ਾਨ ਜਿਹਾ ਹੋ ਗਿਆ ਕਿਉਂਕਿ ਉਨ੍ਹਾਂ ਵਿਚੋਂ ਇਕ ਉਹਦੀ ਮਹਿਬੂਬਾ ਸੀ। ਇਹ ਕਿਹੋ ਜਿਹਾ ਛਲਾਵਾ ਹੈ ? ਉਹ ਏਸ ਸੋਚ ਵਿਚ ਡੁੱਬ ਗਿਆ। ਉਹਦੀ ਹੈਰਾਨੀ ਨੂੰ ਵੇਖ ਕੇ ਉਨ੍ਹਾਂ ਵਿਚੋਂ ਇਕ ਦੀਆਂ ਅੱਖਾਂ ਵਿਚ ਕੰਬਣੀ ਆਈ, ਤੇ ਉਹ ਅੱਗੇ ਵੱਧ ਕੇ ਉਸ ਮਰਦ ਦੀਆਂ ਬਾਹਵਾਂ ਵਿਚ ਆ ਗਈ। ਠੀਕ ਇਸੇ ਵੇਲੇ ਦੂਜੇ ਤੰਬੂ ਵਿਚੋਂ ਇਕ ਮਰਦ ਗੁੱਸੇ ਵਿਚ ਬੋਲਦਾ ਆਇਆ, ਤੇ ਉਸ ਲੜਕੀ ਨੂੰ ਝਿੜਕਣ ਲੱਗਾ—ਤੂੰ ਇਸ ਬੰਧਨ ਵਿਚ ਕਿਉਂ ਬੱਝ ਰਹੀ ਏਂ ? ਇਹ ਤਾਂ ਸ਼ਾਦੀ ਸ਼ੁਦਾ ਹੈ, ਇਹ ਤਾਂ ਇਕ ਭੌਰਾ ਹੈ...ਲੜਕੀ ਨੇ ਝੱਟ ਜਵਾਬ ਦਿੱਤਾ—ਮੈਂ ਇਹ ਸਭ ਕੁਝ ਜਾਣਦੀ ਹਾਂ, ਫਿਰ ਵੀ ਇਸ ਨੂੰ ਅਪਣਾ ਰਹੀ ਹਾਂ। ਏਨੇ ਵਿਚ ਮੈਂ ਵੇਖਦਾ ਹਾਂ ਕਿ ਦੂਜੇ ਤੰਬੂ ਵਿਚੋਂ ਆਏ ਆਦਮੀ ਦਾ ਸਿਰ ਧੜ ਨਾਲੋਂ ਗ਼ਾਇਬ ਹੋ ਗਿਆ ਹੈ। ਪਹਿਲੇ ਆਦਮੀ ਨੇ ਉਸ ਲੜਕੀ ਨੂੰ ਉਤਸ਼ਾਹ ਨਾਲ ਆਪਣੀਆਂ ਬਾਹਵਾਂ ਵਿਚ ਘੁੱਟ ਲਿਆ। ਤੇ ਉਸ ਵੇਲੇ ਅਚਾਨਕ ਮੈਨੂੰ ਜਾਪਿਆ ਕਿ ਮੈਂ ਜੋ ਅਦ੍ਰਿਸ਼ ਹਾਂ, ਤੇ ਉਹ ਆਦਮੀ ਜਿਹਦਾ ਸਿਰ ਨਹੀਂ, ਤੇ ਉਹ ਆਦਮੀ, ਜੋ ਪੂਰੀ ਤਰ੍ਹਾਂ ਉਥੇ ਸੀ, ਮੇਰੇ ਵਿਚ ਸਮਾਂਦੇ ਜਾ ਰਹੇ ਹਨ। ਅਚਾਨਕ ਅੱਖ ਖੁੱਲ੍ਹੀ ਤਾਂ ਵੇਖਦਾ ਹਾਂ ਕਿ ਅੰਮ੍ਰਿਤਾ ਪ੍ਰੀਤਮ ਦਾ ਕਹਾਣੀ ਸੰਗ੍ਰਹਿ "ਏਕ ਸ਼ਹਿਰ ਕੀ ਮੌਤ" ਮੇਰੇ ਕੋਲ ਖੁੱਲ੍ਹਿਆ ਪਿਆ ਹੈ। ਜਿਹਦੀ ਇਕ ਕਹਾਣੀ 'ਅਦਾਲਤ' ਮੈਂ ਤੀਜੀ ਵਾਰ ਪੜ੍ਹਦਾ ਪੜ੍ਹਦਾ ਸੌਂ ਗਿਆ ਸਾਂ। —ਧੂਸਵਾਂ ਸਾਤਮੀ 18-11-73

ਉਂਜ ਤਾਂ ਆਪਣੀ ਹਰ ਕਹਾਣੀ ਦੇ ਪਾਤਰ ਨਾਲ ਮੇਰੀ ਸਾਂਝ ਹੈ, ਕਹਾਣੀ ਲਿਖਦਿਆਂ ਮੈਂ ਉਹਦਾ ਦਰਦ ਆਪਣੇ ਦਿਲ ਉਤੇ ਝਲਦੀ ਹਾਂ, ਉਹਦੀ ਹੋਣੀ ਕੁਝ ਦੇਰ ਲਈ ਮੇਰੀ ਹੋਣੀ ਬਣ ਜਾਂਦੀ ਹੈ, ਤੇ ਇੰਜ ਇਹ ਸਾਂਝ ਸਦੀਵਤਾ ਦਾ ਹਿੱਸਾ ਬਣ ਜਾਂਦੀ ਹੈ, ਪਰ ਧੂਸਵਾਂ ਜਹੇ ਪਾਤਰ ਮੇਰੇ ਵਿਚ ਸਿਰਫ਼ ਪਿਆਰ ਤੇ ਹਮਦਰਦੀ ਨਹੀਂ, ਆਪਣੇ ਲਈ ਆਦਰ ਵੀ ਜਗਾ ਲੈਂਦੇ ਹਨ।

ਸੱਜਾਦ ਹੈਦਰ

ਮੇਰੇ ਮਨ ਦੀ ਇਕੱਲਤਾ ਦਾ ਸਰਾਪ ਇਮਰੋਜ਼ ਨੇ ਤੋੜਿਆ ਹੈ। ਪਰ ਉਸ ਦੇ ਮੇਲ ਤੋਂ ਪਹਿਲਾਂ ਇਕ ਹੋਰ ਹੁਸੀਨ ਸਬੱਬ ਮੇਰੇ ਨਾਲ ਵਾਪਰਿਆ ਸੀ—ਇਕ ਬੜੇ ਹੀ ਪਾਕ ਦਿਲ ਇਨਸਾਨ ਦੀ ਦੋਸਤੀ ਮੈਨੂੰ ਮਿਲੀ ਸੀ। ਸੱਜਾਦ ਹੈਦਰ ਦੀ ਵਾਕਫ਼ੀ ਉਦੋਂ ਹੋਈ ਸੀ, ਜਦੋਂ ਅਜੇ ਦੇਸ ਦੀ ਵੰਡ ਨਹੀਂ ਸੀ ਹੋਈ। ਆਪਣੇ ਸਮਕਾਲੀਆਂ ਵਿਚੋਂ ਕਿਸੇ ਇਕ ਨਾਲ ਵੀ ਅਜਿਹੀ ਮੁਲਾਕਾਤ ਨਹੀਂ ਹੋਈ, ਜੋ ਉਲਝਣਾਂ ਤੇ ਗ਼ਲਤ ਫ਼ਹਿਮੀਆਂ ਤੋਂ ਸੁਰਖ਼ਰੂ ਹੋ ਕੇ ਹੋਈ ਹੋਵੇ। ਦੋਹੀਂ ਹੱਥੀਂ ਤਲਖ਼ੀਆਂ ਵੰਡਦੀਆਂ ਸਭ ਮੁਲਾਕਾਤਾਂ ਵਿਚ ਸਿਰਫ਼ ਸੱਜਾਦ ਦੀ ਅਜਿਹੀ ਮੁਲਾਕਾਤ ਸੀ, ਜੋ ਪਹਿਲੀ ਸੀ, ਤੇ ਜਿਹਦੇ ਨਾਲ ਦੋਸਤੀ ਲਫ਼ਜ਼ ਅੱਖਾਂ ਅੱਗੇ ਝਿਲਮਿਲਾ ਜਾਂਦਾ ਸੀ। ਜਦੋਂ ਲਾਹੌਰ ਸਾਂ, ਤਾਂ ਅਕਸਰ ਮੁਲਾਕਾਤ ਹੁੰਦੀ ਸੀ। ਕਿਸੇ ਮੁਲਾਕਾਤ ਦੇ ਹੋਠਾਂ ਉਤੇ ਕੋਈ ਸ਼ੋਖ਼ ਹਰਫ਼ ਨਹੀਂ ਸੀ ਆਇਆ। ਉਹ ਮਿਲਣ ਔਂਦਾ ਸੀ, ਤਾਂ ਇਕ ਅਦਬ ਉਹਦੇ ਨਾਲ ਹੀ ਪੌੜੀਆਂ ਚੜ੍ਹਦਾ ਸੀ। ਫੇਰ ਬਹੁਤ ਛੇਤੀ ਫਸਾਦ ਸ਼ੁਰੂ ਹੋ ਗਏ, ਸਾਰਾ ਸਾਰਾ ਦਿਨ ਕਰਫ਼ੀਊ ਲੱਗਾ ਰਹਿੰਦਾ, ਪਰ ਕਰਫ਼ੀਊ ਖੁੱਲ੍ਹਦਾ, ਤਾਂ ਉਹ ਘੜੀ ਪਲ ਲਈ ਜ਼ਰੂਰ ਔਂਦਾ। ਉਨ੍ਹਾਂ ਦਿਨਾਂ ਵਿਚ ਹੀ **23** ਅਪ੍ਰੈਲ ਆਇਆ, ਇਹ

ਮੇਰੀ ਬੱਚੀ ਦਾ ਜਨਮ ਦਿਨ ਸੀ। ਪਰ ਸ਼ਹਿਰ ਵਿਚ ਲਗਦੀਆਂ ਅੱਗਾਂ ਤੇ ਕਤਲੋ ਖ਼ੂਨ ਦੀਆਂ ਹੁੰਦੀਆਂ ਵਾਰਦਾਤਾਂ ਵਿਚ, ਜਨਮ ਦਿਨ ਮਨਾਣ ਦੀ ਹੋਸ਼ ਨਹੀਂ ਸੀ। ਸ਼ਾਮ ਨੂੰ ਦਰਵਾਜ਼ਾ ਖੜਕਿਆ– ਸੱਜਾਦ ਮੇਰੀ ਬੱਚੀ ਦੇ ਪਹਿਲੇ ਜਨਮ ਦਿਨ ਦਾ ਕੇਕ ਬਣਵਾ ਕੇ ਲਿਆਇਆ ਸੀ...

ਦੇਸ ਦੀ ਵੰਡ ਹੋ ਗਈ, ਮੈਂ ਡੇਹਰਾਦੂਨ ਸਾਂ, ਸੱਜਾਦ ਦੇ ਖ਼ਤ ਬਰਾਬਰ ਔਂਦੇ ਸਨ। ਉਨ੍ਹਾਂ ਦਿਨਾਂ ਵਿਚ ਹੀ ਮੇਰਾ ਪੁੱਤਰ ਹੋਇਆ ਸੀ, ਤੇ ਉਨ੍ਹਾਂ ਦਿਨਾਂ ਵਿਚ ਹੀ ਲਾਹੌਰ ਸੱਜਾਦ ਦੇ ਘਰ ਪੁੱਤਰ ਜੰਮਿਆ ਸੀ। ਮੈਂ ਆਪਣੇ ਬੱਚੇ ਦਾ ਨਾਂ ਨਵਰਾਜ ਚੁਣਿਆ, ਤਾਂ ਸੱਜਾਦ ਨੇ ਮੇਰੇ ਬੱਚੇ ਦੇ ਨਾਂ ਤੇ ਆਪਣੇ ਬੱਚੇ ਦਾ ਨਾਂ ਨਵੀ ਰਖਿਆ। ਅਸਾਂ ਤਸਵੀਰਾਂ ਰਾਹੀਂ ਬੱਚਿਆਂ ਨੂੰ ਵੇਖਿਆ। ਫੇਰ ਨਵਰਾਜ ਨੂੰ ਬੁਖਾਰ ਔਣ ਲੱਗ ਪਿਆ, ਕਈ ਦਿਨ ਗੁਜ਼ਰ ਗਏ, ਤਾਂ ਘਬਰਾ ਗਈ ਸਾਂ। ਸੱਜਾਦ ਦੇ ਖ਼ਤ ਦਾ ਜਵਾਬ ਦਿੱਤਾ, ਤਾਂ ਖ਼ਤ ਵਿਚ ਬੁਖ਼ਾਰ ਬਾਰੇ ਵੀ ਲਿਖਿਆ ਗਿਆ। ਵਾਪਸੀ ਡਾਕ ਜੋ ਖ਼ਤ ਆਇਆ–ਉਹ ਮੇਰੇ ਜ਼ੇਹਨ ਵਿਚ ਅਜੇ ਤਕ ਉਕਰਿਆ ਹੋਇਆ ਹੈ। ਲਿਖਿਆ ਸੀ–"ਮੈਂ ਸਾਰੀ ਰਾਤ ਖ਼ੁਦਾ ਅੱਗੇ ਦੁਆ ਕਰਦਾ ਰਿਹਾ ਕਿ ਤੇਰਾ ਬੱਚਾ ਰਾਜ਼ੀ ਹੋ ਜਾਵੇ। ਅਰਬੀ ਕਹਾਵਤ ਹੈ ਕਿ ਜਦੋਂ ਦੁਸ਼ਮਨ ਦੁਆ ਕਰੇ, ਤਾਂ ਉਹ ਦੁਆ ਜ਼ਰੂਰ ਕਬੂਲ ਹੁੰਦੀ ਹੈ। ਇਸ ਵੇਲੇ ਮੈਂ ਦੁਨੀਆਂ ਦੀ ਨਜ਼ਰ ਵਿਚ ਤੇਰਾ ਦੁਸ਼ਮਨ ਹਾਂ ਉਂਜ ਖ਼ੁਦਾ ਨਾ ਕਰੇ ਮੈਂ ਕਦੇ ਵੀ ਤੇਰਾ ਜਾਂ ਤੇਰੇ ਬੱਚੇ ਦਾ ਦੁਸ਼ਮਨ ਹੋਵਾਂ।"

"ਅਜ ਆਖਾਂ ਵਾਰਿਸ ਸ਼ਾਹ ਨੂੰ" ਨਜ਼ਮ ਤੋਂ ਪਹਿਲਾਂ ਦੇਸ ਦੀ ਵੰਡ ਬਾਰੇ ਇਕ ਹੋਰ ਨਜ਼ਮ ਲਿਖੀ ਸੀ "ਗਵਾਂਢੀ ਸੁੰਦਰਤਾ" ਲਿਖਦਿਆਂ ਹੀ ਸੱਜਾਦ ਨੂੰ ਭੇਜ ਦਿੱਤੀ ਸੀ। ਉਹ ਨਜ਼ਮ ਮੇਰੇ ਕੋਲੋਂ ਪੰਜਾਬੀ ਵਿਚ ਗੁਆਚ ਗਈ ਇਸ ਲਈ ਕਦੇ ਮੇਰੀ ਜ਼ਬਾਨ ਵਿਚ ਨਹੀਂ ਛਪੀ, ਪਰ ਸੱਜਾਦ ਨੇ ਖ਼ਤ ਵਿਚ ਲਿਖੀ ਨਜ਼ਮ ਦਾ ਅੰਗਰੇਜ਼ੀ ਅਨੁਵਾਦ ਕੀਤਾ, ਤੇ ਉਹ 'ਪਾਕਿਸਤਾਨ ਟਾਈਮਜ਼' ਵਿਚ ਛਪੀ। ਫੇਰ ਕੁਝ ਵਰ੍ਹਿਆਂ ਪਿਛੋਂ ਸਾਹਿਰ ਦੀ ਮੁਲਾਕਾਤ ਤੇ ਮੈਂ ਇਕ ਨਜ਼ਮ ਲਿਖੀ "ਸੱਤ ਵਰ੍ਹੇ", ਉਹ ਭਾਵੇਂ ਦੇਸ ਦੀ ਵੰਡ ਵੇਲੇ ਪਾਕਿਸਤਾਨ ਨਹੀਂ ਸੀ ਗਿਆ (ਗਿਆ ਸੀ, ਪਰ ਉਥੇ ਰਿਹਾ ਨਹੀਂ ਸੀ) ਉਹ ਹਿੰਦੁਸਤਾਨ ਵਿਚ ਸੀ, ਪਰ ਸੱਤ ਵਰ੍ਹੇ ਉਹਦੇ ਨਾਲ ਮੁਲਾਕਾਤ ਨਹੀਂ ਸੀ ਹੋ ਸਕੀ। ਸੱਤਾਂ ਵਰ੍ਹਿਆਂ ਪਿਛੋਂ ਮਿਲਿਆ, ਤਾਂ ਜਿਹੜੀ ਨਜ਼ਮ ਲਿਖੀ, ਛਪੀ, ਉਹ ਕਿਸੇ ਤਰ੍ਹਾਂ ਪਾਕਿਸਤਾਨ ਵੀ ਪਹੁੰਚ ਗਈ। ਸੱਜਾਦ ਨੇ ਪੜ੍ਹੀ ਤੇ ਮੈਨੂੰ ਖ਼ਤ ਲਿਖਿਆ, ਮੈਂ ਤੈਨੂੰ ਮਿਲਣ ਲਈ ਹਿੰਦੁਸਤਾਨ ਆਉਣਾ ਚਾਹੁੰਦਾ ਹਾਂ, ਪੰਦ੍ਹਾਂ ਵੀਹ ਦਿਨ ਦੀ ਛੁੱਟੀ ਲੈ ਕੇ। ਤੂੰ ਬੜੀ ਉਦਾਸ ਜਾਪਨੀ ਏਂ ਮੈਂ ਤੇ ਰੇ ਨਾਲ 'ਉਹਦੀਆਂ' ਗੱਲਾਂ ਕਰਾਂਗਾ, ਜਿਹਦੇ ਲਈ ਤੂੰ 'ਸੱਤ ਵਰ੍ਹੇ' ਨਜ਼ਮ ਲਿਖੀ ਏ, ਉਹ ਅਠਾਰਾਂ ਦਿਨ ਦਿੱਲੀ ਆ ਕੇ ਰਿਹਾ। ਰਾਤ ਮੈਰੀਨਾ ਹੋਟਲ ਵਿਚ ਤੇ ਸਾਰਾ ਦਿਨ ਮੇਰੇ ਕੋਲ। ਇਹ ਮੇਰੀ ਜ਼ਿੰਦਗੀ ਵਿਚ ਪਹਿਲਾ ਵਕਤ ਸੀ, ਮੈਂ ਜਾਣਿਆ ਕਿ ਦੁਨੀਆਂ ਵਿਚ ਮੇਰਾ ਵੀ ਕੋਈ ਦੋਸਤ ਹੈ। ਹਰ ਹਾਲ ਵਿਚ ਦੋਸਤ। ਤੇ ਪਹਿਲੀ ਵਾਰ ਜਾਣਿਆ ਕਿ ਨਜ਼ਮ ਸਿਰਫ਼ ਇਸ਼ਕ ਦੇ ਤੂਫਾਨ ਵਿਚੋਂ ਹੀ ਨਹੀਂ ਨਿਕਲਦੀ, ਇਹ ਦੋਸਤੀ ਦੀਆਂ ਸ਼ਾਂਤ ਕੂਲ੍ਹਾਂ ਦੇ ਪਾਣੀਆਂ ਵਿਚੋਂ ਵੀ ਤਰਦੀ ਆ ਸਕਦੀ ਹੈ...ਸੱਜਾਦ ਦੇ ਜਾਣ ਵੇਲੇ ਮੈਂ ਨਜ਼ਮ ਲਿਖੀ–"ਸਾਨੂੰ ਖੰਭ ਵਿਕੰਦੜੇ ਲੈ ਦੇ ਵੇ ਪਰਦੇਸੀਆ! ਜਾਂ ਰਹਿ ਪਉ ਸਾਡੇ ਕੋਲ..."

ਇਕ ਵਾਰ ਲਾਹੌਰ ਕਿਸੇ ਦਾਅਵਤ ਵਿਚ ਸੱਜਾਦ ਦੇ ਇਕ ਦੋਸਤ ਦੀ ਬੀਵੀ ਨੇ ਮਠਿਆਈਆਂ ਵਰਤਾਂਦਿਆਂ ਸੱਜਾਦ ਨੂੰ ਬਾਰ ਬਾਰ ਅੰਮਰਤੀ ਪੇਸ਼ ਕੀਤੀ। ਸੱਜਾਦ ਨੇ ਇਕ ਦੋ ਵਾਰਾਂ ਹੱਸ ਛੱਡਿਆ, ਪਰ ਫੇਰ ਸੰਜੀਦਾ ਹੋ ਕੇ ਆਖਣ ਲੱਗਾ–"ਭਾਬੀ! ਉਹਦੇ ਨਾਂ ਤੇ ਮੈਨੂੰ ਅੱਜ ਮਜ਼ਾਕ

ਕੀਤਾ ਈ, ਫੇਰ ਕਦੇ ਨਾ ਕਰੀਂ। ਤੈਨੂੰ ਪਤਾ ਨਹੀਂ ਕਿ ਮੇਰੀ ਮੁਹੱਬਤ ਵਿਚ ਉਹਦੇ ਲਈ ਪ੍ਰਸਤਿਸ਼ ਵੀ ਸ਼ਾਮਿਲ ਹੈ।"

ਉਹਦੀ ਹੁਸੀਨ ਰੂਹ ਦਾ ਇਕ ਹੋਰ ਵਾਕਿਆ ਯਾਦ ਆਇਆ ਹੈ, ਅਸੀ ਕਨਾਟ ਪਲੇਸ ਤੋਂ ਘਰ ਆਏ ਸਾਂ, ਸਕੂਟਰ ਵਿਚ। ਸਕੂਟਰ ਵਾਲੇ ਨੇ ਕੁਝ ਬਹੁਤੇ ਹੀ ਪੈਸੇ ਮੰਗੇ, ਮੈਂ ਉਹਨੂੰ ਪੈਸਿਆਂ ਬਾਰੇ ਕੁਝ ਕਹਿ ਰਹੀ ਸਾਂ, ਕਿ ਸੱਜਾਦ ਨੇ ਛੇਤੀ ਨਾਲ ਜਿੰਨੇ ਪੈਸੇ ਉਸ ਮੰਗੇ ਸਨ, ਫੜਾ ਦਿਤੇ, ਤੇ ਉਹਦੇ ਜਾਣ ਪਿਛੋਂ ਮੈਨੂੰ ਕਹਿਣ ਲੱਗਾ–"ਇਹ ਜਿੰਨੇ ਵੀ ਲੋਕ ਪਾਕਿਸਤਾਨ ਤੋਂ ਉਜੱੜ ਕੇ ਆਏ ਹਨ, ਮੈਨੂੰ ਜਾਪਦਾ ਹੈ, ਮੈਂ ਸਾਰਿਆਂ ਦਾ ਕੁਝ ਦੇਣਾ ਹੈ..." ਕਾਸ਼–ਏਸ ਮਨੁੱਖ ਦੀ ਰੂਹ ਕੋਲੋਂ ਸਾਰੀ ਦੁਨੀਆਂ ਦੀ ਰਾਜਨੀਤੀ ਜੇ ਬਹੁਤਾ ਨਹੀਂ, ਤਾਂ ਭੋਰਾ ਕੁ ਦਿਲ ਹੀ ਮੰਗ ਲੈਂਦੀ....

ਫੇਰ ਰਾਜਨੀਤੀਆਂ ਦੇ ਕਰਮ–ਦੋਹਾਂ ਦੇਸਾਂ ਵਿਚ ਖ਼ਤੋ ਕਿਤਾਬਤ ਬੰਦ ਹੋ ਗਈ। ਉਨ੍ਹਾਂ ਵਰ੍ਹਿਆਂ ਵਿਚ ਮੈਂ ਬੜੀ ਔਖੀ ਹਾਲਤ ਵਿਚੋਂ ਲੰਘ ਰਹੀ ਸਾਂ, ਬੜੀ ਇਕੱਲੀ ਸਾਂ। ਸੱਜਾਦ ਦਾ ਖ਼ਤ ਵੀ ਮੇਰੇ ਨਾਲ ਨਹੀਂ ਸੀ (ਉਹਨਾਂ ਦਿਨਾਂ ਵਿਚ ਕਈ ਮਹੀਨੇ ਇਕ ਸਾਇਕੀਐਟਰਿਸਟ ਦੇ ਇਲਾਜ ਵਿਚ ਰਹੀ ਸਾਂ, ਉਹਦੇ ਕਹਿਣ ਤੇ ਆਪਣੀਆਂ ਸੋਚਾਂ ਤੇ ਸੁਪਨੇ ਜੋ ਉਹਦੇ ਲਈ ਲਿਖੇ ਸਨ, ਉਹੀ ਫੇਰ "ਕਾਲਾ ਗੁਲਾਬ" ਕਿਤਾਬ ਵਿਚ ਛਾਪੇ) ਫੇਰ ਇਮਰੋਜ਼ ਮੇਰੀ ਜ਼ਿੰਦਗੀ ਵਿਚ ਆਇਆ। ਦੋਹਾਂ ਦੇਸਾਂ ਵਿਚ ਕੁਝ ਚਿਰ ਲਈ ਖ਼ਤੋ ਕਿਤਾਬਤ ਵੀ ਖੁੱਲ੍ਹੀ। ਫੇਰ ਮੈਂ ਤੇ ਇਮਰੋਜ਼ ਨੇ ਸੱਜਾਦ ਨੂੰ ਖ਼ਤ ਲਿਖਿਆ। ਜਵਾਬ ਵਿਚ ਉਹਦਾ ਜਿਹੜਾ ਖ਼ਤ ਇਮਰੋਜ਼ ਨੂੰ ਆਇਆ, ਦੁਨੀਆਂ ਦੀਆਂ ਸਭ ਤਵਾਰੀਖ਼ਾਂ ਉਹਦੇ ਅੱਗੇ ਸਲਾਮ ਕਰ ਸਕਦੀਆਂ ਹਨ। ਲਿਖਿਆ ਸੀ–"ਮੇਰੇ ਦੋਸਤ! ਮੈਂ ਤੈਨੂੰ ਵੇਖਿਆ ਨਹੀਂ, ਪਰ ਐਮੀ ਦੀਆਂ ਅੱਖਾਂ ਵਿਚੋਂ ਵੇਖ ਲਿਆ ਹੈ। ਤੇ ਅੱਜ ਦੁਨੀਆਂ ਦੀ ਤਵਾਰੀਖ਼ ਵਿਚ ਜੋ ਨਹੀਂ ਹੋਇਆ, ਉਹ ਹੋਇਆ ਹੈ। ਮੈਂ ਤੇਰਾ ਰਕੀਬ ਤੈਨੂੰ ਸਲਾਮ ਭੇਜਦਾ ਹਾਂ!"

ਇਕ ਸਜਦਾ

1973 ਦਾ ਅਗਸਤ, ਅਠਾਰਾਂ ਤਾਰੀਖ਼, ਅਸ਼ੋਕਾ ਹੋਟਲ ਤੋਂ ਫ਼ੋਨ ਆਇਆ "ਪਾਕਿਸਤਾਨ ਤੋਂ ਸੁਲਾਹ ਦੀ ਗੱਲਬਾਤ ਕਰਨ ਆਏ ਡੈਲੀਗੇਸ਼ਨ ਦਾ ਇਕ ਮੈਂਬਰ ਬੋਲ ਰਿਹਾ ਹਾਂ..." ਰੋਟੀ ਖਾਂਦੀ ਪਈ ਸਾਂ, ਗਰਾਹੀ ਹੱਥ ਵਿਚ ਰਹਿ ਗਈ। ਮਨ ਦੀਆਂ ਖੋਹਾਂ ਤਕ ਰੱਜ ਆ ਗਿਆ। ਘੜੀ ਵਲ ਵੇਖਣ ਲਗ ਪਈ–ਹੁਣੇ ਅੱਧੇ ਘੰਟੇ ਨੂੰ ਉਸ ਫ਼ੋਨ ਵਾਲੇ ਚੰਗੇ ਆਦਮੀ ਨੇ ਸੱਜਾਦ ਦਾ ਖ਼ਤ ਤੇ ਉਹਦੀ ਭੇਜੀ ਹੋਈ ਇਕ ਕਿਤਾਬ ਆ ਕੇ ਦੇਣੀ ਸੀ...

ਅੱਧੇ ਘੰਟੇ ਪਿਛੋਂ ਔਣ ਵਾਲੇ ਨੂੰ ਲੈਂਪ ਸ਼ੇਡ ਉਤੇ ਪੇਂਟ ਕੀਤਾ ਹੋਇਆ ਫ਼ੈਜ਼ ਦਾ ਸ਼ੇਅਰ ਵਿਖਾਇਆ, ਤੇ ਲਾਇਬਰੇਰੀ ਦੀਆਂ ਅਲਮਾਰੀਆਂ ਉਤੇ ਪੇਂਟ ਕੀਤਾ ਹੋਇਆ ਕਾਸਮੀ ਦਾ ਸ਼ੇਅਰ। ਆਖਿਆ– "ਐਸ ਵਾਰੀ ਸੁਲਾਹ ਦੀ ਗੱਲਬਾਤ ਨੂੰ ਨੇਪਰੇ ਚਾੜ੍ਹ ਕੇ ਜਾਣਾ–ਉਨ੍ਹਾਂ ਦੇਸਾਂ ਵਿਚ ਕਾਹਦੀ ਦੁਸ਼ਮਣੀ–ਜਿਨ੍ਹਾਂ ਦੇ ਸ਼ੇਅਰ ਇਕ ਦੂਜੇ ਦੇ ਘਰਾਂ ਦੀਆਂ ਕੰਧਾਂ ਉਤੇ ਬੈਠੇ ਹੋਏ ਨੇ...."

ਪਿਆਰਾ ਜਿਹਾ ਜਵਾਬ ਮਿਲਿਆ–ਇਨਸ਼ਾ ਅੱਲਾ ਜ਼ਰੂਰ ਸੁਲਾਹ ਹੋਵੇਗੀ।

ਤੇ ਉਸ ਚੰਗੇ ਕਾਸਦ ਦੇ ਜਾਣ ਪਿੱਛੋਂ ਖ਼ਤ ਖੋਲ੍ਹਿਆ। ਅੱਖਰਾਂ ਦਾ ਜਾਦੂ ਵੇਖਿਆ–ਜੋ ਕਾਲੀ ਸਿਆਹੀ ਵਿਚ ਨਹਾ ਕੇ ਸੁਨਹਿਰੀ ਹੋ ਗਏ ਜਾਪਦੇ ਸਨ– "ਐਮੀ! ਤੈਨੂੰ ਖ਼ਤ ਭੇਜਣ ਦਾ ਮੌਕਾ

ਖੁੰਝਾਇਆ ਨਹੀਂ ਜਾ ਸਕਦਾ, ਜਦੋਂ ਵੀ ਕੋਈ ਮਿਹਰਬਾਨ ਦਿਲ ਦਾ ਬੰਦਾ ਸਰਹਦ ਨੂੰ ਚੀਰਨ ਲਗਦਾ ਹੈ। ਮੇਰਾ ਪਿਛਲਾ ਖ਼ਤ ਤੈਨੂੰ ਰੋਮ ਤੋਂ ਪੋਸਟ ਹੋਇਆ ਸੀ–ਉਹ ਇਕ ਉਸ ਦੋਸਤ ਨੇ ਕੀਤਾ ਸੀ, ਜੋ ਸਾਡੇ ਪਹਿਲੇ ਪ੍ਰੈਜ਼ੀਡੈਂਟ ਨਾਲ ਉਥੇ ਗਿਆ ਸੀ। ਮੈਨੂੰ ਉਮੀਦ ਹੈ–ਮਿਲ ਗਿਆ ਹੋਵੇਗਾ। ਐਸ ਵਾਰੀ ਇਕ ਅਜਿਹਾ ਸਬੱਬ ਹੈ ਕਿ ਇਹ ਖ਼ਤ ਸ਼ਾਇਦ ਤੈਨੂੰ ਦਸਤੀ ਪੁਚਾਇਆ ਜਾ ਸਕੇ। ਇਹਨੂੰ ਲਿਔਣ ਵਾਲਾ ਮੇਰਾ ਇਕ ਪਿਆਰਾ ਦੋਸਤ ਹੈ–ਉਹ ਸ਼ਾਇਦ ਤੈਨੂੰ ਮਿਲਣਾ ਵੀ ਸੰਭਵ ਬਣਾ ਲਵੇ। ਮੈਂ ਤੈਨੂੰ ਵੇਖਣਾ ਚਾਹੁੰਦਾ ਹਾਂ, ਏਨਾ ਕਿ ਭਾਵੇਂ ਇਕ ਇਤਬਾਰੀ ਦੋਸਤ ਦੀਆਂ ਅੱਖਾਂ ਨਾਲ ਹੀ ਵੇਖਾਂ। ਮੈਂ ਉਹਨੂੰ ਆਖਿਆ ਹੈ–ਫ਼ੋਨ ਕਰੇ, ਪੁੱਛੇ ਕਿ ਮੁਲਾਕਾਤ ਸੰਭਵ ਹੋ ਸਕਦੀ ਹੈ ? ਜੇ ਹੋ ਜਾਵੇ–ਤਾਂ ਉਹ ਜਦੋਂ ਵਾਪਸ ਆਵੇਗਾ–ਮੈਂ ਉਹਨੂੰ ਕਿੰਨਾ ਚਿਰ ਕਈ ਸਵਾਲ ਪੁੱਛਦਾ ਰਵ੍ਹਾਂਗਾ ਉਹ ਕਿੰਜ ਲਗਦੀ ਸੀ ? ਉਹਨੇ ਕਿਹੋ ਜਹੇ ਕਪੜੇ ਪਾਏ ਹੋਏ ਸਨ ? ਹੱਸੀ ਸੀ ? ਮੇਰੇ ਬਾਰੇ ਉਹਨੇ ਕੀ ਕਿਹਾ ਸੀ ? ਉਹ ਅਜੇ ਵੀ ਉਸੇ ਤਰ੍ਹਾਂ ਹੈ ?–ਇਕ ਸੌ ਸਵਾਲ। ਉਹ ਖ਼ੁਸ ਨਸੀਬ ਹੈ...ਮੈਂ ਇਕ ਉਡਦੇ ਪਲ ਦੇ ਮੇਲ ਲਈ ਵੀ ਤਰਿਹਾਇਆ ਹਾਂ..."

ਖ਼ਲੀਲ ਜਿਬਰਾਨ ਨੇ ਜਦੋਂ ਆਖਿਆ ਸੀ "ਜ਼ਿੰਦਗੀ ਦਾ ਮਕਸਦ ਜ਼ਿੰਦਗੀ ਦੇ ਭੇਤਾਂ ਤਕ ਪਹੁੰਚਣਾ ਹੈ–ਤੇ ਦੀਵਾਨਗੀ ਇਸ ਦਾ ਇਕੋ ਇਕ ਰਾਹ ਹੈ" –ਸੋਚ ਰਹੀ ਸਾਂ–ਉਦੋਂ ਸੱਜਾਦ ਦਾ ਨਾਂ ਖ਼ਲੀਲ ਜਿਬਰਾਨ ਹੁੰਦਾ ਸੀ....

ਮੈਨੂੰ ਆਪਣੀ ਦੀਵਾਨਗੀ ਉੱਤੇ ਮਾਣ ਹੈ, ਪਰ ਉਹ ਦੀਵਾਨਗੀ ਵੀ, ਸੱਜਾਦ ਦੀ ਦੀਵਾਨਗੀ ਸਾਹਮਣੇ ਸਜਦੇ ਵਿਚ ਝੁਕੀ ਹੋਈ ਹੈ...

ਕਕਨੂਸੀ ਨਸਲ

ਤਵਾਰੀਖ ਦੱਸਦੀ ਹੈ–ਫਿਨਿਕਸ (ਕਕਨੂਸ) ਨਾਲ ਆਪਣੇ ਆਪੇ ਨੂੰ ਪਛਾਣਦੀ ਨਸਲ ਨੇ ਆਪਣਾ ਨਾਂ ਫਿਨੀਸ਼ੀਅਨ ਰਖਿਆ ਸੀ। ਕਕਨੂਸ ਮੁੜ ਮੁੜ ਆਪਣੀ ਰਾਖ ਵਿਚੋਂ ਜਨਮ ਲੈਂਦਾ ਹੈ–ਮਨੁੱਖਾਂ ਦੀ ਜਿਹੜੀ ਨਸਲ ਨੇ ਹਰ ਤਬਾਹੀ ਵਿਚੋਂ ਲੰਘ ਸਕਣ ਦੀ ਆਪਣੀ ਤਾਕਤ ਨੂੰ ਪਛਾਣਿਆ, ਆਪਣਾ ਨਾਂ–ਸੜ ਮੁਕਦੇ ਤੇ ਆਪਣੀ ਰਾਖ ਵਿਚੋਂ ਮੁੜ ਪੈਦਾ ਹੁੰਦੇ ਕਕਨੂਸ ਨਾਲ ਜੋੜ ਲਿਆ। ਇਹ ਫਿਨਿਕਸ ਸੂਰਜ ਦੀ ਪੂਜਾ ਨਾਲ ਸਬੰਧਿਤ ਹੈ, ਸੂਰਜ ਜੋ ਰੋਜ਼ ਡੁੱਬਦਾ ਹੈ, ਤੇ ਰੋਜ਼ ਚੜ੍ਹਦਾ ਹੈ। ਤੇ ਇਹ ਫਿਨੀਸ਼ੀਅਨਜ਼, ਜਿਨ੍ਹਾਂ ਦੀ ਮੁਢਲੀ ਧਰਤੀ ਅੱਜ ਤਕ ਤਵਾਰੀਖ਼ ਨੂੰ ਪਤਾ ਨਹੀਂ, ਭਾਵੇਂ ਇਨ੍ਹਾਂ ਦੇ ਸਬੰਧ ਸਮਰ ਤੇ ਹਿੰਦੁਸਤਾਨ ਨਾਲ ਲਭਦੇ ਹਨ, ਹਮੇਸ਼ਾਂ ਸੂਰਜ ਦੀ ਪੂਜਾ ਕਰਦੇ ਸਨ। "ਓਨ" ਸੂਰਜ ਦਾ ਇਕ ਨਾਂ ਸੀ, ਇਸੇ ਲਈ ਫਿਨੀਸ਼ੀਅਨਜ਼ ਨੇ ਜਦੋਂ ਯੂਰਪ ਵਿਚ ਨਵੀਂ ਧਰਤੀ ਲੱਭੀ, ਉਹਦਾ ਨਾਂ ਐਨੱ-ਓਨ-ਡੋਨ (ਸੂਰਜ ਦਾ ਸ਼ਹਿਰ) ਰਖਿਆ, ਜੋ ਅੱਜ ਲੰਦਨ ਹੈ। ਇਜ਼ਰਾਈਲ ਦੇ ਜਦੋਂ ਬਾਰਾਂ ਕਬੀਲੇ ਖਿੰਡੇ ਸਨ, ਜਾਪਦਾ ਹੈ, ਉਨ੍ਹਾਂ ਵਿਚੋਂ ਵੀ ਕੁਝ ਲੋਕ ਫਿਨੀਸ਼ੀਅਨਜ਼ ਨਾਲ ਰਲ ਗਏ ਸਨ, ਕਿਉਂਕਿ ਲਫਜ਼ "ਇੰਗਲੈਂਡ" ਦੀਆਂ ਜੜ੍ਹਾਂ ਹਿਬਰੂ ਜ਼ਬਾਨ ਵਿਚ ਹਨ। ਜੋਜ਼ਫ ਕਬੀਲੇ ਦਾ ਚਿੰਨ੍ਹ ਬੈਲ ਹੁੰਦਾ ਸੀ। ਬੈਲ ਲਈ ਹਿਬਰੂ ਵਿਚ ਐਂਗਲ ਲਫਜ਼ ਹੈ। ਨਵੀਂ ਲੱਭੀ ਧਰਤੀ ਨੂੰ ਉਨ੍ਹਾਂ ਲੋਕਾਂ ਨੇ ਐਂਗਲ-ਲੈਂਡ ਦਾ ਨਾਂ ਦਿੱਤਾ, ਜੋ ਅੱਜ 'ਇੰਗਲੈਂਡ' ਹੈ।

ਮੇਰੀ ਸੋਚ ਦਾ ਤਵਾਰੀਖ ਨਾਲ ਸਿਰਫ ਏਨਾ ਸਬੰਧ ਹੈ ਕਿ ਜਿਹੜੀ ਨਸਲ ਨੇ ਫਿਨਿਕਸ ਨਾਲ ਆਪਣਾ ਸਬੰਧ ਜੋੜਿਆ ਸੀ, ਉਹ ਸਬੰਧ ਮੈਨੂੰ ਬੜਾ ਆਪਣਾ ਤੇ ਪਛਾਣਿਆ ਹੋਇਆ ਜਾਪਦਾ

ਹੈ। ਫਿਨੀਸ਼ੀਅਨ ਰੇਸ ਨੂੰ ਮੈਂ ਆਪਣੀ ਜ਼ਬਾਨ ਵਿਚ ਕਕਨੂਸੀ-ਨਸਲ ਆਖ ਸਕਦੀ ਹਾਂ। ਦੁਨੀਆਂ ਦੇ ਸਭ ਅਸਲ ਲੇਖਕ ਮੈਨੂੰ ਕਕਨੂਸੀ ਨਸਲ ਜਾਪਦੇ ਹਨ, ਤਖ਼ਲੀਕੀ-ਅਮਲ ਦੀ ਅੱਗ ਵਿਚ ਸੜਦੇ, ਤੇ ਫੇਰ ਆਪਣੀ ਰਾਖ ਵਿਚੋਂ ਰਚਨਾ ਦੇ ਰੂਪ ਵਿਚ ਪੈਦਾ ਹੁੰਦੇ।

ਬਹੁਤ ਸਾਲ ਹੋਏ—"ਸੂਰਜ ਤੇ ਸਿਆਲ" ਨਾਂ ਦੇ ਲੇਖ ਵਿਚ ਮੈਂ ਲਿਖਿਆ ਸੀ "ਸੂਰਜ ਦੇ ਡੁੱਬਣ ਨਾਲ ਮੇਰਾ ਕੁਝ ਰੋਜ਼ ਡੁੱਬਦਾ ਹੈ, ਤੇ ਇਹਦੇ ਮੁੜ ਅਸਮਾਨੇ ਚੜ੍ਹਣ ਨਾਲ, ਮੇਰਾ ਕੁਝ ਰੋਜ਼ ਅਸਮਾਨੇ ਚੜ੍ਹਦਾ ਹੈ। ਰਾਤ ਮੇਰੇ ਲਈ ਹਮੇਸ਼ਾਂ ਹਨੇਰੇ ਦੀ ਇਕ ਝਨਾਂ ਵਾਂਗ ਰਹੀ ਹੈ—ਜਿਹਨੂੰ ਰੋਜ਼ ਇਸ ਲਈ ਤਰਨਾ ਹੁੰਦਾ ਹੈ, ਕਿ ਉਹਦੇ ਪਰਲੇ ਪਾਰ ਸੂਰਜ ਹੈ" ਅਤੇ ਲਿਖਿਆ ਸੀ "ਇਹ ਸਭ ਚੇਤਨ ਤੌਰ ਤੇ ਨਹੀਂ ਹੋਇਆ। ਕਦੋਂ ਹੋਇਆ ? ਕਿਉਂ ਹੋਇਆ ? ਪਤਾ ਨਹੀਂ। ਮੈਂ ਇਸ ਨੂੰ ਸਿਰਫ਼ ਚੇਤਨ ਤੌਰ ਤੇ ਸਮਝਣ ਦਾ ਜਤਨ ਕੀਤਾ ਹੈ। ਯਾਦ ਹੈ—ਬਹੁਤ ਛੋਟੀ ਸਾਂ, ਜਦੋਂ ਸੂਰਜ ਦੇ ਡੁੱਬਣ ਵੇਲੇ ਅਚਾਨਕ ਰੋਣ ਲੱਗ ਪੈਂਦੀ ਸਾਂ। ਮਾਂ ਕਦੇ ਪਿਆਰ ਕਰਦੀ, ਕਦੇ ਝਿੜਕਦੀ, ਤੇ ਕਦੇ ਮੈਨੂੰ ਥਾਪੜ ਕੇ ਸੁਆਂਦੀ ਉਹਦਾ ਦਾਰੂ ਲੱਭ ਕੇ ਦੇਂਦੀ ਸੀ—"ਬਸ ਅੱਖੀਂ ਮੀਟੀ ਸੂਰਜ ਆਇਆ" ਉਹਨੂੰ ਰੋਜ਼ ਮੇਰਾ ਸਵਾਲ ਹੁੰਦਾ ਸੀ "ਪਰ ਸੂਰਜ ਡੁੱਬਿਆ ਕਿਉਂ ?"

ਸੂਰਜ ਦਾ ਜ਼ਿਕਰ ਮੁੜ ਮੁੜ ਕੇ ਮੇਰੀਆਂ ਨਜ਼ਮਾਂ ਵਿਚ ਔਂਦਾ ਰਿਹਾ। ਸਿਰਫ 1973 ਵਿਚ ਮੈਂ ਚੇਤਨ ਤੌਰ ਤੇ ਪੁਰਾਣੀਆਂ ਲਿਖਤਾਂ ਫੋਲੀਆਂ, ਵੇਖਿਆ—ਕਿ ਇਹ ਜ਼ਿਕਰ ਕਿਵੇਂ ਕਿਵੇਂ ਔਂਦਾ ਰਿਹਾ:

1974 ਵਿਚ ਦੇਸ ਦੀ ਤਕਸੀਮ ਵੇਲੇ ਜਬਰੀ ਚੁੱਕੀਆਂ ਔਰਤਾਂ ਦੀ ਕੁੱਖੋਂ ਪੈਦਾ ਹੋਏ "ਮਜਬੂਰ" ਬੱਚੇ ਦੀ ਜ਼ਬਾਨੀ ਇਕ ਨਜ਼ਮ ਲਿਖੀ ਸੀ—ਮੇਰਾ ਖਿਆਲ ਹੈ ਸੂਰਜ ਦਾ ਪਹਿਲਾ ਤੇ ਤਗੜਾ ਜ਼ਿਕਰ ਉਹਦੇ ਵਿਚ ਆਇਆ ਸੀ—

'ਧਰਕਾਰ ਹਾਂ ਮੈਂ ਉਹ, ਜਿਹੜੀ ਇਨਸਾਨ ਉਤੇ ਪੈ ਰਹੀ
ਪੈਦਾਇਸ਼ ਹਾਂ ਉਸ ਵਕਤ ਦੀ, ਜਦ ਟੁੱਟ ਰਹੇ ਸੀ ਤਾਰੇ
ਜਦ ਬੁੱਝ ਗਿਆ ਸੀ ਸੂਰਜ....

ਉਸ ਵਰ੍ਹੇ ਦੇਸ਼ ਦੀ ਆਜ਼ਾਦੀ ਨਾਲ ਬੜੇ ਸੁਪਨੇ ਜੋੜ ਕੇ ਨਜ਼ਮ ਲਿਖੀ ਸੀ "ਮੈਂ ਤਵਾਰੀਖ਼ ਹਾਂ ਹਿੰਦ ਦੀ"—ਤੇ ਆਜ਼ਾਦੀ ਦੇ ਜਸ਼ਨ ਲਈ ਆਖਿਆ ਸੀ :

ਚੰਨ ਜੁ ਝੁਕਿਆ ਅੰਬਰੋਂ ਇਸ ਨੂੰ ਕਹੇ ਪ੍ਰਣਾਮ !
ਸੂਰਜ ਉੜਿਆ ਅਰਸ਼ ਤੋਂ, ਇਸ ਨੂੰ ਕਰੋ ਸਲਾਮ !

ਨਿਜੀ ਮੁਹੱਬਤ ਦੀ ਭਰ ਤੀਖਣਤਾ ਮੈਂ 1953 ਵਿਚ ਵੇਖੀ ਸੀ—ਉਸ ਵੇਲੇ ਦੀਆਂ ਨਜ਼ਮਾਂ ਵਿਚ ਸੂਰਜ ਦਾ ਜ਼ਿਕਰ ਇਸ ਤਰ੍ਹਾਂ ਸੀ :

ਚੰਨੋਂ ਚਿੱਟੇ ਅੰਗ ਜ਼ਿਮੀਂ ਦੇ
ਸਭਨਾਂ ਕਿਰਨਾਂ ਸੂਰਜ ਵਿਚੋਂ ਰੰਗ ਕਿਰਮਚੀ ਢੋਇਆ...

ਘੋਲ ਕੇ ਸੂਰਜ ਅਸਾਂ—ਧਰਤੀ ਨੂੰ ਡੋਬਾ ਦੇ ਲਿਆ...

ਪੂਰਬ ਨੇ ਕੁਝ ਲੱਭਿਆ ਕਿਹੜੇ ਅੰਬਰ ਫੋਲ
ਹੱਥ ਕਟੋਰਾ ਦੁੱਧ ਦਾ ਵਿਚ ਕੇਸਰ ਦਿੱਤਾ ਘੋਲ...

ਸੂਰਜ ਨੇ ਅੱਜ ਮਹਿੰਦੀ ਘੋਲੀ—
ਤਲੀਆਂ ਉਤੇ ਰੰਗੀਆਂ ਗਈਆਂ ਅੱਜ ਦੋਵੇਂ ਤਕਦੀਰਾਂ ...

ਇਹ ਸੂਰਜ, ਕੇਸਰ ਵਾਲੇ ਦੁੱਧ ਦੇ ਕਟੋਰੇ ਦੀ ਸ਼ਕਲ ਵਿਚ, ਤੇ ਉਹਦੀ ਲਾਲੀ ਨੂੰ—ਮਹਿੰਦੀ ਦੀ ਸ਼ਕਲ ਵਿਚ, ਮੈਂ ਸਿਰਫ਼ ਉਦੋਂ ਵੇਖਿਆ ਸੀ, ਫੇਰ ਇਹਦਾ ਜ਼ਿਕਰ ਉਦਾਸ ਹੁੰਦਾ ਗਿਆ :

ਡੋਲ ਗਈ ਸੂਰਜ ਦੀ ਬੇੜੀ ਪੱਛਮ ਉੱਠੀ ਛੱਲ ਵੇ
ਗੰਢ ਪੋਟਲੀ ਚੁੱਕ ਤਰਕਾਲਾਂ ਆਈਆਂ ਸਾਡੀ ਵੱਲ ਵੇ...
ਵਰ੍ਹਿਆਂ ਬੱਧੀ ਸੂਰਜ ਬਾਲੇ, ਵਰ੍ਹਿਆਂ ਬੱਧੀ ਚੰਨ ਜਗਾਏ
ਅੰਬਰਾਂ ਕੋਲੋਂ ਮੰਗੇ ਜਾ ਕੇ ਤਾਰੇ ਚਾਂਦੀ ਵੰਨੇ
ਕਿਸੇ ਨਾ ਆ ਕੇ ਸ਼ਮ੍ਹਾ ਜਗਾਈ, ਘੋਰ ਕਾਲਖ਼ਾਂ ਜਿੰਦ ਵਲ੍ਹੇਟੀ
ਵਰ੍ਹਿਆਂ ਦੀ ਇਸ ਬੱਤੀ ਨਾਲੋਂ, ਚਾਨਣ ਰਹੇ ਵਿਛੁੰਨੇ...

ਗਹਿਰਾਂ ਚੜ੍ਹੀਆਂ ਪੂਰਬੋਂ, ਅੰਬਰ ਲੱਦੇ ਇੰਜ
ਚੜ੍ਹਦਾ ਸੂਰਜ ਤੁੰਬਿਆ, ਚਾਨਣ ਦਿੱਤਾ ਪਿੰਜ
ਕਾਲੇ ਕੋਹ ਮੁਕਾਂਦਿਆਂ, ਧੁੱਪਾਂ ਲੱਥੀਆਂ ਉਂਜ
ਸੂਰਜ ਹੋਇਆ ਸਰਕੜਾ, ਕਿਰਨਾਂ ਹੋਈਆਂ ਮੁੰਜ...

ਪੂਰਬ ਚੁੱਲ੍ਹਾ ਬਾਲਿਆ, ਫੂਕਾਂ ਮਾਰੇ ਪੌਣ
ਕਿਰਨਾਂ ਹੋਈਆਂ ਉੱਚੀਆਂ ਜਿਉਂ ਲਾਟਾਂ ਨਿੱਕਲ ਔਣ
ਸੂਰਜ ਧਰੀਆਂ ਹਾਂਡੀਆਂ, ਧੁੱਪਾਂ ਗੁੱਧੀ ਤੌਣ
ਉੱਸਰ ਆਈਆਂ ਪੈਲੀਆਂ ਜਿਉਂ ਮੂੜ੍ਹੇ ਲੱਗੀ ਡਾਹੁਣ
ਆ ਜਾ ਅੱਜ ਪਰਦੇਸੀਆ ! ਕੱਲ੍ਹ ਦੀ ਜਾਣੇ ਕੌਣ...

ਸੂਰਜ ਕੀਤੀ ਕੰਡ—
ਸੱਭੇ ਤੀਲੇ ਸਾਂਭ ਕੇ ਅੱਜ ਫੱਗਣ ਬੱਧੀ ਪੰਡ
ਇਹ ਵੀ ਗਈਆਂ ਤਿੰਨ ਸੌ ਪੈਂਠ ਦਿਹਾੜਾਂ ਹੰਢ...

ਸਾਡੀ ਅੱਗ ਮੁਬਾਰਕ ਸਾਨੂੰ—ਸੂਰਜ ਸਾਡੇ ਬੂਹੇ ਆਇਆ
ਉਸ ਨੇ ਅੱਜ ਇਕ ਕੋਲਾ ਮੰਗ ਕੇ ਆਪਣੀ ਅੱਗ ਸੁਲਗਾਈ ਵੇ...

ਨਾਜ਼ਕ ਪੋਟੇ ਦਿਲਾਂ ਦੇ—ਕਿਰਨਾਂ ਚੋਭੀ ਸੂਈ, ਦੁੱਸਰ ਹੋ ਗਈ
ਯਾਦਾਂ ਭਾਂਬੜ ਬਾਲਿਆ—ਲੱਖ ਬਚਾਏ ਪੱਲੇ, ਕੰਨੀ ਛੋਹ ਗਈ...

ਅੱਜ ਚੰਨ ਸੂਰਜ ਜਿੰਦ ਦਾ ਪਏ ਵਣਜ ਕਰਦੇ ਨੇ
ਤੇ ਚਾਨਣ ਦੇ ਨਾਲ ਦੋਵੇਂ ਛਾਬੇ ਉਲਰਦੇ ਨੇ...
ਫੇਰ ਸਾਨੂੰ ਕਿਉਂ ਤੇਰੀ ਦਹਲੀਜ਼ ਚੇਤੇ ਆ ਗਈ
ਅੱਜ ਲੱਖਾਂ ਖ਼ਿਆਲ ਪੌੜੀਆਂ ਚੜ੍ਹਦੇ ਉਤਰਦੇ ਨੇ...

ਦਰ ਨਾ ਭੀੜ ਹਯਾਤੀਏ ! ਅਜੇ ਨਾ ਮੁੱਕਾ ਪੰਧ
ਸੂਰਜ ਧੂੜੇ ਚਾਨਣਾ, ਧਰਤੀ ਮਲੇ ਸੁਗੰਧ...

ਨੀਂਦਰ ਦੇ ਹੋਠਾਂ 'ਚੋਂ ਜਿਵੇਂ ਸੁਪਨੇ ਦੀ ਮਹਿਕ ਔਂਦੀ ਹੈ
ਪਹਿਲੀ ਕਿਰਨ ਜਿਉਂ ਰਾਤ ਦੇ ਮੱਥੇ ਤੇ ਸਗਣ ਲਾਉਂਦੀ ਹੈ
ਹਸਰਤ ਦੇ ਧਾਗੇ ਜੋੜ ਕੇ ਸਾਲੂ ਅਸੀ ਉਣਦੇ ਰਹੇ
ਬਿਰਹਾ ਦੀ ਹਿਚਕੀ ਵਿਚ ਵੀ ਸ਼ਹਿਨਾਈ ਨੂੰ ਸੁਣਦੇ ਰਹੇ...

ਰਾਤ ਦੀ ਭੱਠੀ ਨੂੰ ਕਿਸ ਨੇ ਬਾਲਿਆ
ਖੌਲਦੀ ਹੈ ਦੇਗ਼ ਸੂਰਜ ਦੀ ਕਿਵੇਂ
ਬਾਤ ਹੈ ਦੁਨੀਆਂ ਦੀ ਦੁਨੀਆਂ ਵਾਲਿਓ !
ਦੇਗ਼ ਵਿਚ ਫਿਰ ਬੈਠਣਾ ਹੈ ਇਸ਼ਕ ਨੇ

ਸੂਰਜ ਦਾ ਰੁੱਖ ਖੜਾ ਸੀ ਕਿਰਨਾਂ ਕਿਸੇ ਨੇ ਤੋੜੀਆ
ਤੇ ਚੰਨ ਦਾ ਗੋਟਾ ਕਿਸੇ ਅੰਬਰ ਤੋਂ ਅੱਜ ਉਧੇੜਿਆ...
ਸੂਰਜ ਦਾ ਘੋੜਾ ਹਿਣਕਿਆ, ਚਾਨਣ ਦੀ ਕਾਠੀ ਲਹਿ ਗਈ
ਉਮਰਾਂ ਦੇ ਪੈਂਡੇ ਮਾਰਦਾ—ਧਰਤੀ ਦਾ ਪਾਂਧੀ ਰੋ ਪਿਆ...

ਚਾਨਣ ਦੀ ਫੁਲਕਾਰੀ ਤੋਪਾ ਕੌਣ ਭਰੇ !
ਅੰਬਰ ਦਾ ਇਕ ਆਲਾ ਸੂਰਜ ਬਾਲ ਦਿਆਂ
ਮਨ ਦੀ ਉੱਚੀ ਮਮਟੀ ਦੀਵਾ ਕੌਣ ਧਰੇ...

ਅੱਖੀਆਂ ਉੱਤੇ ਧੁੰਦ ਗਲੇਫ਼ੀ ਕਿਹਦੀ ਪੈੜ ਦਾ ਰੇਤਾ ਚੁੰਮੇ
ਸੂਰਜ ਦੀ ਪ੍ਰਕਰਮਾ ਕਰਦੀ ਧਰਤੀ ਗਈ ਖਲੋ...

ਨਜ਼ਰ ਦੇ ਅਸਮਾਨ ਤੋਂ ਹੈ ਟੁਰ ਗਿਆ ਸੂਰਜ ਕਿਤੇ
ਚੰਨ ਵਿਚ ਪਰ ਓਸ ਦੀ ਖ਼ੁਸ਼ਬੂ ਅਜੇ ਔਂਦੀ ਪਈ...

ਸੂਰਜ ਨੇ ਕੁਝ ਘਾਬਰ ਕੇ ਅੱਜ ਚਾਨਣ ਦੀ ਇਕ ਬਾਰੀ ਖੋਲ੍ਹੀ
ਬੱਦਲ ਦੀ ਇਕ ਬਾਰੀ ਭੀੜੀ, ਉਤਰ ਗਿਆ ਨ੍ਹੇਰੇ ਦੀ ਪੌੜੀ...

ਅੰਬਰ ਆਸ਼ਕ ਊਂਧੀ ਪਾਈ ਬੈਠਾ ਧੁੰਦ ਦਾ ਹੁੱਕਾ ਪੀਵੇ
ਸੂਰਜ ਦਾ ਇਕ ਕੋਲਾ ਲੈ ਕੇ, ਲੀਕਾਂ ਪਾਵੇ, ਫੇਰ ਬੁਝਾਵੇ...

ਪੂਰਬ ਦੀ ਅੱਜ ਮੰਜੀ ਖ਼ਾਲੀ ਕੋਈ ਸਵੇਰ ਬਹਿਣ ਨਾ ਆਈ
ਅੰਬਰ ਬੌਰਾ ਢੂੰਡ ਰਿਹਾ ਹੈ—ਧਰਤੀ ਦੀ ਹਰ ਖੁੰਦਕ ਖਾਈ...

ਮੂੰਹ ਦੇ ਵਿਚ ਬੁਰਕੀ ਦੀ ਥਾਵੇਂ ਰਹਿ ਗਈਆਂ ਬੁਰਕੀ ਦੀਆਂ ਗੱਲਾਂ
ਅੰਬਰ ਦੇ ਵਿਚ ਉੱਡਣ ਪਈਆਂ—ਰਾਤਾਂ ਜਿਵੇਂ ਕਾਲੀਆਂ ਇੱਲਾਂ...

ਸੂਰਜ ਇਕ ਬੇੜੀ ਹੈ—ਜੋ ਪੱਛਮ ਦੀ ਛੱਲ ਨਾਲ ਡੁੱਬ ਗਈ / ਸੂਰਜ ਇਕ ਰੂੰ ਦਾ ਗੋਹੜਾ ਹੈ—ਜਿਹਨੂੰ ਗਹਿਰੀ ਘਟਾ ਨੇ ਤੁੰਬ ਦਿੱਤਾ / ਸੂਰਜ ਕਾਨਿਆਂ ਦਾ ਇਕ ਜੰਗਲ ਹੈ—ਜੋ ਸੁੱਕ ਕੇ ਸਰਕੜਾ ਬਣ ਗਿਆ / ਸੂਰਜ ਦਿਲ ਦੀ ਅੱਗ ਤੋਂ ਸੱਖਣਾ ਹੈ—ਜਿਹਨੇ ਮੇਰੇ ਦਿਲ ਦੀ ਅੱਗ ਕੋਲੋਂ ਕੋਲਾ ਮੰਗ ਕੇ ਆਪਣੀ ਅੱਗ ਸੁਲਗਾਈ / ਸੂਰਜ ਸੂਈਆਂ ਦੀ ਇਕ ਪੋਟਲੀ ਹੈ, ਜਿਹਦੀਆਂ ਸੂਈਆਂ ਮੇਰੇ ਪੋਟਿਆਂ ਵਿਚੋਂ ਦੁਸੱਰ ਹੋ ਗਈਆਂ / ਸੂਰਜ ਇਕ ਖ਼ੌਲਦੀ ਦੇਗ ਹੈ—ਜਿਹਦੇ ਵਿਚ ਮੇਰੇ ਇਸ਼ਕ ਨੇ ਬਹਿਣਾ ਹੈ / ਸੂਰਜ ਇਕ ਰੁੱਖ ਹੈ—ਜਿਹਦੇ ਨਾਲੋਂ ਕਿਸੇ ਨੇ ਕਿਰਨਾਂ ਤੋੜ ਲਈਆਂ / ਸੂਰਜ ਇਕ ਘੋੜਾ ਹੈ—ਜਿਹਦੇ ਉਤੋਂ ਚਾਨਣ ਦੀ ਕਾਠੀ ਲਹਿ ਗਈ / ਸੂਰਜ ਇਕ ਦੀਵਾ ਹੈ—ਜਿਹਨੂੰ ਅੰਬਰ ਦੇ ਆਲੇ ਵਿਚ ਰੱਖ ਕੇ ਬਾਲਿਆ ਜਾ ਸਕਦਾ ਹੈ / ਸੂਰਜ ਮੇਰੇ ਦਿਲ ਵਾਂਗ ਹੈ—ਜੋ ਘਬਰਾ ਕੇ ਹਨੇਰੇ ਦੀਆਂ ਪੌੜੀਆਂ ਉਤਰ ਜਾਂਦਾ ਹੈ / ਸੂਰਜ ਇਕ ਬੁੱਝਾ ਹੋਇਆ ਕੋਲਾ ਹੈ—ਜਿਹਦੇ ਨਾਲ ਅੰਬਰ ਔਂਸੀਆਂ ਪਾਂਦਾ ਹੈ / ਸੂਰਜ ਇਕ ਆਸ ਹੈ—ਜਿਹਦੇ ਬਿਨਾਂ ਰਾਤਾਂ ਅਸਮਾਨ ਵਿਚ ਕਾਲੀਆਂ ਇੱਲ੍ਹਾਂ ਵਾਂਗ ਉਡ ਰਹੀਆਂ ਹਨ ਇਹ ਸੂਰਜ ਦੇ ਕਿੰਨੇ ਹੀ ਰੂਪ ਵੇਖ ਰਹੀ ਹਾਂ, ਤੇ ਇਨ੍ਹਾਂ ਵਿਚ ਚੇਤਨਤਾ ਦਾ ਰੂਪ ਵੀ ਹੈ —

ਦਿਲ ਦੇ ਵੇਹੜੇ ਰਾਤ ਪੈ ਗਈ ਏਸ ਦਾਗ਼ ਨੂੰ ਕਿੰਜ ਸੁਆਵਾਂ
ਦਿਲ ਦੇ ਕੋਠੇ ਸੂਰਜ ਚੜ੍ਹਿਆ ਏਸ ਦਾਗ਼ ਨੂੰ ਕਿੰਜ ਛੁਪਾਵਾਂ...

ਹੁਣੇ ਪ੍ਰਭਾਤ ਹੋਈ ਹੈ—
ਛਾਤੀ ਨੂੰ ਚੀਰ ਕੇ ਛਾਤੀ ਦੇ ਵਿਚ ਸੂਰਜ ਦੀ ਕਿਰਨ ਪਈ ਹੈ...

ਜ਼ਿੰਦਗੀ ਜੋ ਸੂਰਜ ਤੋਂ ਸ਼ੁਰੂ ਹੁੰਦੀ ਹੈ—ਸਭ ਗ੍ਰਹਿ ਲੰਘ ਕੇ ਅਖੀਰ ਫੇਰ ਸੂਰਜ ਵੱਲ ਮੁੜਦੀ ਹੈ—ਇਹ ਅਮਲ ਵੀ ਅਚੇਤਨ ਤੌਰ ਤੇ ਲਿਖਿਆ ਸੀ—ਅੱਜ ਉਹਨੂੰ ਚੇਤਨ ਤੌਰ ਤੇ ਵੇਖ ਰਹੀ ਹਾਂ—

ਦਿਲ ਦੇ ਪਾਣੀ ਛੱਲ ਜੁ ਉਠੀ ਛੱਲ ਦੇ ਪੈਰੀਂ ਸਫਰ ਸੁਣੀਂਦਾ
ਕਿਰਨਾਂ ਸਾਨੂੰ ਸੱਦਣ ਆਈਆਂ—ਹੁਣ ਸੂਰਜ ਦੇ ਘਰ ਚੱਲ ਵੇ...

ਜ਼ਾਤੀ-ਮੁਹੱਬਤ ਦੀਆਂ ਨਜ਼ਮਾਂ ਤੋਂ ਇਲਾਵਾ ਸੂਰਜ ਹੋਰ ਨਜ਼ਮਾਂ ਵਿਚ ਵੀ ਜ਼ੋਰੀ ਔਂਦਾ ਰਿਹਾ—
ਜਿਵੇਂ ਹੋ ਚੀ ਮਿੱਨ੍ਹ ਦੇ ਮੇਲ ਤੇ ਮੈਂ ਨਜ਼ਮ ਲਿਖੀ ਸੀ—
ਵੀਅਤਨਾਮ ਦੀ ਧਰਤੀ ਕੋਲੋਂ ਪੌਣਾਂ ਵੀ ਅੱਜ ਪੁੱਛਣ ਪਈਆਂ
ਤਵਾਰੀਖ਼ ਦੀਆਂ ਗੱਲ੍ਹਾਂ ਉਤੋਂ ਅੱਥਰੂ ਕਿਸੇ ਨੇ ਪੂੰਝਿਆ !
ਧਰਤੀ ਨੂੰ ਅੱਜ ਪਿਛਲੀ ਰਾਤੇ ਇਕ ਹਰਿਆਉਲਾ ਸੁਪਨਾ ਆਇਆ
ਅੰਬਰ ਦੇ ਖੇਤਾਂ ਵਿਚ ਜਾ ਕੇ ਸੂਰਜ ਕਿਸ ਨੇ ਬੀਜਿਆ !

ਅਤੇ ਜੰਗ ਦੀਆਂ ਭਿਆਨਕ ਆਵਾਜ਼ਾਂ ਤੋਂ ਸੁਰਖ਼ਰੂ ਹੋਈ ਧਰਤੀ ਦੀ ਤਮੰਨਾ ਵਿਚ ਜੋ ਨਜ਼ਮਾਂ ਲਿਖੀਆਂ :

ਧਰਤੀ ਨੇ ਅੱਜ ਪੁੱਛ ਭੇਜਿਆ—ਕਿਹੜਾ ਲਿਖੇ ਭਵਿੱਖ ਦੀ ਲੋਰੀ
ਕਹਿੰਦੇ ਨੇ—ਇਕ ਆਸ ਪਈ ਕਿਰਨਾਂ ਦੀ ਕੁੱਖੇ
ਪੂਰਬ ਨੇ ਪੰਘੂੜਾ ਡਾਹਿਆ, ਜੱਦੀ ਪੁਸ਼ਤੀ ਇਕ ਪੰਘੂੜਾ

ਸੂਰਜ ਪਿਆ ਰਾਤ ਦੀ ਕੁੱਖੇ...
ਅਰਜ਼ ਕਰੇ ਧਰਤੀ ਦੀ ਦਾਈ—
ਰਾਤ ਕਦੇ ਵੀ ਬਾਂਝ ਨਾ ਹੋਵੇ, ਪੀੜ ਕਦੇ ਵੀ ਬਾਂਝ ਨਾ ਹੋਵੇ...

ਇਹ ਸਾਰੀਆਂ ਨਜ਼ਮਾਂ ਉਹ ਹਨ—ਜੋ 1947 ਤੇ 1956 ਦੇ ਵਿਚਲੇ ਵਰ੍ਹਿਆਂ ਵਿਚ ਲਿਖੀਆਂ ਸਨ। ਇਸ ਤੋਂ ਅਗਲੇ 13 ਵਰ੍ਹੇ ਹਨ, ਵੇਖ ਰਹੀ ਹਾਂ—ਇਨ੍ਹਾਂ ਵਰ੍ਹਿਆਂ ਵਿਚ ਵੀ ਸੂਰਜ ਦਾ ਜ਼ਿਕਰ ਹੈ :

ਮੈਨੂੰ ਉਹ ਵੇਲਾ ਯਾਦ ਹੈ—
ਜਦ ਇਕ ਟੋਟਾ ਧੁੱਪ ਦਾ, ਸੂਰਜ ਦੀ ਉਂਗਲ ਪਕੜ ਕੇ
ਨ੍ਹੇਰੇ ਦਾ ਮੇਲਾ ਵੇਖਦਾ, ਭੀੜਾਂ ਦੇ ਵਿਚ ਗੁਆਚਿਆ...

ਗਲੀਆਂ ਦੇ ਚਿੱਕੜ ਲੰਘ ਕੇ ਜੇ ਅੱਜ ਤੂੰ ਆਵੇਂ ਕਿਤੇ
ਮੈਂ ਪੈਰ ਤੇਰੇ ਧੋ ਦਿਆਂ
ਬੁੱਤ ਤੇਰਾ ਸੂਰਜੀ—
ਕੰਬਲ ਦੀ ਕੰਨੀ ਚੁੱਕ ਕੇ ਮੈਂ ਹੱਡਾਂ ਦਾ ਠਾਰ ਭੰਨ ਲਾਂ...
ਇਕ ਕੌਲੀ ਧੁੱਪ ਦੀ ਮੈਂ ਡੀਕ ਲਾ ਕੇ ਪੀ ਲਵਾਂ
ਤੇ ਇਕ ਟੋਟਾ ਧੁੱਪ ਦਾ ਮੈਂ ਕੁੱਖ ਦੇ ਵਿਚ ਪਾ ਲਵਾਂ...

ਮੈਂ ਕੋਠੜੀ ਦਰ ਕੋਠੜੀ—ਰੋਜ਼ ਸੂਰਜ ਜੰਮਦੀ
ਮੈਂ ਰੋਜ਼ ਸੂਰਜ ਜੰਮਦੀ, ਤੇ ਰੋਜ਼ ਸੂਰਜ ਯਤੀਮ ਹੁੰਦਾ ਹੈ...

ਏਸ ਨਗਰ ਵੀ ਸੁਪਨੇ ਔਂਦੇ
ਕਿੰਨੀਆਂ ਵੀ ਸੋਚਾਂ ਨੂੰ ਭੀੜੋ, ਫਿਰ ਵੀ ਅੰਦਰ ਆ ਜਾਂਦੇ ਨੇ
ਕਿਧਰੇ ਸੰਗਮਰਮਰੀ ਵਾਦੀ, ਦੱਸ ਓਸ ਦੀ ਪਾ ਜਾਂਦੇ ਨੇ
ਸਾਰਾ ਨਗਰ ਉਨ੍ਹਾਂ ਦੇ ਆਖੇ—ਨੀਂਦਰ ਦੇ ਵਿਚ ਤੁਰ ਪੈਂਦਾ ਏ
ਫੇਰ ਰਸਤੇ ਵਿਚ ਸੂਰਜ ਦਾ ਇਕ ਅੱਡੀ ਖੋੜਾ ਉਸ ਨੂੰ ਲੱਗੇ...

ਡੇਢ੍ਹ ਘੰਟੇ ਦੀ ਮੁਲਾਕਾਤ—
ਜਿਉਂ ਬੱਦਲ ਦਾ ਇਕ ਟੋਟਾ ਅੱਜ ਸੂਰਜ ਦੇ ਨਾਲ ਟਾਂਕਿਆ
ਉਧੇੜ ਲੱਥੀ ਹਾਂ ਪਰ ਕੁਝ ਨਹੀਂ ਬਣਦਾ, ਤੇ ਜਾਪਦਾ—
ਕਿ ਸੂਰਜ ਦੇ ਲਾਲ ਝੱਗੇ ਵਿਚ ਇਹ ਬੱਦਲ ਕਿਸੇ ਉਣਿਆ ਹੈ...

ਸੂਰਜ ਨੂੰ ਸਾਰੇ ਖ਼ੂਨ ਮਾਫ਼ ਹਨ
ਦੁਨੀਆਂ ਦੇ ਹਰ ਇਨਸਾਨ ਦਾ—
ਉਹ ਰੋਜ਼ 'ਇਕ ਦਿਨ' ਕਤਲ ਕਰਦਾ ਹੈ...

ਹਨੇਰੇ ਦੇ ਸਮੁੰਦਰ ਵਿਚ ਮੈਂ ਜਾਲ ਪਾਇਆ ਸੀ
ਕੁਝ ਕਿਰਨਾਂ, ਕੁਝ ਮੱਛੀਆਂ, ਪਕੜਣ ਲਈ

ਕਿ ਜਾਲ ਵਿਚ ਪੂਰੇ ਦਾ ਪੂਰਾ ਸੂਰਜ ਆ ਗਿਆ।

ਏਸ ਵੇਲੇ ਦੀਆਂ ਲੈਨਿਨ ਤੇ ਗੁਰੂ ਨਾਨਕ ਜਹੀਆਂ ਸ਼ਖ਼ਸੀਅਤਾਂ ਬਾਰੇ ਲਿਖੀਆਂ ਨਜ਼ਮਾਂ ਵਿਚ ਵੀ ਸੂਰਜ ਦਾ ਜ਼ਿਕਰ ਹੈ–

ਤੂੰ ਮੇਰੇ ਇਤਿਹਾਸ ਦਾ ਕਿਹੋ ਜਿਹਾ ਪਾਤਰ ?
ਮੇਰੀ ਕੰਧ ਦੇ ਕੈਲੰਡਰ 'ਚੋਂ ਨਿਕਲ ਕੇ ਤੂੰ ਰੋਜ਼ ਉਸ ਦੀ ਤਾਰੀਖ਼ ਬਦਲਦਾ
ਤੇ ਮੈਨੂੰ ਇਕ ਨਵੇਂ ਦਿਹੁੰ ਵਾਂਗ ਮਿਲਦਾ।
ਕੈਲੰਡਰ 'ਚੋਂ ਬਾਹਰ ਆ ਕੇ ਤੂੰ ਸੜਕਾਂ ਤੇ ਨਿਕਲ ਤੁਰਦਾ ਹੈਂ
ਤਾਂ ਇਕ ਧੁੱਪ ਨਿਕਲ ਔਂਦੀ ਹੈ...

ਕੱਚੇ ਗਰਭ ਦੇ ਅਰੋਏ, ਮੇਰਾ ਜੀਆ ਨਾ ਖਲੋਏ
ਬੈਠੀ ਰਿੜਕਣਾ ਪਾਇਆ, ਤੇ ਜਾਪੇ ਮੱਖਣ ਹਿੱਲਿਆ
ਮੈਂ ਚਾਟੀ ਹੱਥ ਪਾਇਆ ਤਾਂ ਸੂਰਜ ਦਾ ਪੇੜਾ ਨਿਕਲਿਆ...,

ਗੁਰੂ ਨਾਨਕ ਦੀ ਪਤਨੀ ਸੁਲੱਖਣੀ ਵੱਲੋਂ ਜੋ ਨਜ਼ਮ ਲਿਖੀ–ਉਹ ਸਾਰੀ ਦੀ ਸਾਰੀ ਸੂਰਜ ਨਾਲ ਭਰੀ ਹੋਈ ਹੈ :

ਮੈਂ ਇਕ ਛਾਂ ਸਾਂ–ਇਕ ਛਾਂ ਹਾਂ
ਮੈਂ ਸੂਰਜ ਦੀ ਯਾਤ੍ਰਾ ਸੰਗ ਯਾਤ੍ਰਾ ਕੀਤੀ, ਸੂਰਜ ਦੀ ਧੁੱਪ ਪੀਤੀ
ਤੇ ਧੁੱਪ ਦੀ ਇਕ ਨਦੀ ਵਿਚ ਨ੍ਹਾਤੀ
ਇਹ ਸੂਰਜ ਪ੍ਰੀਖਿਆ ਦਾ ਸਮਾਂ ਸੀ ਤੇ ਸੂਰਜ–ਪ੍ਰੀਖਿਆ ਦਾ ਅੰਤ ਨਹੀਂ ਸੀ
ਛਾਂ ਦੀ ਇਸ ਕੁੱਖ ਨੂੰ ਇਕ ਹੁਕਮ ਸੀ
ਕਿ ਆਪਣੇ ਹਨੇਰੇ 'ਚੋਂ ਉਸ ਨੇ ਕਿਰਨਾਂ ਨੂੰ ਜਨਮ ਦੇਣਾ ਸੀ
ਕਿਰਨਾਂ ਦੀ ਜਨਮ-ਪੀੜ ਸਹਿਣੀ ਸੀ
ਤੇ ਛਾਂ ਦੀ ਛਾਤੀ ਦੇ ਵਿਚੋਂ–ਕਿਰਨਾਂ ਨੂੰ ਦੁੱਧ ਚੁੰਘਾਣਾ ਸੀ
ਤੇ ਜਦੋਂ ਸੂਰਜ ਨੇ ਚਾਰੇ ਚੱਕ ਘੁੰਮਣੇ ਸਨ, ਬਹੁਤ ਦੂਰ ਜਾਣਾ ਸੀ
ਤਾਂ ਛਾਂ ਨੇ ਪਿੱਛੋਂ–
ਉਨ੍ਹਾਂ ਵਿਲੂੰ ਵਿਲੂੰ ਕਰਦੀਆਂ ਕਿਰਨਾਂ ਨੂੰ ਖਿਡਾਣਾ ਸੀ...

ਸੂਰਜ ਨੂੰ ਮੈਂ ਜਿਥੇ ਅਨੇਕ ਤਰ੍ਹਾਂ ਚਿਤਵਿਆ–ਉਥੇ ਉਹਦੇ ਨਾਲ ਭੋਗ ਤਕ ਨੂੰ ਵੀ ਚਿਤਵ ਗਈ–

ਇਕ ਕੌਲੀ ਧੁੱਪ ਦੀ ਮੈਂ ਡੀਕ ਲਾ ਕੇ ਪੀ ਲਵਾਂ
ਤੇ ਇਕ ਟੋਟਾ ਧੁੱਪ ਦਾ ਮੈਂ ਕੁੱਖ ਦੇ ਵਿਚ ਪਾ ਲਵਾਂ...

ਤੇ ਸੂਰਜ ਤੋਂ ਧਾਰਣ ਕੀਤੇ ਗਰਭ ਵਿਚੋਂ ਸੂਰਜ ਜੰਮਣ ਦੀ ਗੱਲ ਤਕ ਇਹ ਜ਼ਿਕਰ ਪਹੁੰਚਿਆ :

ਕੋਠੜੀ ਦਰ ਕੋਠੜੀ, ਮੈਂ ਰੋਜ਼ ਸੂਰਜ ਜੰਮਦੀ...
ਤੇ ਰੋਜ਼ ਸੂਰਜ ਯਤੀਮ ਹੁੰਦਾ ਹੈ...

ਪੂਜਾ ਦੀ ਸ਼ਕਲ ਵਿਚ ਮੈਂ ਕਦੇ ਸੂਰਜ ਦੀ ਪੂਜਾ ਨਹੀਂ ਕੀਤੀ, ਪਰ ਇਹ ਕਿਹੋ ਜਹੀ ਉਹਦੀ ਤੜਪ ਹੈ—ਕਿ ਉਹਦੀ ਹੋਂਦ ਨੂੰ ਆਪਣੀ ਕੁੱਖ ਦੇ ਹਨੇਰੇ ਤਕ ਵੀ ਲੈ ਗਈ ਹਾਂ...ਤੇ ਏਸ ਸੋਚ ਨੂੰ ਸੁਲੱਖਣੀ ਦੀ ਸੋਚ ਵਿਚ ਵੀ ਪਾ ਦਿੱਤਾ...

ਜਾਪਦਾ ਹੈ—ਮੇਰੇ ਵਰਗੇ ਕੁਝ ਲੋਕ, ਭਾਵੇਂ ਕਿਹੜੇ ਦੇਸ ਵਿਚ ਹੋਣ, ਤੇ ਭਾਵੇਂ ਕਿਹੜੀ ਸਦੀ ਵਿਚ, ਕਕਨੂਸੀ-ਨਸਲ ਵਿਚੋਂ ਹੁੰਦੇ ਹਨ।

ਕਹਿੰਦੇ ਹਨ—ਕਕਨੂਸ ਪੰਛੀ ਚੀਲ੍ਹ ਦੇ ਨਾਪ ਦਾ ਹੁੰਦਾ ਹੈ। ਇਹਦੇ ਖੰਭ ਚਮਕੀਲੇ ਕਿਰਮਚੀ ਤੇ ਸੋਨੇ ਰੰਗੇ ਹੁੰਦੇ ਹਨ। ਇਹਦੀ ਆਵਾਜ਼ ਵਿਚ ਸੰਗੀਤ ਹੁੰਦਾ ਹੈ। ਤੇ ਇਹ ਹਮੇਸ਼ਾ ਇਕੋ ਇਕ-ਇਕੱਲਾ ਹੁੰਦਾ ਹੈ। ਇਹਦੀ ਉਮਰ ਘਟੋ ਘੱਟ ਪੰਜ ਸੌ ਵਰ੍ਹੇ ਹੁੰਦੀ ਹੈ, ਪਰ ਕਈ ਇਸ ਦੀ ਉਮਰ ਇਕ ਹਜ਼ਾਰ ਚਾਰ ਸੌ ਇਕਾਠ ਵਰ੍ਹੇ ਗਿਣਦੇ ਹਨ। ਇਹਦੀ ਉਮਰ ਦਾ ਕਿਆਸ ਸਤਾਨਵੇਂ ਹਜ਼ਾਰ ਦੋ ਸੌ ਸਾਲ ਵੀ ਹੈ! ਉਮਰ ਦੀ ਮਿਆਦ ਜਦੋਂ ਮੁੱਕਣ ਲਗਦੀ ਹੈ—ਇਹ ਸੁਗੰਧਿਤ ਰੁੱਖਾਂ ਦੀਆਂ ਟਾਹਣੀਆਂ ਜੋੜ ਕੇ ਇਕ ਆਲ੍ਹਣਾ ਬਣਾਂਦਾ ਹੈ, ਤੇ ਆਲ੍ਹਣੇ ਵਿਚ ਬਹਿ ਕੇ ਗੌਂਦਾ ਹੈ—ਜਿਹਦੇ ਨਾਲ ਇਕ ਅੱਗ ਪੈਦਾ ਹੁੰਦੀ ਹੈ, ਤੇ ਇਹ ਸਣੇ ਆਲ੍ਹਣੇ ਉਹਦੇ ਵਿਚ ਸੜ ਜਾਂਦਾ ਹੈ। ਇਹਦੀ ਰਾਖ ਵਿਚੋਂ ਇਕ ਨਵਾਂ ਕਕਨੂਸ ਜਨਮ ਲੈਂਦਾ ਹੈ, ਜੋ ਸਾਰੀ ਸੁਗੰਧਿਤ ਰਾਖ ਨੂੰ ਸਮੇਟ ਕੇ ਸੂਰਜ ਦੇ ਮੰਦਰ ਵਲ ਜਾਂਦਾ ਹੈ, ਤੇ ਉਹ ਰਾਖ ਸੂਰਜ ਦੇ ਅੱਗੇ ਚੜ੍ਹਾ ਦੇਂਦਾ ਹੈ। ਕੁਝ ਇਤਿਹਾਸਕਾਰ ਇਹਦੀ ਮੌਤ ਨੂੰ ਇਸ ਤਰ੍ਹਾਂ ਬਿਆਨਦੇ ਹਨ—ਕਿ ਇਹ ਜਦੋਂ ਜ਼ਿੰਦਗੀ ਦੇ ਆਖ਼ਰੀ ਵਕਤ ਨੂੰ ਕਿਆਸ ਲੈਂਦਾ ਹੈ, ਇਹ ਆਪ ਹੀ ਉੱਡ ਕੇ ਸੂਰਜ ਦੇ ਮੰਦਰ ਵਿਚ ਪਹੁੰਚ ਜਾਂਦਾ ਹੈ—ਤੇ ਪੂਜਾ ਦੀ ਅੱਗ ਵਿਚ ਬੈਠ ਜਾਂਦਾ ਹੈ। ਇਹ ਜਦੋਂ ਅੱਗ ਵਿਚ ਅਸਲੋਂ ਰਾਖ ਹੋ ਜਾਂਦਾ ਹੈ—ਤਾਂ ਇਹਦੀ ਰਾਖ ਵਿਚੋਂ ਨਵਾਂ ਕਕਨੂਸ ਜਨਮ ਲੈਂਦਾ ਹੈ।

ਇਜਿਪਟ ਦੇ ਪੁਰਾਤਨ ਇਤਿਹਾਸ ਦੇ ਇਸ ਪੰਛੀ ਦਾ ਘਰ ਉਧਰ ਦੱਸਿਆ ਜਾਂਦਾ ਹੈ—ਜਿਧਰ ਸੂਰਜ ਚੜ੍ਹਦਾ ਹੈ। ਇਸ ਲਈ ਇਤਿਹਾਸਕਾਰ ਇਸ ਪੰਛੀ ਦੀ ਮੁਢਲੀ ਜ਼ਮੀਨ ਅਰਬ ਜਾਂ ਹਿੰਦੁਸਤਾਨ ਸਮਝਦੇ ਹਨ। ਪਰ ਹਿੰਦੁਸਤਾਨ ਬਹੁਤਾ। ਇਸ ਲਈ—ਕਿ ਸੁਗੰਧਿਤ ਰੁੱਖਾਂ ਦੀਆਂ ਟਾਹਣਾਂ ਹਿੰਦੁਸਤਾਨ ਦੀ ਜ਼ਮੀਨ ਨਾਲ ਜੁੜਦੀਆਂ ਹਨ।

ਇਕ ਲੈਟਿਨ ਸ਼ਾਇਰ ਨੇ ਕਕਨੂਸ ਨੂੰ ਰੋਮਨ-ਰਾਜ ਨਾਲ ਜੋੜਿਆ ਸੀ, ਕੁਝ ਪਾਦਰੀਆਂ ਨੇ ਇਸ ਨੂੰ ਕ੍ਰਾਈਸਟ ਦੇ ਮਰਨ ਤੇ ਮੁੜ ਜੀਊਣ ਦੀ ਵਾਰਤਾ ਨਾਲ ਜੋੜਿਆ ਤੇ ਕੁਝ ਲੋਕ ਇਸ ਨੂੰ ਕੰਵਾਰੀ ਮਾਂ ਦੀ ਕੁੱਖੋਂ ਜੰਮੇ ਕ੍ਰਾਈਸਟ ਦੇ ਜਨਮ ਨਾਲ ਜੋੜਦੇ ਹਨ। ਪਰ ਮੈਂ ਇਸ ਨੂੰ ਕਲਮ ਵਾਲੇ ਦੀ ਹੋਂਦ ਨਾਲ ਜੋੜਨਾ ਚਾਹੁੰਦੀ ਹਾਂ—ਭਾਵੇਂ ਉਹ ਕਿਸੇ ਦੇਸ ਦਾ ਹੋਵੇ, ਤੇ ਭਾਵੇਂ ਕਿਹੜੀ ਸਦੀ ਦਾ।

ਇਕ ਰਾਤ

ਕਈ ਸੱਤ ਬਿਗਾਨੀਆਂ ਗੱਲਾਂ ਪਤਾ ਨਹੀਂ ਕਿਵੇਂ ਅਸਲੋਂ ਆਪਣੀਆਂ ਹੋ ਜਾਂਦੀਆਂ ਹਨ, ਤੇ ਆਪਣੇ ਲਹੂ ਮਾਸ ਵਿਚ ਭਿੱਜ ਜਾਂਦੀਆਂ ਹਨ—ਇਕ ਵਾਰ ਰਾਤ ਨੂੰ ਮਹਾਂਭਾਰਤ ਪੜ੍ਹਦੀ ਪੜ੍ਹਦੀ ਸੌਂ ਗਈ—ਸੁਪਨੇ ਵਿਚ ਵੇਖਿਆ ਇਕ ਕਬੂਤਰ ਉਡਦਾ ਆਇਆ, ਤੇ ਉਹਨੇ ਮੇਰੀ ਝੋਲੀ ਵਿਚ ਪਨਾਹ ਲੈ ਲਈ। ਵੇਖਿਆ—ਉਹਦੇ ਪਿੱਛੇ ਉਡਦਾ ਬਾਜ਼ ਵੀ ਸੀ। ਤੇ ਉਹ ਮੇਰੇ ਕੋਲੋਂ ਉਸ ਕਬੂਤਰ ਨੂੰ ਮੰਗ

ਰਿਹਾ ਸੀ। ਕਬੂਤਰ ਆਪਣੀ ਜਾਨ ਦੀ ਹਿਫ਼ਾਜ਼ਤ ਮੰਗਦਾ ਘੁੱਟ ਕੇ ਮੇਰੇ ਨਾਲ ਲੱਗਾ ਹੋਇਆ ਸੀ ਕਿ ਬਾਜ਼ ਨੇ ਮੈਨੂੰ ਆਖਿਆ ਜੇ ਕਬੂਤਰ ਨਹੀਂ ਦੇਣਾ, ਤਾਂ ਇਹਦੀ ਥਾਵੇਂ ਆਪਣੇ ਪਿੰਡੇ ਦਾ ਮਾਸ ਤੋਲ ਕੇ ਦੇ ਦੇ! ਮੈਂ ਆਪਣੇ ਪਿੰਡੇ ਨਾਲੋਂ ਮਾਸ ਲਾਹ ਕੇ ਉਹਦੇ ਵਜ਼ਨ ਦਾ ਤੋਲਣਾ ਚਾਹਿਆ, ਪਰ ਕਬੂਤਰ ਹੋਰ ਭਾਰਾ ਹੁੰਦਾ ਗਿਆ, ਹੋਰ ਭਾਰਾ, ਏਨਾ ਕਿ ਮੈਂ ਸਾਰੀ ਦੀ ਸਾਰੀ ਉਹਦੀ ਥਾਵੇਂ ਮਰਨ ਲਈ ਤਿਆਰ ਹੋ ਗਈ...ਇਕ ਹਾਸਾ ਕੰਨਾਂ ਵਿਚ ਗੂੰਜਿਆ, ਤੇ ਨਾਲ ਹੀ ਸਾਰੇ ਪਿੰਡੇ ਵਿਚ ਅਹਿਸਾਸ ਹੋਇਆ ਕਿ ਇਹ ਕਬੂਤਰ ਮੇਰੀ ਕਲਮ ਦਾ ਪ੍ਰਤੀਕ ਹੈ—ਤੇ ਇਕ ਮੁਖ਼ਾਲਫ਼ਤ ਇਹਨੂੰ ਜਾਨੋਂ ਮਾਰ ਦੇਣ ਲਈ ਇਹਦੇ ਪਿੱਛੇ ਪਈ ਹੋਈ ਹੈ...

ਮੈਂ ਕਬੂਤਰ ਨੂੰ ਹੋਰ ਵੀ ਘੁੱਟ ਕੇ ਆਪਣੇ ਪਿੰਡੇ ਨਾਲ ਲਾਂਦੀ ਪਈ ਸਾਂ—ਕਿ ਮੇਰੀ ਨੀਂਦਰ ਖੁੱਲ੍ਹ ਗਈ...ਸਾਹਮਣੇ ਮਹਾਂਭਾਰਤ ਦਾ ਉਹ ਸਫ਼ਾ ਖੁੱਲ੍ਹਾ ਪਿਆ ਸੀ—ਜਿਹਦੇ ਵਿਚ, ਬਾਹਰਵੇਂ ਅਧਿਆਏ ਵਿਚ, ਅਗਨੀ ਦੇਵਤਾ ਕਬੂਤਰ ਦਾ ਭੇਸ ਵਟਾ ਕੇ ਰਾਜਾ ਉਸ਼ੀਨਰ ਕੋਲੋਂ ਪਨਾਹ ਮੰਗਣ ਔਂਦਾ ਹੈ, ਤੇ ਉਸ਼ੀਨਰ ਉਹਦੀ ਥਾਵੇਂ ਆਪਣੇ ਪਿੰਡੇ ਦਾ ਮਾਸ ਦੇਣ ਲਈ ਤਿਆਰ ਹੋ ਜਾਂਦਾ ਹੈ, ਪਰ ਉਹਦੇ ਪਿੱਛੇ ਪਏ ਹੋਏ ਬਾਜ਼ ਨੂੰ ਉਹ ਕਬੂਤਰ ਨਹੀਂ ਦੇਂਦਾ...

ਇਸ ਘਟਨਾ ਨਾਲ ਮੈਂ ਆਪਣੇ ਮਨ ਦੀ ਸ਼ਿੱਦਤ ਨੂੰ ਸਿਰਫ਼ ਪਛਾਣਿਆ ਨਹੀਂ—ਇਕ ਰਾਤ ਜਿਵੇਂ ਅੱਖੀਂ ਵੇਖ ਲਿਆ।

ਇਕ ਦਿਨ

ਉਹ ਵੀ ਇਕ ਦਿਨ ਸੀ—ਜਦੋਂ ਮੈਂ ਆਪਣੇ ਬਾਰੇ ਇੰਜ ਵੇਰਵੇ ਨਾਲ ਲਿਖਣ ਦੀ ਥਾਂ ਸੋਚਿਆ ਸੀ—ਕਦੀ ਜਦੋਂ ਮੈਂ ਆਪਣੀ ਸ੍ਵੈ ਜੀਵਨੀ ਲਿਖਾਂਗੀ ਸਿਰਫ਼ ਦਸ ਸਤਰਾਂ ਲਿਖਾਂਗੀ। ਤੇ ਉਹ ਸਤਰਾਂ ਮੈਂ ਕਾਗ਼ਜ਼ ਤੇ ਲਿਖ ਕੇ ਰੱਖ ਲਈਆਂ ਸਨ। ਉਹ ਸਤਰਾਂ ਅੱਜ ਵੀ ਮੇਰੇ ਸਾਹਮਣੇ ਹਨ। ਤੇ ਅੱਜ ਵੀ ਉਹ ਓਨੀਆਂ ਹੀ ਸੱਚੀਆਂ ਹਨ, ਜਿੰਨੀਆਂ ਉਸ ਦਿਨ ਲਿਖਣ ਵੇਲੇ ਸਨ :

"ਮੇਰੀ ਲਿਖਤ, ਕੀ ਨਜ਼ਮ ਤੇ ਕੀ ਨਸਰ, ਮੈਂ ਜਾਣਦੀ ਹਾਂ ਕਿ ਗ਼ੈਰ ਕਾਨੂੰਨੀ ਬੱਚੇ ਦੀ ਤਰ੍ਹਾਂ ਹੈ : ਮੇਰੀ ਦੁਨੀਆਂ ਦੀ ਹਕੀਕਤ ਨੇ, ਮੇਰੇ ਮਨ ਦੇ ਸੁਪਨੇ ਨੂੰ ਇਸ਼ਕ ਕੀਤਾ, ਤੇ ਉਨ੍ਹਾਂ ਦੇ ਵਰਜਿਤ ਮੇਲ ਵਿੱਚੋਂ ਇਹ ਲਿਖਤ ਪੈਦਾ ਹੋਈ।

ਜਾਣਦੀ ਹਾਂ—ਇਕ ਗ਼ੈਰ ਕਾਨੂੰਨੀ ਬੱਚੇ ਦੀ ਕਿਸਮਤ ਇਹਦੀ ਕਿਸਮਤ ਹੈ, ਤੇ ਇਹਨੇ ਸਾਰੀ ਉਮਰ ਆਪਣੇ ਸਾਹਿਤਕ-ਸਮਾਜ ਦੇ ਮੱਥੇ ਦੇ ਵੱਟ ਭੁਗਤਣੇ ਹਨ।

ਮਨ ਦਾ ਸੁਪਨਾ ਕੀ ਸੀ, ਕੌਣ ਸੀ, ਇਹਦੀ ਤਸ਼ਰੀਹ ਵਿਚ ਜਾਣ ਦੀ ਲੋੜ ਨਹੀਂ। ਉਹ ਕੰਬਖਤ ਬਹੁਤ ਹੁਸੀਨ ਹੋਵੇਗਾ, ਜ਼ਾਤੀ ਜ਼ਿੰਦਗੀ ਤੋਂ ਲੈ ਕੇ ਕੁਲ ਆਲਮ ਦੀ ਬੇਹਤਰੀ ਤੱਕ ਦੀਆਂ ਗੱਲਾਂ ਕਰਦਾ ਹੋਵੇਗਾ, ਤਾਂ ਹੀ ਮੇਰੀ ਹਕੀਕਤ ਆਪਣੀ ਔਕਾਤ ਨੂੰ ਭੁੱਲ ਕੇ ਇਹਨੂੰ ਇਸ਼ਕ ਕਰ ਬੈਠੀ। ਤੇ ਲਿਖਤ ਜੋ ਪੈਦਾ ਹੋਈ—ਹਮੇਸ਼ਾਂ ਕੁਝ ਕਾਗ਼ਜ਼ਾਂ ਵਿਚ ਲਾਵਾਰਿਸ ਭਟਕਦੀ ਰਹੀ..."

ਤੇ ਅੱਜ ਵੀ ਮੇਰਾ ਯਕੀਨ ਹੈ—ਇਹ ਦਸ ਸਤਰਾਂ ਮੇਰੀ ਪੂਰੀ ਤੇ ਲੰਬੀ ਸ੍ਵੈ ਜੀਵਨੀ ਹੈ...

ਇਕ ਨਜ਼ਮ

"ਚੱਕ ਨੰ: ਛੱਤੀ" ਨਾਵਲ ਮੈਂ 1963 ਵਿਚ ਲਿਖਿਆ ਸੀ, 1964 ਵਿਚ ਛਪਿਆ ਤਾਂ ਅਫ਼ਵਾਹ

ਫੈਲ ਗਈ ਕਿ ਪੰਜਾਬ ਸਰਕਾਰ ਇਹਨੂੰ ਜ਼ਬਤ ਕਰ ਰਹੀ ਹੈ। ਪਰ ਇੰਜ ਹੋਇਆ ਨਹੀਂ, ਇਹ 1965 ਵਿਚ ਹਿੰਦੀ ਵਿਚ ਵੀ ਛਪਿਆ, ਤੇ 1966 ਵਿਚ ਉਰਦੂ ਵਿਚ ਵੀ।

ਏਸ ਨਾਵਲ ਨੂੰ ਫ਼ਿਲਮ ਲਈ ਸੋਚਿਆ—ਤਾਂ ਰੇਵਤੀ ਸ਼ਰਨ ਸ਼ਰਮਾ ਨੇ ਆਖਿਆ "ਨਹੀਂ, ਇਹ ਨਾਵਲ ਵਕਤ ਤੋਂ ਇਕ ਸਦੀ ਪਹਿਲਾਂ ਲਿਖਿਆ ਗਿਆ ਹੈ, ਹਿੰਦੁਸਤਾਨ ਅਜੇ ਇਹਨੂੰ ਸਮਝ ਨਹੀਂ ਸਕਦਾ" ਅਤੇ ਬਾਸੂ ਭੱਟਾਚਾਰੀਆ ਦੇ ਲਫ਼ਜ਼ ਸਨ "ਇਸ ਨਾਵਲ ਤੇ ਜਦੋਂ ਫ਼ਿਲਮ ਬਣੇਗੀ, ਉਹ ਫ਼ਿਲਮ ਹਿੰਦੁਸਤਾਨ ਵਿਚ ਪਹਿਲੀ ਐਡਲਟ ਫਿਲਮ ਹੋਵੇਗੀ"—ਅਤੇ ਇਸ ਨਾਵਲ ਦਾ, ਜਦੋਂ 1974 ਵਿਚ ਅੰਗ੍ਰੇਜ਼ੀ ਵਿਚ ਤਰਜੁਮਾ ਕੀਤਾ, ਤਾਂ ਉਹਦੀ ਰੀਡਿੰਗ ਲਈ ਮੈਂ ਜਦੋਂ ਇਸ ਨੂੰ ਦੁਬਾਰਾ ਪੜ੍ਹਿਆ, ਤਾਂ ਇਹਦੀ ਕਿਰਦਾਰ ਅਲਕਾ ਮੇਰੇ ਉਤੇ ਇਸ ਤਰ੍ਹਾਂ ਛਾ ਗਈ, ਜਿਸ ਤਰ੍ਹਾਂ ਸ਼ਾਇਦ ਨਾਵਲ ਲਿਖਣ ਵੇਲੇ ਵੀ ਨਹੀਂ ਸੀ ਛਾਈ...

ਇਹਦਾ ਕਿਰਦਾਰ ਕੁਮਾਰ ਜਦੋਂ ਅਲਕਾ ਨੂੰ ਦਸਦਾ ਹੈ ਕਿ ਜਿਸਮ ਦੀ ਭੁੱਖ ਲਈ ਉਹ ਕੁਝ ਦਿਨ ਅਜਿਹੀ ਔਰਤ ਕੋਲ ਜਾਂਦਾ ਰਿਹਾ ਜੋ ਰੋਜ਼ ਦੇ ਵੀਹ ਰੁਪਏ ਲੈਂਦੀ ਸੀ ਅਤੇ ਅਲਕਾ ਜਦੋਂ ਆਖਦੀ ਹੈ "ਸੋਚ ਰਹੀ ਹਾਂ ਕਿ ਉਹ ਔਰਤ ਵੀ ਮੈਂ ਹੁੰਦੀ ਜਿਹਦੇ ਕੋਲ ਤੁਸੀ ਰੋਜ਼ ਵੀਹ ਰੁਪਏ ਦੇ ਕੇ ਜਾਂਦੇ ਹੁੰਦੇ ਸੀ..." ਤਾਂ ਬਹੁਤ ਪੁਰਾਣਾ ਇਸ ਨਾਵਲ ਦਾ ਸ੍ਰੋਤ ਯਾਦ ਆਇਆ—ਇਕ ਵਾਰ ਇਮਰੋਜ਼ ਨੇ ਕਿਹਾ ਸੀ ਕਿ ਜਿਸਮ ਦੀ ਭੁੱਖ ਹੱਥੋਂ ਔਖਿਆਂ ਹੋ ਕੇ ਮੈਂ ਇਕ ਵਾਰ ਬਜ਼ਾਰ ਦੀ ਕਿਸੇ ਔਰਤ ਕੋਲ ਜਾਣਾ ਚਾਹਿਆ ਸੀ, ਤਾਂ ਸਹਜ ਮਨ ਮੇਰੇ ਮੂੰਹੋਂ ਨਿਕਲਿਆ ਸੀ—"ਜੇ ਤੂੰ ਅਜਿਹੀ ਔਰਤ ਕੋਲ ਜਾਂਦਾ, ਤਾਂ ਮੇਰਾ ਜੀਅ ਕਰਦਾ ਏ—ਉਹ ਵੀ ਮੈਂ ਹੁੰਦੀ।"

ਪਹਿਚਾਣ ਆਈ—ਇਹ ਲਫ਼ਜ਼ ਜੋ ਅਲਕਾ ਨੇ ਆਖੇ, ਇਹ ਸਿਰਫ ਅੰਮ੍ਰਿਤਾ ਹੀ ਕਹਿ ਸਕਦੀ ਸੀ, ਹੋਰ ਕੋਈ ਔਰਤ ਨਹੀਂ...ਅਸੁਭਾਵਕ ਹਾਲਤ ਦੀ ਸੁਭਾਵਕਤਾ ਸ਼ਾਇਦ ਹੋਰ ਕਿਸੇ ਔਰਤ ਲਈ ਸੰਭਵ ਨਹੀਂ ਹੋ ਸਕਦੀ ਅਲਕਾ ਉਰਫ ਅੰਮ੍ਰਿਤਾ...

ਭਾਵੇਂ ਹਰ ਕਹਾਣੀ ਦੇ ਕਿਰਦਾਰ ਨਾਲ ਲੇਖਕ ਦੀ ਡੂੰਘੀ ਸਾਂਝ ਹੁੰਦੀ ਹੈ, ਪਰ ਇਕ ਵਿੱਥ ਹਰ ਸਾਂਝ ਦਾ ਹਿੱਸਾ ਹੁੰਦੀ ਹੈ। ਅਲਕਾ ਨੂੰ ਪੜ੍ਹਦਿਆਂ ਜਾਪਿਆ—ਉਹ ਵਿੱਥ ਕਿਤੇ ਨਹੀਂ...ਉਸ ਰਾਤ (ਸੱਤ ਸਤੰਬਰ 1974 ਦੀ ਰਾਤ) ਮੈਂ ਅਲਕਾ ਨੂੰ ਮੁਖ਼ਾਤਬ ਹੋ ਕੇ ਇਕ ਨਜ਼ਮ ਲਿਖੀ—ਪਹਿਚਾਣ:

ਕਈ ਹਜ਼ਾਰ ਚਾਬੀਆਂ ਮੇਰੇ ਕੋਲ ਸਨ
ਤੇ ਇਕ ਇਕ ਚਾਬੀ ਇਕ ਇਕ ਬੂਹੇ ਨੂੰ ਖੋਲ੍ਹ ਦੇਂਦੀ ਸੀ।
ਬੂਹੇ ਤੋਂ ਅੰਦਰ—ਕਿਸੇ ਦੀ ਬੈਠਕ ਵੀ ਹੁੰਦੀ ਸੀ
ਤੇ ਮੋਟੇ ਪਰਦੇ 'ਚ ਵਲ੍ਹੇਟਿਆ ਕਿਸੇ ਦਾ ਸੌਣ ਕਮਰਾ ਵੀ
ਤੇ ਘਰਾਂ ਵਾਲਿਆਂ ਦੇ ਦੁੱਖ—
ਜੋ ਉਨ੍ਹਾਂ ਦੇ ਹੀ ਹੁੰਦੇ ਸਨ, ਪਰ ਕਿਸੇ ਕਿਸੇ ਵੇਲੇ ਮੇਰੇ ਵੀ ਹੁੰਦੇ ਸਨ
ਮੇਰੀ ਛਾਤੀ ਦੀ ਪੀੜ ਵਰਗੇ—
ਪੀੜ, ਜੋ ਦਿਹੁੰ ਵੇਲੇ ਜਾਗਾਂ ਤਾਂ ਜਾਗ ਪੈਂਦੀ ਸੀ
ਤੇ ਰਾਤ ਵੇਲੇ ਸੁਪਨਿਆਂ 'ਚ ਉਤਰ ਜਾਂਦੀ ਸੀ
ਪਰ ਫੇਰ ਵੀ
ਪੈਰਾਂ ਦੇ ਅੱਗੇ, ਹਿਫ਼ਾਜ਼ਤ ਦੀ ਲੀਕ ਵਰਗੀ, ਇਕ ਰਾਮ ਕਾਰ ਹੁੰਦੀ ਸੀ

ਤੇ ਜਿਸ ਦੀ ਬਦੌਲਤ ਮੈਂ ਜਦੋਂ ਚਾਂਹਦੀ ਸਾਂ
ਘਰਾਂ ਵਾਲਿਆਂ ਦੇ ਦੁੱਖ ਘਰਾਂ ਵਾਲਿਆਂ ਨੂੰ ਦੇ ਕੇ
ਉਸ ਲੀਕ ਕੋਲੋਂ ਪਰਤ ਜਾਂਦੀ ਸਾਂ
ਤੇ ਔਣ ਵੇਲੇ ਲੋਕਾਂ ਦੇ ਅੱਥਰੂ ਲੋਕਾਂ ਨੂੰ ਸੌਂਪ ਔਂਦੀ ਸਾਂ...
ਵੇਖ ! ਜਿੰਨੀਆਂ ਕਹਾਣੀਆਂ ਤੇ ਉਨ੍ਹਾਂ ਦੇ ਕਿਰਦਾਰ ਹਨ
ਉੱਨੀਆਂ ਹੀ ਚਾਬੀਆਂ ਮੇਰੇ ਕੋਲ ਸਨ
ਤੇ ਜਿਨ੍ਹਾਂ ਪਿੱਛੇ—
ਹਜ਼ਾਰਾਂ ਹੀ ਘਰ, ਜੋ ਮੇਰੇ ਨਹੀਂ, ਪਰ ਮੇਰੇ ਵੀ ਸਨ...
ਸ਼ਾਇਦ ਉਹ ਕਿਤੇ ਹੁਣ ਵੀ ਹਨ, ਪਰ ਅੱਜ ਇਕ ਚਾਬੀ ਦਾ ਕੌਤਕ
ਮੈਂ ਤੇਰੇ ਘਰ ਨੂੰ ਖੋਲ੍ਹਿਆ, ਤਾਂ ਵੇਖਿਆ—
ਉਹ ਰਾਮਕਾਰ ਮੇਰੇ ਪੈਰਾਂ ਦੇ ਅੱਗੇ ਨਹੀਂ, ਪਿੱਛੇ ਹੈ
ਤੇ ਸਾਹਮਣੇ—ਤੇਰੇ ਸੌਣ ਕਮਰੇ ਵਿਚ—ਤੂੰ ਨਹੀਂ, ਮੈਂ ਹਾਂ...

ਇਹ ਮੇਰੀ ਇਕੋ ਇਕ ਅਜਿਹੀ ਨਜ਼ਮ ਹੈ—ਜੋ ਆਪਣੇ ਹੀ ਰਚੇ ਕਿਰਦਾਰ ਨੂੰ ਮੁਖਾਤਬ ਹੋ ਕੇ ਮੈਂ ਲਿਖੀ ਹੈ।

ਇਕ ਤੀਊੜੀ

ਅੱਜ ਵੀ ਸਾਹਮਣੇ ਵੇਖ ਸਕਦੀ ਹਾਂ—ਇਕ ਤੀਊੜੀ ਹੈ, ਮੇਰੇ ਬਾਪ ਦੇ ਮੱਥੇ ਤੇ ਪਈ ਹੋਈ। ਨਹੀਂ, ਮੱਥੇ ਉਤੇ ਖਲੋ ਕੇ ਕਈ ਵਰ੍ਹਿਆਂ ਤੋਂ ਮੈਨੂੰ ਤੱਕਦੀ ਪਈ। ਮੇਰੀ ਨਿਗਾਹਬਾਨ, ਮੇਰੀ ਨਜ਼ਰਸਾਨੀ ਕਰਦੀ ਪਈ।

1936 ਦੇ ਮੁੱਢ ਦੀ ਗੱਲ—ਜਦੋਂ ਮੇਰੀ ਪਹਿਲੀ ਕਿਤਾਬ ਛਪੀ ਸੀ। ਮਹਾਰਾਜਾ ਕਪੂਰਥਲਾ ਨੇ ਮੇਰੀ ਕਿਤਾਬ ਨੂੰ ਬਜ਼ੁਰਗਾਨਾ ਪਿਆਰ ਦੇਂਦਿਆਂ ਦੋ ਸੌ ਰੁਪਿਆ ਮੇਰੇ ਨਾਂ ਤੇ ਭੇਜਿਆ ਸੀ। ਤੇ ਫੇਰ ਥੋੜ੍ਹੇ ਜਿਹੇ ਦਿਨਾਂ ਪਿੱਛੋਂ ਮਹਾਰਾਣੀ ਨਾਭਾ ਨੇ (ਉਹ ਕਦੇ ਮੇਰੇ ਪਿਤਾ ਜੀ ਦੀ ਸ਼ਾਗਿਰਦ ਸੀ) ਮੈਨੂੰ ਇਕ ਸਾੜ੍ਹੀ ਦਾ ਪਾਰਸਲ ਉਸ ਕਿਤਾਬ ਦੀ ਤਾਰੀਫ਼ ਵਜੋਂ ਭੇਜਿਆ ਸੀ। ਇਹ ਦੋਵੇਂ ਚੀਜ਼ਾਂ ਡਾਕ ਰਾਹੀਂ ਆਈਆਂ ਸਨ, ਤੇ ਫੇਰ ਹੋਰ ਇਕ ਦਿਨ ਜਦੋਂ ਡਾਕੀਏ ਨੇ ਘਰ ਦਾ ਬੂਹਾ ਖੜਕਾਇਆ ਮੇਰੇ ਬਾਲ ਜਹੇ ਮਨ ਨੇ ਉਸੇ ਤਰ੍ਹਾਂ ਦੇ ਇਕ ਹੋਰ ਮਨੀਆਰਡਰ ਜਾਂ ਪਾਰਸਲ ਦੀ ਰੀਝ ਕਰ ਲਈ, ਮੂੰਹੋਂ ਨਿਕਲਿਆ "ਅੱਜ ਫੇਰ ਕੋਈ ਇਨਾਮ ਆਇਆ ਏ"—ਤੇ ਮੈਨੂੰ ਅਜੇ ਤਕ, ਸਣੇ ਆਪਣੇ ਪਿੰਡੇ ਦੀ ਕੰਬਣੀ ਦੇ, ਉਸੇ ਤਰ੍ਹਾਂ ਉਹ ਤੀਊੜੀ ਚੇਤੇ ਹੈ, ਜੋ ਮੇਰੇ ਵਲ ਵੇਖ ਕੇ ਮੇਰੇ ਪਿਤਾ ਦੇ ਮੱਥੇ ਤੇ ਪੈ ਗਈ ਸੀ।

ਉਸ ਦਿਨ ਏਨਾ ਨਹੀਂ ਸੀ ਸਮਝਿਆ ਕਿ ਮੇਰੇ ਪਿਤਾ ਮੇਰੇ ਵਿਚ ਜਿਹੋ ਜਹੀ ਸ਼ਖ਼ਸੀਅਤ ਵੇਖਣਾ ਚਾਹੁੰਦੇ ਸਨ, ਮੈਂ ਉਸ ਇਕ ਫ਼ਿਕਰੇ ਨਾਲ ਉਸ ਤੋਂ ਬਹੁਤ ਛੋਟੀ ਹੋ ਗਈ ਸਾਂ, ਬਸ ਏਨਾ ਸਮਝਿਆ ਸੀ ਕਿ ਇਹੋ ਜਿਹੀ ਆਸ ਜਾਂ ਇਹੋ ਜਿਹੀ ਰੀਝ ਗਲਤ ਗੱਲ ਹੈ, ਤੇ ਇਹ ਜਿਹੜੀ ਥਾਂ ਤੋਂ ਇਕ ਲੇਖਕ ਨੂੰ ਛੋਟਿਆਂ ਕਰ ਜਾਂਦੀ ਹੈ, ਇਹ ਬਹੁਤ ਚਿਰ ਪਿੱਛੋਂ ਪਤਾ ਲੱਗਾ।

ਤੇ ਜਦੋਂ ਪਤਾ ਲੱਗਾ—ਮੇਰੇ ਪਿਤਾ ਦੇ ਮੱਥੇ ਦੀ ਥਾਂ ਮੇਰਾ ਆਪਣਾ ਮੱਥਾ ਮੇਰਾ ਨਿਗਾਹਬਾਨ ਬਣ

ਗਿਆ। ਉਹਨੇ ਮੇਰੇ ਖਿਆਲਾਂ ਦੀ ਇਹੋ ਜਿਹੀ ਰਾਖੀ ਕੀਤੀ ਕਿ ਫੇਰ ਕਦੇ ਮੈਨੂੰ ਅਚੇਤ ਵੀ ਇਹੋ ਜਿਹਾ ਖਿਆਲ ਨਹੀਂ ਆਇਆ।

ਅੱਜ ਸੋਚਦੀ ਹਾਂ—ਦੁਨੀਆਂ ਵਿਚੋਂ ਕੁਝ ਵੀ ਲੈਣ ਦੇ ਖਿਆਲ ਤੋਂ, ਉਹ ਇਕ ਤੀਊੜੀ ਮੈਨੂੰ ਕਿਵੇਂ ਹਮੇਸ਼ਾਂ ਲਈ ਸੁਰਖਰੂ ਕਰ ਗਈ, ਸੁਤੰਤਰ ਕਰ ਗਈ, ਤਾਂ ਉਸ ਤੀਊੜੀ ਨਾਲ ਪਿਆਰ ਆ ਜਾਂਦਾ ਹੈ। ਹੋ ਸਕਦਾ ਹੈ—ਉਸ ਦਿਨ ਉਹ ਮੇਰੇ ਪਿਤਾ ਦੇ ਮੱਥੇ ਤੇ ਨਾ ਪੈਂਦੀ, ਤਾਂ ਮੈਂ ਕਦੇ ਓਹੋ ਜਿਹੀ ਸੋਚ ਨਾਲ ਜ਼ਿੰਦਗੀ ਵਿਚ ਆਪਣੀ ਤੌਹੀਨ ਕਰ ਲੈਂਦੀ। ਪਰ ਖੁਸ਼ ਹਾਂ, ਮੈਨੂੰ ਉਸ ਪਿਤਾ ਦਾ ਮੱਥਾ ਨਸੀਬ ਹੋਇਆ ਸੀ, ਜਿਹਦੇ ਉਤੇ ਉਹ ਤੀਊੜੀ ਪੈ ਸਕਦੀ ਸੀ।

ਇਹ ਵੀ ਇਕ ਰਾਤ ਦੀ ਗੱਲ ਹੈ, 1936 ਇਕ ਰਾਤ—ਮੇਰੇ ਵਿਆਹ ਵਾਲੀ, ਜਿਸ ਰਾਤ ਮੈਂ ਮਕਾਨ ਦੀ ਛੱਤ ਤੇ ਜਾ ਕੇ ਹਨੇਰੇ ਵਿਚ ਬਹੁਤ ਰੋਈ ਸਾਂ। ਮਨ ਵਿਚ ਸਿਰਫ ਇਕੋ ਗੱਲ ਔਂਦੀ ਸੀ, ਜੇ ਕਿਸੇ ਤਰ੍ਹਾਂ ਮਰ ਸੱਕਾਂ। ਪਿਤਾ ਨੂੰ ਮੇਰੇ ਮਨ ਦੀ ਹਾਲਤ ਪਤਾ ਸੀ, ਇਸ ਲਈ ਲੱਭਦੇ ਛੱਤ ਤੇ ਆਏ, ਤਾਂ ਮੈਂ ਇਕੋ ਮਿੰਨਤ ਕੀਤੀ—ਮੈਂ ਵਿਆਹ ਨਹੀਂ ਕਰਨਾ।

ਬਰਾਤ ਆ ਚੁੱਕੀ ਸੀ, ਰਾਤ ਦਾ ਖਾਣਾ ਹੋ ਚੁੱਕਾ ਸੀ, ਕਿ ਪਿਤਾ ਜੀ ਨੂੰ ਇਕ ਸੁਨੇਹਾ ਮਿਲਿਆ ਸੀ ਕਿ ਜੇ ਕੋਈ ਰਿਸ਼ਤੇਦਾਰ ਪੁੱਛੇ ਤਾਂ ਕਹਿ ਦੇਣਾ ਕਿ ਤੁਸਾਂ ਏਨੇ ਹਜ਼ਾਰ ਰੁਪਿਆ ਨਕਦ ਵੀ ਦਾਜ ਵਿਚ ਦਿੱਤਾ ਹੈ। ਇਹ ਵਿਆਹ ਮੇਰੇ ਪਿਤਾ ਦੀ ਡੂੰਘੀ ਤਸੱਲੀ ਸੀ। ਮੇਰੀ ਵੀ। ਪਰ ਇਸ ਸੁਨੇਹੇ ਨੂੰ ਪਿਤਾ ਜੀ ਨੇ ਇਕ ਇਸ਼ਾਰਾ ਸਮਝਿਆ। ਉਨ੍ਹਾਂ ਕੋਲ ਏਨਾ ਨਕਦ ਰੁਪਿਆ ਹੱਥ ਵਿਚ ਨਹੀਂ ਸੀ, ਇਸ ਲਈ ਘਬਰਾ ਗਏ। ਮੈਨੂੰ ਦੱਸਿਆ—ਤਾਂ ਮੇਰੀ ਇੱਕੋ ਸੋਚ ਸੀ, ਜੇ ਮੈਂ ਅੱਜ ਰਾਤ ਮਰ ਸਕਾਂ...

ਕਈ ਘੰਟਿਆਂ ਦੀ ਇਸ ਘਬਰਾਹਟ ਨੂੰ, ਉਸ ਰਾਤ ਮਹਿਮਾਨ ਆਈ ਹੋਈ, ਮੇਰੀ ਮੋਈ ਮਾਂ ਦੀ ਇਕ ਸਹੇਲੀ ਪ੍ਰੀਤਮ ਕੌਰ ਨੇ ਕੁਝ ਸਮਝ ਲਿਆ, ਤੇ ਇਕੱਲਿਆਂ ਹੋ ਕੇ ਹੱਥਾਂ ਦੀਆਂ ਸਾਰੀਆਂ ਸੋਨੇ ਦੀਆਂ ਚੂੜੀਆਂ ਲਾਹ ਕੇ ਮੇਰੇ ਪਿਤਾ ਦੇ ਅੱਗੇ ਰੱਖ ਦਿੱਤੀਆਂ। ਪਿਤਾ ਦੀਆਂ ਅੱਖਾਂ ਭਰ ਭਰ ਆਈਆਂ, ਪਰ ਮੈਨੂੰ ਇਹ ਵੇਖਣਾ ਮਰਣ ਤੋਂ ਵੀ ਔਖਾ ਜਾਪਿਆ...

ਫੇਰ ਪਤਾ ਲਗਾ—ਇਹ ਸੁਨੇਹਾ ਕਿਸੇ ਤਰ੍ਹਾਂ ਦਾ ਇਸ਼ਾਰਾ ਨਹੀਂ ਸੀ, ਉਨ੍ਹਾਂ ਨੇ ਕੋਈ ਨਕਦ ਰੁਪਿਆ ਨਹੀਂ ਸੀ ਚਾਹਿਆ, ਸਿਰਫ਼ ਕੁਝ ਰਿਸ਼ਤੇਦਾਰਾਂ ਦੀ ਤਸੱਲੀ ਲਈ ਇਹ ਗੱਲ ਫੈਲਾਈ ਸੀ। ਮਾਂ ਦੀ ਸਹੇਲੀ ਨੇ ਉਹ ਚੂੜੀਆਂ ਫੇਰ ਹੱਥਾਂ ਵਿਚ ਪਾ ਲਈਆਂ ਸਨ, ਪਰ ਜਾਪਦਾ ਹੈ—ਉਹ ਲਾਹਣ ਦੀ ਘੜੀ, ਦੁਨੀਆਂ ਦੀ ਚੰਗਿਆਈ ਦਾ ਚਿੰਨ੍ਹ ਬਣ ਕੇ, ਹਮੇਸ਼ਾਂ ਲਈ ਕਿਤੇ ਖਲੋ ਗਈ ਹੈ....ਵਿਸ਼ਵਾਸ ਟੁੱਟਦੇ ਵੇਖਦੀ ਹਾਂ, ਪਰ ਨਿਰਾਸਤਾ ਮਨ ਦੇ ਅਖੀਰ ਤਕ ਨਹੀਂ ਪਹੁੰਚਦੀ, ਉਰ੍ਹਾਂ ਰਾਹ ਵਿਚ ਕਿਤੇ ਖਲੋ ਜਾਂਦੀ ਹੈ। ਤੇ ਪਰ੍ਹਾਂ, ਮਨ ਦੇ ਆਖਰੀ ਸਿਰੇ ਕੋਲ, ਦੁਨੀਆਂ ਦੀ ਚੰਗਿਆਈ ਉਤੇ ਵਿਸ਼ਵਾਸ ਬਚਿਆ ਰਹਿ ਜਾਂਦਾ ਹੈ...

ਜਦੋਂ ਬਰਫ਼ ਪੰਘਰੇਗੀ

ਬਹੁਤ ਦੇਰ ਹੋਈ 'ਗਰੀਕ ਪੈਸ਼ਨ' ਵਿਚ ਇਕ ਆਜੜੀ ਲੜਕੇ ਦੀ ਵਾਰਤਾ ਪੜ੍ਹੀ ਸੀ, ਜੋ ਕ੍ਰਾਈਸਟ ਦਾ ਨਾਟਕ ਖੇਡਣ ਲਈ ਕ੍ਰਾਈਸਟ ਚੁਣਿਆ ਜਾਂਦਾ ਹੈ। ਪਰ ਏਸ ਪਾਤਰ ਦਾ ਰੋਲ ਅਦਾ ਕਰਨ ਲਈ, ਉਹ ਸਾਧਨਾ ਕਰਦਾ ਕਰਦਾ, ਪਾਤਰ ਦੀ ਹੋਂਦ ਵਿਚ ਰਲ ਜਾਂਦਾ ਹੈ, ਏਨਾ, ਕਿ ਸਾਰੇ ਪਿੰਡ

ਦੀ ਮੁਖ਼ਾਲਫ਼ਤ ਸਹੇੜ ਕੇ, ਉਹਦੀ ਨਜ਼ਰ ਵਿਚ ਜੋ ਨਿਆਂ ਹੈ, ਉਹਦੇ ਲਈ ਲੜਦਾ ਹੈ, ਤਾਂ ਪਿੰਡ ਵਾਲੇ ਉਹਨੂੰ ਸੱਚੀਮੁਚੀ ਪੱਥਰ ਮਾਰ ਮਾਰ ਕੇ, ਮਾਰ ਦੇਂਦੇ ਹਨ। ਕੋਈ ਉਹ, ਜਿਹਨੇ ਉਹਦਾ ਅੰਦਰ-ਬਾਹਰ ਪਛਾਣ ਲਿਆ ਸੀ, ਉਹਨੂੰ ਇਕ ਪਹਾੜੀ ਉਤੇ ਦਫ਼ਨਾਣ ਲਗਿਆਂ ਆਖਦਾ ਹੈ – "ਅੱਜ ਉਹਦਾ ਨਾਂ ਬਰਫ਼ ਉਤੇ ਲਿਖਿਆ ਗਿਆ ਹੈ। ਬਰਫ਼ ਪੰਘਰੇਗੀ, ਤਾਂ ਉਹਦਾ ਨਾਂ ਨਦੀਆਂ ਨਾਲਿਆਂ ਦੇ ਪਾਣੀਆਂ ਉਤੇ ਲਿਖਿਆ ਹੋਵੇਗਾ..."

ਏਸੇ ਗੱਲ ਨੂੰ ਜੇ ਆਪਣੇ ਲਈ ਆਖਾਂ ਤਾਂ ਆਖਣਾ ਚਾਹਵਾਂਗੀ–ਮੇਰੇ ਕੋਲ ਜੋ ਕੁਝ ਸੀ, ਜੇ ਅੱਜ ਬਰਫ਼ ਵਿਚ ਦੱਬਿਆ ਗਿਆ ਹੈ, ਤਾਂ ਇਹ ਬਰਫ਼ਾਂ ਜਦੋਂ ਪੰਘਰਣਗੀਆਂ, ਇਹਦੇ ਨਦੀਆਂ ਨਾਲੇ, ਉਹ ਹੋਣਗੇ, ਜੋ ਈਮਾਨ ਨਾਲ ਹੱਥਾਂ ਵਿਚ ਨਵੀਆਂ ਕਲਮਾਂ ਫੜਣਗੇ, ਤੇ ਉਨ੍ਹਾਂ ਕਲਮਾਂ ਦੀ ਸ਼ਿੱਦਤ ਵਿਚ, ਮੇਰਾ ਉਹ ਕੁਝ ਵੀ ਰਲਿਆ ਹੋਵੇਗਾ, ਜੋ ਅੱਜ ਚੁੱਪ ਦੀ ਬਰਫ਼ ਵਿਚ ਦਬਿਆ ਗਿਆ ਹੈ।

ਯਥਾਰਥ ਤੋਂ ਯਥਾਰਥ ਤਕ

ਸ੍ਵੈ-ਜੀਵਨੀ ਨੂੰ ਅਕਸਰ ਚਿਲਕਦੀ ਚਮਕਦੀ ਇਕਵਾਸੀ ਸਚਾਈ ਸਮਝਿਆ ਜਾਂਦਾ ਹੈ–ਸ੍ਵੈ-ਸ਼ਲਾਘਾ ਦਾ ਹੁਨਰੀ ਮਾਧਿਅਮ। ਪਰ ਬੁਨਿਆਦੀ ਸਚਾਈ ਨੂੰ ਲੇਖਕ ਦੀ ਆਪਣੀ ਲੋੜ ਮੰਨ ਕੇ ਮੈਂ ਆਖਣਾ ਚਾਹਵਾਂਗੀ–ਇਹ ਯਥਾਰਥ ਤੋਂ ਯਥਾਰਥ ਤਕ ਪਹੁੰਚਣ ਦਾ ਅਮਲ ਹੈ।

ਇਕ ਕੁਝ ਉਹ ਹੁੰਦਾ ਹੈ–ਜੋ ਸਾਂਹਵੇਂ, ਬਿਨਾਂ ਕਿਸੇ ਤਰੱਦਦ ਦੇ ਨਜ਼ਰੀਂ ਪੈ ਜਾਂਦਾ ਹੈ, ਤੇ ਇਕ ਸਿਰਫ਼ ਨੀਝ ਲਾਇਆਂ ਦਿਸਦਾ ਹੈ, ਤੇ ਇਕ ਸੋਚਾਂ ਦੀ ਮਿੱਟੀ ਨੂੰ ਛਾਣ ਛਾਣ ਲੱਭਦਾ ਹੈ, ਯਥਾਰਥ ਉਹ ਵੀ ਹੁੰਦਾ, ਉਹ ਵੀ, ਤੇ ਉਹ ਵੀ।

ਹਰ ਕਲਾ, ਉਸਾਰੀ ਵਿਚੋਂ ਮੁੜ-ਉਸਾਰੀ ਦਾ ਨਾਂ ਹੈ। ਇਹ ਯਥਾਰਥ ਦੀ ਮੁੜ-ਉਸਾਰੀ ਵੀ ਯਥਾਰਥ ਹੈ–ਸਚਾਈ ਦੀ ਕੁੱਖ ਵਿਚ ਪੈ ਕੇ ਫੇਰ ਉਸ ਕੁੱਖ ਵਿਚੋਂ ਨਿਕਲੀ ਹੋਈ ਸੱਚਾਈ। ਯਥਾਰਥ ਦੀ ਮੁੜ-ਉਸਾਰੀ, ਯਥਾਰਥ ਤੋਂ ਯਥਾਰਥ ਤਕ ਪਹੁੰਚਣ ਦਾ ਅਮਲ ਹੈ।

ਨਾਵਲ ਕਹਾਣੀ ਦਾ ਪਾਠਕ, ਪਾਤਰਾਂ ਵਿਚੋਂ ਮੂੰਹਾਂ ਨੂੰ ਕਿਆਸਦਾ ਹੈ, ਉਨ੍ਹਾਂ ਦੇ ਦਿਲਾਂ ਦੀ ਹਲਚਲ ਤੋਂ ਉਨ੍ਹਾਂ ਦੇ ਨਕਸ਼ ਚਿਤਵਦਾ ਹੈ, ਪਰ ਕਿਸੇ ਦੀ ਸ੍ਵੈ-ਜੀਵਨੀ ਦਾ ਪਾਠਕ ਆਪਣਾ ਸਾਰਾ ਧਿਆਨ ਇਕੋ ਤੇ ਜਾਣੇ ਹੋਏ ਮੂੰਹ ਉਤੇ ਕੇਂਦ੍ਰਿਤ ਕਰਦਾ ਹੈ। ਇਹਦੇ ਵਿਚ ਲੇਖਕ ਤੇ ਪਾਠਕ ਸਨਮੁਖ ਹੁੰਦੇ ਹਨ। ਇਹ ਲੇਖਕ ਦਾ ਆਪਣੇ ਘਰ ਵਿਚ ਪਾਠਕ ਨੂੰ ਨਿਜੀ ਬੁਲਾਵਾ ਹੁੰਦਾ ਹੈ–ਸੰਗ ਸੰਕੋਚ ਦੀ ਦਹਲੀਜ਼ ਤੋਂ ਅੰਦਰਵਾਰ। ਤੇ ਇਹ ਸਿਰਫ਼ ਉਦੋਂ ਸੰਭਵ ਹੁੰਦਾ ਹੈ–ਜਦੋਂ ਲੇਖਕ ਦਾ ਜੇਰਾ ਉਹਦੇ ਕਿਸੇ ਸੱਚ ਨਾਲੋਂ ਊਣਾ ਨਾ ਹੋਵੇ। ਇਹਦੇ ਵਿਚ ਕੋਈ ਝੂਠ, ਮਹਿਮਾਨ ਦੀ ਨਹੀਂ, ਮੇਜ਼ਬਾਨ ਦੀ ਆਪਣੀ ਹੱਤਕ ਹੁੰਦਾ ਹੈ।

ਲੇਖਕ ਦੋ ਤਰ੍ਹਾਂ ਦੇ ਹੁੰਦੇ ਹਨ–ਇਕ ਜੋ ਲੇਖਕ ਹੁੰਦੇ ਹਨ, ਤੇ ਦੂਜੇ ਜੋ ਲੇਖਕ ਦਿੱਸਣਾ ਚਾਹੁੰਦੇ ਹਨ। ਜੋ ਹਨ, ਦਿੱਸਣ ਦਾ ਜਤਨ ਉਨ੍ਹਾਂ ਦੀ ਲੋੜ ਨਹੀਂ ਹੁੰਦਾ, ਉਹ ਹਨ। ਤੇ ਉਨ੍ਹਾਂ ਦੀ ਆਪਣੀ ਹੋਂਦ ਦੀ ਸੱਚਾਈ, ਸੱਚਾਈ ਤੋਂ ਘੱਟ ਕੁਝ ਵੀ ਮਨਜ਼ੂਰ ਨਹੀਂ ਕਰ ਸਕਦੀ।

ਸਿਰਫ਼ ਉਰਾਰਲੇ ਕੰਢੇ ਦਾ ਯਥਾਰਥ ਜਿਵੇਂ ਕਲਾ ਦੀ ਨਦੀ ਚੀਰ ਕੇ, ਪਰਲੇ ਕੰਢੇ ਦਾ ਯਥਾਰਥ

ਬਣਦਾ ਹੈ, ਉਹ ਅਮਲ ਇਸ ਸ੍ਵੈ-ਜੀਵਨੀ ਵਿਚ ਵੀ ਹੈ। ਇਹ ਰਚਨਾ ਦਾ ਆਪਣਾ ਅਮਲ ਹੈ। ਮੈਂ ਇਸ ਨੂੰ ਯਥਾਰਥ ਤੋਂ ਜਥਾਰਥ ਤੱਕ ਆਖਣਾ ਚਾਹਵਾਂਗੀ।

ਬਾਸੂ ਭੱਟਾਚਾਰੀਆ ਜਦੋਂ ਇੰਦਰਾ ਜੀ ਤੇ ਫ਼ਿਲਮ ਬਣਾ ਰਹੇ ਸਨ, ਉਨ੍ਹਾਂ ਨਾਲ ਦੇਸ ਦੀ ਹਾਲਤ ਬਾਰੇ ਜੋ ਗੱਲਬਾਤ ਹੁੰਦੀ, ਉਹ ਤਾਂ ਲਿਖਣੀ ਹੀ ਹੁੰਦੀ ਸੀ, ਪਰ ਸ਼ੌਟ ਕਿਵੇਂ ਤੇ ਕੀ ਸੋਚ ਕੇ ਲਏ ਜਾਂਦੇ ਹਨ, ਇੰਦਰਾ ਜੀ ਦੀ ਸ਼ਖ਼ਸੀਅਤ ਦੇ ਗੰਭੀਰ ਪਹਿਲੂ ਆਮ ਸਧਾਰਣ ਗੱਲਾਂ ਵਿਚੋਂ ਵੀ ਕਿਵੇਂ ਉੱਭਰਦੇ ਹਨ, ਜਾਂ ਕੁਝ ਉਹ ਗੱਲਾਂ ਜੋ ਫ਼ਿਲਮ ਦਾ ਹਿੱਸਾ ਨਹੀਂ ਬਣਦੀਆਂ, ਪਰ ਉਂਜ ਬੜੀਆਂ ਅਹਿਮ ਹੁੰਦੀਆਂ ਹਨ, ਉਨ੍ਹਾਂ ਨੂੰ ਵੀ, ਜਿੰਨੀਆਂ ਕੁ ਪਕੜ ਵਿਚ ਆ ਸੱਕਣ, ਲਿਖਣ ਦਾ ਜਤਨ ਕਰਦੀ ਸਾਂ। ਮਸਲਨ—ਦੀਵਾਰ ਉੱਤੇ ਨਹਿਰੂ ਜੀ ਦੀਆਂ ਤੇ ਮੋਤੀ ਲਾਲ ਜੀ ਦੀਆਂ ਕੁਝ ਤਸਵੀਰਾਂ ਸਨ, ਬਾਸੂ ਦੱਾ ਨੇ ਉਨ੍ਹਾਂ ਦੇ ਸ਼ੌਟ ਲੈਣ ਲੱਗਿਆਂ ਇੰਦਰਾ ਜੀ ਨੂੰ ਕਿਹਾ—"ਇਨ੍ਹਾਂ ਤਸਵੀਰਾਂ ਨੂੰ ਵੇਖਦਿਆਂ, ਜਿਵੇਂ ਅਚਾਨਕ ਉਨ੍ਹਾਂ ਉਤੇ ਕੁਝ ਧੂੜ ਪਈ ਨਜ਼ਰ ਆਵੇ, ਤੇ ਤੁਸੀ ਆਪਣੀ ਧੋਤੀ ਦੀ ਕੰਨੀ ਨਾਲ ਉਹਨੂੰ ਪੂੰਝ ਰਹੇ ਹੋਵੋ...." ਜ਼ਾਹਿਰ ਹੈ ਕਿ ਬਾਸੂ ਦੱਾ ਏਸ ਸ਼ਾਟ ਵਿਚ ਇੰਦਰਾ ਜੀ ਨੂੰ ਸਮੇਂ ਦੀ ਧੂੜ ਪੂੰਝਦਿਆਂ ਵਿਖਾਣਾ ਚਾਹੁੰਦੇ ਸਨ, ਪਰ ਇੰਦਰਾ ਜੀ ਨੇ ਪੱਕੀ ਆਵਾਜ਼ ਵਿਚ ਨਾਂਹ ਕਰ ਦਿੱਤੀ, ਕਹਿਣ ਲੱਗੇ "ਡਸਟਰ ਲੈ ਕੇ ਪੂੰਝ ਸਕਦੀ ਹਾਂ, ਆਪਣੀ ਧੋਤੀ ਦੀ ਕੰਨੀ ਨਾਲ ਨਹੀਂ...ਤਸਵੀਰ ਭਾਵੇਂ ਕਿਸੇ ਖ਼ਾਸ ਦੀ ਹੋਵੇ, ਇਹ ਸਵਾਲ ਨਹੀਂ, ਜੋ ਚੰਗੇ ਲਗਦੇ ਹਨ, ਉਹ ਹਰ ਸਮੇਂ ਖ਼ਿਆਲਾਂ ਵਿਚ ਰਹਿੰਦੇ ਹਨ, ਤਸਵੀਰਾਂ ਵਿਚ ਨਹੀਂ। ਧੋਤੀ ਦੀ ਕੰਨੀਂ ਨਾਲ ਪੂੰਝਾਂ ਤਾਂ ਫੇਰ ਮੈਨੂੰ ਧੋਤੀ ਬਦਲਣੀ ਪਵੇਗੀ, ਮੈਨੂੰ ਧੂੜ ਨਾਲ ਕੋਈ ਪਿਆਰ ਜਾਂ ਸ਼ਰਧਾ ਨਹੀਂ..."

ਠੀਕ ਹੈ, ਜੋ ਉਨ੍ਹਾਂ ਦੀ ਸੋਚ ਵਿਚ ਨਹੀਂ, ਉਹ ਕਿਸੇ ਸ਼ੌਟ ਵਿਚ ਨਹੀਂ ਔਣਾ ਚਾਹੀਦਾ। ਉਨ੍ਹਾਂ ਨੇ ਡਸਟਰ ਨਾਲ ਤਸਵੀਰਾਂ ਪੂੰਝੀਆਂ, ਤੇ ਬਾਸੂ ਦੱਾ ਨੇ ਸ਼ੌਟ ਲੈ ਲਿਆ। ਪਰ ਇਹ ਉਨ੍ਹਾਂ ਦਾ ਦ੍ਰਿਸ਼ਟੀਕੋਣ ਫਿਲਮ ਵਿਚ ਨਹੀਂ ਔਣਾ, ਤੇ ਕਈ ਕੁਝ ਜੋ ਫ਼ਿਲਮ ਵਿਚ ਨਹੀਂ ਆ ਸਕਦਾ, ਉਹਨੂੰ ਸਾਂਭਣ ਦੇ ਜਤਨ ਵਿਚ ਮੈਂ ਇਸ ਫ਼ਿਲਮ ਦਾ ਮਾਹੌਲ ਤੇ ਇਸ ਦਾ ਤਿਆਰੀ-ਵੇਲਾ ਲਿਖਦੀ ਰਹੀ।

ਇਕ ਸ਼ੂਟਿੰਗ ਵੇਲੇ ਮੈਂ ਉਨ੍ਹਾਂ ਨੂੰ ਪੁੱਛਿਆ ਸੀ "ਇੰਦਰਾ ਜੀ! ਤੁਹਾਡਾ ਔਰਤ ਹੋਣਾ, ਕਦੇ ਤੁਹਾਡੇ ਕੰਮਾਂ ਵਿਚ ਲੋਕਾਂ ਨੇ ਅਟਕਾਇਆ ਹੈ?" ਤਾਂ ਉਨ੍ਹਾਂ ਦਾ ਜਵਾਬ ਸੀ—ਇਹਦੇ ਕੁਝ ਐਡਵਾਂਟੇਜਿਜ਼ ਵੀ ਹੁੰਦੇ ਹਨ, ਕੁਝ ਡਿਸਐਡਵਾਂਟੇਜਿਜ਼ ਵੀ, ਪਰ ਮੈਂ ਕਦੇ ਇਹਦੇ ਤੇ ਗ਼ੌਰ ਨਹੀਂ ਕੀਤਾ। ਔਰਤ ਮਰਦ ਦੇ ਵਿਤਕਰੇ ਤੋਂ ਬਿਨਾਂ ਮੈਂ ਆਪਣੇ ਆਪ ਨੂੰ ਹਮੇਸ਼ਾਂ ਇਨਸਾਨ ਸੋਚਿਆ ਹੈ। ਸ਼ੁਰੂ ਤੋਂ ਜਾਣਦੀ ਸਾਂ ਕਿ ਮੈਂ ਹਰ ਚੀਜ਼ ਦੇ ਕਾਬਿਲ ਹਾਂ, ਕੋਈ ਸਮੱਸਿਆ ਹੋਵੇ, ਮਰਦਾਂ ਤੋਂ ਵੱਧ ਚੰਗੀ ਤਰ੍ਹਾਂ ਸੁਲਝਾ ਸਕਦੀ ਹਾਂ, ਸਿਵਾਇ ਇਸ ਦੇ ਕਿ ਜਿਸਮਾਨੀ ਤੌਰ ਤੇ ਬਹੁਤਾ ਵਜ਼ਨ ਨਹੀਂ ਚੁੱਕ ਸਕਦੀ, ਹੋਰ ਹਰ ਗੱਲ ਵਿਚ ਹਰ ਤਰ੍ਹਾਂ ਕਾਬਿਲ ਹਾਂ, ਇਸ ਲਈ ਮੈਂ ਆਪਣੇ ਔਰਤ ਹੋਣ ਨੂੰ, ਕਦੇ ਕਿਸੇ ਘਾਟ ਦੇ ਪਹਿਲੂ ਤੋਂ ਨਹੀਂ ਸੋਚਿਆ...ਜਿਨ੍ਹਾਂ ਨੇ ਸ਼ੁਰੂ ਵਿਚ ਮੈਨੂੰ ਸਿਰਫ ਔਰਤ ਸੋਚਿਆ ਸੀ, ਮੇਰੀ ਤਾਕਤ ਨੂੰ ਨਹੀਂ ਸੀ ਪਛਾਣਿਆ, ਇਹ ਉਨ੍ਹਾਂ ਦੀ ਸੋਚ ਸੀ, ਮੇਰੀ ਨਹੀਂ....ਲੋਕ ਕੁਝ ਗੱਲਾਂ ਕਰਦੇ ਹੋਣਗੇ, ਬਹੁਤੀਆਂ ਤਾਂ ਮੇਰੇ ਤੱਕ ਪਹੁੰਚਦੀਆਂ ਹੀ ਨਹੀਂ, ਜੋ ਪਹੁੰਚਦੀਆਂ ਹਨ, ਉਨ੍ਹਾਂ ਦੀ ਮੈਂ ਕੋਈ ਵੁੱਕਤ ਨਹੀਂ ਸਮਝਦੀ"

ਦ੍ਰਿਸ਼ਟੀਕੋਣ ਮੇਰਾ ਵੀ ਇਹੀ ਸੀ, ਪਰ ਇੰਦਰਾ ਜੀ ਵਾਸਤੇ ਜੋ ਮਨ ਦੀ ਸਹਜ ਅਵਸਥਾ ਹੈ, ਮੇਰੇ

ਵਰਗੇ ਸਧਾਰਣ ਇਨਸਾਨ ਲਈ ਇਕ ਉਸ ਮੰਜ਼ਲ ਵਾਂਗ ਸੀ, ਜਿਹਦਾ ਰਾਹ ਬੜਾ ਦੁਸ਼ਵਾਰ ਸੀ। ਚਿਰਾਂ ਦੀ ਗੱਲ ਹੈ, ਜਦੋਂ ਪਟੇਲ ਨਗਰ ਦੇ ਮਕਾਨ ਵਿਚ ਅਜੇ ਬਿਜਲੀ ਨਹੀਂ ਸੀ, ਤੇ ਮੈਂ ਦਿੱਲੀ ਰੇਡੀਓ ਤੇ ਨੌਕਰੀ ਕਰਦੀ ਸਾਂ। ਗਵਾਂਢੀਆਂ ਦੇ ਘਰ ਇਕ ਰੇਡੀਓ ਸੀ, ਜੋ ਬੈਟਰੀ ਨਾਲ ਚਲਦਾ ਸੀ, ਤੇ ਮੇਰੇ ਦੋਵੇਂ ਛੋਟੇ ਬੱਚੇ ਉਥੇ ਚਲੇ ਜਾਂਦੇ ਸਨ, ਸ਼ਾਮ ਨੂੰ ਮੇਰੀ ਆਵਾਜ਼ ਸੁਨਣ ਲਈ। ਪਰ ਇਕ ਦਿਨ ਮੈਂ ਰਾਤੀ ਜਦੋਂ ਘਰ ਆਈ, ਤਾਂ ਮੇਰਾ ਪੁੱਤਰ ਮੈਨੂੰ ਕਹਿਣ ਲੱਗਾ—ਮਾਮਾ! ਇਕ ਗੱਲ ਮੰਨੋਗੇ? ਤੁਸੀ ਭੋਲੂ ਦੇ ਰੇਡੀਓ ਤੇ ਨਾ ਬੋਲਿਆ ਕਰੋ!

ਪਤਾ ਲੱਗਾ ਕਿ ਮੇਰੇ ਪੁੱਤਰ ਨਾਲ ਭੋਲੂ ਦੀ ਲੜਾਈ ਹੋ ਗਈ ਸੀ, ਤੇ ਜਿਹਦੇ ਘਰ ਉਹ ਨਹੀਂ ਸੀ ਜਾ ਸਕਦਾ, ਉੱਥੇ ਮੇਰੀ ਆਵਾਜ਼ ਵੀ ਨਹੀਂ ਸੀ ਜਾਣੀ ਚਾਹੀਦੀ।

ਉਦੋਂ ਆਪਣੇ ਚਹੁੰ ਵਰ੍ਹਿਆਂ ਦੇ ਪੁੱਤਰ ਦੀ ਇਸ ਗੱਲ ਤੇ ਹਾਸਾ ਆਇਆ ਸੀ, ਪਰ ਅੱਜ ਇਹ ਯਾਦ ਆਈ ਹੈ ਤਾਂ ਹੱਸ ਨਹੀਂ ਸਕਦੀ। ਸੋਚਦੀ ਹਾਂ—ਕਾਸ਼ ਮੇਰੀ ਇਹ ਕਿਤਾਬ ਵੀ ਉਨ੍ਹਾਂ ਦੇ ਹੱਥਾਂ ਵਿਚ ਨਾ ਜਾਵੇ, ਜਿਨ੍ਹਾਂ ਨੇ ਇਹਦੇ ਅੱਖਰ ਅੱਖਰ ਨੂੰ ਰੋਲਣਾ ਹੈ....

ਜਾਣਦੀ ਹਾਂ—ਕੋਈ ਲੇਖਕ ਲੁਕਾਈ ਦੇ ਦੁੱਖਾਂ ਨੂੰ ਗਲ ਨਾਲ ਲਾ ਕੇ ਵੀ, ਲੁਕਾਈ ਦਾ ਕੁਝ ਨਹੀਂ ਸੁਆਰ ਸਕਦਾ। ਆਵਾਜ਼ਾਂ ਉਸੇ ਤਰ੍ਹਾਂ ਹੋਠਾਂ ਉੱਤੇ ਚੀਕਾਂ ਬਣਦੀਆਂ ਰਹਿੰਦੀਆਂ ਹਨ, ਤੇ ਸੁਪਨੇ ਉਸੇ ਤਰ੍ਹਾਂ ਛਾਤੀਆਂ ਵਿਚ ਸਿਸਕਦੇ ਰਹਿੰਦੇ ਹਨ। ਇਸ ਲਈ ਪਾਠਕਾਂ ਦੇ ਸੈਂਕੜੇ ਖ਼ਤਾਂ ਵਿਚੋਂ ਕਿਸੇ ਖ਼ਤ ਨੂੰ ਨਹੀਂ ਦੁਹਰਾਵਾਂਗੀ, ਪਰ ਦੋ ਖ਼ਤਾਂ ਨੂੰ ਏਥੇ ਜ਼ਰੂਰ ਦਰਜ ਕਰਾਂਗੀ, ਜਿਨ੍ਹਾਂ ਨੂੰ ਮੈਂ ਅੱਖਾਂ ਨਾਲ ਲਾ ਕੇ ਰੋ ਉੱਠੀ ਸਾਂ। ਓਦੋਂ ਮੈਂ ਨਹੀਂ ਜਾਣਦੀ ਸਾਂ ਇਹ ਖ਼ਤ ਕਿੰਨ੍ਹਾਂ ਦੇ ਸਨ, ਪਰ ਜਿਨ੍ਹਾਂ ਦੇ ਵੀ ਸਨ, ਉਨ੍ਹਾਂ ਦਾ ਨਾਂ ਸੁਤੰਤਰਤਾ ਦੀ ਸਦੀਵੀ ਤੜਪ ਜਾਪਿਆ:

ਅੰਮ੍ਰਿਤਾ ਜੀ! ਮੇਰੇ ਤਮਾਮ ਸੂਰਜ ਤੁਹਾਡੇ!
ਮੇਰਿਆਂ ਪੰਛੀਆਂ ਦੀ ਸ਼ਾਮ ਵੀ ਚੁਰਾ ਲਈ ਗਈ। ਅੱਜ ਦੁੱਖ ਵੀ ਰੁੱਸ ਗਿਆ ਹੈ।
ਕਹਿੰਦੇ ਨੇ—ਫ਼ੈਸਲੇ ਕਦੀ ਫਾਸਲਿਆਂ ਦੇ ਸਪੁਰਦ ਨਾ ਕਰਨਾ
ਮੈਂ ਤੇ ਫ਼ਾਸਲਾ ਅੱਜ ਤੱਕ ਨਹੀਂ ਵੇਖਿਆ।
ਇਹ ਕਹੀਆਂ ਆਵਾਜ਼ਾਂ ਨੇ! ਜਿਵੇਂ ਰਾਤ ਸੜੇ ਹੋਏ ਕੱਪੜਿਆਂ ਵਿਚ ਘੁੰਮ ਰਹੀ ਹੈ।
ਜਿਵੇਂ ਕਬਰ ਉਤੇ ਕੋਈ ਅੱਖਾਂ ਰੱਖ ਗਿਆ ਹੋਵੇ।
ਮੈਂ ਦੀਵਾਰ ਦੇ ਕਰੀਬ ਮੀਲਾਂ ਤੁਰੀ, ਤੇ ਇਨਸਾਨਾਂ ਤੋਂ ਆਜ਼ਾਦ ਹੋ ਗਈ।
ਮੇਰਾ ਨਾਂ ਕੋਈ ਨਹੀਂ ਜਾਣਦਾ...ਦੁਸ਼ਮਨ ਏਨੇ ਵਸੀਹ ਕਿਉਂ ਹੋ ਗਏ!
ਮੈਂ ਔਰਤ ਆਪਣੇ ਚੰਨ ਵਿਚ ਅਸਮਾਨ ਦੀ ਟਾਕੀ ਕਿਉਂ ਲਾਵਾਂ
ਮੀਲ-ਪੱਥਰ ਨੇ ਕਿਸਦਾ ਇੰਤਜ਼ਾਰ ਕੀਤਾ!
ਔਰਤ ਰਾਤ ਵਿਚ ਰਚ ਗਈ ਹੈ ਅੰਮ੍ਰਿਤਾ ਬਾਜੀ!
"ਆਖਰ ਖੁਦਾ ਆਪਣੇ ਮਨ ਵਿਚ ਕਿਉਂ ਨਹੀਂ ਰਹਿੰਦਾ"
ਅੱਗ ਪੂਰੇ ਪਿੰਡ ਨੂੰ ਛੋਹ ਗਈ ਹੈ, ਮੀਲ-ਪੱਥਰ ਮੀਲਾਂ ਤੁਰਦਾ ਹੈ ਤੇ ਖੜਾ ਹੈ
ਮੇਰੀ ਅੱਗ ਵਿਚ ਇਕ ਚੰਨ ਹੈ, ਤੇ ਮੈਂ ਨੰਗੀ ਅੱਖ ਨਾਲ ਮਰਦ ਕਮਾਂਦੀ ਹਾਂ
ਪਰ ਮੇਰੀ ਰਾਤ ਮੇਰੇ ਤੋਂ ਪਹਿਲਾਂ ਜਾਗ ਪਈ ਹੈ,
ਮੈਂ ਅਸਮਾਨ ਵੇਚ ਕੇ ਚੰਨ ਨਹੀਂ ਕਮਾਂਦੀ।

ਕਦਮ ਕਦਮ ਤੇ ਘੁੰਡ ਦੀ ਫਰਮਾਇਸ਼ ਹੈ, ਪਰ ਮੇਰੇ ਨਜ਼ਦੀਕ ਸ਼ਰਮ ਇਕ ਹਨੇਰਾ ਹੈ
ਜਿਸਮ ਤੋਂ ਇਲਾਵਾ ਮੈਂ ਸ਼ੇਅਰ ਵੀ ਕਹਿੰਦੀ ਹਾਂ
ਸ਼ਹਿਵਤ ਵਿਚ ਮੋਏ ਹੋਏ ਲੋਕ ਮੈਨੂੰ ਦਾਦ ਦੇਂਦੇ ਹਨ, ਤਾਂ ਮੇਰੇ ਗੁਨਾਹ ਜਲ ਉਠਦੇ ਹਨ
ਹਜ਼ਾਰ ਅੱਖਾਂ ਇਕ ਅੱਖ ਦੇ ਗੁਨਾਹ ਗਿਣਵਾਂਦੀਆਂ ਹਨ
ਧੁੱਪ ਨੂੰ ਅੱਗ ਲੱਗੀ, ਕੱਪੜੇ ਕਿੱਥੇ ਸੁਕਾਵਾਂ
ਚਿੰਗਾਰੀਆਂ ਦੇ ਮੁਕੱਦਰ ਵਿਚ ਅੱਗ ਜ਼ਰੂਰ ਲਗਦੀ ਹੈ ...

ਅੰਮ੍ਰਿਤਾ ਬਾਜੀ ! ਦਿਲ ਬਹੁਤ ਉਦਾਸ ਹੈ, ਸੋ ਤੁਹਾਡੇ ਨਾਲ ਗੁਫਤਗੂ ਕਰ ਲਈ
ਅੱਜ ਕਲ੍ਹ ਮੇਰੇ ਕੋਲ ਦੀਵਾਰਾਂ ਹਨ ਤੇ ਵਕਤ ਹੈ
ਅਸਾਂ ਤਾਂ ਤੁਹਾਡੀ ਮੁਹੱਬਤ ਵਿਚ ਹੱਦਾਂ ਗਿਣਵਾ ਦਿੱਤੀਆਂ
ਤੇ ਸਮੁੰਦਰ ਦੀ ਹਾਮੀ ਭਰ ਲਈ
ਮੌਸਮ ਦੀ ਕੈਦ ਵਿਚ ਮੇਰਾ ਲਿਬਾਸ ਕਿਉਂ ਰਹੇ, ਮੈਂ ਸਦੀਆਂ ਦੀ ਮਾਂ ਹਾਂ
ਮੇਰੀ ਰਾਤ ਵਿਚ ਦਾਗ ਸਿਰਫ ਚੰਨ ਦਾ ਹੈ, ਅੱਖਾਂ ਮੈਨੂੰ ਕਿਉਂ ਨਾਪਦੀਆਂ ਹਨ

ਕੀ ਇਨਸਾਨ ਦੇ ਜਿਸਮ ਵਿਚ ਹੀ ਸਾਰੇ ਰਾਜ਼ ਰਹਿ ਗਏ ਹਨ ?
ਦੁਆ ਜ਼ਹਿਰ ਹੋ ਜਾਏ ਤਾਂ ਖ਼ੁਦਾਵੰਦ ਦੇ ਘਰ ਬੇਟਾ ਹੁੰਦਾ ਹੈ
ਤੇ ਮੇਰੇ ਦੁੱਖ 'ਤੇ ਖ਼ੁਦਾਵੰਦ ਨੇ ਕਿਹਾ ਕਿ ਮੈਂ ਤਨਹਾ ਹਾਂ
ਮਿੱਟੀ ਬੋਲੀ ਦੇਂਦੀ ਹੈ ਮੌਸਮ ਦੀ–
ਸੱਚ ਹੈ–ਕਾਇਨਾਤ ਦੇ ਖਾਤਮੇ ਤੇ ਜੋ ਚੀਜ਼ ਰਹਿ ਜਾਏਗੀ,
ਉਹ ਸਿਰਫ ਵਕਤ ਹੋਵੇਗਾ...
ਮੈਂ ਆਪਣੇ ਰੱਬ ਦਾ ਖ਼ਿਆਲ ਹਾਂ, ਤੇ ਮੋਈ ਹੋਈ ਹਾਂ...
ਆਪਣੇ ਆਪ ਨੂੰ ਲਭਦੀ ਫਿਰਦੀ ਇਕ ਆਵਾਜ਼ ਦਾ ਖ਼ਤ–ਅੰਮ੍ਰਿਤਾ ਦੇ ਨਾਂ !

ਪੰਜਾਬ ਦੀਆਂ ਧੀਆਂ ਨੂੰ ਰੋਂਦਿਆਂ ਵੇਖ ਕੇ ਵਾਰਿਸ ਸ਼ਾਹ ਨੂੰ ਵਾਜਾਂ ਮਾਰਨ ਵਾਲੀਏ ! ਸੁਣ ਅੱਜ ਮੇਰੀ ਗੱਲ। ਪੁਲਾਂ ਦੇ ਥੱਲਿਓਂ ਬੇਹਿਸਾਬ ਪਾਣੀ ਲੰਘ ਗਿਆ, ਪਰ ਅਜੇ ਤਾਈਂ ਗੱਲ ਨਹੀਂ ਮੁੱਕੀ। ਅੱਜ ਤਾਈਂ ਮੋਇਆਂ ਦੀਆਂ ਕਬਰਾਂ ਕਦੇ ਨਹੀਂ ਜਾਗੀਆਂ। ਮੈਂ ਪੁੱਛਾਂ ਤੇਰੇ ਨਾਲੋਂ ਵੱਧ ਕੇ ਜੀਊਂਦਾ ਕੌਣ ਏ ! ਤੂੰ ਆਪੇ ਵਾਰਿਸ ਕਿਉਂ ਨਾ ਬਣੀ ? ਉਹ ਜਿਹੜੀ ਕਹਾਣੀ ਅੱਜ ਤਾਈਂ ਸੋਗ ਦਾ ਚੋਲਾ ਪਾ ਕੇ ਬੈਠੀ, ਕਿਸੇ ਕਲਮ ਵਾਲੇ ਦੀ ਰਾਹ ਤੱਕ ਰਹੀ ਏ, ਵਾਰਿਸ ਸ਼ਾਹ ਦੀ ਗੱਦੀ ਤਾਂ ਹਾਲੇ ਵੀ ਸੁੰਨੀ ਪਈ ਏ। ਹੀਰ ਦੇ ਮਜ਼ਾਰ ਦੀ ਬੇਰੀ ਤੇ ਪਰਾਂਦੇ ਦਾ ਧਾਗਾ ਬੰਨ੍ਹ ਕੇ, ਰਾਂਝੇ ਨੂੰ ਉਡੀਕਣ ਵਾਲੀਆਂ ਕੁੜੀਆਂ, ਲਾਠੀ ਟੇਕਣ ਵਾਲੀਆਂ ਬੁੱਢੀਆਂ ਹੋ ਗਈਆਂ ਨੇ, ਪਰ ਹੀਰ ਦੇ ਮਜ਼ਾਰ ਦੀ ਬੇਰੀ ਦੇ ਪੱਤੇ ਹਾਲੇ ਵੀ ਸਾਵੇ ਤੇ ਕੂਲੇ ਨੇ।

ਦੂਜੇ ਪਾਸੇ ਦੇਸ ਦੀਆਂ ਹੀਰਾਂ ਭਰ ਭਰ ਪਿਆਲੇ ਜ਼ਹਿਰ ਪੀਂਦੀਆਂ, ਤੇ ਚੀਕਾਂ ਸੀਨੇ ਵਿਚ ਡੱਕ ਕੇ, ਖੇੜਿਆਂ ਦੀ ਡੋਲੀ ਚੜ੍ਹ ਜਾਂਦੀਆਂ ਨੇ। ਦਿੱਲੀ ਦੀਆਂ ਗਲੀਆਂ ਵਿਚ ਖੋ ਜਾਣ ਵਾਲੀਏ। ਅਸੀ ਤੇਰੇ ਤੋਂ ਬੜੀਆਂ ਆਸਾਂ ਲਾਈਆਂ ਸਨ। ਕਿਉਂ ਜੁ ਤੇਰੇ ਪਾਸੇ ਦੀਆਂ ਹੀਰਾਂ ਨੂੰ ਰੋਣ ਤੋਂ ਕੋਈ ਨਹੀਂ ਡਕਦਾ। ਤੱਕ ਆ ਕੇ ਆਪਣੇ ਪੇਕੇ ਪੰਜਾਬ ਦਾ ਹਾਲ। ਅੱਜ ਏਥੇ ਚਾਰੇ ਪਾਸੇ ਕੈਦੋ ਖੜੇ ਨੇ। ਤੇ ਘੇਰੇ ਵਿਚ ਰਾਂਝਾ ਕੱਲਮਕੱਲਾ।

ਅੱਜ ਫੇਰ ਏਸ ਧਰਤੀ ਦੇ ਮਿਰਜ਼ੇ ਜੱਟ ਦੇ ਸਾਰੇ ਤੀਰ ਗੁਆਚ ਗਏ ਨੇ। ਅੱਜ ਫੇਰ ਏਥੇ ਸਾਹਿਬਾਂ ਦੀ ਡੋਲੀ ਲੁੱਟੀ ਗਈ ਏ। ਅੱਜ ਫੇਰ ਤੋਂ ਰਾਤਾਂ ਬੜੀਆਂ ਹਨੇਰੀਆਂ ਨੇ, ਤੇ ਝਨਾਂ ਦੇ ਪਾਣੀ ਤੂਫ਼ਾਨੀ। ਸੋਹਣੀ ਦੇ ਹੱਥ ਵਿਚ ਕੀ ਏ ? ਇਕ ਕੱਚਾ ਘੜਾ ? ਪਰ ਸੋਹਣੀ ਨੇ ਦਰਿਆ ਵਿਚ ਉਤਰਨਾ ਵੀ ਜ਼ਰੂਰ ਏ।

ਦੇਖ ਅੰਮ੍ਰਿਤਾ ! ਅੱਜ ਫੇਰ ਤੇਰੇ ਪੰਜਾਬ ਦੀ ਤਵਾਰੀਖ ਔਖੇ ਔਖੇ ਸਾਹ ਪਈ ਲੈਂਦੀ ਏ। ਅੱਜ ਫੇਰ ਉਹੋ ਕੁਝ ਹੋਇਆ, ਜਿਹੜਾ ਸਦੀਆਂ ਪਹਿਲੋਂ ਹੋਇਆ ਸੀ। ਤੇ ਉਸ ਵੇਲੇ, ਜਦੋਂ ਤੂੰ ਜਲਾਵਤਨ ਹੋਈ ਸੈਂ, ਤੇ ਮੈਂ ਆਪਣੇ ਘਰ ਨੂੰ ਅੱਗ ਲੱਗੀ ਵੇਖੀ ਸੀ। ਅੱਜ ਫੇਰ ਜਰਵਾਣਿਆਂ ਅੱਤ ਚੁੱਕੀ ਹੋਈ ਏ। ਤੇ ਨਿਹੱਥਿਆਂ ਨੂੰ ਬਚਾਉਣ ਵਾਲਾ ਕੋਈ ਨਹੀਂ।

ਅੱਜ ਫੇਰ ਕਿਸੇ ਮੁਗਲੀਏ ਨੇ ਦੁੱਲੇ ਭੱਟੀ ਦਾ ਘਰ ਸਾੜ ਸੁੱਟਿਆ ਏ, ਤੇ ਮਾਂ ਲੱਧ਼ੀ ਦੇ ਹੱਥ ਰੱਸੀਆਂ ਨਾਲ ਬੰਨ੍ਹ ਦਿਤੇ ਨੇ। ਅੱਜ ਫੇਰ—ਹਾਂ ਅੱਜ ਫੇਰ—ਕਾਤਲ ਔਰੰਗਜ਼ੇਬ ਦਾ ਡਾਕੂ ਲਸ਼ਕਰ, ਸੱਚ ਆਖਣ ਵਾਲੇ ਤੇ ਪਿਆਰ ਦੇ ਗੀਤ ਗੌਣ ਵਾਲੇ ਗੁਰੂਆਂ ਨੂੰ ਦੇਗਾਂ ਵਿਚ ਪਾ ਕੇ ਉਬਾਲ ਰਹੇ ਨੇ... ਤਵਾਰੀਖ਼ ਮੁੜ ਮੁੜ ਪਿੱਛੇ ਤਕਦੀ ਏ। ਨਹੀਂ ਪਿੱਛੇ ਨਹੀਂ, ਉਹ ਅੱਗੇ ਸਾਡੇ ਵਲ ਤਕਦੀ ਏ—ਤੇਰੇ ਵਲ ਤੇ ਮੇਰੇ ਵੱਲ...

ਮੈਂ ਕੌਣ ਹਾਂ ? ਤੇ ਤੂੰ ਕੌਣ ਏਂ ? ਮੈਂ ਇਕ ਗੁਆਚੀ ਵਾਜ ਤੋਂ ਅੱਗੇ ਕੁਝ ਨਹੀਂ। ਪਰ ਤੂੰ ਕਲਮ ਦੀ ਮਲਕਾ ਰਾਣੀ ! ਤੂੰ ਆਪਣੇ ਆਪ ਨੂੰ ਲੱਭ ਕੇ ਬੈਠੀ ਏਂ। ਪਰ ਇਕ ਗੱਲ ਦੱਸ ਮੈਨੂੰ ! ਮੇਰੀ ਗੱਲ ਤਾਂ ਹੋਰ ਏ, ਮੈਂ ਤਾਂ ਇਕ ਗੁਮਨਾਮ ਖ਼੍ਵਾਬ ਹਾਂ। ਤੂੰ ਝੂਠ ਦੇ ਜਬਰ ਤੇ ਚੁੱਪ ਕਿਉਂ ਵੱਟੀ ? ਤੇਰਾ ਕਿਹਾ ਅੱਖਰ ਦੁਨੀਆਂ ਧਿਆਨ ਨਾਲ ਪੜ੍ਹਦੀ ਏ। ਤੂੰ ਔਰੰਗਜ਼ੇਬਾਂ ਦੀ ਤਲਵਾਰ ਦੇ ਥੱਲੇ ਤੜਫਦੀ ਧਰਤੀ ਦੀ ਤਵਾਰੀਖ਼ ਦਾ ਇਕੋ ਮਰਸੀਆ ਲਿਖ ਕੇ ਬੱਸ ਕਿਉਂ ਕੀਤੀ ?

ਝੂਠ ਦੀ ਹਕੀਕਤ ਨੂੰ ਲਿਖਾਰੀ ਬਦਲ ਨਹੀਂ ਸਕਦਾ। ਵਾਰਿਸ ਸ਼ਾਹ, ਹੀਰ ਦੀ ਤਕਦੀਰ ਬਦਲ ਨਹੀਂ ਸਕਿਆ ਸੀ, ਪਰ ਉਹਨੇ ਉਸ ਤਕਦੀਰ ਨੂੰ ਪੰਜਾਬ ਦੀ ਹੀਰ ਦਾ ਹੱਕ ਵੀ ਨਹੀਂ ਮੰਨਿਆ। ਜੇ ਉਹ ਮੰਨ ਲੈਂਦਾ ਤਾਂ ਸਾਡੇ ਵਰਗਾ ਨਾ ਹੁੰਦਾ। ਪਰ ਅਸੀ ਹਾਲੇ ਮਰ ਤਾਂ ਨਹੀਂ ਗਏ। ਚੱਲ ਮੁੜ ਕੇ ਲਿਖੀਏ ! ਸਾਰੀ ਤਵਾਰੀਖ ਦੇ ਔਖੇ ਵੇਲੇ ਮੁੜ ਕੇ ਪੜ੍ਹੀਏ ! ਤਾਂ ਮੁੜ ਕੋਈ ਸਾਡੀਆਂ ਕਬਰਾਂ ਨੂੰ ਵਾਜ ਮਾਰਣ ਵਾਲਾ ਜੰਮੇ ਤਾਂ ! ਕਬਰਾਂ ਕਦੇ ਨਹੀਂ ਜਾਗਦੀਆਂ, ਪਰ ਜੇ ਜੀਊਂਦੇ ਦਿਲ ਕਬਰਾਂ ਬਣ ਜਾਣ ਤਾਂ ਪੰਜਾਬ ਦੇ ਵਾਰਿਸ ਦੀ ਗੱਦੀ ਸੁੰਨੀ ਪਈ ਰਹਿੰਦੀ ਏ। ਫੇਰ ਤੈਨੂੰ ਪਤਾ ਏ ਕੀ ਹੁੰਦਾ ਏ ? ਕੈਦੋ ਸਾਜਿਸ਼ਾਂ ਕਰਦੇ ਕਰਦੇ ਔਰੰਗਜ਼ੇਬ ਬਣ ਜਾਂਦੇ ਨੇ। ਤੇ ਫੇਰ ਪੰਜਾਬ ਦੀ ਮਿੱਟੀ ਕਿਸ ਕਿਸ ਦੇ ਲਹੂ ਵਿਚ ਸਿੰਮਦੀ ਏ—ਅਕਬਰ ਦਾ ਪੋਤਾ, ਨਾਨਕ ਦਾ ਚੇਲਾ, ਸਿਆਲਾਂ ਦੀ ਹੀਰ, ਹਜ਼ਾਰੇ ਦਾ ਰਾਂਝਾ ਤੇ ਸਿੰਧੜੀ ਦਾ ਭੁੱਟੋ, ਤੇ ਹੋਰ ਲੱਖ ਹਜ਼ਾਰ ਖ਼੍ਵਾਬ, ਗੀਤ, ਵਾਜਾਂ, ਤੇ ਘਰੌਂਦੇ...ਫੇਰ ਕੀ ਹੁੰਦਾ ਏ ? ਤੈਨੂੰ ਤਾਂ ਚੰਗੀ ਤਰ੍ਹਾਂ ਪਤਾ ਏ—ਲੱਖਾਂ ਧੀਆਂ ਪੰਜਾਬ ਦੀਆਂ ਰੋ ਰੋ ਵਾਰਿਸ ਸ਼ਾਹ ਨੂੰ ਹਾਕਾਂ ਮਾਰਣ, ਪਰ ਵਾਰਿਸ ਸ਼ਾਹ ਕਦੇ ਕਬਰਾਂ ਵਿਚੋਂ ਨਹੀਂ ਜਾਗਦਾ। ਭਾਵੇਂ ਤੇਤੀ ਵਰ੍ਹੇ ਲੰਘ ਜਾਣ...

ਤੈਨੂੰ ਵਾਜ ਮਾਰਣ ਵਾਲੀ—ਇਕ ਧੀ ਪੰਜਾਬ ਦੀ।

ਮੇਰੇ ਵੀਰ ਸ਼ਮੀਰ

ਮੇਰੇ ਸਮਕਾਲੀ ਮੇਰੇ ਵੀਰ ਸ਼ਮੀਰ ਹਨ। ਇਹ ਸ਼ਾਇਦ ਸਾਹਿਬਾਂ ਦਾ ਇਤਿਹਾਸ ਹੈ, ਜੋ ਨਵੇਂ ਰੂਪ ਵਿਚ ਦੁਹਰਾਇਆ ਜਾ ਰਿਹਾ ਹੈ—
ਉਹੀ ਜੰਡ ਹੈ...
ਤੇ ਵਕਤ—ਮਿਰਜ਼ੇ ਦੇ ਤਰਕਸ਼ ਵਾਂਗ ਜੰਡ ਉਤੇ ਟੰਗਿਆ ਹੋਇਆ ਹੈ
ਕਿਹੜੇ ਮੀਰ ਸ਼ਿਕਾਰ ਚੜ੍ਹੇ ਹਨ ?
ਖੱਬਿਉਂ ਵੀ ਅਸਵਾਰ ਔਂਦੇ ਦਿਸਦੇ ਹਨ, ਸੱਜਿਓਂ ਵੀ
ਮੈਂ ਪੰਜਾਂ ਹਵਾਸਾਂ ਦੇ ਪੰਜੇ ਪੀਰ ਮਨਾ ਕੇ ਧੁਰਾਂ ਦੇ ਇਸ਼ਕ ਵਲ ਵੇਖਦੀ ਹਾਂ
ਤੇ ਘੋੜਿਆਂ ਦੀਆਂ ਟਾਪਾਂ ਪਛਾਣਦੀ ਹਾਂ
ਉਹਨਾਂ ਦੇ ਖੁਰਾਂ ਵਿਚੋਂ ਨਿਕਲਦੇ ਚੰਗਿਆੜੇ ਵੀ
ਉਹੀ ਸਿਆਲਾਂ ਦੀਆਂ ਆਦਮ ਖਾਣੀਆਂ ਘੋੜੀਆਂ.ਹਨ
ਤੇ ਉਹਨਾਂ ਉਤੇ ਅਸਵਾਰ ਮੇਰੇ ਵੀਰ ਸ਼ਮੀਰ...
ਪੀਲੂ ਨੇ ਸੱਚ ਆਖਿਆ ਸੀ—
ਕਿ ਉਹਨਾਂ ਦੇ ਹੱਥੀਂ ਰੰਗਲੀਆਂ ਤੇਗਾਂ ਫੜੀਆਂ ਹੋਈਆਂ ਹਨ
ਤੇ ਪੀਲੂ ਦਾ ਇਹ ਸੱਚ—
ਮਿਰਜ਼ੇ ਦੇ ਤਰਕਸ਼ ਵਾਂਗ ਅੱਜ ਵੀ ਜੰਡ ਉਤੇ ਟੰਗਿਆ ਹੋਇਆ ਹੈ... ....
ਅੱਜ ਵੇਖਦੀ ਹਾਂ ਕਿ ਤੇਗਾਂ ਦੇ ਲੋਹੇ ਵਾਂਗ—
ਮੇਰੇ ਵੀਰਾਂ ਸ਼ਮੀਰਾਂ ਦੀਆਂ ਜੀਭਾਂ ਸਾਨ ਉਤੇ ਚੜ੍ਹੀਆਂ ਹੋਈਆਂ ਹਨ
ਉਹਨਾਂ ਦੀਆਂ ਅੱਖਾਂ ਵਿਚ ਵੀ ਲੋਹਾ ਲਿਸ਼ਕਦਾ ਹੈ
ਉਹਨਾਂ ਦੇ ਹੱਥਾਂ ਵਿਚ ਫੜੇ ਹੋਏ ਕਾਗ਼ਜ਼ ਲੋਹੇ ਦੇ ਪੱਤਰਿਆਂ ਵਾਂਗ ਖੜਕਦੇ ਹਨ
ਤੇ ਕਾਗ਼ਜ਼ਾਂ ਉਤੋਂ ਅੱਖਰਾਂ ਦੇ ਚੰਗਿਆੜੇ ਨਿਕਲ ਕੇ ਵਾਵਾਂ ਵਿਚ ਡਿਗਦੇ ਹਨ

ਮੇਰਾ ਪੰਜਾਬ—ਮੇਰਾ ਖੀਵਾ ਖਾਨ ਬਾਬਲ, ਮੇਰੇ ਵੀਰਾਂ ਸ਼ਮੀਰਾਂ ਨਾਲ ਰਲ ਗਿਆ
ਤੇ ਪੰਜਾਬ ਦੀ ਮਿੱਟੀ ਤੱਤੀ ਮਾਂ ਵਾਂਗੂ ਕਲੇਜਾ ਫੜ ਕੇ ਬੈਠੀ ਹੋਈ... ....
ਪੀਲੂ ਵਾਂਗੂ ਜਹਾਨ ਜਾਣਦਾ—
ਕਿ ਰੂਹ ਦੀ ਮਸੀਤੇ ਜਦੋਂ ਪੜ੍ਹਨੇ ਪਈ ਸਾਂ
ਤੇ ਜਿਥੇ ਮੇਰਾ ਮਿਰਜ਼ਾ ਦਿਲ ਦਾ ਕੁਰਾਨ ਪੜ੍ਹਦਾ ਸੀ
ਤੇ ਜਿਥੇ ਮੈਂ ਸਦੀਆਂ ਦੀ ਪੱਟੀ ਪੋਚ ਕੇ ਸੋਚ ਦੀ ਕਾਨੀ ਫੜੀ ਸੀ
ਉਥੇ ਮੈਨੂੰ ਕਾਜ਼ੀਆਂ ਦੀਆਂ ਛਮਕਾਂ ਪਈਆਂ ਸਨ...
ਤੇ ਵੇਹੜੇ ਵਿਚ ਖੇਡਦੇ ਮੇਰੇ ਵੀਰਾਂ ਸ਼ਮੀਰਾਂ ਨੇ—
ਹੋਠਾਂ ਵਿਚ ਗਾਲ੍ਹਾਂ ਤੇ ਪੱਗਾਂ ਵਿਚ ਫਤਵੇ ਟੁੰਗ ਲਏ ਸਨ
ਤੇ ਉਹ ਗਾਲ੍ਹਾਂ ਤੇ ਉਹ ਫਤਵੇ ਅੱਜ ਵੀ ਪਿੰਡ ਦੇ ਪਰ੍ਹੇ ਵਿਚ ਪਏ ਹੋਏ ਹਨ.... ....

ਵਰ੍ਹਿਆਂ ਦੀਆਂ ਟਿੰਡਾਂ ਗਿੜਦੀਆਂ ਰਹੀਆਂ
ਪੀਲੂ ਉਸੇ ਤਰ੍ਹਾਂ ਖੂਹ ਤੇ ਬੈਠਾ ਤਦਬੀਰਾਂ ਕਰਦਾ ਰਿਹਾ

ਤੇ ਆਖਦਾ ਰਿਹਾ—ਬੁਰੇ ਸਿਆਲਾਂ ਦੇ ਮਾਮਲੇ...
ਤੇ ਉਹਦੇ ਬੋਲ ਅੱਜ ਵੀ ਪਾਣੀਆਂ ਵਿਚ ਵਗਦੇ ਪਏ... ....
ਅੱਜ ਵੀ ਉਹੀ ਉਜਾੜਾਂ—ਤੇ ਉਜਾੜਾਂ ਵਿਚ ਉੱਗੀ ਹੋਈ ਜੰਡ ਹੈ ....
ਧਰਤੀ ਉਸੇ ਤਰ੍ਹਾਂ ਤਾਂਬਾ, ਤੇ ਅਸਮਾਨ ਉਤੇ ਉਸੇ ਤਰ੍ਹਾਂ ਸਿਆਹੀ ਫਿਰੀ ਹੋਈ
ਸੱਜਿਉਂ ਵੀ ਧੂੜ ਉਡਦੀ ਦਿੱਸੇ, ਖੱਬਿਉਂ ਵੀ ਮਿੱਟੀ ਦੇ ਗੁਬਾਰ ਦਿੱਸਣ
ਮੇਰੇ ਵੀਰਾਂ ਸ਼ਮੀਰਾਂ ਦੀ ਅੱਜ ਵੀ ਧਾੜ ਚੜ੍ਹੀ ਹੋਈ
ਤੇ ਉਹਨਾਂ ਦੇ ਬੋਲਾਂ ਨੂੰ ਲੂਤੀਆਂ ਲੱਗੀਆਂ ਹੋਈਆਂ... ....

ਮੈਂ ਪੰਜਾਂ ਹਵਾਸਾਂ ਦੇ ਪੰਜੇ ਪੀਰ ਮਨਾ ਕੇ ਜੰਡ ਵਲ ਵੇਖਦੀ ਹਾਂ
ਜੰਡ ਦੇ ਪੱਤੇ ਹਰੇ ਹੋ ਕੇ ਹੱਸਦੇ ਹਨ—"ਮਿਰਜ਼ੇ ਦੀ ਮੌਤ ਮੌਤ ਨਹੀਂ ਹੁੰਦੀ
ਤਾਹੀਏਂ ਤਾਂ ਮਿਰਜ਼ਾ ਹਰ ਕਾਲ ਜੰਮਦਾ, ਤਾਹੀਏਂ ਤਾਂ ਸਾਹਿਬਾਂ ਹਰ ਕਾਲ ਹੁੰਦੀ
ਤੇ ਸਾਹਿਬਾਂ ਭੋਲੀਏ ! ਮੈਂ ਮਿਰਜ਼ੇ ਦਾ ਤਰਕਸ਼ ਮਿਰਜ਼ੇ ਦੀ ਅਮਾਨਤ ਰਖਿਆ..." ....
ਤੇ ਪੀਲੂ ਸ਼ਾਇਰ ਫੇਰ ਮੇਰੇ ਵੀਰਾਂ ਸ਼ਮੀਰਾਂ ਦੇ ਕਿੱਸੇ ਨੂੰ ਲਿਖਦਾ ਪਿਆ...

ਇੱਕ ਘਟਨਾ

ਕਈ ਗੱਲਾਂ ਰਗ਼ਾਂ ਵਿਚ ਪਈਆਂ ਹੋਈਆਂ ਵੀ, ਲਿਖਣੋਂ ਰਹਿ ਜਾਂਦੀਆਂ ਹਨ। ਰਸੀਦੀ ਟਿਕਟ ਵਿਚ ਪਹਿਲੋਂ ਬਹੁਤ ਕੁਝ ਦਰਜ ਕੀਤਾ ਸੀ, ਪਰ ਕੁਝ ਗੱਲਾਂ ਸਨ, ਜੋ ਚੇਤਿਉਂ ਲਾਂਭੇ ਹੋ ਗਈਆਂ। ਸ਼ਾਇਦ ਇਸ ਲਈ—ਕਿ ਉਹ ਵਜੂਦ ਵਿਚ ਏਨੀਆਂ ਵੱਸ ਗਈਆਂ ਸਨ ਕਿ ਚੇਤਾ ਵੀ ਉਨ੍ਹਾਂ ਨੂੰ ਵੱਖਰੇ ਤੌਰ ਤੇ ਪਛਾਣ ਨਹੀਂ ਸਕਿਆ।

ਇਕ ਘਟਨਾ ਇਹ ਸੀ—ਕਿ ਜਦੋਂ ਪੰਜਾਂ ਕੁ ਵਰਿਆਂ ਦੀ ਸਾਂ, ਮੇਰੇ ਪਿਤਾ ਨੇ ਮੇਰੇ ਕੋਲੋਂ ਬਉਲੀ ਸਾਹਿਬ ਗੁਰਦਵਾਰੇ ਵਿਚ—ਅਰਦਾਸ ਕਰਵਾਈ ਸੀ। ਭਰੀ ਸੰਗਤ ਵਿਚ।

ਘਰ ਵਿਚ ਉਹ ਅਰਦਾਸ ਦਾ ਹਰਫ਼ ਹਰਫ਼ ਕਈ ਦਿਨ ਚੇਤੇ ਕਰਵਾਂਦੇ ਰਹੇ ਸਨ, ਤੇ ਤਾਕੀਦ ਕੀਤੀ ਸੀ "ਬਸ ਹੱਥ ਜੋੜ ਕੇ ਹਜੂਰੀ ਵਿਚ ਖਲੋ ਜਾਣਾ ਹੈ। ਅੱਖਾਂ ਮੀਟ ਲੈਣੀਆਂ ਹਨ। ਹਰ ਪਾਸੇ ਲੋਕ ਹੋਣਗੇ, ਪਰ ਤੂੰ ਕਿਸੇ ਵਲ ਵੇਖਣਾ ਨਹੀਂ। ਉਨ੍ਹਾਂ ਨੂੰ ਸੋਚਣਾ ਵੀ ਨਹੀਂ ਕਿ ਲੋਕ ਤੈਨੂੰ ਕਿਵੇਂ ਵੇਖ ਰਹੇ ਹਨ। ਸਾਰਾ ਧਿਆਨ ਅਰਦਾਸ ਵਿਚ ਰੱਖਣਾ ਹੈ। ਆਪਣੇ ਮੂੰਹ ਧਿਆਨ ਹੋ ਕੇ ਬੋਲਣਾ ਹੈ। ਇਸ ਤਰ੍ਹਾਂ ਤੈਨੂੰ ਕੋਈ ਹਰਫ਼ ਨਹੀਂ ਭੁੱਲੇਗਾ।"

ਜਾਪਦਾ ਹੈ—ਇਹ ਛੋਟੀ ਜਹੀ ਗੱਲ ਮੇਰੀਆਂ ਰਗਾਂ ਵਿਚ ਉਤਰ ਗਈ। ਸਾਰੀ ਜ਼ਿੰਦਗੀ ਧਿਆਨ ਆਪਣੇ ਲਫ਼ਜ਼ਾਂ ਨਾਲ ਜੁੜਿਆ ਰਿਹਾ। ਜਿਸ ਵੇਲੇ, ਜੋ ਲਿਖ ਰਹੀ ਹੁੰਦੀ ਹਾਂ, ਪੂਰੀ ਦੀ ਪੂਰੀ ਉਹਦੇ ਵਿਚ ਸਮਾਈ ਹੋਈ ਹੁੰਦੀ ਹਾਂ। ਕਦੇ ਖ਼ਿਆਲ ਨਹੀਂ ਆਇਆ—ਕਿ ਲੋਕ ਇਹਨੂੰ ਪੜ੍ਹ ਕੇ ਕੀ ਆਖਣਗੇ !

ਨਿੰਦਾ ਉਸਤਤ ਕੀ ਹੁੰਦੀ ਹੈ, ਉਸ ਉਮਰ ਵਿਚ ਮੈਂ ਨਹੀਂ ਸਾਂ ਜਾਣਦੀ। ਪਰ ਮੇਰੇ ਪਿਤਾ ਜਾਣਦੇ ਸਨ। ਪਤਾ ਨਹੀਂ ਇਹ ਉਨ੍ਹਾਂ ਦੀ ਦੂਰ ਅੰਦੇਸ਼ੀ ਸੀ ਜਾਂ ਕੁਦਰਤ ਦਾ ਕੋਈ ਕਰਮ, ਜਿਹਨੇ ਮੇਰੇ ਵਜੂਦ ਵਿਚ ਉਹ ਕਣੀ ਪਾ ਦਿੱਤੀ—ਕਿ ਫੇਰ ਨਿੰਦਾ ਉਸਤਤ ਦੀਆਂ ਵੱਡੀਆਂ

ਵਾਰਦਾਤਾਂ ਵਿਚੋਂ ਗੁਜ਼ਰਨ ਵੇਲੇ ਵੀ, ਮਨ ਥਾਵੇਂ ਪਾਂਦੀ ਰਹੀ। ਜੇ ਘੜੀ ਡੋਲਿਆ ਵੀ, ਤਾਂ ਅਗਲੇ ਪਲ ਥਾਵੇਂ ਹੋ ਗਿਆ।

ਜਾਪਦਾ ਹੈ—ਇਹੀ ਅਮਲ ਮੇਰੇ ਅੰਦਰ ਖੋਰੇ ਵੱਸ ਗਿਆ ਕਿ 26-27 ਨਵੰਬਰ 1987 ਦੀ ਰਾਤ ਆਪਣੀ ਇਕ ਕਾਇਆ ਵੇਖੀ ਸੀ, ਜੋ ਇਸ ਜਨਮ ਦੀ ਹੈ, ਤੇ ਨਾਲ ਹੀ ਆਪਣੀ ਇਕ ਹੋਰ ਕਾਇਆ ਵੇਖੀ, ਜੋ ਪੂਰਵਜਨਮ ਦੀ ਸੀ। ਉਸ ਵੇਲੇ ਮੈਂ ਦੋਹਾਂ ਨੂੰ ਵੇਖ ਰਹੀ ਸਾਂ, ਤੇ ਸੋਚ ਰਹੀ ਸਾਂ—ਹੁਣ ਮੈਂ ਇਹਨਾਂ ਤੋਂ ਬਾਹਰ ਹਾਂ—ਸਿਰਫ਼ ਇਕ ਦਰਸ਼ਕ...

ਦਰਸ਼ਕ ਹੋ ਸੱਕਣ ਵਾਲੀ ਗੱਲ ਆਪਣੀ ਪੂਰੀ ਸ਼ਿੱਦਤ ਨਾਲ ਜਿਨ੍ਹਾਂ ਪਲਾਂ ਵਿਚ ਵਾਪਰਦੀ ਹੈ, ਉਹ ਪਲ, ਕਿਸੇ ਸ਼ਾਹ ਮੁਰਾਦ ਦੇ ਮਨ ਵਰਗੇ ਹੁੰਦੇ ਹਨ, ਪਰ...ਏਸ ਪਰ ਦੀ ਥਾਹ ਨਹੀਂ ਪੈਂਦੀ। ਫੇਰ ਕੋਈ ਸ਼ਾਹ ਘਟਾ ਉਠ ਪੈਂਦੀ ਹੈ—ਖ਼ਾਸ ਕਰ ਉਦੋਂ ਤੋਂ ਉਠ ਰਹੀ ਹੈ, ਜਦੋਂ ਦਾ ਪਤਾ ਲੱਗਾ ਹੈ ਕਿ "ਕਿਸੇ" ਨੂੰ ਮੇਰੇ ਕਤਲ ਦਾ ਖ਼ਬਤ ਮੱਲ ਕੇ ਬੈਠਾ ਹੋਇਆ ਹੈ। ਮੇਰੇ ਚੇਤਨ ਮਨ ਨੇ ਏਸ ਹੋਣੀ ਨੂੰ ਵੀ ਕਬੂਲ ਲਿਆ ਹੋਇਆ ਹੈ, ਪਰ ਵੇਖ ਸਕਦੀ ਹਾਂ—ਅਜੇ ਮੇਰਾ ਅਚੇਤ ਮਨ, ਮੇਰੇ ਚੇਤਨ ਮਨ ਨਾਲ ਰਾਜ਼ੀ ਨਹੀਂ ਹੁੰਦਾ ਪਿਆ—ਉਹਦੇ ਆਖੇ ਤੋਂ ਬਾਹਰ ਹੋ ਹੋ ਜਾਂਦਾ ਹੈ...

ਹਥਿਆਰਾਂ ਦੀ ਛਾਵੇਂ

ਮੈਂ ਆਪਣੇ ਪਿਤਾ ਨੂੰ ਦਾਰਜੀ ਬੁਲਾਂਦੀ ਸਾਂ। ਨਿੱਕੀ ਹੁੰਦੀ ਤੋਂ ਵੇਖ ਰਹੀ ਸਾਂ ਕਿ ਉਹ ਕਿਤਾਬਾਂ ਵਿਚ ਸੌਂਦੇ, ਕਿਤਾਬਾਂ ਵਿਚ ਜਾਗਦੇ। ਪ੍ਰਾਚੀਨ ਖਰੜਿਆਂ ਨੂੰ ਨਿੱਕੀਆਂ ਨਿੱਕੀਆਂ ਚੌਕੀਆਂ ਤੇ ਵਿਛਾ ਕੇ—ਕੋਈ ਅਧਿਅਨ ਕਰਦੇ ਰਹਿੰਦੇ। ਸਿੱਖ ਇਤਿਹਾਸ ਦੀਆਂ ਲੋਕ—ਕੁਰਬਾਨੀਆਂ ਦੀ ਗੱਲ ਕਰਦੇ, ਤਾਂ ਉਨ੍ਹਾਂ ਦੀ ਆਵਾਜ਼ ਭਰ ਔਂਦੀ। ਇਸੇ ਆਪਣੇ ਡੂੰਘੇ ਪਿਆਰ ਵਿਚੋਂ ਉਨਾਂ ਨੇ ਸਿੱਖ ਇਤਿਹਾਸ ਦੀਆਂ ਕਈ ਵਾਰਦਾਤਾਂ ਦੇ ਸਲਾਈਡਜ਼ ਬਣਵਾਏ।

ਵੀਡੀਉ ਵਰਗੀ ਗੱਲ ਅਜੇ ਕਿਸੇ ਦੇ ਸੁਪਨੇ ਵਿਚ ਵੀ ਨਹੀਂ ਸੀ। ਉਨ੍ਹਾਂ ਨੇ ਆਪਣੀ ਪੁੱਜਤ ਤੋਂ ਵਧ ਕੇ ਖਰਚ ਕੀਤਾ, ਉਹ ਸਲਾਈਡਜ਼ ਵਿਖਾਣ ਵਾਲੀ ਮਸ਼ੀਨ ਖ਼ਰੀਦੀ, ਜਿਹਦੇ ਸਾਹਮਣੇ ਕਿਸੇ ਵੱਡੀ ਕੰਧ ਉੱਤੇ ਸਕਰੀਨ ਲਾ ਕੇ ਉਨ੍ਹਾਂ ਨੂੰ ਵਿਖਾਣਾ ਹੁੰਦਾ ਸੀ।

ਉਹ ਖਾਮੋਸ਼ ਫ਼ਿਲਮਾਂ ਦਾ ਜ਼ਮਾਨਾ ਸੀ—ਉਹ ਨਾਲ ਨਾਲ ਸਲਾਈਡ ਦੀ ਤਸਵੀਰ ਸਕਰੀਨ ਤੇ ਵਿਖਾਂਦੇ, ਤੇ ਨਾਲ ਨਾਲ ਬੋਲਦੇ, ਇਤਿਹਾਸ ਦੀ ਵਾਰਦਾਤ ਸੁਣਾਂਦੇ।

ਉਹ ਸਭ ਕੁਝ ਸਿੱਖ ਇਤਿਹਾਸ ਬਾਰੇ ਸੀ, ਇਸ ਲਈ ਉਹਨੂੰ ਲੋਕਾਂ ਤਕ ਪੁਚਾਣ ਲਈ—ਕਿਸੇ ਨਾ ਕਿਸੇ ਗੁਰਦਵਾਰੇ ਦੀ ਦੀਵਾਰ ਚਾਹੀਦੀ ਹੁੰਦੀ ਸੀ। ਇਕ ਵਾਰ ਸ਼ਾਇਦ ਮੁਜੰਗ ਦੇ ਜਾਂ ਕਿਸੇ ਹੋਰ ਥਾਂ ਦੇ ਗੁਰਦਵਾਰੇ ਵਿਚ ਉਨ੍ਹਾਂ ਨੇ ਰਾਤ ਵੇਲੇ ਇਹ ਇਤਿਹਾਸ ਲੋਕਾਂ ਨੂੰ ਸੁਨਾਣਾ ਸੀ, ਇਸ ਲਈ ਜਦੋਂ ਕਾਲੇ ਟਰੰਕ ਵਿਚ ਸਾਂਭਿਆ ਸਭ ਕੁਝ ਲੈ ਕੇ ਗਏ, ਤਾਂ ਮੈਨੂੰ ਵੀ, ਨਿੱਕੀ ਜਹੀ ਨੂੰ, ਆਪਣੇ ਨਾਲ ਲੈ ਗਏ।

ਗੁਰਦਵਾਰੇ ਦੇ ਬਾਹਰਲੇ ਹਿੱਸੇ ਵਿਚ ਇਕ ਕੰਧ ਉਤੇ ਸਕਰੀਨ ਲਾਈ ਗਈ—ਜਿਹਦੇ ਸਾਹਮਣੇ ਬਹੁਤ ਸਾਰੇ ਲੋਕ ਦਰੀਆਂ ਤੇ ਬਹਿ ਕੇ ਇਹ ਅਚੰਭਾ ਵੇਖ ਰਹੇ ਸਨ, ਦਾਰ ਜੀ ਦੀ ਆਵਾਜ਼ ਦੂਰ ਕਿਤੇ ਇਤਿਹਾਸ ਦੇ ਦਰਦ ਵਿਚ ਉਤਰੀ ਹੋਈ ਸੀ, ਜਦੋਂ ਅਚਾਨਕ ਪਿੱਛੇ ਬੈਠੇ ਕੁਝ ਲੋਕਾਂ ਦੀ ਆਵਾਜ਼—ਹਵਾ ਨੂੰ ਚੀਰ ਗਈ 'ਬੰਦ ਕਰੋ ਇਹ ਸਿਨੇਮਾ। ਗੁਰਦਵਾਰੇ ਵਿਚ

ਸਿਨੇਮਾ ਨਹੀਂ ਚਲੇਗਾ, ਤੇ ਆਸ ਪਾਸ ਦੇ ਹਨੇਰੇ ਵਿਚ ਵੇਖਿਆ—ਕੁਝ ਨਿਹੰਗ ਸਿੰਘਾਂ ਦੇ ਬਰਛੇ ਚਮਕ ਰਹੇ ਸਨ...

ਲੋਕ ਘਬਰਾ ਗਏ ਸਨ, ਪਰ ਕੋਈ ਕੁਝ ਨਹੀਂ ਸੀ ਕਹਿ ਰਿਹਾ, ਕਿ ਦਾਰਜੀ ਨੇ ਆਪਣੇ ਸੰਗ ਲਏ ਹੋਏ ਬੰਦੇ ਨੂੰ ਛੇਤੀ ਨਾਲ ਸਭ ਕੁਝ ਸਮੇਟ ਕੇ ਟਰੰਕ ਵਿਚ ਪਾ ਕੇ ਲੈ ਔਣ ਲਈ ਆਖਿਆ, ਤੇ ਛੇਤੀ ਨਾਲ ਮੇਰੀ ਬਾਂਹ ਫੜ ਕੇ ਮੈਨੂੰ ਉਸ ਭੀੜ ਵਿਚੋਂ ਕੱਢ ਕੇ—ਬਾਹਰ ਆ ਗਏ...

ਇਹ ਹਾਦਸਾ ਸੀ, ਜਿਹਦੇ ਪਿਛੋਂ ਉਨ੍ਹਾਂ ਨੇ ਕਦੇ ਉਹ ਕਾਲਾ ਟਰੰਕ ਨਹੀਂ ਖੋਲ੍ਹਿਆ। ਉਦਾਸ ਜਹੇ ਬੈਠੇ ਰਹਿੰਦੇ। ਕਦੇ ਸਿਰਫ ਏਨਾ ਕਹਿ ਛਡਦੇ—ਮੂਰਖਾਂ ਨਾਲ ਬਹਿਸ ਨਹੀਂ ਹੋ ਸਕਦੀ...ਤੇ ਉਹ ਬਰਛੇ ਮੇਰੇ ਚੇਤੇ ਵਿਚ ਲਿਸ਼ਕਦੇ ਰਹੇ ...

1947 ਦਾ ਵੇਲਾ ਆਇਆ, ਆਪਣੇ ਦੇਸ ਦੀ ਧਰਤੀ ਨੂੰ ਚੀਰ ਦੇਣ ਵਾਲਾ, ਪਰ ਉਸ ਵੇਲੇ ਤਕ ਦਾਰਜੀ ਨਹੀਂ ਸਨ ਰਹੇ। ਉਹ 1946 ਵਿਚ ਇਸ ਦੁਨੀਆਂ ਤੋਂ ਚਲੇ ਗਏ ਸਨ...ਤੇ ਮੈਂ ਇਕੱਲੀ 'ਮੈਂ ਤੱਤੀ ਧੀ ਪੰਜਾਬ ਦੀ' ਵਰਗੀਆਂ ਕਈ ਨਜ਼ਮਾਂ ਲਿਖਦੀ ਰਹੀ। ਘਰੋਂ ਬੇਘਰ ਹੋ ਕੇ, ਆਪਣੇ ਵਤਨ ਵਿਚ ਜਲਾਵਤਨ ਹੋ ਕੇ...

ਪਰ ਹਥਿਆਰਾਂ ਦੀ ਛਾਵੇਂ ਜੀਊਣਾ—ਖੌਰੇ ਇਨਸਾਨ ਦੀ ਤਕਦੀਰ ਹੈ, 1984 ਆਇਆ, ਦਿੱਲੀ ਦੀ ਤੇ ਕਈ ਸ਼ਹਿਰਾਂ ਦੀ ਮਿੱਟੀ ਲਹੂ ਵਿਚ ਭਿੱਜ ਗਈ। ਤੇ ਨਾਲ ਹੀ ਦਹਿਸ਼ਤ ਗਰਦੀ ਦਾ ਦੌਰ ਸ਼ੁਰੂ ਹੋ ਗਿਆ। ਆਪਣੇ ਕੋਲ ਸਿਰਫ਼ ਕਲਮ ਸੀ, ਉਹੀ ਤੜਪ ਕੇ ਵਾਵਾਂ ਨੂੰ ਕਹਿੰਦੀ ਰਹੀ—

ਚਾਨਣ ਰੋਜ਼ ਚੁਗਲੀਆਂ ਖਾਂਦਾ
ਤੇ ਹਨੇਰਾ ਘਰਾਂ ਦੀ ਕੁੰਡੀ ਖੋਲ੍ਹ ਦੇਂਦਾ
ਰੋਜ਼ ਨੀਂਦਰ ਦੀ ਛੱਤ ਚੋਂਦੀ
ਬਾਹਰ ਚੀਕਾਂ ਦਾ ਮੀਂਹ ਵਸਦਾ
ਤਾਂ ਉਹਨਾਂ ਦੇ ਲੇਫ ਭਿੱਜ ਜਾਂਦੇ
ਉਹ ਹਾਂਡੀ ਵਿਚ ਦਾਲ ਨਹੀਂ
ਖੌਫ਼ ਰਿੰਨ੍ਹਦੇ—
ਤੇ ਬਕੱਲ ਸਲੂਣੇ ਲਈ
ਵਿਸ਼ਵਾਸ ਦਾ ਮਾਸਾ ਕੁ ਲੂਣ
ਕਿਸੇ ਹੱਟੀ ਤੋਂ ਨਹੀਂ ਮਿਲਦਾ...
ਦੋਸਤੋ, ਦੁਆ ਮੰਗੋ।
ਕਿ ਕੁਹਾੜੀਆਂ ਦਾ ਮੌਸਮ ਬਦਲ ਜਾਏ
ਰੁੱਖਾਂ ਦੀ ਉਮਰ ਰੁੱਖਾਂ ਨੂੰ ਨਸੀਬ ਹੋਵੇ
ਤੇ ਟਾਹਣੀਆਂ ਦੇ ਵੇਹੜੇ
ਹਰੇ ਪੱਤਿਆਂ ਨੂੰ ਜਵਾਨੀ ਦੀ ਦੁਆ ਲਗੇ...

ਮਜ਼ਹਬ ਤੇ ਸਿਆਸਤ ਨੇ ਤਾਂ ਜੋ ਵਰਤਿਆ, ਵਰਤਾਇਆ, ਪਰ ਕਦੇ ਸਾਹਿਤ ਵੀ ਇਹਦੀ ਸੀਮਾ

ਵਿਚ ਆ ਜਾਏਗਾ, ਇਹ ਸੋਚੋਂ ਬਾਹਰੀ ਗੱਲ ਸੀ...
ਪਰ ਸਭ ਕੁਛ ਹੀ ਤਾਂ ਸੋਚੋਂ ਬਾਹਰਾ ਹੋ ਰਿਹਾ ਹੈ...

1980

ਇਸ ਵਾਰ ਬਲਗਾਰੀਆ ਦੇ ਇਕ ਸੈਨੇਟੋਰੀਅਮ ਵਿਚ ਰਹਿ ਕੇ ਮੈਂ ਮਿਨਰਲ ਪਾਣੀ ਦੇ ਗੁਸਲ ਵਾਲਾ ਇਲਾਜ ਲੈਣਾ ਸੀ। ਇਹਦੇ ਲਈ ਜਦੋਂ ਸਾਰੇ ਚੈਕ ਅਪ ਹੋਏ, ਦਿਲ ਵਾਲੇ ਪਾਸਿਓਂ ਖਤਰੇ ਦੀ ਪਹਿਲੀ ਖ਼ਬਰ ਸੁਣੀ—ਤਾਂ ਪਹਿਲਾ ਅਸਰ ਆਪਣੇ ਦਿਲ ਨਾਲ ਸ਼ਿਕਵੇ ਦਾ ਹੋਇਆ, ਫੇਰ ਦਿਲ ਨਾਲ ਸਹਜ ਤੇ ਸੁਭਾਵਕ ਪਿਆਰ ਆ ਗਿਆ। ਇਹੋ ਦੋਵੇਂ ਅਸਰ ਇਹ ਦੋ ਨਜ਼ਮਾਂ ਹਨ। ਖ਼ਤਰੇ ਵਾਲੀ ਗੱਲ ਛੇ ਅਕਤੂਬਰ ਨੂੰ ਸੁਣੀ ਸੀ, ਪਹਿਲੀ ਨਜ਼ਮ ਛੇ ਤੇ ਸੱਤ ਤਾਰੀਖ ਦੀ ਰਾਤ ਨੂੰ ਲਿਖੀ, ਤੇ ਦੂਜੀ ਅੱਠ ਤੇ ਨੌਂ ਤਾਰੀਖ ਦੀ ਰਾਤ ਨੂੰ—

ਸ਼ਿਕਵਾ

ਯਾਰ ਬਦਨੀਤੀਆ !
ਜੱਗੋਂ ਤਾਂ ਬਾਹਰੀ ਹੁੰਦੀ ਆਹੀ, ਇਤਿਹਾਸੋਂ ਬਾਹਰੀ ਤੂੰ ਕੀਤੀਆ...
ਯਾਰ ਬਦਨੀਤੀਆ !
ਤੂੰ ਤਾਂ ਸੁਣੀਂਦਾ ਸਾਹਾਂ ਦਾ ਵਾਲੀ, ਤੇ ਸਾਹਾਂ ਦਾ ਵਾਲੀ ਹੋ ਕੇ ਹਫਿਉਂ ?
ਪਰਜਾ ਤਾਂ ਆਕੀ ਹੁੰਦੀ ਆਹੀ, ਤੂੰ ਉਲਟੀ ਰਾਹ ਕਿਉਂ ਲੀਤੀਆ...
ਯਾਰ ਬਦਨੀਤੀਆ !
ਤੋੜੇ ਹਿੱਕਾ ਉਲਾਂਭਾ ਮਲਕੁਲ ਦਿੱਤਾ, ਤੇ ਹਿੱਕੇ ਉਲਾਂਭੇ ਤੇਰਾ ਹੀਆ ਤ੍ਰੁੱਟਾ ?
ਤੈਂ ਲਈ ਹਯਾਤੀ ਦੇ ਲੈ ਲੈ ਉਲਾਂਭੇ, ਸਾਡੀ ਤਾਂ ਉਮਰਾਂ ਬੀਤੀਆ...
ਯਾਰ ਬਦਨੀਤੀਆ !
ਉਸ ਰੁੱਖ ਦਾ ਦੱਸ ਕੀ ਵੇ ਮੁਕੱਦਰ, ਤੇ ਉਸ ਡਾਲੀ ਦੀਆਂ ਕੀ ਤਕਸੀਰਾਂ ?
ਤੈਂ ਜਹੇ ਇਕ ਪੰਖੇਰੂ ਦੇ ਸੰਗ, ਜਿਸ ਅਸ਼ਨਾਈ ਕੀਤੀਆ...
ਯਾਰ ਬਦਨੀਤੀਆ !
ਸ਼ਹਿਰ ਭੰਬੋਰ ਨਾ ਕਰੇ ਪਿੰਗਾਣਾ, ਚੱਲ ਯਾਰਾ ! ਜੇ ਕੀਚਮ ਜਾਣਾ
ਮੌਤ ਦੇ ਤੱਤੇ ਥਲ ਵੀ ਲੰਘਸਾਂ, ਅਸਾਂ ਯਾਰੀ ਤੈਂ ਸੰਗ ਕੀਤੀਆ...
ਯਾਰ ਬਦਨੀਤੀਆ !

ਜ਼ਿਆਰਤ

ਅੱਜ ਦਿਲ ਦਰਿਆ ਦੇ ਕੰਢੇ ਤੇ ਮੈਂ ਸੂਰਜ ਮਣਸਨ ਆਈ...
ਇਸ ਦਰਿਆ ਦੇ ਮੰਥਨ ਵਿਚੋਂ ਇਹ ਸੂਰਜ ਮੈਂ ਲੀਤਾ
ਇਹ ਸੂਰਜ ਮੈਂ ਸਾਰੀ ਉਮਰਾ ਮੱਥੇ ਧਾਰਣ ਕੀਤਾ

ਅੱਜ ਇਹ ਸੂਰਜ ਜੱਗ ਨੂੰ ਦੇਣਾ—ਮੱਥੇ ਦੀ ਅਸ਼ਨਾਈ
ਅੱਜ ਦਿਲ ਦਰਿਆ ਦੇ ਕੰਢੇ ਤੇ ਮੈਂ ਸੂਰਜ ਮਣਸਨ ਆਈ...

ਪਾਣੀ ਦਾ ਘੁੱਟ ਦੇ ਦਰਿਆਵਾ ! ਜੱਗ ਦਾ ਹੱਥ ਧੁਆਵਾਂ
ਇਹ ਸੂਰਜ ਉਹਦੀ ਤਲੀ ਧਰਾਂ, ਤੇ ਉਸ ਨੂੰ ਕਹਿੰਦੀ ਜਾਵਾਂ
ਭਲਿਆ ! ਹਰ ਇਕ ਥਾਵੇਂ ਜਾ ਕੇ ਵੰਡੀਂ ! ਚੂੰਢੀ ਕੁ ਰੁਸ਼ਨਾਈ
ਅੱਜ ਦਿਲ ਦਰਿਆ ਦੇ ਕੰਢੇ ਤੇ ਮੈਂ ਸੂਰਜ ਮਣਸਨ ਆਈ...

ਇਸ ਦਰਿਆ ਦੀ ਇਹੋ ਜ਼ਿਆਰਤ, ਮੈਂ ਕਿੱਡੇ ਕਰਮ ਕਮਾਏ
ਕਿ ਆਪਣੇ ਦਿਲ ਦਰਿਆ ਦੇ ਵਿਚ ਮੈਂ ਆਪਣੇ ਫੁੱਲ ਪ੍ਰਵਾਹੇ
ਯਾ ਅੱਲਾ ! ਇਹ ਦਰ ਦਰਵੇਸ਼ੀ ਕੌਣ ਮੁਕਾਮ ਲਿਆਈ
ਅੱਜ ਦਿਲ ਦਰਿਆ ਦੇ ਕੰਢੇ ਤੇ ਮੈਂ ਸੂਰਜ ਮਣਸਨ ਆਈ...

ਕੋਰਾ ਕਾਗ਼ਜ਼

ਅਠਾਰਾਂ ਅਕਤੂਬਰ ਨੂੰ ਮੈਂ ਬਲਗਾਰੀਆ ਤੋਂ ਵਾਪਿਸ ਆਈ ਸਾਂ।
ਪੰਝੀ ਤੇ ਛੱਬੀ ਅਕਤੂਬਰ ਦੀ ਰਾਤ ਦੋ ਵਜੇ ਜਦੋਂ ਫ਼ੋਨ ਆਇਆ ਕਿ ਸਾਹਿਰ ਨਹੀਂ ਰਹੇ, ਤਾਂ ਪੂਰੇ ਵੀਹ ਦਿਨ ਪਹਿਲਾਂ ਦੀ ਉਹ ਰਾਤ, ਉਸ ਰਾਤ ਵਿਚ ਮਿਲ ਗਈ, ਜਦੋਂ ਮੈਂ ਬਲਗਾਰੀਆ ਵਿਚ ਸਾਂ, ਡਾਕਟਰਾਂ ਨੇ ਕਿਹਾ ਸੀ ਕਿ ਦਿਲ ਵਾਲੇ ਪਾਸਿਉਂ ਮੈਨੂੰ ਖ਼ਤਰਾ ਹੈ ਤੇ ਉਸ ਰਾਤ ਮੈਂ ਨਜ਼ਮ ਲਿਖੀ ਸੀ "ਅੱਜ ਆਪਣੇ ਦਿਲ ਦਰਿਆ ਦੇ ਵਿਚ ਮੈਂ ਆਪਣੇ ਫੁਲ ਪ੍ਰਵਾਹੇ..." ਅਚਾਨਕ ਮੈਂ ਆਪਣੇ ਹੱਥਾਂ ਵੱਲ ਵੇਖਣ ਲੱਗ ਪਈ ਕਿ ਇਹਨਾਂ ਹੱਥਾਂ ਨਾਲ ਮੈਂ ਆਪਣੇ ਦਿਲ ਦੇ ਦਰਿਆ ਵਿਚ ਆਪਣੀਆਂ ਹੱਡੀਆਂ ਪ੍ਰਵਾਹੀਆਂ ਸਨ, ਪਰ ਹੱਡੀਆਂ ਬਦਲ ਕਿਸ ਤਰ੍ਹਾਂ ਗਈਆਂ ? ਇਹ ਭੁਲੇਖਾ ਮੌਤ ਨੂੰ ਲੱਗ ਗਿਆ ਕਿ ਹੱਥਾਂ ਨੂੰ ?

ਨਾਲ ਹੀ ਉਹ ਵੇਲਾ ਸਾਹਮਣੇ ਆ ਗਿਆ, ਜਦੋਂ ਦਿੱਲੀ ਵਿਚ ਪਹਿਲੀ ਏਸ਼ੀਅਨ ਰਾਈਟਰਜ਼ ਕਾਨਫ਼ਰੰਸ ਹੋਈ ਸੀ, ਸ਼ਾਇਰਾਂ ਅਦੀਬਾਂ ਨੂੰ ਉਹਨਾਂ ਦੇ ਨਾਂਵਾਂ ਵਾਲੇ ਬੈਜ ਮਿਲੇ ਸਨ, ਜੋ ਸਾਰਿਆਂ ਨੇ ਆਪਣੇ ਕੋਟਾਂ ਉਤੇ ਲਾਏ ਸਨ, ਤੇ ਸਾਹਿਰ ਨੇ ਆਪਣੇ ਕੋਟ ਉਤੋਂ ਆਪਣੇ ਨਾਂ ਵਾਲਾ ਬੈਜ ਲਾਹ ਕੇ ਮੇਰੇ ਕੋਟ ਉਤੇ ਲਾ ਦਿਤਾ ਸੀ, ਤੇ ਮੇਰੇ ਕੋਟ ਉਤੋਂ ਮੇਰੇ ਨਾਂ ਵਾਲਾ ਬੈਜ ਲਾਹ ਕੇ ਆਪਣੇ ਕੋਟ ਉਤੇ ਲਾ ਲਿਆ ਸੀ। ਉਸ ਵੇਲੇ ਕਿਸੇ ਦੀ ਨਜ਼ਰ ਪਈ, ਉਹਨੇ ਆਖਿਆ ਸੀ ਕਿ ਅਸਾਂ ਬੈਜ ਗ਼ਲਤ ਲਾਏ ਹੋਏ ਸਨ, ਤਾਂ ਸਾਹਿਰ ਹੱਸ ਪਿਆ ਸੀ ਕਿ ਬੈਜ ਦੇਣ ਵਾਲੇ ਤੋਂ ਗਲਤੀ ਹੋ ਗਈ ਹੋਵੇਗੀ। ਪਰ ਇਸ "ਗ਼ਲਤੀ" ਨੂੰ ਅਸਾਂ ਨਾ ਦਰੁਸਤ ਕਰਨਾ ਸੀ, ਨਾ ਕੀਤਾ...ਹੁਣ ਵਰ੍ਹਿਆਂ ਬਾਅਦ ਜਦੋਂ ਰਾਤ ਦੇ ਦੋ ਵਜੇ ਖ਼ਬਰ ਸੁਣੀ ਕਿ ਸਾਹਿਰ ਨਹੀਂ ਰਹੇ, ਤਾਂ ਜਾਪਿਆ ਜਿਵੇਂ ਮੌਤ ਨੇ ਆਪਣਾ ਫ਼ੈਸਲਾ ਉਸੇ ਬੈਜ ਨੂੰ ਪੜ੍ਹ ਕੇ ਕੀਤਾ ਹੈ, ਜੋ ਮੇਰੇ ਨਾਂ ਵਾਲਾ ਸੀ, ਪਰ ਸਾਹਿਰ ਦੇ ਕੋਟ ਉਤੇ ਲੱਗਾ ਹੋਇਆ ਸੀ...

ਮੇਰੀ ਤੇ ਸਾਹਿਰ ਦੀ ਦੋਸਤੀ ਵਿਚ ਕਦੇ ਵੀ ਲਫ਼ਜ਼ ਹਾਇਲ ਨਹੀਂ ਸਨ ਹੋਏ। ਇਹ ਖਾਮੋਸ਼ੀ ਦਾ

ਇਕ ਹੁਸੀਨ ਰਿਸ਼ਤਾ ਸੀ। ਮੈਂ ਜੋ ਨਜ਼ਮਾਂ ਉਹਦੇ ਲਈ ਲਿਖੀਆਂ, ਉਸ ਮਜਮੂਏ ਨੂੰ ਜਦੋਂ ਅਕਾਦਮੀ ਐਵਾਰਡ ਮਿਲਿਆ, ਤਾਂ ਪ੍ਰੈਸ ਰਿਪੋਰਟਰ ਨੇ ਮੇਰੀ ਤਸਵੀਰ ਲੈਣ ਲੱਗਿਆਂ ਚਾਹਿਆ ਕਿ ਮੈਂ ਕਾਗ਼ਜ਼ ਉਤੇ ਕੁਝ ਲਿਖ ਰਹੀ ਹੋਵਾਂ...ਤਸਵੀਰ ਲੈ ਕੇ ਜਦੋਂ ਪ੍ਰੈਸ ਵਾਲੇ ਚਲੇ ਗਏ, ਮੈਂ ਸਾਹਮਣੇ ਪਿਆ ਉਹ ਕਾਗ਼ਜ਼ ਵੇਖਿਆ, ਤਾਂ ਵੇਖਿਆ ਕਿ ਉਹਦੇ ਉਤੇ ਮੈਂ ਬਾਰ ਬਾਰ ਇਕੋ ਲਫ਼ਜ਼ ਲਿਖਿਆ ਹੋਇਆ ਸੀ–ਸਾਹਿਰ...ਸਾਹਿਰ...ਸਾਹਿਰ...ਇਸ ਦੀਵਾਨਗੀ ਦੇ ਆਲਮ ਤੋਂ ਬਾਅਦ ਘਬਰਾਹਟ ਹੋਈ ਕਿ ਸਵੇਰੇ ਜਦੋਂ ਅਖ਼ਬਾਰ ਵਿਚ ਤਸਵੀਰ ਛਪੇਗੀ, ਤਸਵੀਰ ਵਾਲੇ ਕਾਗਜ਼ ਉਤੋਂ ਇਹ ਨਾਂ ਪੜ੍ਹਿਆ ਜਾਇਗਾ, ਤਾਂ ਕਿਹੋ ਜਹੀ ਕਿਆਮਤ ਆਏਗੀ ?... ਪਰ ਕਿਆਮਤ ਨਹੀਂ ਆਈ। ਤਸਵੀਰ ਛਪੀ, ਪਰ ਉਹ ਕਾਗ਼ਜ਼ ਕੋਰਾ ਵਿਖਾਈ ਦੇ ਰਿਹਾ ਸੀ।

ਇਹ ਵੱਖਰੀ ਗੱਲ ਹੈ ਕਿ ਬਾਅਦ ਵਿਚ ਇਹ ਹਸਰਤ ਆਈ ਕਿ ਖ਼ੁਦਾਇਆ! ਜੋ ਕਾਗ਼ਜ਼ ਕੋਰਾ ਵਿਖਾਈ ਦੇ ਰਿਹਾ ਹੈ, ਇਹ ਕੋਰਾ ਨਹੀਂ ਸੀ...

ਕੋਰੇ ਕਾਗ਼ਜ਼ ਦੀ ਆਬਰੂ ਅੱਜ ਵੀ ਉਸੇ ਤਰ੍ਹਾਂ ਹੈ। ਏਸ ਰਸੀਦੀ ਟਿਕਟ ਵਿਚ ਮੇਰੇ ਇਸ਼ਕ ਦੀ ਦਾਸਤਾਨ ਦਰਜ ਹੈ, ਸਾਹਿਰ ਨੇ ਪੜ੍ਹੀ ਸੀ, ਪਰ ਉਸ ਤੋਂ ਬਾਅਦ ਵੀ ਕਿਸੇ ਮੁਲਾਕਾਤ ਵਿਚ ਨਾ ਰਸੀਦੀ ਟਿਕਟ ਦਾ ਜ਼ਿਕਰ ਮੇਰੀ ਜ਼ਬਾਨ ਉਤੇ ਆਇਆ, ਨਾ ਸਾਹਿਰ ਦੀ ਜ਼ਬਾਨ ਉਤੇ।

ਯਾਦ ਹੈ–ਇਕ ਮੁਸ਼ਾਹਰੇ ਵਿਚ ਲੋਕ ਸਾਹਿਰ ਕੋਲੋਂ ਆਟੋਗ੍ਰਾਫ਼ਜ਼ ਲੈ ਰਹੇ ਸਨ, ਲੋਕ ਚਲੇ ਗਏ, ਮੈਂ ਇਕੱਲੀ ਉਹਦੇ ਕੋਲ ਰਹਿ ਗਈ, ਤਾਂ ਮੈਂ ਹੱਸ ਕੇ ਆਪਣੀ ਤਲੀ ਉਹਦੇ ਅੱਗੇ ਕਰ ਦਿੱਤੀ ਸੀ, ਕੋਰੇ ਕਾਗ਼ਜ਼ ਵਾਂਗ, ਤੇ ਉਹਨੇ ਮੇਰੀ ਤਲੀ ਉਤੇ ਆਪਣਾ ਨਾਂ ਲਿਖ ਕੇ ਆਖਿਆ ਸੀ– "ਇਹ ਕੋਰੇ ਚੈੱਕ ਉਤੇ ਮੇਰੇ ਦਸਤਖ਼ਤ ਹਨ, ਜੋ ਰਕਮ ਚਾਹੇਂ ਭਰ ਲਵੀਂ, ਤੇ ਜਦੋਂ ਚਾਹੇਂ ਕੈਸ਼ ਕਰਵਾ ਲਵੀਂ!" ਉਹ ਕਾਗ਼ਜ਼ ਭਾਵੇਂ ਮਾਸ ਦੀ ਤਲੀ ਸੀ, ਪਰ ਉਹਨੇ ਕੋਰੇ ਕਾਗ਼ਜ਼ ਦਾ ਨਸੀਬ ਪਾਇਆ ਸੀ, ਇਸ ਲਈ ਕੋਈ ਵੀ ਹਰਫ਼ ਉਹਦੇ ਉਤੇ ਨਹੀਂ ਸਨ ਲਿਖੇ ਜਾ ਸਕਦੇ...

ਹਰਫ਼ ਅੱਜ ਵੀ ਮੇਰੇ ਕੋਲ ਕੋਈ ਨਹੀਂ। ਰਸੀਦੀ ਟਿਕਟ ਦੇ ਸਫ਼ਿਆਂ ਵਿਚ ਜੋ ਕੁਝ ਵੀ ਹੈ, ਤੇ ਅੱਜ ਇਹ ਸਤਰਾਂ ਵੀ, ਇਹ ਕੋਰੇ ਕਾਗ਼ਜ਼ ਦੀ ਦਾਸਤਾਨ ਹੈ...

ਇਸ ਦਾਸਤਾਨ ਦੀ ਇਬਤਦਾ ਵੀ ਖ਼ਾਮੋਸ਼ ਸੀ, ਤੇ ਸਾਰੀ ਉਮਰ ਇਹਦੀ ਇਨਤਹਾ ਵੀ ਖ਼ਾਮੋਸ਼ ਰਹੀ...ਅੱਜ ਤੋਂ ਚਾਲ੍ਹੀ ਵਰ੍ਹੇ ਪਹਿਲਾਂ ਜਦੋਂ ਲਾਹੌਰ ਵਿਚ ਸਾਹਿਰ ਮੈਨੂੰ ਮਿਲਣ ਲਈ ਔਂਦਾ ਸੀ, ਆ ਕੇ ਚੁਪ ਚਾਪ ਸਿਗਰਟ ਪੀਂਦਾ ਰਹਿੰਦਾ ਸੀ। ਰਾਖਦਾਨੀ ਜਦੋਂ ਸਿਗਰਟਾਂ ਦੇ ਟੁਕੜਿਆਂ ਨਾਲ ਭਰ ਜਾਂਦੀ ਸੀ, ਉਹ ਚਲਾ ਜਾਂਦਾ ਸੀ। ਤੇ ਉਸ ਦੇ ਜਾਣ ਤੋਂ ਬਾਅਦ ਮੈਂ ਇਕੱਲੀ, ਸਿਗਰਟ ਦੇ ਉਹਨਾਂ ਟੁਕੜਿਆਂ ਨੂੰ ਜਲਾ ਕੇ ਪੀਂਦੀ ਸਾਂ...ਮੇਰਾ ਤੇ ਉਹਦੇ ਸਿਗਰਟ ਦਾ ਧੂੰਆਂ ਸਿਰਫ਼ ਹਵਾ ਵਿਚ ਰਲਦਾ ਸੀ, ਸਾਹ ਵੀ ਹਵਾ ਵਿਚ ਰਲਦੇ ਰਹੇ, ਤੇ ਨਜ਼ਮਾਂ ਦੇ ਲਫ਼ਜ਼ ਵੀ ਹਵਾ ਵਿਚ...ਸੋਚ ਰਹੀ ਹਾਂ–ਹਵਾ ਕੋਈ ਵੀ ਫ਼ਾਸਲਾ ਤੈਹ ਕਰ ਸਕਦੀ ਹੈ, ਉਹ ਅੱਗੇਂ ਵੀ ਸ਼ਹਿਰਾਂ ਦਾ ਫ਼ਾਸਲਾ ਤਹਿ ਕਰਦੀ ਹੁੰਦੀ ਸੀ, ਹੁਣ ਇਸ ਦੁਨੀਆਂ ਤੇ ਉਸ ਦੁਨੀਆਂ ਦਾ ਫ਼ਾਸਲਾ ਵੀ ਜ਼ਰੂਰ ਤਹਿ ਕਰ ਲਵੇਗੀ...

ਜ਼ਿੰਦਗੀ ਦੀ ਇਬਾਰਤ

ਜ਼ਿੰਦਗੀ ਪਤਾ ਨਹੀਂ ਕਿਹੋ ਜਹੀ ਕਿਤਾਬ ਹੁੰਦੀ ਹੈ, ਜਿਹਦੀ ਇਬਾਰਤ ਅੱਖਰ ਅੱਖਰ ਬਣਦੀ ਹੈ,

ਫੇਰ ਅੱਖਰ ਅੱਖਰ ਟੁੱਟਦੀ, ਖਿਲੱਰਦੀ ਤੇ ਬਦਲਦੀ ਹੈ....

ਭਾਰਤੀਯ ਗਿਆਨ ਪੀਠ ਦਾ ਐਵਾਰਡ, ਜੋ 1982 ਵਿਚ ਤੈਹ ਹੋਇਆ ਸੀ, ਉਹ 1983 ਦੇ ਅਪ੍ਰੈਲ ਮਹੀਨੇ ਦਿੱਤਾ ਗਿਆ। ਉਸ ਵੇਲੇ ਮੇਰੀ ਤਕਰੀਰ ਦੇ ਕੁਝ ਲਫਜ਼ ਸਨ "ਜਦੋਂ ਮੈਂ ਬਹੁਤ ਛੋਟੀ ਸਾਂ, ਨਾਨੀ ਕਹਿੰਦੀ ਹੁੰਦੀ ਸੀ–ਨੀ ਜਦੋਂ ਤੂੰ ਜੰਮੀ, ਮੀਂਹ ਕਣੀ ਦੀ ਰੁੱਤੇ, 15 ਭਾਦਰੋਂ ਨੂੰ, ਤਾਂ ਦੇਵਤੇ ਸੁੱਤੇ ਪਏ ਸਨ। ਇਹ ਮੈਂ ਬਾਅਦ ਵਿਚ ਜਾਣਿਆ ਕਿ ਸ਼ਿਸ਼ਰ, ਵਸੰਤ, ਤੇ ਗ੍ਰੀਸ਼ਮ ਇਹ ਤਿੰਨ ਰੁੱਤਾਂ ਦੇਵਤਿਆਂ ਦਾ ਦਿਨ ਹੁੰਦੀਆਂ ਹਨ, ਤੇ ਉਹ ਇਹਨਾਂ ਰੁੱਤਾਂ ਵਿਚ ਜਾਗਦੇ ਰਹਿੰਦੇ ਹਨ। ਪਰ ਵਰਸ਼ਾ, ਸ਼ਰਦ ਤੇ ਹੇਮੰਤ, ਇਹ ਤਿੰਨ ਰੁੱਤਾਂ ਦੇਵਤਿਆਂ ਦੀ ਰਾਤ ਹੁੰਦੀਆਂ ਹਨ, ਜਦੋਂ ਉਹ ਸੁੱਤੇ ਰਹਿੰਦੇ ਹਨ। ਮੈਨੂੰ ਲਗਦਾ ਹੈ ਕਿ ਮੈਂ ਸਾਰੀ ਜ਼ਿੰਦਗੀ ਜੋ ਸੋਚਦੀ ਰਹੀ, ਲਿਖਦੀ ਰਹੀ, ਉਹ ਦੇਵਤਿਆਂ ਨੂੰ ਜਗਾਣ ਦਾ ਇਕ ਜਤਨ ਸੀ, ਉਹਨਾਂ ਦੇਵਤਿਆਂ ਨੂੰ ਜੋ ਇਨਸਾਨ ਦੇ ਅੰਦਰ ਸੌਂ ਗਏ ਹਨ"

ਮੇਰੀ ਇਸ ਤਕਰੀਰ ਨੂੰ ਥੋੜ੍ਹੇ ਜਹੇ ਦਿਨ ਹੋਏ ਸਨ ਕਿ ਇਕ ਅਜੀਬ ਖ਼ਤਰਾ ਮੇਰੇ ਸਿਰ ਤੇ ਮੰਡਰਾਣ ਲੱਗ ਪਿਆ। ਕੁਝ ਦੋਸਤ ਲੋਕ ਸਨ, ਜਿਨ੍ਹਾਂ ਨੇ ਮੇਰੀ ਤਕਰੀਰ ਨੂੰ ਸੁਣਿਆ ਸੀ, ਕਹਿਣ ਲੱਗੇ– "ਤੂੰ ਤਾਂ ਦੇਵਤਿਆਂ ਨੂੰ ਜਗਾਣ ਦੀ ਗੱਲ ਕੀਤੀ ਸੀ, ਪਰ ਉਹਨਾਂ ਦੀ ਥਾਂ ਦੈਂਤ ਜਾਗ ਪਏ..." ਉਸ ਵੇਲੇ ਮੈਂ ਤੜਪ ਕੇ ਆਖਿਆ ਸੀ–ਪਰ ਕੋਈ ਰਾਖਸ਼ ਦੈਂਤ ਮੇਰੇ ਅੰਦਰੋਂ ਤਾਂ ਨਹੀਂ ਜਾਗਿਆ। ਮੇਰੇ ਅੰਦਰੋਂ ਤਾਂ ਜਦੋਂ ਵੀ ਜਾਗਣਗੇ, ਦੇਵਤੇ ਹੀ ਜਾਗਣਗੇ।"

ਮੇਰੀਆਂ ਕੁਝ ਨਜ਼ਮਾਂ ਨੂੰ ਲੈ ਕੇ ਖ਼ਿਲਾਫਤ ਦਾ ਬਾਕਾਇਦਾ ਇਕ ਸਿਲਸਿਲਾ ਸ਼ੁਰੂ ਕੀਤਾ ਗਿਆ ਸੀ ਕਿ ਮੇਰੀਆਂ ਨਜ਼ਮਾਂ ਵਿਚ ਧਰਮ ਦੀ ਤੌਹੀਨ ਕੀਤੀ ਗਈ ਹੈ। ਇਸ ਸਿਲਸਿਲੇ ਵਿਚ 7 ਮਈ 1983 ਦੇ ਦਿਨ ਮੈਨੂੰ ਇਕ ਮੁਕਦਮੇ ਦਾ ਨੋਟਿਸ ਦਿੱਤਾ ਗਿਆ ਸੀ ਕਿ ਮੈਂ ਜੋ ਨਜ਼ਮਾਂ ਗੁਰੂ ਨਾਨਕ ਦੇ ਜਨਮ ਤੇ, ਉਹਨਾਂ ਦੀ ਮਾਤਾ ਤ੍ਰਿਪਤਾ ਜੀ ਦੇ ਸੁਪਨਿਆਂ ਦੀ ਸੂਰਤ ਵਿਚ ਲਿਖੀਆਂ ਹਨ, ਉਹਨਾਂ ਵਿਚ ਧਰਮ ਦੀ ਤੌਹੀਨ ਹੋਈ ਹੈ, ਤੇ ਇਸ ਲਈ ਮੇਰੇ ਉਤੇ ਫੌਜਦਾਰੀ ਮੁਕਦਮਾ ਦਾਇਰ ਕੀਤਾ ਜਾਏਗਾ।

ਉਹ ਕਿਆਮਤ ਦੇ ਦਿਨ ਸਨ। ਮੈਂ ਤੜਪ ਕੇ ਰਹਿ ਗਈ। ਹੋਠਾਂ ਉੱਤੇ ਇਕੋ ਹੀ ਨਾਂ ਔਂਦਾ ਸੀ, ਆਪਣੇ ਨਾਨਕ ਦਾ, ਤੇ ਮੈਂ ਕਹਿੰਦੀ ਸਾਂ–ਮੈਂ ਤੈਨੂੰ ਵੇਖਿਆ ਨਹੀਂ ਪਰ ਜੋ ਲਿਖਿਆ ਤੇਰੇ ਪਿਆਰ ਵਿਚ ਲਿਖਿਆ। ਫੇਰ ਮੇਰੀ ਅਕੀਦਤ ਮੇਰਾ ਗੁਨਾਹ ਕਿਵੇਂ ਬਣ ਗਈ? ਮੈਂ ਤੈਨੂੰ ਦੇਖਣਾ ਚਾਹੁੰਦੀ ਹਾਂ, ਸਾਖਿਆਤ ਦੇਖਣਾ ਚਾਹੁੰਦੀ ਹਾਂ...

ਤੇ 14 ਮਈ ਦੀ ਰਾਤ ਸੀ, ਜਦੋਂ ਮੈਨੂੰ ਇਕ ਅਜਿਹਾ ਚਾਨਣ ਵਿਖਾਈ ਦਿੱਤਾ ਕਿ ਮੇਰਾ ਰੋਮ ਰੋਮ ਭਿੱਜ ਗਿਆ। ਨ੍ਹਾਲ ਹੀ ਇਕ ਆਵਾਜ਼ ਸੁਣਾਈ ਦਿੱਤੀ–"ਤੂੰ ਵੇਖਣਾ ਚਾਹੁੰਦੀ ਸੀ, ਵੇਖ ਲਿਆ?" ਸਵੇਰੇ ਸਾਰ ਇਹ ਸਭ ਕੁਝ ਇਮੋਰਜ਼ ਨੂੰ ਸੁਣਾਇਆ, ਤਾਂ ਉਹ ਇਕ ਤਸਕੀਨ ਨਾਲ ਭਰ ਕੇ ਬੋਲੇ–"ਹੁਣ ਕੁਝ ਨਹੀਂ ਹੋਵੇਗਾ। ਤੇਰਾ ਸੁਪਨਾ ਗ਼ਲਤ ਨਹੀਂ ਹੋ ਸਕਦਾ। ਤੈਨੂੰ ਇਕ ਸ਼ਕਤੀ ਨੇ ਦੀਦਾਰ ਦਿੱਤਾ ਹੈ। ਉਹ ਤੇਰੇ ਅੰਗ ਸੰਗ ਰਹੇਗੀ।"

ਮੈਂ ਭਰੇ ਹੋਏ ਮਨ ਨਾਲ ਕਿੰਨੀਆਂ ਹੀ ਨਜ਼ਮਾਂ ਲਿਖੀਆਂ, ਜਿਨ੍ਹਾਂ ਵਿਚੋਂ ਇਕ ਸੀ–

ਬੱਦਲਾਂ ਦੇ ਮਹਿਲੀਂ ਮੇਰਾ ਸੂਰਜ ਸੁੱਤਾ, ਜਿੱਥੇ ਬਾਰੀ ਨਾ ਬੂਹਾ ਨਾ ਪੌੜੀ

ਤੇ ਸਦੀਆਂ ਦੇ ਹੱਥਾਂ ਨੇ ਡੰਡੀ ਜੁ ਲੀਕੀ, ਉਹ ਸੋਚਾਂ ਦੇ ਪੈਰਾਂ ਨੂੰ ਸੌੜੀ...
ਉਹਦਾ ਨਾ ਕੋਈ ਥਹੁ ਨਾ ਪਤਾ ਨਿਸ਼ਾਨੀ,
ਜਾਣਾ ਤੇ ਜਾਣਾ ਇਕ ਚਿਣਗ ਜਹੀ, ਮੇਰੇ ਮੱਥੇ ਨੂੰ ਮੁੜ ਮੁੜ ਔਹੜੀ
ਤੇ ਚਾਨਣ ਦੀ ਮਹਿੰਦੀ ਮੈਂ ਤਲੀਆਂ ਤੇ ਲਾਈ
ਅੱਜ ਦੁੱਖਾਂ ਦੀ ਕਾਲੀ ਤੇ ਕੱਕਰੀ ਰਾਤੇ, ਉਹਦੀ ਚਿਣਗ ਜਦੋਂ ਮੈਨੂੰ ਬਹੁੜੀ...

ਫਿਰ ਜੂਨ ਦਾ ਮਹੀਨਾ ਸੀ, ਜਦੋਂ ਇਤਮੀਨਾਨ ਦਾ ਕੁਝ ਸਾਹ ਆਇਆ, ਤੇ ਮੈਂ ਫਰਾਂਸ ਦੇ ਇਕ ਦਾਅਵਤਨਾਮੇ ਤੇ ਫਰਾਂਸ ਚਲੀ ਗਈ। ਪਰ ਇਤਮੀਨਾਨ ਦੀ ਇਹ ਪਤਾ ਨਹੀਂ ਕਿਹੋ ਜਹੀ ਇਬਾਰਤ ਸੀ, ਜਿਹਦੇ ਅੱਖਰ ਫੇਰ ਟੁੱਟਣ ਤੇ ਖਿਲਰਣ ਲੱਗੇ। ਉਥੇ ਇਕ ਸੜਕ ਦੀ ਰੋੜੀ ਨਾਲ ਪੈਰ ਦੀ ਚੱਪਲ ਅਟਕ ਗਈ, ਪਰ ਜਦੋਂ ਰੋੜੀ ਉੱਤੋਂ ਡਿੱਗ ਕੇ ਮੈਂ ਉਠੱਣ ਲੱਗੀ, ਉੱਠ ਨਹੀਂ ਸੱਕੀ। ਕਿਸੇ ਤਰ੍ਹਾਂ ਪੁਲਿਸ ਵੈਨ ਦੀ ਮਦਦ ਨਾਲ ਮੈਨੂੰ ਹਸਪਤਾਲ ਲਿਜਾਇਆ ਗਿਆ। ਐਕਸਰੇ ਹੋਇਆ ਤਾਂ ਪਤਾ ਲੱਗਾ ਕਿ ਸੱਜੇ ਮੋਢੇ ਦੀ ਹੱਡੀ ਇਕ ਸਿਰੇ ਤੋਂ ਲੈ ਕੇ ਦੂਜੇ ਸਿਰੇ ਤਕ, ਕਈ ਥਾਂਵਾ ਤੋਂ ਤਿੜਕ ਗਈ ਹੈ...

ਕਈ ਦਿਨ ਉਥੇ ਹੋਟਲ ਵਿਚ ਪਈ ਰਹੀ, ਤੇ ਜਦੋਂ ਵਾਪਿਸ ਹਿੰਦੁਸਤਾਨ ਆਈ, ਤਾਂ ਡਾਕਟਰ ਇਹ ਉਮੀਦ ਨਹੀਂ ਸਨ ਦੇ ਰਹੇ ਕਿ ਹੱਡੀ ਮੁੜ ਕੇ ਜੁੜ ਜਾਏਗੀ। ਜੀਊਂਦੇ ਜੀਅ ਮੇਰੇ ਹੱਥੋਂ ਕਲਮ ਛੁੱਟ ਜਾਏਗੀ, ਇਹ ਅੰਜਾਮ ਮੇਰੇ ਕੋਲੋਂ ਸੋਚਿਆ ਨਹੀਂ ਸੀ ਜਾ ਰਿਹਾ ਕਿ ਉਸ ਵੇਲੇ ਇਕ ਮੁਅਜਜ਼ਾ ਹੋਇਆ। ਪਤਾ ਲੱਗਾ ਕਿ ਇਕ ਸੰਤ ਜੀ ਹਨ, ਜਿਨ੍ਹਾਂ ਨੂੰ ਇਕ ਫਕੀਰ ਦੀ ਬਖ਼ਸ਼ਿਸ਼ ਹੈ, ਤੇ ਉਨ੍ਹਾਂ ਦੇ ਹੱਥ ਲਾਣ ਨਾਲ ਹੱਡੀ ਜੁੜ ਜਾਂਦੀ ਹੈ।

ਮੈਂ ਇਹ ਚਮਤਕਾਰ ਵੇਖਿਆ ਹੈ। ਉਹ ਸੰਤ ਜੀ ਕਰੀਬ ਡੇਢ ਮਹੀਨਾ ਆਪਣੇ ਹੱਥ ਨਾਲ ਮੇਰੇ ਮੋਢੇ ਉੱਤੇ ਪੱਟੀ ਕਰਦੇ ਰਹੇ, ਤੇ ਹੱਡੀ ਜੁੜ ਗਈ...

ਇਹ ਜ਼ਿੰਦਗੀ ਦੀ ਨਵੀਂ ਇਬਾਰਤ ਸੀ, ਜਿਹਨੂੰ ਮੈਂ ਹੈਰਾਨ ਜਹੀ ਵੇਖ ਰਹੀ ਸਾਂ, ਕਿ ਇਸ ਇਬਾਰਤ ਦੇ ਅੱਖਰ ਫੇਰ ਹਿਲਣ ਲੱਗ ਪਏ...

ਤਿੰਨ ਅਕਤੂਬਰ 1983 ਦੀ ਰਾਤ ਸੀ, ਜਦੋਂ ਮੈਂ ਸੁਪਨੇ ਵਿਚ ਇਕ ਇਨਸਾਨ ਦੀ ਭਿਆਨਕ ਮੂਰਤ ਵੇਖੀ, ਹਰੀ ਪੀਲੀ ਅਮਰ ਵੇਲ ਉਹਦੇ ਸਾਰੇ ਮੂੰਹ ਉੱਤੇ ਲਿਪਟੀ ਹੋਈ ਸੀ। ਹੇਠਾ ਦੋਹਾ ਮੋਢਿਆਂ ਤੋਂ ਲੈ ਕੇ ਉਹਦੀ ਪਿੱਠ ਤਕ ਵੀ। ਮੈਂ ਖ਼ੌਫ਼ਜ਼ਦਾ ਸਾਂ, ਉਹਦੇ ਵੱਲ ਵੇਖੀ ਜਾ ਰਹੀ ਸਾਂ ਕਿ ਇਕ ਗੈਬੀ ਆਵਾਜ਼ ਆਈ—"ਰੁੱਖਾਂ ਪੱਤਿਆਂ ਨੂੰ ਖਾ ਜਾਣ ਵਾਲੀ ਇਸ ਵੇਲ ਨੇ ਅੱਜ ਇਨਸਾਨ ਨੂੰ ਏਸ ਤਰ੍ਹਾਂ ਆਪਣੇ ਵਿਚ ਵਲ੍ਹੇਟ ਲਿਆ ਹੈ ਕਿ ਹੁਣ ਉਹਨੂੰ ਨਾ ਅੱਖੋਂ ਕੁਝ ਦਿਸਦਾ ਹੈ, ਨਾ ਕੰਨੋਂ ਕੁਝ ਸੁਣਾਈ ਦੇਂਦਾ ਹੈ..."

ਜਾਗੀ ਤਾਂ ਮੇਰੇ ਪਹਿਲੇ ਲਫ਼ਜ਼ ਸਨ—ਕੁਝ ਬਹੁਤ ਮਾੜਾ ਹੋਣ ਵਾਲਾ ਹੈ...

ਉਸ ਵਰ੍ਹੇ ਦੇ ਸ਼ੁਰੂ ਵਿਚ ਜਬਲਪੁਰ ਯੂਨੀਵਰਸਿਟੀ ਤੋਂ ਮੈਨੂੰ ਡੀ. ਲਿਟ. ਦੀ ਡਿਗਰੀ ਮਿਲੀ ਸੀ, ਤੇ ਹੁਣ ਦਸੰਬਰ ਵਿਚ ਵਿਸ਼ਵ ਭਾਰਤੀ ਵਲੋਂ ਮਿਲਣ ਵਾਲੀ ਸੀ, ਇਸ ਲਈ ਕਲੱਕਤੇ ਜਾਣਾ ਸੀ, ਸ਼ਾਂਤੀ ਨਿਕੇਤਨ। ਮੈਂ ਉਥੇ ਗਈ, ਪਰ ਇਹ ਸੁਪਨਾ ਕਦਮ ਕਦਮ ਮੇਰੇ ਨਾਲ ਚਲਦਾ ਰਿਹਾ। ਜਦੋਂ ਡਿਗਰੀ ਲੈ ਕੇ ਵਾਪਿਸ ਆਈ, ਤਾਂ ਵੇਖਿਆ—ਉਹ ਸੁਪਨਾ ਸਾਖਿਆਤ ਹੋ ਕੇ ਮੇਰੇ ਸਾਹਮਣੇ ਖਲੋਤਾ ਸੀ...

ਮੈਂ ਆਪਣੇ ਸੁਪਨਿਆਂ ਦੇ ਵੇਰਵੇ ਵਿਚ ਨਹੀਂ ਜਾਵਾਂਗੀ, ਕਿਉਂਕਿ ਸਾਰਿਆਂ ਸੁਪਨਿਆਂ ਦੀ ਇਕ ਵੱਖਰੀ ਕਿਤਾਬ ਲਿਖ ਚੁੱਕੀ ਹਾਂ 'ਲਾਲ ਧਾਗੇ ਦਾ ਰਿਸ਼ਤਾ' ਇਥੇ ਸਿਰਫ਼ ਏਨਾ ਹੀ ਆਖਣਾ ਹੈ ਕਿ ਜਿਸ ਤਰ੍ਹਾਂ ਮੇਰੇ ਹੋਰ ਸੁਪਨੇ ਸੱਚ ਹੋਏ ਸਨ, ਇਹ ਭਿਆਨਕ ਸੁਪਨਾ ਵੀ ਸੱਚ ਹੋਇਆ...

ਹਾਲਾਤ ਦਾ ਤਕਾਜ਼ਾ ਹੈ ਕਿ ਮੈਂ ਇਸ ਸੁਪਨੇ ਦੀ ਤਾਬੀਰ ਦੇ ਵੇਰਵੇ ਵਿਚ ਨਹੀਂ ਜਾ ਸਕਦੀ। ਅਜੇ ਮੈਂ ਖਾਮੋਸ਼ੀ ਜੀਊਣੀ ਹੈ। ਜੇ ਜੀਊਂਦੀ ਰਹੀ, ਹਾਲਾਤ ਨੇ ਇਜਾਜ਼ਤ ਦਿੱਤੀ, ਤਾਂ ਵੇਰਵੇ ਨਾਲ ਉਹਦੀ ਗੱਲ ਕਰਾਂਗੀ...

1984 ਦਾ ਵਰ੍ਹਾ ਚੜ੍ਹਿਆ, ਤਕਦੀਰ ਦੇ ਪਾਟੇ ਹੋਏ ਕਾਗਜ਼ ਵਰਗਾ। ਮੇਰੇ ਭਿਆਨਕ ਸੁਪਨੇ ਦਾ ਸੰਕੇਤ ਮੇਰੇ ਲਈ ਤਾਂ ਹੈ ਈ ਸੀ, ਹੋਰ ਵੀ ਪਤਾ ਨਹੀਂ ਕਿਸ ਕਿਸ ਪਾਸੇ ਸੀ ਕਿ 7 ਮਈ ਦੇ ਦਿਨ ਪਾਕਿਸਤਾਨ ਕਰਾਚੀ ਤੋਂ ਫੋਨ ਆਇਆ ਕਿ ਮੇਰੀ ਬਹੁਤ ਪਿਆਰੀ ਦੋਸਤ ਸਾਰਾ ਸ਼ਗੁਫਤਾ ਨੇ 4 ਤੇ 5 ਮਈ ਦੀ ਰਾਤ ਆਤਮ ਹੱਤਿਆ ਕਰ ਲਈ ਹੈ।

"ਮੈਂ ਤਾਂ ਹੱਥਾਂ ਚੋਂ ਡਿੱਗੀ ਹੋਈ ਦੁਆ ਹਾਂ" ਕਹਿਣ ਵਾਲੀ ਇਸ ਸ਼ਾਇਰਾ ਬਾਰੇ ਮੈਂ ਵੇਰਵੇ ਵਿਚ ਨਹੀਂ ਜਾਵਾਂਗੀ ਕਿਉਂਕਿ ਉਹਦੀ ਸ਼ਾਇਰੀ ਤੇ ਜ਼ਿੰਦਗੀ ਬਾਰੇ ਮੈਂ ਬੜੀ ਤਫਸੀਲ ਨਾਲ ਇਕ ਕਿਤਾਬ ਲਿਖ ਚੁੱਕੀ ਹਾਂ 'ਏਕ ਥੀ ਸਾਰਾ' ਇਥੇ ਸਿਰਫ਼ ਏਨਾ ਕਹਿਣਾ ਚਾਹਵਾਂਗੀ ਕਿ 1983 ਵਿਚ ਜਦੋਂ ਮੇਰੇ ਮੋਢੇ ਦੀ ਹੱਡੀ ਟੁੱਟ ਗਈ ਸੀ, ਤੇ ਮੈਂ ਹੱਥ ਵਿਚ ਕਲਮ ਨਹੀਂ ਸਾਂ ਫੜ ਸਕਦੀ, ਉਦੋਂ ਸਾਰਾ ਦਾ ਖ਼ਤ ਆਇਆ ਸੀ, "ਮੇਰੀ ਬਾਂਹ ਕਾਗਜ਼ਾਂ ਉੱਤੇ ਟੁੱਟੀ ਪਈ ਹੈ, ਅੰਮ੍ਰਿਤਾ ਬਾਜੀ! ਜਦੋਂ ਤਕ ਤੇਰੀ ਬਾਂਹ ਠੀਕ ਨਹੀਂ ਹੋ ਜਾਂਦੀ, ਮੈਂ ਆਪਣੇ ਹੱਥ ਵਿਚ ਕਲਮ ਨਹੀਂ ਫੜਾਂਗੀ"–ਤੇ ਇਹੋ ਜਹੀ ਦੋਸਤ ਦਾ ਮੇਰੀ ਜ਼ਿੰਦਗੀ ਵਿਚੋਂ ਚਲੇ ਜਾਣਾ, ਮੈਨੂੰ ਕਿਤੋਂ ਦੀ ਬਹੁਤ ਖ਼ਾਲੀ ਕਰ ਗਿਆ... ਇਕ ਉਹ ਸੀ, ਮੇਰੀ ਸਾਰਾ, ਜੋ ਆਪਣੇ ਲਫ਼ਜ਼ਾਂ ਦੀ ਆਬਰੂ ਸੀ, ਉਹਨੇ ਲਿਖਿਆ ਸੀ–'ਮੈਂ ਅਸਮਾਨ ਵੇਚ ਕੇ ਚੰਨ ਨਹੀਂ ਕਮਾਂਦੀ'–ਤੇ ਹੁਣ ਉਹ ਨਹੀਂ ਸੀ। ਹੁਣ ਮੇਰੇ ਦੁਆਲੇ ਲਫ਼ਜ਼ ਫਰੋਸ਼ਾਂ ਦੀ ਭੀੜ ਸੀ....

ਮੇਰਾ ਉਹ ਸੁਪਨਾ ਸਚਮੁਚ ਬਹੁਤ ਭਿਆਨਕ ਸੀ। ਮੈਂ ਨਹੀਂ ਜਾਣਦੀ ਕਿ ਉਹਦੀ ਭਿਆਨਕਤਾ ਹੋਰ ਕਿੰਨੇ ਵਰ੍ਹੇ ਲੰਬੀ ਹੋਵੇਗੀ। ਮੇਰੇ ਲਈ ਵੀ, ਤੇ ਮੇਰੇ ਦੇਸ ਲਈ ਵੀ। ਉਸ ਸੁਪਨੇ ਦਾ ਇਸ਼ਾਰਾ ਮੇਰੇ ਲਈ ਵੀ ਸੀ, ਮੇਰੇ ਦੇਸ ਲਈ ਵੀ। ਇਹੋ ਵਰ੍ਹਾ ਸੀ, ਜਦੋਂ ਇੰਦਰਾ ਜੀ ਦਾ ਕਤਲ ਹੋਇਆ, ਤੇ ਦਿੱਲੀ ਵਿਚ ਕਿੰਨੇ ਹੀ ਮਾਸੂਮ ਲੋਕ ਜੀਊਂਦੇ ਜਲਾਏ ਗਏ...

ਉਸ ਸੁਪਨੇ ਨੂੰ ਕਈ ਵਰ੍ਹੇ ਹੋ ਗਏ ਹਨ, ਤੇ ਅੱਜ ਵੀ ਅਖ਼ਬਾਰਾਂ ਦੀਆਂ ਸੁਰਖ਼ੀਆਂ ਲਹੂ ਵਿਚ ਭਿੱਜੀਆਂ ਹੋਈਆਂ ਹਨ। ਮੈਨੂੰ 1986 ਵਿਚ ਰਾਜ ਸਭਾ ਵਿਚ ਨਾਮਜ਼ਦ ਕੀਤਾ ਗਿਆ ਸੀ, ਪਰ ਮੇਰੇ ਹੱਥੋਂ ਵੀ ਕੁਝ ਨਹੀਂ ਹੋ ਸਕਿਆ। ਮੇਰੇ ਦੇਸ ਦੀ ਇਬਾਰਤ ਅੱਖਰ ਅੱਖਰ ਟੁਟਦੀ ਖਿਲਰਦੀ ਜਾ ਰਹੀ ਹੈ...

ਆਪਣੀ "ਅੱਖਰ ਅੱਖਰ" ਹੋ ਜਾਣ ਵਾਲੀ ਤਕਦੀਰ ਨੂੰ ਵੇਖ ਕੇ ਮੈਂ ਏਨ੍ਹਾਂ ਵਰ੍ਹਿਆਂ ਵਿਚ ਇਕ ਨਜ਼ਮ ਲਿਖੀ ਸੀ–

ਤੂੰ ਜਨਮ ਜਨਮ ਦਾ ਪੂਰਨ ਜੋਗੀ, ਮੈਂ ਜਨਮ ਜਨਮ ਦੀ ਸੁੰਦਰਾਂ...

ਇਕ ਜਨਮ ਮੈਂ ਇਹੀ ਸੁੰਦਰਾਂ, ਭਗਵਾ ਪਹਿਰਣ ਵੇਖ ਕੇ ਮੋਹੀ

ਮੈਂ ਜਿਉਂ ਹੀ ਮੋਤੀ ਅਰਪਣ ਲੱਗੀ
ਭਗਵਾ ਪਹਿਰਣ ਅੰਬਰ ਬਣਿਆ, ਤੇ ਮੈਂ ਧਰਤੀ ਦੀ ਰੋਹੀ...

ਇਕ ਜਨਮ ਮੈਂ ਇਹੀ ਸੁੰਦਰਾਂ, ਇਕ ਹੀਰ ਨਿਮਾਣੀ ਹੋਈ
ਰਾਂਝਣ ਜੋਗੀ ਅਲਖ ਜਗਾਈ
ਗਲ ਦਾ ਪਹਿਰਣ ਕਬਰ ਦੀ ਮਿੱਟੀ, ਮੇਰੀ ਚੁੰਨੀ ਕੱਫ਼ਣ ਹੋਈ...

ਇਕ ਜਨਮ ਮੈਂ ਇਹੀ ਸੁੰਦਰਾਂ, ਪੂਰਨ ਇਕ ਪਰਦੇਸੀ ਕੋਈ
ਜੋ ਪਹਿਰਣ ਸੀ ਅੰਬਰ ਬਣਿਆ
ਉਹੀਉ ਪਹਿਰਣ ਜਲਥਲ ਹੋਇਆ, ਮੈਂ ਭਰੀ ਝਨਾਂ ਵਿਚ ਮੋਈ...

ਇਕ ਜਨਮ ਮੈਂ ਇਹੀ ਸੁੰਦਰਾਂ, ਵਤ ਮੈਂ ਸੱਸੀ ਨਾਮ ਧਰਾਇਆ
ਜੋ ਪਹਿਰਣ ਸੀ ਜਲ ਥਲ ਬਣਿਆ
ਉਹੀਉ ਰੇਤ ਦਾ ਕਣ ਕਣ ਹੋਇਆ, ਮੈਂ ਵਿਚ ਥਲਾਂ ਦੇ ਰੋਈ...

ਤੇ ਏਸ ਜਨਮ ਮੈਂ ਉਹੀ ਸੁੰਦਰਾਂ, ਉਹੀਉ ਇਸ਼ਕ ਹਯਾਤੀ ਬਣਿਆ
ਅਜ ਭਗਵਾ ਪਹਿਰਣ ਕੋਰਾ ਕਾਗ਼ਜ਼
ਮੈਂ ਕੋਰੇ ਕਾਗ਼ਜ਼ ਦੇ ਗਲ ਲੱਗੀ, ਤੇ ਅੱਖਰ ਅੱਖਰ ਹੋਈ...

ਕੋਰੇ ਕਾਗ਼ਜ਼ਾਂ ਦੇ ਗਲ ਲੱਗ ਕੇ, ਜੀਅ ਕਰਦਾ ਹੈ—ਮਨ ਦਾ ਸਾਰਾ ਦੁੱਖ ਕਾਗ਼ਜ਼ਾਂ ਦੇ ਹਵਾਲੇ ਕਰ ਦੇਵਾਂ, ਪਰ ਦੁਨੀਆਂ ਦੇ ਕਾਨੂੰਨ ਨੇ ਮੇਰੀ ਕਲਮ ਨੂੰ ਚੁੱਪ ਦਾ ਸਰਾਪ ਦਿੱਤਾ ਹੋਇਆ ਹੈ, ਇਸ ਲਈ ਖਾਮੋਸ਼ ਹਾਂ। ਸਿਰਫ਼ ਏਨਾ ਕਹਿ ਸਕਦੀ ਹਾਂ ਕਿ 1980 ਵਿਚ ਮੈਂ ਜਦੋਂ ਬਲਗਾਰੀਆ ਗਈ ਸਾਂ, ਉਥੋਂ ਦੇ ਇਕ ਸੈਨੇਟੋਰੀਅਮ ਵਿਚ ਮੈਂ ਮਿਨਰਲ ਪਾਣੀ ਦੇ ਗੁਸਲ ਵਾਲਾ ਇਲਾਜ ਲੈਣਾ ਸੀ, ਜਿਸ ਲਈ ਸਾਰੇ ਚੈੱਕਅਪ ਹੋਏ ਤਾਂ ਜ਼ਿੰਦਗੀ ਵਿਚ ਪਹਿਲੀ ਵਾਰ ਦਿਲ ਵਾਲੇ ਪਾਸਿਉਂ ਖ਼ਤਰੇ ਦੀ ਖ਼ਬਰ ਸੁਣੀ। ਆਪਣੇ ਦਿਲ ਨਾਲ ਸ਼ਿਕਵਾ ਵੀ ਆਇਆ, ਤੇ ਸਹਜ ਮੋਹ ਵੀ। 6 ਅਕਤੂਬਰ ਦਾ ਦਿਨ ਸੀ, ਜਦੋਂ ਖ਼ਤਰੇ ਦੀ ਖ਼ਬਰ ਸੁਣੀ ਸੀ, ਉਸ ਰਾਤ ਤੇ ਅਗਲੀ ਰਾਤ ਦੋ ਨਜ਼ਮਾਂ ਲਿਖੀਆਂ ਸਨ, ਜੋ ਇਸ ਕਿਤਾਬ ਵਿਚ ਛਪੀਆਂ ਹੋਈਆਂ ਹਨ। ਇਕ ਨਜ਼ਮ ਵਿਚ ਆਪਣੇ ਦਿਲ ਨੂੰ 'ਯਾਰ ਬਦਨੀਤੀਆ' ਕਹਿ ਕੇ ਆਖਿਆ ਸੀ—

ਤੋੜੇ ਹਿੱਕਾ ਉਲਾਂਭਾ ਮਲਕੁਲ ਦਿੱਤਾ
ਤੇ ਹਿੱਕੇ ਉਲਾਂਭੇ ਤੇਰਾ ਹੀਆ ਤ੍ਰੁਟਾ ?
ਤੈਂ ਲਈ ਹਯਾਤੀ ਦੇ ਲੈ ਲੈ ਉਲਾਂਭੇ
ਸਾਡੀ ਤਾਂ ਉਮਰਾ ਬੀਤੀਆ—
ਯਾਰ ਬਦਨੀਤੀਆ !

ਉਸ ਵੇਲੇ ਦਿਲ ਨੇ ਹੱਸ ਕੇ ਮੇਰਾ ਸ਼ਿਕਵਾ ਸੁਣ ਲਿਆ, ਤੇ ਫੇਰ 12 ਵਰ੍ਹੇ ਉਹਨੇ ਕੁਝ ਨਹੀਂ ਆਖਿਆ। ਇਹਨਾਂ ਵਰ੍ਹਿਆਂ ਵਿਚ ਉਹ ਕਿਵੇਂ ਹਫਦਾ ਰਿਹਾ, ਉਹੀ ਜਾਣਦਾ ਹੈ, ਤੇ ਹੁਣ 28 ਮਾਰਚ ਵਾਲੇ ਦਿਨ ਉਹਨੇ ਹਫ਼ਦੇ ਨੇ ਸਿਰ ਸੁੱਟ ਦਿੱਤਾ। ਹਾਰਟ ਅਟੈਕ ਦਾ ਇਹ ਹਾਦਸਾ, ਆਖ਼ਰੀ ਹਾਦਸਾ ਨਹੀਂ ਬਣਿਆ, ਹਫ਼ਤਾ ਕੁ ਹਸਪਤਾਲ ਰਹਿ ਕੇ ਉਸ ਥੱਕੇ ਹਫ਼ੇ ਹੋਏ ਨੂੰ ਮੈਂ ਫੇ

ਰ ਘਰ ਪਰਤਾ ਲਿਆਈ ਹਾਂ।

ਬਸ ਏਨਾ ਕੁ ਹੀ ਦੱਸ ਸਕਦੀ ਸਾਂ, ਦੱਸ ਦਿੱਤਾ ਹੈ, ਸਰਾਪ ਦੇ ਲੱਥਣ ਤੱਕ ਜੇ ਮੈਂ ਜੀਉਂਦੀ ਰਹੀ, ਤਾਂ ਮੇਰੀ ਤੇ ਕਾਗ਼ਜ਼ਾਂ ਦੀ ਕਿਸਮਤ, ਨਹੀਂ ਤਾਂ—ਰਹਿੰਦੇ ਕੋਰੇ ਕਾਗ਼ਜ਼ ਰੱਬ ਦੇ ਹਵਾਲੇ!

ਮਾਏ ਨੀ ਮੇਰਾ ਖ਼ਿਜ਼ਰ ਗੁਆਚਾ

ਖ਼ਿਜ਼ਰ—ਨਦੀਆਂ ਦਰਿਆਵਾਂ ਦੇ ਪੀਰ ਦਾ ਨਾਂ ਹੈ। ਪਾਣੀਆਂ ਦੀ ਆਤਮਾ ਦਾ ਨਾਂ। ਇਸ ਲਈ ਮਨ ਦੇ ਪਾਣੀਆਂ ਦਾ ਪੀਰ ਚੇਤਨਾ ਹੁੰਦੀ ਹੈ। ਉਹ ਚੇਤਨਾ, ਮਨ ਦਾ ਖ਼ਿਜ਼ਰ ਹੁੰਦੀ ਹੈ...
1984 ਦੇ ਹਾਲਾਤ ਬਾਰੇ ਮੈਂ ਜਦੋਂ ਤੜਪ ਕੇ ਲਿਖਿਆ ਸੀ—

ਮਾਏ ਨੀ ਮੇਰਾ ਖ਼ਿਜ਼ਰ ਗੁਆਚਾ
ਸੱਭੋ ਥਾਨ ਮੈਂ ਸੁੰਨੇ ਡਿੱਠੇ, ਕਿਤੇ ਨਾ ਦੱਸਾਂ ਪਈਆਂ...

ਕਿਹੜੇ ਪੱਤਣਾ ਤੇ ਉਹ ਵਸੱਦਾ, ਮੇਰਾ ਖ਼ਿਜ਼ਰ ਮੈਂ ਅੱਖੀਂ ਡਿੱਠਾ
ਉਹੀਉ ਸਾਰੇ ਪੱਤਣ ਕਿੱਥੇ ? ਨਦੀਆਂ ਕਿੱਥੇ ਗਈਆਂ ?

ਨਦੀਆਂ ਦੀ ਇਹ ਕਹੀ ਯਾਤ੍ਰਾ! ਅੰਬਰ ਦੇ ਇਕ ਸੁਪਨੇ ਜਹੀਆਂ
ਪਰਬਤ ਦੀ ਛਾਤੀ ਤੋਂ ਤੁਰੀਆਂ, ਸ਼ਹੁ ਦਰਿਆ ਨਾ ਪਈਆਂ....

ਕਹੇ ਮੁਹਾਣੇ ਮਿਲੇ ਇਨ੍ਹਾਂ ਨੂੰ! ਰੇਤ ਥਲਾਂ ਦੇ ਰਾਹ ਤੇ ਪਾਇਆ
ਕਿਵੇਂ ਸੁੱਕੀਆਂ ਕਿਵੇਂ ਸਿਸਕੀਆਂ, ਕਿਸੇ ਨਾ ਸੁਰਤਾਂ ਲਈਆਂ
ਨੀ ਮੇਰਾ ਖ਼ਿਜ਼ਰ ਗੁਆਚਾ...

ਇਸ ਨਜ਼ਮ ਵਿਚ ਜ਼ਾਹਿਰ ਹੈ—ਕਿ ਹਰ ਨਦੀ ਹਰ ਮਜ਼ਹਬ ਦਾ ਪ੍ਰਤੀਕ ਹੈ। ਜਿਹੜੇ ਪਰਬਤ ਦੀ ਛਾਤੀ ਵਿਚੋਂ ਮਜ਼ਹਬ ਦੀ ਨਦੀ ਨਿਕਲੀ, ਉਹ ਪਰਬਤ ਧਰਮ ਦਾ ਪ੍ਰਤੀਕ ਹੈ। ਰੂਹਾਨੀਅਤ ਦਾ। ਰੇਤ ਥਲ—ਬੜੀਆਂ ਸੌੜੀਆਂ ਸੋਚਾਂ ਦੇ ਪ੍ਰਤੀਕ ਹਨ, ਜਿਹੜੇ ਰਾਹ ਪੈ ਕੇ, ਉਹ ਨਦੀਆਂ ਸੁੱਕ ਜਾਂਦੀਆਂ ਹਨ। ਮੁਹਾਣੇ ਲਫਜ਼ ਹਰ ਮਜ਼ਹਬ ਦੇ ਪੈਰੋਕਾਰਾਂ ਲਈ ਹੈ। ਤੇ ਇਸੇ ਦੀ ਗੱਲ ਮੈਂ ਯੂਨੈਸਕੋ ਕਾਨਫ਼ਰੰਸ ਵਿਚ ਆਖੀ ਸੀ।

ਹਾਲਾਤ 1984 ਦੇ ਵੀ ਸਨ, 1947 ਦੇ ਵੀ, ਜੋ ਮੈਂ ਅੱਖੀਂ ਵੇਖੇ ਸਨ, ਤੇ ਜੋ ਸੁਣੇ ਸਨ—ਉਨ੍ਹਾਂ ਨਾਲ ਸਾਰਾ ਇਤਿਹਾਸ ਲਹੂ ਦਾ ਭਿੱਜਾ ਹੋਇਆ ਹੈ। ਇਹ ਇਤਿਹਾਸ ਹਰ ਮੁਲਕ ਦਾ ਹੈ। ਤੇ ਜੋ ਸਾਰਿਆਂ ਕੋਲੋਂ ਗੁਆਚ ਗਿਆ ਹੈ—ਉਹ ਉਨ੍ਹਾਂ ਪਾਣੀਆਂ ਦਾ ਪੀਰ ਹੈ, ਖ਼ਿਜ਼ਰ, ਇਨਸਾਨ ਦੇ ਮਨ ਦੀ ਆਪਣੀ ਚੇਤਨਾ।

ਇਹ ਨਜ਼ਮ ਬੜੇ ਵਸੀਹ ਅਰਥਾਂ ਵਿਚ ਹੈ। ਮਨ ਨੇ ਹਰ ਖੇਤਰ ਵਿਚ ਵਿਚਰਨਾ ਹੁੰਦਾ ਹੈ—ਸਮਾਜ, ਸਿਆਸਤ, ਮਜ਼ਹਬ, ਸਾਹਿਤ, ਤੇ ਰੋਜ਼ ਦੀ ਰਹਿਣੀ ਬਹਿਣੀ ਵਿਚ ਵੀ। ਤੇ ਮੇਰਾ ਦਰਦ ਵੀ ਵਸੀਹ ਅਰਥਾਂ ਵਿਚ ਹੈ—ਕਿ ਹਰ ਖੇਤਰ ਵਿਚ ਮੈਂ ਮਨਾਂ ਦੇ ਖਿਜ਼ਰ ਨੂੰ ਗੁਆਚਾ ਹੋਇਆ ਵੇਖਿਆ ਹੈ।

ਮੇਰੀ ਨਜ਼ਰ ਵਿਚ ਪੰਜਾਬੀ ਦੀ ਇੱਕ ਸਤਰ 'ਮਾਏ ਨੀ ਅਸਾਂ ਰਾਂਝਾਂ ਰਾਜ਼ੀ ਕਰਨਾ' ਵੀ ਏਸੇ ਅਰਥ ਵਿਚ ਹੈ—ਅਪਣੇ ਰੁੱਸੇ ਹੋਏ ਖ਼ਿਜ਼ਰ ਨੂੰ ਮਨਾਣ ਦੇ ਅਰਥ ਵਿਚ। ਆਪਣੀ ਅੰਤਰ ਚੇਤਨਾ ਨੂੰ ਜਾਨਣ ਦੇ ਅਰਥ ਵਿਚ।

1986

1986 ਦੇ ਮਾਰਚ ਮਹੀਨੇ ਇਕ ਸਰਕਾਰੀ ਕਾਨਫ਼ਰੰਸ ਹੋਈ ਸੀ, ਜੋ ਵੱਖ ਵੱਖ ਪ੍ਰਾਂਤਾਂ ਦੇ ਚੀਫ਼ ਮਨਿਸਟਰਾਂ ਦੀ ਸੀ। ਉਹਦੇ ਵਿਚ ਤਿੰਨ ਚਾਰ ਗ਼ੈਰ ਸਰਕਾਰੀ ਲੋਕ ਵੀ ਬੁਲਾਏ ਗਏ ਸਨ, ਜਿਨ੍ਹਾਂ ਵਿਚੋਂ ਇਕ ਮੈਂ ਸਾਂ। ਉੱਥੇ ਜਦੋਂ ਮੈਨੂੰ ਕੁਝ ਬੋਲਣ ਲਈ ਆਖਿਆ ਗਿਆ, ਤਾਂ ਜੋ ਬੋਲੀ ਸਾਂ, ਉਹਦੇ ਵਿਚ ਇਹ ਹਰਫ਼ ਵੀ ਸਨ—

"ਇਕ ਵੇਲਾ ਸੀ ਜਦੋਂ ਕੇਰਲ ਵਿਚ ਜਾਤੀਵਾਦ ਦੀ ਭਿਆਨਕਤਾਂ ਨੂੰ ਵੇਖ ਕੇ ਸੁਾਮੀ ਵਿਵੇਕਾਨੰਦ ਨੇ ਕਿਹਾ ਸੀ ਕਿ ਕੇਰਲ, ਭਾਰਤ ਦਾ ਪਾਗ਼ਲਖਾਨਾ ਹੈ। ਅੱਜ ਮੈਂ ਭਰੀਆਂ ਅੱਖਾਂ ਨਾਲ ਕਹਿਣਾ ਚਾਹੁੰਦੀ ਹਾਂ ਕਿ ਅਸੀਂ ਹਰ ਪ੍ਰਾਂਤ ਨੂੰ ਭਾਰਤ ਦਾ ਪਾਗ਼ਲਖਾਨਾ ਬਣਾ ਰਹੇ ਹਾਂ..."

ਅਖ਼ੀਰ ਤੇ ਇਹ ਵੀ ਕਿਹਾ ਸੀ—"ਸਾਡਾ ਮਿਥਿਹਾਸ ਕਹਿੰਦਾ ਹੈ ਕਿ ਜਦੋਂ ਸਮੁੰਦਰ ਰਿੜਕਿਆ ਗਿਆ ਸੀ, ਤਾਂ ਉਹਦੇ ਵਿਚੋਂ ਚੌਦਾਂ ਰਤਨ ਮਿਲੇ ਸਨ। ਅੱਜ ਸਾਨੂੰ ਲੋੜ ਹੈ ਕਿ ਆਪਣੇ ਆਪਣੇ ਮਨ ਦਾ ਸਮੁੰਦਰ ਰਿੜਕੀਏ, ਤੇ ਆਪਣੀ ਆਪਣੀ ਆਚਰਣ-ਸ਼ਕਤੀ ਦਾ ਰਤਨ ਲੱਭੀਏ!"

ਇਹ ਸਭ ਕੁਝ ਕਹਿਣਾ, ਮੇਰੇ ਲਈ ਸਹਜ ਮੇਰੇ ਮਨ ਦੀ ਗੱਲ ਸੀ, ਤੇ ਮਨ ਦੀ ਗੱਲ ਕਹਿਣ ਦਾ ਇਹ ਇਕ ਬਹੁਤ ਵੱਡਾ ਮੌਕਾ ਸੀ, ਜਦੋਂ ਸਾਰਿਆਂ ਪ੍ਰਾਂਤਾਂ ਦੇ ਚੀਫ਼ ਮਨਿਸਟਰ ਬੈਠੇ ਹੋਏ ਸਨ। ਕੁਝ ਦਿਨਾਂ ਪਿਛੋਂ, 10 ਮਈ ਨੂੰ ਪ੍ਰਾਈਮ ਮਨਿਸਟਰ ਦੀ ਸੈਕਟਰੀ ਦਾ ਫ਼ੋਨ ਆਇਆ ਕਿ ਤੁਹਾਨੂੰ ਰਾਜ ਸਭਾ ਵਿਚ ਨਾਮਜ਼ਦ ਕਰਨਾ ਹੈ, ਕੋਈ ਇਤਰਾਜ਼ ਤਾਂ ਨਹੀਂ?—ਉਸ ਵੇਲੇ ਮੈਂ ਆਖਿਆ ਸੀ—'ਹੋਰ ਇਤਰਾਜ਼ ਕੋਈ ਨਹੀਂ, ਪਰ ਸਿਆਸਤ ਵਾਸਤੇ ਮੇਰਾ ਬੈਂਡ ਆਫ਼ ਮਾਈਂਡ ਨਹੀਂ'

ਉਸ ਵੇਲੇ ਸੈਕਟਰੀ ਨੇ ਦੱਸਿਆ—"ਇਹੀ ਤਾਂ ਸਾਨੂੰ ਚਾਹੀਦਾ ਹੈ। ਤੁਸੀਂ ਉਸ ਦਿਨ ਚੀਫ਼ ਮਨਿਸਟਰਾਂ ਦੀ ਮੀਟਿੰਗ ਵਿਚ ਜੋ ਬੋਲ ਗਏ ਹੋ, ਉਹਦਾ ਟੇਪ ਰਾਜੀਵ ਜੀ ਨੇ ਬਾਰ ਬਾਰ ਸੁਣਿਆ ਹੈ, ਤੇ ਫ਼ੈਸਲਾ ਕੀਤਾ ਹੈ ਕਿ ਤੁਹਾਨੂੰ ਨਾਮਜ਼ਦ ਕੀਤਾ ਜਾਏ।"

ਤੇ ਮੈਨੂੰ ਲਿਖਤੀ ਚਿੱਠੀ ਮਿਲਣ ਤੋਂ ਪਹਿਲਾਂ 11 ਮਈ ਸਵੇਰ ਦੀਆਂ ਅਖ਼ਬਾਰਾਂ ਵਿਚ ਛਪਿਆ ਹੋਇਆ ਸੀ ਕਿ ਮੈਨੂੰ ਰਾਜ ਸਭਾ ਲਈ ਨਾਮਜ਼ਦ ਕੀਤਾ ਗਿਆ ਹੈ।

ਰਾਜ ਸਭਾ ਦੀ ਮੈਂਬਰ ਹੋਣ ਦਾ ਅਰਸਾ ਛੇ ਵਰ੍ਹੇ ਸੀ, ਜਿਸ ਦੌਰਾਨ ਮੈਂ ਜੋ ਸਵਾਲ ਉਠਾਏ ਸਨ, ਉਨ੍ਹਾਂ ਵਿਚੋਂ ਦੋ ਚਾਰ ਸਵਾਲ ਇਥੇ ਦਰਜ ਕਰ ਰਹੀ ਹਾਂ—

"ਚਾਲ੍ਹੀ ਸਾਲ ਹੋਣ ਲੱਗੇ ਹਨ—ਹਿੰਦੁਸਤਾਨ ਤੇ ਪਾਕਿਸਤਾਨ ਦੀਆਂ ਸਰਕਾਰਾਂ ਦੇ ਦਰਮਿਆਨ ਅਜੇ ਤਕ, ਇਹ ਮਵਾਹਦਾ ਨਹੀਂ ਹੋਇਆ ਕਿ ਦੋਹਾਂ ਦੇਸ਼ਾਂ ਦੇ ਸ਼ਾਇਰਾਂ ਤੇ ਅਦੀਬਾਂ ਦੀਆਂ ਕਿਤਾਬਾਂ ਉਨ੍ਹਾਂ ਦੀ ਇਜਾਜ਼ਤ ਨਾਲ ਛਾਪੀਆਂ ਜਾਣ। ਤਾਕਿ ਤਰਜੁਮੇ ਵੀ ਮਿਆਰੀ ਹੋ ਸਕਣ ਤੇ ਸ਼ਾਇਰਾਂ ਅਦੀਬਾਂ ਨੂੰ ਆਪਣੀਆਂ ਲਿਖਤਾਂ ਦੀ ਉਜਰਤ ਵੀ ਮਿਲ ਸਕੇ। ਅਜਿਹੇ ਇਕਰਾਰਨਾਮੇ ਵਲੋਂ

ਅਣਗਹਿਲੀ ਕਾਰਣ ਦੋਹਾਂ ਪਾਸਿਆਂ ਦੇ ਅਦੀਬਾਂ ਦਾ ਆਪਣੀਆਂ ਲਿਖਤਾਂ ਉੱਤੇ ਹੱਕ ਵੀ ਗੁਆਚ ਰਿਹਾ ਹੈ, ਤੇ ਉਨ੍ਹਾਂ ਨੂੰ ਸਭ ਤੋਂ ਵੱਡੀ ਮਾਨਸਿਕ ਚੋਟ ਇਹ ਪਹੁੰਚ ਰਹੀ ਹੈ–ਕਿ ਉਨ੍ਹਾਂ ਦੀਆਂ ਲਿਖਤਾਂ ਦੇ ਤਰਜੁਮੇ ਅਕਸਰ ਬੜੇ ਗ਼ਲਤ ਹੋ ਰਹੇ ਹਨ...."–1986

"ਮੈਂ ਸਰਕਾਰ ਦੀ ਤਵੱਜੋ ਉਸ ਤਰਫ਼ ਦੁਆਣਾ ਚਾਹੁੰਦੀ ਹਾਂ, ਜਿੱਥੇ ਅਦਬ ਤੇ ਤਹਜ਼ੀਬ ਦੇ ਨਾਂ ਤੇ ਇਕ ਵੱਖਰੀ ਤਰ੍ਹਾਂ ਦੀ ਕਮਰਸ਼ਲਾਈਜ਼ੇਸ਼ਨ ਸ਼ੁਰੂ ਹੋ ਗਈ ਹੈ–ਕਿ ਸਰਕਾਰ ਕੋਲੋਂ ਜ਼ਮੀਨ ਵੀ ਲਈ ਜਾਂਦੀ ਹੈ, ਪੈਸਾ ਵੀ, ਤੇ ਉਹਨੂੰ ਤਰ੍ਹਾਂ ਤਰ੍ਹਾਂ ਦੀ ਆਮਦਨ ਦਾ ਵਸੀਲਾ ਬਣਾ ਲਿਆ ਜਾਂਦਾ ਹੈ। ਇਹ ਸਭ ਅਦਬ ਤੇ ਤਹਜ਼ੀਬ ਦੇ ਨਾਂ ਤੇ ਹੋਣ ਲੱਗਾ ਪੈ। ਪਰ ਜਿਸ ਮਕਸਦ ਲਈ ਇਹ ਸ਼ੁਰੂ ਹੋਇਆ ਸੀ, ਕੀ ਫਿਰ ਕਦੇ ਸਰਕਾਰ ਨੇ ਵੇਖਿਆ ਕਿ ਉਸ ਮਕਸਦ ਦਾ ਕੀ ਬਣਿਆ ? ਉਹ ਵੇਖਣਾ ਤਾਂ ਦਰਕਿਨਾਰ ਰਿਹਾ, ਅੱਗੋਂ ਵਾਸਤੇ ਵੀ ਕੋਈ ਨਜ਼ਰਸਾਨੀ ਨਹੀਂ। ਉਸੇ ਤਰ੍ਹਾਂ ਜ਼ਮੀਨਾਂ ਦਿੱਤੀਆਂ ਜਾ ਰਹੀਆਂ ਹਨ। ਇਸ ਕਮਰਸ਼ਲਾਈਜ਼ੇਸ਼ਨ ਦੇ ਪਿੱਛੇ ਕਿਹੜੇ ਹੱਥ ਕੀ ਕੀ ਕਰ ਰਹੇ ਹਨ, ਤੇ ਕਿਵੇਂ ਇਕ ਨਵੀਂ ਇਜ਼ਾਰਾਦਾਰੀ ਸ਼ੁਰੂ ਹੋ ਗਈ ਹੈ, ਮੈਂ ਸਰਕਾਰ ਦੀ ਤਵੱਜੋ ਏਸ ਤਰਫ਼ ਦੁਆਣਾ ਚਾਹੁੰਦੀ ਹਾਂ..." 16-11-87

1988 ਦੇ ਸ਼ੁਰੂ ਵਿਚ ਮੈਂ ਆਸਾਮ ਗਈ ਸਾਂ। ਬਰਪੇਤਾ ਦੇ ਲੇਖਿਕਾ ਸੰਮੇਲਨ ਵਿਚ ਸ਼ਾਮਿਲ ਹੋਣ ਲਈ। ਪਤਾ ਲੱਗਾ ਕਿ ਉਥੋਂ ਦੇ ਵੈਸ਼ਨਵ ਮੱਠ ਵਿਚ ਔਰਤਾਂ ਦਾ ਦਾਖ਼ਲਾ ਮਨ੍ਹਾ ਹੈ। ਔਰਤਾਂ ਪ੍ਰਕਰਮਾ ਵਿਚ ਬੈਠੀਆਂ ਰਹਿੰਦੀਆਂ ਹਨ, ਪਰ ਅੰਦਰ ਕ੍ਰਿਸ਼ਨ ਅਸਥਾਨ ਤੇ ਜੋ ਪੰਜ ਸੌ ਸਾਲ ਤੋਂ ਜੋਤ ਬਲ ਰਹੀ ਹੈ, ਉਹਦਾ ਬੂਹਾ ਲੰਘਣਾ ਔਰਤ ਲਈ ਵਰਜਿਤ ਹੈ। ਮੱਠ ਦੇ ਬਾਹਰ ਔਰਤ ਦੇ ਦਾਖ਼ਲੇ ਉੱਤੇ ਪਾਬੰਦੀ ਦੀ ਸੂਚਨਾ ਲਿਖੀ ਹੋਈ ਹੈ।

ਮੈਨੂੰ ਉਹ ਵੇਖਣ ਲਈ, ਮੈਂਬਰ ਪਾਰਲੀਮੈਂਟ ਹੋਣ ਦੇ ਨਾਤੇ ਹਿਫਾਜ਼ਤੀ ਪੁਲਿਸ ਦਿੱਤੀ ਗਈ ਸੀ, ਸੋ ਮੱਠ ਦੇ ਪੰਡਿਤ ਜੀ ਨੇ ਪੁਲਿਸ ਨੂੰ ਵੇਖ ਕੇ ਮੇਰੀ ਕੁਝ ਅਹਿਮੀਅਤ ਜਾਣੀ, ਤੇ ਮੇਰੇ ਕੋਲ ਆ ਕੇ ਕਹਿਣ ਲੱਗੇ–"ਮੈਂ ਆਪ ਕੇ ਲੀਏ ਲੋਹੇ ਕਾ ਦਰਵਾਜ਼ਾ ਖੋਲ੍ਹ ਦੇਤਾ ਹੂੰ, ਜਯੋਤਿ ਦਰਸ਼ਨ ਕਰ ਲੀਜੀਏ, ਲੇਕਿਨ ਭੀਤਰ ਨਹੀਂ ਜਾਨਾ ਹੋਗਾ" ਮੈਂ ਲੋਹੇ ਦੇ ਦਰਵਾਜ਼ੇ ਕੋਲ ਖਲੋ ਕੇ ਪੰਡਿਤ ਜੀ ਨੂੰ ਕਿਹਾ –"ਅਰੇ ! ਕ੍ਰਿਸ਼ਨ ਅੰਦਰ ਹੈਂ, ਔਰ ਰਾਧਾ ਬਾਹਰ ਖੜੀ ਹੈ, ਯਹ ਕੈਸੇ ਹੋ ਗਯਾ ਪੰਡਿਤ ਜੀ ! ਰਾਧਾ ਤੋ ਕ੍ਰਿਸ਼ਨ ਕੀ ਮਹਾਚੇਤਨਾ ਹੈ, ਉਸ ਕੇ ਬਗ਼ੈਰ ਅਕੇਲੇ ਕ੍ਰਿਸ਼ਨ ਕਯਾ ਕਰਤੇ ਹੋਂਗੇ ?" ਪੰਡਿਤ ਜੀ ਹੈਰਾਨ ਹੋ ਕੇ ਮੇਰੇ ਵਲ ਤੱਕਣ ਲੱਗ ਪਏ ਤੇ ਪੁਲਿਸ ਅਫਸਰ ਹਾਸੇ ਨੂੰ ਹੋਂਠਾਂ ਵਿਚ ਦਬਾਣ ਲੱਗ ਪਏ।

ਖ਼ੈਰ–ਮੇਰੇ ਕਿਹਾਂ ਕੀ ਹੋਣਾ ਸੀ, ਪਤਾ ਲੱਗਾ ਕਿ ਕਦੇ ਉੱਥੇ ਗਾਂਧੀ ਜੀ ਵੀ ਆਏ ਸਨ, ਤੇ ਅਜਿਹੀ ਪਾਬੰਦੀ ਨੂੰ ਹਟਾਣ ਲਈ ਉਨ੍ਹਾਂ ਬੜਾ ਜ਼ੋਰ ਲਾਇਆ ਸੀ, ਪਰ ਕੁਝ ਨਹੀਂ ਸੀ ਹੋਇਆ।

ਅਗਲੇ ਦਿਨ ਅਸਮੀ ਲੇਖਕਾਵਾਂ ਇਕ ਮੈਮੋਰੰਡਮ ਲੈ ਕੇ ਮੱਠ ਵਿਚ ਗਈਆਂ, ਇਸ ਪਾਬੰਦੀ ਨੂੰ ਹਟਵਾਣ ਲਈ, ਤੇ ਉਨ੍ਹਾਂ ਦੀਆਂ ਜੋ ਤਸਵੀਰਾਂ ਅਖ਼ਬਾਰਾਂ ਵਿਚ ਛਪੀਆਂ, ਮੈਂ ਉਹ ਸਭ ਕਤਰਨਾਂ ਸਾਂਭ ਲਈਆਂ। ਤੇ ਆਪਣੀ ਦੋਸਤ ਇੰਦਰਾ ਗੋਸਵਾਮੀ ਨੂੰ ਆਖ ਕੇ ਮੱਠ ਦੇ ਬਾਹਰ ਲੱਗੀ ਮਨਾਹੀ ਦੀ ਸੂਚਨਾ ਵਾਲੀ ਤਖ਼ਤੀ ਦੀ ਤਸਵੀਰ ਵੀ ਲੈ ਲਈ...

ਇਹੋ ਸਾਰੇ ਹਵਾਲੇ ਪੇਸ਼ ਕਰਦਿਆਂ ਮੈਂ ਪਾਰਲੀਮੈਂਟ ਵਿਚ ਇਕ ਸਵਾਲ ਉਠਾਇਆ ਸੀ, ਕਿਹਾ ਸੀ ਕਿ "8 ਮਾਰਚ ਨੂੰ ਮਨਾਏ ਗਏ ਅੰਤਰ ਰਾਸ਼ਟ੍ਰੀ ਦਿਵਸ ਦੀ ਰੋਸ਼ਨੀ ਵਿਚ ਕਹਿਣਾ ਚਾਹੁੰਦੀ

ਹਾਂ ਕਿ ਅਜਿਹਾ ਦਿਨ ਮਹਜ਼ ਇਕ ਰਸਮ ਨਾ ਬਣ ਜਾਏ, ਇਸ ਲਈ ਕੁਝ ਬੁਨਿਆਦੀ ਕਦਮ ਉਠਾਏ ਜਾਣ। ਔਰਤਾਂ ਉਤੇ ਇਹੋ ਜਿਹੀਆਂ ਪਾਬੰਦੀਆਂ, ਜਮਹੂਰੀਅਤ ਦੇ ਨਿਜ਼ਾਮ ਉਤੇ ਬਹੁਤ ਵੱਡਾ ਇਲਜ਼ਾਮ ਹਨ..." 28-3-1988

"ਸਰਕਾਰੀ ਸੰਸਥਾਵਾਂ ਕਿਸੇ ਪ੍ਰਾਜੈਕਟ ਨੂੰ ਲੈ ਕੇ ਜਦੋਂ ਸ਼ਾਇਰਾਂ ਤੇ ਸਾਹਿਤਕਾਰਾਂ ਨੂੰ ਕੋਈ ਕਾਨਟਰੈਕਟ ਦੇਂਦੀਆਂ ਹਨ, ਤਾਂ ਇਕ ਤਾਰੀਖ਼ ਮੁਕਰਰ ਕੀਤੀ ਜਾਂਦੀ ਹੈ, ਡੈਡ ਲਾਈਨ ਡੇਟ, ਕੰਮ ਦੀ ਤਿਆਰੀ ਵਾਸਤੇ। ਪਰ ਜਦੋਂ ਕੰਮ ਤਿਆਰ ਹੋ ਜਾਂਦਾ ਹੈ, ਤਾਰੀਖ਼ ਸਿਰ, ਤਾਂ ਉਹਨਾਂ ਦੀ ਮੇਹਨਤ ਕਈ ਕਈ ਵਰ੍ਹੇ ਦਫ਼ਤਰਾਂ ਦੀਆਂ ਫਾਈਲਾਂ ਵਿਚ ਪਈ ਰਹਿੰਦੀ ਹੈ। ਕਹਿਣਾ ਚਾਹੁੰਦੀ ਹਾਂ ਕਿ ਜੇ ਇਕ ਪੱਕਾ ਅਰਸਾ ਸਾਹਿਤਕਾਰਾਂ ਲਈ ਮੁਕਰਰ ਹੋ ਸਕਦਾ ਹੈ, ਤਾਂ ਕੰਮ ਦੀ ਇਮਪਲੀਮੈਂਟ ਵਾਸਤੇ ਇਕ ਪੱਕਾ ਅਰਸਾ ਸਰਕਾਰੀ ਅਦਾਰਿਆਂ ਲਈ ਕਿਉਂ ਨਹੀਂ ਮੁਕਰਰ ਹੁੰਦਾ ?

"ਕਈ ਵਾਰ ਇੰਜ ਵੀ ਹੁੰਦਾ ਹੈ ਕਿ ਪ੍ਰਾਜੈਕਟ ਬਦਲ ਜਾਂਦਾ ਹੈ। ਜਾਂ ਕਈਆਂ ਵਰ੍ਹਿਆਂ ਲਈ ਮੁਲਤਵੀ ਹੋ ਜਾਂਦਾ ਹੈ, ਤਾਂ ਉਸ ਹਾਲਤ ਵਿਚ ਕੰਮ ਕਰਨ ਵਾਲਿਆਂ ਦੀ ਉਜਰਤ ਵੀ ਮੁਲਤਵੀ ਹੋ ਜਾਂਦੀ ਹੈ। ਤੇ ਪ੍ਰਾਜੈਕਟ ਦੇ ਬਦਲਣ ਨਾਲ ਲੇਖਕਾਂ ਦੇ ਕਲਮੀ ਨੁਸਖ਼ੇ ਵੀ ਫਾਈਲਾਂ ਵਿਚ ਗੁਆਚ ਜਾਂਦੇ ਹਨ...ਕੁਝ ਪੱਕੇ ਹਵਾਲਿਆਂ ਦੀ ਬੁਨਿਆਦ ਉਤੇ ਮੈਂ ਇਹ ਸਵਾਲ ਉਠਾਂਦੀ ਹਾਂ ਕਿ ਅਕੈਹਰੇ ਕਾਨੂੰਨ ਨੂੰ ਦੂਹਰਾ ਕਾਨੂੰਨ ਬਨਾਣ ਵਲ ਤਵੱਜੋ ਦਿੱਤੀ ਜਾਏ!"— 8-10-1988

"ਅਸੀਂ ਸਾਰੇ ਜਾਣਦੇ ਹਾਂ ਕਿ ਇਨਸਾਨ ਤੇ ਇਨਸਾਫ਼ ਦੇ ਵਿਚਕਾਰ ਇਕ ਲੰਬਾ ਫ਼ਾਸਲਾ ਹੈ, ਜਿਹਨੂੰ ਤੈਹ ਕਰਦਿਆਂ ਲੋਕਾਂ ਦੀ ਜ਼ਿੰਦਗੀ ਦੇ ਪਤਾ ਨਹੀਂ ਕਿੰਨੇ ਵਰ੍ਹੇ, ਤੇ ਉਹਨਾਂ ਦੀ ਕਿੰਨੀ ਕਮਾਈ ਬਰਬਾਦ ਹੋ ਜਾਂਦੀ ਹੈ।

ਹਿੰਦੂ ਮੈਰਿਜ ਐਕਟ ਵਿੱਚ ਇਕ ਪਹਿਲੂ ਇਹ ਰਖਿਆ ਜਾਂਦਾ ਹੈ ਕਿ ਦੋਹਾਂ ਪਾਸਿਆਂ ਦੀਆਂ ਧਿਰਾਂ ਨੂੰ ਬਿਠਾ ਕੇ ਸੁਲਾਹਨਾਮੇ ਦੀ ਗੱਲ ਕੀਤੀ ਜਾਏ। ਪਰ ਇਹ ਰਾਹ ਸਿਰਫ਼ ਉਥੇ ਲਾਗੂ ਹੁੰਦਾ ਹੈ—ਵਿਆਹਵਾਂ ਦੇ ਝਗੜਿਆ ਝਾਂਜਿਆਂ ਵਿਚ, ਬਾਕੀ ਹੋਰ ਜ਼ਿੰਦਗੀ ਦੇ ਝਗੜਿਆਂ ਉਤੇ ਲਾਗੂ ਨਹੀਂ ਹੁੰਦਾ। ਆਖਣਾ ਚਾਹੁੰਦੀ ਹਾਂ ਕਿ ਇਕ ਸਕਰੀਨਿੰਗ ਸੈੱਲ ਹੋ ਸਕਦਾ ਹੈ, ਜੋ ਦੋਹਾਂ ਪਾਸਿਆਂ ਦੇ ਕਾਗਜ਼ਾਤ ਦਾ ਮੁਆਇਨਾ ਕਰੇ, ਤਾਂ ਇਕ ਤਿਹਾਈ ਮੁਕਦਮੇ ਉਹ ਹੋਣਗੇ ਜੋ ਬੇਬੁਨਿਆਦ ਹੁੰਦੇ ਹਨ। ਤੇ ਜੋ ਦਾਖ਼ਲ ਦਫ਼ਤਰ ਨਹੀਂ ਕੀਤੇ ਜਾਣੇ ਚਾਹੀਦੇ। ਬਾਕੀ ਦੋ—ਇਕ ਤਿਹਾਈ ਜ਼ਰੂਰ ਉਹ ਹੋਣਗੇ, ਜਿਨ੍ਹਾਂ ਦਾ ਫ਼ੈਸਲਾ ਦੋ ਤਿੰਨ ਸੁਣਵਾਈਆਂ ਵਿਚ ਹੋ ਸਕਦਾ ਹੈ। ਸਿਰਫ਼ ਇਕ ਤਿਹਾਈ ਮੁਕਦਮੇ ਬਚਣਗੇ, ਜੋ ਟ੍ਰਾਇਲ ਦੇ ਕਾਬਿਲ ਸਮਝੇ ਜਾ ਸਕਦੇ ਹਨ।

ਸਕਰੀਨਿੰਗ ਸੈੱਲ ਵਿਚ ਈਮਾਨਦਾਰੀ ਦੀ ਸ਼ੋਹਰਤ ਹਾਸਿਲ ਕਰ ਚੁੱਕੇ ਰੀਟਾਇਰਡ ਜੱਜ ਹੋ ਸਕਦੇ ਹਨ, ਨਾਲ ਤਜੁਰਬਾਕਾਰ ਐਡੀਸ਼ਨਲ ਡਿਸਟ੍ਰਿਕਟ ਜੱਜ ਹੋ ਸਕਦੇ ਹਨ। ਤੇ ਇੰਜ ਸਕਰੀਨਿੰਗ ਸੈੱਲ ਦੀ ਚੋਣ—ਚੀਫ਼ ਜਸਟਿਸ, ਰਜਿਸਟ੍ਰਾਰ, ਬਾਰ ਦੇ ਪ੍ਰੈਜ਼ੀਡੈਂਟ, ਸੈਕਰੇਟ੍ਰੀ, ਲਾਅ ਮਨਿਸਟਰ, ਡਿਸਟ੍ਰਿਕਟ ਜੱਜ, ਤੇ ਸਰਕਾਰ ਵਲੋਂ ਨਾਮਜ਼ਦ ਕੀਤੇ ਲੋਕ ਮਿਲ ਕੇ ਇਲੈਕਸ਼ਨ ਨਾਲ ਕਰ ਸਕਦੇ ਹਨ।

ਇਹ ਲੱਖਾਂ ਲੋਕਾਂ ਦੀਆਂ ਦੁੱਖਦੀਆਂ ਰਗਾਂ ਦਾ ਸਵਾਲ ਹੈ, ਜਿੱਥੇ ਆਮ ਸਧਾਰਣ ਬੰਦੇ ਲਈ ਇਨਸਾਫ਼ ਦਾ ਸੁਪਨਾ ਲੈਣਾ ਵੀ ਵਰਜਿਤ ਹੋ ਗਿਆ ਹੋਇਆ ਹੈ"— 27-4-1989

(ਏਸ ਸਵਾਲ ਦੀ ਤਿਆਰੀ ਵਿਚ ਜਸਟਿਸ ਕੇ. ਪੀ. ਵਰਮਾ ਨੇ ਨਿੱਜੀ ਤੌਰ ਤੇ ਮੇਰੀ ਮਦਦ ਕੀਤੀ ਸੀ) ਤਾਰੀਖ਼ ਯਾਦ ਨਹੀਂ, ਪਰ ਇਕ ਦਿਨ ਮੈਂ ਇਹ ਵੀ ਆਖਿਆ ਸੀ ਕਿ ਮੱਧ ਪ੍ਰਦੇਸ਼ ਦੀ ਇਕ ਕਹਾਵਤ ਹੁੰਦੀ ਸੀ–ਪਹਿਲੀ ਪੂਰੀ ਡਾਕੂ ਦੀ, ਦੂਜੀ ਪੂਰੀ ਪੁਲਿਸ ਦੀ, ਤੀਜੀ ਬਚੇ ਤਾਂ ਆਪ ਖਾਣੀ। ਅੱਜ ਇਸ ਕਹਾਵਤ ਵਰਗੀ ਹਾਲਤ ਸਾਰੇ ਪੰਜਾਬ ਦੀ ਹੈ, ਜਿੱਥੇ ਲੋਕਾਂ ਨੇ ਪਹਿਲੀ ਰੋਟੀ ਡਾਢਿਆਂ ਲਈ ਪਕਾਣੀ ਹੁੰਦੀ ਹੈ, ਦੂਜੀ ਪੁਲਿਸ ਵਾਸਤੇ, ਫੇਰ ਜੇ ਕੋਈ ਤੀਜੀ ਬਚੇ ਤਾਂ ਆਪ ਖਾਣੀ ਹੁੰਦੀ ਹੈ।

ਇਸੇ ਤਰ੍ਹਾਂ ਇਕ ਦਿਨ ਇਹ ਵੀ ਆਖਿਆ ਸੀ ਕਿ ਆਜ਼ਾਦੀ ਮਿਲਿਆਂ ਚਾਲ੍ਹੀਆਂ ਵਰ੍ਹਿਆਂ ਤੋਂ ਵੱਧ ਹੋ ਗਏ ਹਨ, ਕੀ ਸਰਕਾਰ ਏਨ੍ਹਾਂ ਵਰ੍ਹਿਆਂ ਵਿਚ ਪੱਛੜੀਆਂ ਜਾਤੀਆਂ ਦੇ ਲੋਕਾਂ ਨੂੰ ਤਾਲੀਮ ਦੇ ਕੇ ਮੇਨ ਸਟਰੀਮ ਵਿਚ ਨਹੀਂ ਸੀ ਲਿਆ ਸਕਦੀ ? ਹੁਣ ਉਨ੍ਹਾਂ ਲਈ ਨੌਕਰੀਆਂ ਰਾਖਵੀਆਂ ਰਖ ਕੇ ਕੀ ਉਨ੍ਹਾਂ ਦੇ ਮੱਥੇ ਉਤੇ ਹਮੇਸ਼ਾਂ ਲਈ ਲਿਖਣਾ ਚਾਹੁੰਦੇ ਹੋ ਕਿ ਇਹ ਪੱਛੜੀਆਂ ਜਾਤੀਆਂ ਦੇ ਲੋਕ ਹਨ ?

ਏਸ ਸਿਲਸਿਲੇ ਵਿਚ ਇਕ ਗੱਲ ਚੇਤੇ ਔਂਦੀ ਹੈ ਕਿ ਪੰਜਾਬ ਦੇ ਦਸਾਂ ਵਰ੍ਹਿਆਂ ਦੇ ਸਿਆਹ ਦੌਰ ਨੂੰ ਸਾਹਮਣੇ ਰਖ ਕੇ, ਜਦੋਂ ਮੈਂ 1980 ਤੋਂ 1990 ਤਕ ਦੀਆਂ 24 ਕਹਾਣੀਕਾਰਾਂ ਦੀਆਂ ਚੰਗੀਆਂ ਕਹਾਣੀਆਂ ਲੈ ਕੇ ਇਕ ਕਿਤਾਬ ਦਾ ਸੰਪਾਦਨ ਕੀਤਾ ਸੀ, ਤੇ ਕਿਤਾਬ ਦਾ ਨਾਂ ਰਖਿਆ ਸੀ–ਇਕ ਉਦਾਸ ਕਿਤਾਬ, ਤਾਂ ਵਿਕਾਸ ਪਬਲਿਸ਼ਿੰਗ ਹਾਊਸ ਨੇ ਆਪਣੀ ਏਸ ਪ੍ਰਕਾਸ਼ਿਤ ਕੀਤੀ ਕਿਤਾਬ ਦਾ ਰੀਲੀਜ਼ ਜ਼ੈਲ ਸਿੰਘ ਜੀ ਦੇ ਹੱਥੋਂ ਕਰਵਾਇਆ ਸੀ।
ਉਸ ਵੇਲੇ ਜ਼ੈਲ ਸਿੰਘ ਜੀ ਨੇ ਆਪਣੀ ਤਕਰੀਰ ਵਿਚ, ਮੇਰੇ ਵਲ ਵੇਖਦਿਆਂ ਇਹ ਵੀ ਆਖਿਆ ਸੀ–"ਵੇਖੋ ! ਏਸ ਕੁੜੀ ਨੂੰ ਮੈਂ ਰਾਜ ਸਭਾ ਵਿਚ ਆਂਦਾ ਸੀ, ਤੇ ਇਹ ਅੱਜ ਤਕ ਮੇਰਾ ਸ਼ੁਕਰੀਆ ਕਰਨ ਨਹੀਂ ਆਈ। ਜਦ ਕਿ ਇੰਦਰਾ ਗਾਂਧੀ ਦਾ ਸ਼ੁਕਰੀਆ ਕਰਨ ਚਲੀ ਗਈ ਸੀ"
ਮੈਂ ਸੁਣਿਆ ਤੇ ਹੱਸ ਛੱਡਿਆ। ਕੁਝ ਨਹੀਂ ਕਿਹਾ। ਵੇਖਿਆ ਕਿ ਜ਼ੈਲ ਸਿੰਘ ਜੀ ਨੂੰ ਸਾਲ ਸੰਮਤ ਚੇਤੇ ਨਹੀਂ ਸਨ ਰਹੇ। ਜਦ ਕਿ ਇਹ ਵਾਕਿਆ ਇੰਦਰਾ ਜੀ ਦੀ ਜ਼ਿੰਦਗੀ ਵੇਲੇ ਦਾ ਨਹੀਂ ਸੀ। ਇੰਦਰਾ ਜੀ ਤੋਂ ਦੋ ਵਰ੍ਹੇ ਬਾਅਦ ਦਾ ਸੀ। ਤੇ ਇਹ ਵੀ ਕਿ ਮੇਰੇ ਨਾਮਜ਼ਦ ਕੀਤੇ ਜਾਣ ਦੀ ਚੋਣ ਰਾਜੀਵ ਗਾਂਧੀ ਨੇ ਕੀਤੀ ਸੀ, ਜ਼ੈਲ ਸਿੰਘ ਜੀ ਨੇ ਨਹੀਂ। ਇਹ ਵੀ ਜਾਣਦੀ ਸਾਂ ਕਿ ਜ਼ੈਲ ਸਿੰਘ ਜੀ ਮੇਰੀ ਥਾਂ ਕਿਸੇ ਹੋਰ ਨੂੰ ਨਾਮਜ਼ਦ ਕਰਨਾ ਚਾਹੁੰਦੇ ਸਨ, ਪਰ ਰਾਜੀਵ ਗਾਂਧੀ ਦੀ ਚੋਣ ਉਤੇ ਉਨ੍ਹਾਂ ਨੂੰ ਦਸਤਖ਼ਤ ਕਰਨੇ ਪਏ ਸਨ।

ਯਾਤ੍ਰਾ

"ਗੰਗਾ ਜਲ ਤੋਂ ਲੈ ਕੇ ਵੋਡਕਾ ਤੀਕਣ ਇਹ ਸਫ਼ਰਨਾਮਾ ਹੈ ਮੇਰੀ ਪਿਆਸ ਦਾ" ਏਸ, ਮਨ ਦੇ ਸਫ਼ਰ ਵਿਚ, ਕਈ ਦੇਸਾਂ ਦੇ ਸਫ਼ਰ ਦਾ ਅਹਿਸਾਸ ਵੀ ਸ਼ਾਮਿਲ ਹੈ। ਪਰ ਇਹਨਾਂ ਹੁਸੀਨ ਚੇਤਿਆਂ ਦਾ ਮੁੱਢ ਜਿਸ ਦਿਨ ਬੱਝਾ ਸੀ, ਉਹ ਦਿਨ ਮੇਰੇ ਉਦਾਸ ਦਿਨਾਂ ਦਾ ਇਕ ਭਿਆਨਕ ਚੇਤਾ ਹੈ, ਜਿਵੇਂ ਸਵੇਰ ਹੋਣ ਤੋਂ ਪਹਿਲਾ ਰਾਤ ਹੋਰ ਕਾਲੀ ਹੋ ਜਾਂਦੀ ਹੈ। ਉਨ੍ਹਾਂ ਦਿਨਾਂ ਵਿਚ ਰੇਡੀਓ ਤੇ ਨੌਕਰੀ ਕਰਦੀ ਸਾਂ, ਇਕ ਸ਼ਾਮ ਦਫ਼ਤਰ ਦੇ ਕਮਰੇ ਵਿਚ ਬੈਠੀ ਹੋਈ ਸਾਂ, ਕਿ ਸੱਜਾਦ ਜ਼ਹੀਰ

ਮਿਲਣ ਆਏ। ਕੁਝ ਦੇਰ ਦੁਚਿਤੀ ਦੀ ਹਾਲਤ ਵਿਚ ਚੁੱਪ ਰਹੇ, ਫੇਰ ਸੰਕੋਚੇ ਹੋਏ ਲਫ਼ਜ਼ਾਂ ਵਿਚ ਕਹਿਣ ਲੱਗੇ, "ਭਾਰਤੀ ਲੇਖਕਾਂ ਦਾ ਇਕ ਡੈਲੀਗੇਸ਼ਨ ਸੋਵੀਅਤ ਰੂਸ ਜਾ ਰਿਹਾ ਹੈ, ਮੈਂ ਚਾਹੁੰਦਾ ਹਾਂ—ਤੂੰ ਵੀ ਏਸ ਡੈਲੀਗੇਸ਼ਨ ਵਿਚ ਹੋਵੇਂ, ਪਰ ਕਲ੍ਹ ਦੀ ਮੀਟਿੰਗ ਵਿਚ ਕਿਸੇ ਜ਼ਬਾਨ ਦੇ ਕਿਸੇ ਲੇਖਕ ਨੇ ਤੇਰੇ ਨਾਂ ਤੇ ਇਤਰਾਜ਼ ਨਹੀਂ ਕੀਤਾ, ਪਰ ਪੰਜਾਬੀ ਲੇਖਕਾਂ ਨੇ ਸਖ਼ਤ ਇਤਰਾਜ਼ ਕੀਤਾ ਹੈ..." ਤੇ ਉਨ੍ਹਾਂ ਨੇ ਹੋਰ ਵੀ ਸੰਕੋਚੇ ਹੋਏ ਲਫ਼ਜ਼ਾਂ ਵਿਚ ਦੱਸਿਆ "ਉਹ ਕਹਿੰਦੇ ਹਨ, ਜੇ ਅੰਮ੍ਰਿਤਾ ਡੈਲੀਗੇਸ਼ਨ ਵਿਚ ਹੋਵੇਗੀ, ਤਾਂ ਸਾਡੀਆਂ ਤੀਵੀਆਂ ਸਾਨੂੰ ਡੈਲੀਗੇਸ਼ਨ ਦੇ ਨਾਲ ਨਹੀਂ ਜਾਣ ਦੇਣਗੀਆਂ..." ਮੈਂ ਅਜੀਬ ਮੁਸ਼ਕਿਲ ਵਿਚ ਪੈ ਗਿਆ ਹਾਂ..."

ਉਸ ਦਿਨ ਜਦੋਂ ਸੱਜਾਦ ਜ਼ਹੀਰ ਨੇ ਆਪਣੀ ਇਹ ਮੁਸ਼ਕਿਲ ਦੱਸ ਕੇ ਕਿਹਾ ਕਿ ਜੋ ਮੈਂ ਉਨ੍ਹਾਂ ਦੀ ਕਮੇਟੀ ਦੇ ਨਾਂ ਇਕ ਚਿੱਠੀ ਲਿਖ ਦਿਆਂ ਕਿ ਮੈਂ ਡੈਲੀਗੇਸ਼ਨ ਵਿਚ ਜਾਣਾ ਚਾਹੁੰਦੀ ਹਾਂ, ਤਾਂ ਉਹ ਕਮੇਟੀ ਦੀ ਉਪਰਲੀ ਮੀਟਿੰਗ ਵਿਚ ਇਹ ਚਿੱਠੀ ਰਖ ਕੇ, ਮੇਰੇ ਜਾਣ ਦਾ ਫ਼ੈਸਲਾ ਕਰ ਲੈਣਗੇ। ਤਾਂ ਮੈਂ ਉਨ੍ਹਾਂ ਨੂੰ ਜਵਾਬ ਦਿੱਤਾ ਸੀ—"ਤੁਸਾਂ ਐਵੇਂ ਔਣ ਦੀ ਤਕਲੀਫ ਕੀਤੀ, ਤੁਸਾਂ ਕਿਵੇਂ ਸੋਚ ਲਿਆ ਕਿ ਮੈਂ ਕਿਸੇ ਡੈਲੀਗੇਸ਼ਨ ਨਾਲ ਜਾਣਾ ਚਾਹਵਾਂਗੀ, ਮੈਂ ਮਨ ਵਿਚ ਸੋਚਿਆ ਹੋਇਆ ਹੈ ਕਿ ਮੈਂ ਜਦੋਂ ਵੀ ਕਿਸੇ ਦੇਸ ਵਿਚ ਜਾਵਾਂਗੀ, ਇਕੱਲੀ ਜਾਵਾਂਗੀ। ਸੋਵੀਅਤ ਰੂਸ ਨੂੰ ਜੇ ਕੋਈ ਲੋੜ ਹੋਵੇਗੀ, ਤਾਂ ਮੈਨੂੰ ਇਕੱਲੀ ਨੂੰ ਬੁਲਾਵਾ ਭੇਜ ਦੇਣਗੇ, ਨਹੀਂ ਤਾਂ ਨਾ ਸਹੀ।"

1960 ਵਿਚ ਮਾਸਕੋ ਦੀ ਰਾਈਟਰ ਯੂਨੀਅਨ ਵਲੋਂ ਮੈਨੂੰ ਇਕੱਲੀ ਨੂੰ ਬੁਲਾਵਾ ਆਇਆ, ਤੇ ਅਪ੍ਰੈਲ 1961 ਵਿਚ ਮੈਂ ਤਾਸ਼ਕੰਦ, ਤਾਜਕਿਸਤਾਨ, ਮਾਸਕੋ, ਤੇ ਅਜ਼ਰਬਾਈਜਾਨ ਗਈ ਸਾਂ। ਫੇਰ 1966 ਵਿਚ ਬਲਗਾਰੀਆ ਨੇ ਮੈਨੂੰ ਇਕੱਲੀ ਨੂੰ ਬੁਲਾਵਾ ਦਿੱਤਾ ਸੀ, ਤੇ ਮੈਂ ਬਲਗਾਰੀਆ, ਤੇ ਮਾਸਕੋ ਗਈ ਸਾਂ। ਏਸੇ ਵਰ੍ਹੇ ਦੇ ਅਖ਼ੀਰ ਵਿਚ ਜਾਰਜੀਆ ਦੇ ਸ਼ਾਇਰ ਸ਼ੋਤਾ ਰੁਸਤਾਵੇਲੀ ਦਾ ਅੱਠ ਸੌ ਸਾਲਾ ਜਸ਼ਨ ਸੀ, ਜਿਹਦੇ ਲਈ ਮੈਂ 1966 ਵਿਚ ਫੇਰ ਮਾਸਕੋ, ਜਾਰਜੀਆ, ਤੇ ਆਰਮੀਨੀਆ ਗਈ ਸਾਂ। ਇਕੱਲੀ। 1967 ਵਿਚ ਸਾਡੀ ਸਰਕਾਰ ਨੇ, ਸਭਿਅੱਕ ਤਬਾਦਲੇ ਵਿਚ ਮੈਨੂੰ ਯੂਗੋਸਲਾਵੀਆ, ਹੰਗਰੀ, ਤੇ ਰੋਮਾਨੀਆ ਭੇਜਿਆ ਸੀ, ਹਰ ਮੁਲਕ ਵਿਚ ਤਿੰਨ ਤਿੰਨ ਹਫ਼ਤੇ ਲਈ। ਤੇ ਉਥੋਂ ਬਲਗਾਰੀਆ ਨੇ ਆਪਣੇ ਖ਼ਰਚ ਤੇ ਮੈਨੂੰ ਆਪਣੇ ਦੇਸ ਬੁਲਾ ਲਿਆ ਸੀ, ਤੇ ਪੱਛਮੀ ਜਰਮਨੀ ਨੇ ਆਪਣੇ ਖਰਚ ਤੇ ਆਪਣੇ ਦੇਸ। ਵਾਪਸੀ ਤੇ ਤਹਿਰਾਨ ਨੇ ਕੁਝ ਦਿਨਾਂ ਦਾ ਬੁਲਾਵਾ ਦੇ ਦਿੱਤਾ ਸੀ। 1969 ਵਿਚ ਨੇਪਾਲ ਵਿਚ ਆਪਣੀ ਇੰਡੀਅਨ ਐਮਬੈਸੀ ਦੇ ਸੱਦੇ ਤੇ ਨੇਪਾਲ ਗਈ ਸਾਂ। 1972 ਵਿਚ ਯੂਗੋਸਲਾਵੀਆ ਦੀ ਉਚੇਚੀ ਮੰਗ ਤੇ ਸਾਡੀ ਸਰਕਾਰ ਨੇ ਕਲਚਰਲ ਐਕਸਚੇਂਜ ਦੇ ਸਿਲਸਿਲੇ ਵਿਚ ਮੈਨੂੰ ਫੇਰ ਤਿੰਨਾਂ ਦੇਸਾਂ ਵਿਚ ਤਿੰਨ ਤਿੰਨ ਹਫ਼ਤੇ ਲਈ ਭੇਜਿਆ—ਯੂਗੋਸਲਾਵੀਆ, ਤੇ ਫਰਾਂਸ। ਜਿਥੋਂ ਆਪਣੇ ਖ਼ਰਚ ਤੇ ਮੈਂ ਲੰਦਨ ਤੇ ਇਟਲੀ ਵੀ ਜਾ ਸਕੀ। ਵਾਪਸੀ ਤੇ ਇਜਿਪਟ ਨੇ ਕਾਇਰੋ ਵਿਚ ਇਕ ਹਫ਼ਤੇ ਦਾ ਇਨਵੀਟੇਸ਼ਨ ਦੇ ਦਿੱਤਾ, ਸੋ ਵਾਪਸੀ ਤੇ ਉਥੇ ਵੀ ਜਾ ਸਕੀ ਸਾਂ। ਉਸ ਤੋਂ ਬਾਅਦ 1973 ਵਿਚ ਵਰਲਡ ਪੀਸ ਕਾਂਗਰਸ ਦੇ ਮੌਕੇ ਤੇ ਮਾਸਕੋ ਗਈ ਸਾਂ, ਤੇ 1976 ਵਿਚ ਮਾਰੀਸ਼ਿਸ਼। 1977 ਵਿਚ ਬਲਗਾਰੀਆ, 1980 ਵਿਚ ਫੇਰ ਬਲਗਾਰੀਆ, 1983 ਵਿਚ ਬਲਗਾਰੀਆ ਤੇ ਫਰਾਂਸ, 1985 ਵਿਚ ਫਰਾਂਸ ਦੇ ਪ੍ਰਾਈਮ ਮਿਨਿਸਟਰ ਦੇ ਬੁਲਾਵੇ ਤੇ ਫੇਰ ਫਰਾਂਸ, 1985 ਵਿਚ ਓਸਲੋ (ਨਾਰਵੇ), 1986 ਵਿਚ ਯੂਨੈਸਕੋ ਕਾਨਫ਼ਰੰਸ ਲਈ ਫੇਰ ਫਰਾਂਸ, ਤੇ 1987 ਵਿਚ ਹਥਿਆਰ ਬੰਦੀ ਦੇ ਖ਼ਿਲਾਫ਼ ਹੋ ਰਹੀ ਕਾਨਫ਼ਰੰਸ ਲਈ ਮਾਸਕੋ।

ਬਾਅਦ ਵਿਚ ਅਮਰੀਕਾ, ਜਰਮਨੀ ਤੇ ਲੰਦਨ ਤੋਂ ਇਨਵੀਟੇਸ਼ਨ ਆਏ, ਟਿਕਟਾਂ ਵੀ, ਪਰ ਡਿਗਦੀ ਸੇਹਤ ਨਾਲ ਹੁਣ ਮੇਰੇ ਕੋਲੋਂ ਸਫ਼ਰ ਨਹੀਂ ਹੋ ਸਕਦਾ...

ਯੂਨੈਸਕੋ ਕਾਨਫ਼ਰੰਸ ਵਾਲੀ ਇਕ ਘਟਨਾ ਦਾ ਜ਼ਿਕਰ ਕਰਨਾ ਚਾਹੁੰਦੀ ਹਾਂ, ਜਿੱਥੇ ਵੱਖ-ਵੱਖ ਦੇਸਾਂ ਤੋਂ ਇਕ-ਇਕ ਡੈਲੀਗੇਟ ਸੀ। ਭਾਰਤ ਵਲੋਂ ਮੈਂ ਇਕੱਲੀ ਸਾਂ। ਕਾਨਫ਼ਰੰਸ ਦਾ ਮਕਸਦ ਸੀ– "ਸਾਇੰਸ ਐਂਡ ਰਿਲੀਜਨ ਸ਼ੁਡ ਗੋ ਟੁਗੈਧਰ"

ਢਾਈ ਦਿਨ ਦੀ ਇਸ ਕਾਨਫ਼ਰੰਸ ਦੇ ਇਕ ਸੈਸ਼ਨ ਦੀ ਮੈਂ ਸਦਾਰਤ ਵੀ ਕੀਤੀ ਸੀ। ਇਕ ਹੋਰ ਸ਼ੈਸ਼ਨ ਵਿਚ ਮੈਂ ਆਪਣਾ ਪੇਪਰ ਵੀ ਪੜ੍ਹਿਆ ਸੀ। ਤੇ ਜਦੋਂ ਆਖਰੀ ਸੈਸ਼ਨ ਵਿਚ ਕਾਨਫ਼ਰੰਸ ਦੀ ਕਾਰਵਾਈ ਬਾਰੇ ਉਹਦਾ ਸਾਰ ਤੱਤ ਲਿਖਿਆ ਜਾ ਰਿਹਾ ਸੀ, ਉਸ ਵੇਲੇ ਮੈਂ ਖਲੋ ਕੇ ਇਕ ਗੁਜ਼ਾਰਸ਼ ਕੀਤੀ ਸੀ ਕਿ ਮਜ਼ਹਬ ਲਫ਼ਜ਼ ਨੂੰ ਬਦਲ ਕੇ ਧਰਮ ਕਰ ਦਿੱਤਾ ਜਾਏ, ਯਾਨਿ ਰੂਹਾਨੀਅਤ, ਤੇ ਇਸ ਕਾਨਫ਼ਰੰਸ ਦਾ ਮਕਸਦ ਇਨ੍ਹਾਂ ਲਫ਼ਜਾਂ ਵਿਚ ਸਾਹਮਣੇ ਰਖਿਆ ਜਾਏ ਕਿ 'ਸਾਇੰਸ ਐਂਡ ਸਪਿਰਚੁਐਲਿਟੀ ਸ਼ੁਡ ਗੋ ਟੁਗੈਦਰ"–ਤੇ ਇਹਦਾ ਤਰਕ ਦਿੱਤਾ ਸੀ ਕਿ ਰੂਹਾਨੀਅਤ ਇਕ ਹੁੰਦੀ ਹੈ, ਪਰ ਮਜ਼ਹਬ ਕਈ ਹੁੰਦੇ ਹਨ। ਮਜ਼ਹਬ ਅਸਲ ਵਿਚ ਰੂਹਾਨੀਅਤ ਦੀ ਸੰਸਥਾਈ ਸੂਰਤ ਹੁੰਦੇ ਹਨ–"ਰਿਲੀਜ਼ਨ ਇਜ਼ ਦਾ ਇਨਸਟੀਚਯੁਸ਼ਨਲਾਈਜੇਸ਼ਨ ਆਫ਼ ਸਿਪਿਰਚੁਐਲਿਟੀ"–ਇਸ ਲਈ ਮਜ਼ਹਬ ਲਫ਼ਜ਼ ਤੋਂ ਪ੍ਰਸ਼ਨ ਉਠਦੇ ਹਨ–ਕਿਹੜਾ ਮਜ਼ਹਬ ? ਪਰ ਰੂਹਾਨੀਅਤ ਲਫ਼ਜ਼ ਹਰ ਪ੍ਰਸ਼ਨ ਤੋਂ ਮੁਕਤ ਹੈ ..."

ਉਸ ਵੇਲੇ ਮੈਨੂੰ ਇਕ ਡੂੰਘੀ ਤਸਕੀਨ ਦਾ ਅਹਿਸਾਸ ਹੋਇਆ, ਕਿ ਮੇਰੇ ਇਹ ਕਹਿਣ ਤੋਂ ਬਾਅਦ, ਅਰਬ ਦੇਸ ਦਾ ਇਕ ਡੈਲੀਗੇਟ ਉਠਿਆ ਸੀ, ਮੇਰੀ ਗੱਲ ਦੀ ਤਾਈਦ ਕਰਨ ਲਈ। ਉਹਦੇ ਲਫ਼ਜ਼ ਸਨ–"ਅਸੀ ਲੋਕ ਦੁਨੀਆਂ ਵਿਚ ਸਭ ਤੋਂ ਵੱਡੇ ਮਜ਼ਹਬ ਪ੍ਰਸਤ ਮੰਨੇ ਜਾਂਦੇ ਹਾਂ। ਇਸ ਲਈ ਮੈਂ ਆਖ ਰਿਹਾ ਹਾਂ–ਕਿ ਮੈਡਮ ਠੀਕ ਕਹਿੰਦੀ ਹੈ। ਹਰ ਮਜ਼ਹਬ ਆਪਸ ਵਿਚ ਟਕਰਾਂਦਾ ਹੈ, ਇਹਦੇ ਨਾਂ ਤੋਂ ਕਈ ਖ਼ੂਨ ਹੁੰਦੇ ਹਨ, ਇਸ ਲਈ ਰੂਹਾਨੀਅਤ ਲਫ਼ਜ਼ ਠੀਕ ਰਹੇਗਾ...."

ਤੇ ਕਾਨਫ਼ਰੰਸ ਦੀ ਅਗਵਾਈ ਕਰਨ ਵਾਲਿਆਂ ਨੇ ਮੇਰੀ ਗੁਜ਼ਾਰਸ਼ ਮੰਨ ਕੇ ਆਖ਼ਰੀ ਪੇਪਰ ਲਿਖਿਆ ਸੀ "ਸਾਇੰਸ ਐਂਡ ਸਪਿਰਚੁਐਲਿਟੀ ਸ਼ੁਡ ਗੋ ਟੁਗੈਦਰ"

ਕੋਈ ਮਹੀਨੇ ਕੁ ਬਾਅਦ ਕਾਨਫ਼ਰੰਸ ਵਾਲਿਆਂ ਦੀ ਮੈਨੂੰ ਲਿਖਤੀ ਚਿੱਠੀ ਆਈ, ਮੇਰੇ ਸੁਝਾਅ ਦਾ ਸ਼ੁਕਰੀਆ ਕਰਨ ਲਈ।

ਮੁੱਲਾਂ ਦੀ ਮਸੀਤ ਤੋਂ ਲੈ ਕੇ ਪੈਰਿਸ ਤਕ

ਮੇਰੀ ਜਗਿਆਸਾ ਮੇਰਾ ਹੱਥ ਫੜਕੇ ਆਪ ਅੱਗੇ ਅੱਗੇ ਤੁਰਦੀ ਮੈਨੂੰ ਕਿੱਥੇ ਕਿੱਥੇ ਲੈ ਜਾਂਦੀ ਹੈ–ਇਹ ਇੱਕ ਲੰਬਾ ਸਿਲਸਿਲਾ ਹੈ। ਪਰ ਗੱਲ ਇਮਰੋਜ਼ ਦੀ ਕਰਨ ਲੱਗੀ ਹਾਂ–ਜੋ ਹੱਸਦਾ ਹੱਸਦਾ ਮੇਰੇ ਨਾਲ ਤੁਰ ਪੈਂਦਾ ਹੈ।

ਪਹਿਲੋਂ ਇਕ ਅੱਲਾ ਵਾਲੇ ਦੀ ਗੱਲ ਸੁਣਾ ਲਵਾਂ–ਕਹਿੰਦੇ ਹਨ ਕਿ ਇਕ ਦਰਵੇਸ਼ ਹੁੰਦਾ ਸੀ, ਪਿੰਡੋਂ ਬਾਹਰ ਕਿਸੇ ਰੁੱਖ ਦੀ ਛਾਵੇਂ ਬੈਠਾ ਰਹਿੰਦਾ। ਲੰਘਦੇ ਪਾਂਦੇ ਲੋਕ ਉਹਨੂੰ ਕਰਨੀ ਵਾਲਾ ਆਖਦੇ ਤੇ ਕੁਝ ਅੰਨ ਦਾਣਾ ਅਰਪ ਜਾਂਦੇ। ਫੇਰ ਇਕ ਵਾਰੀ ਪਿੰਡ ਵਿਚ ਹਾਏ ਤੋਬਾ ਹੋਣ ਲੱਗੀ– ਕਿਸੇ ਕੰਜ ਕੁਆਰੀ ਦੇ ਘਰ ਬਾਲ ਜੰਮ ਪਿਆ ਸੀ। ਘਰ ਦਿਆਂ ਨੇ ਕੁੜੀ ਦੇ ਸੰਘ ਅੰਗੂਠਾ

ਦਿੱਤਾ— ਕਿ ਬੋਲ ! ਇਹ ਬੱਚਾ ਕਿਹੜੇ ਨਾ ਮੁਰਾਦ ਦਾ ਈ ? ਡਰਦੀ ਕੰਬਦੀ ਕੁੜੀ ਨੇ ਉਸ ਦਰਵੇਸ਼ ਦਾ ਨਾਂ ਲੈ ਦਿੱਤਾ, ਤਾਂ ਉਹਦੇ ਪਿਉ ਭਰਾ ਬਾਲ ਨੂੰ ਚੁੱਕ ਕੇ ਪਿੰਡੋਂ ਬਾਹਰ ਬੈਠੇ ਦਰਵੇਸ਼ ਕੋਲ ਆਏ, ਤੇ ਗਾਲ੍ਹਾਂ ਕਢਦਿਆਂ ਨੇ, ਉਹ ਬੱਚਾ ਦਰਵੇਸ਼ ਦੀ ਝੋਲੀ ਵਗਾਹ ਮਾਰਿਆ, ਆਖਣ ਲੱਗੇ—ਇਹ ਤੇਰਾ ਏ—ਆਪਣਾ ਕੁਝ ਲਗਦਾ ਆਪੇ ਸਾਂਭ ! ਉਸ ਅੱਲਾ ਵਾਲੇ ਨੇ ਸਿਰਫ਼ ਏਨਾ ਹੀ ਆਖਿਆ—ਅੱਛਾ ! ਮੇਰਾ ਏ ! ਤੇ ਬੱਚੇ ਨੂੰ ਝੋਲੀ ਵਿਚ ਸਾਂਭ ਲਿਆ ।

ਹੁਣ ਲੰਘਦੇ ਪਾਂਦੇ ਲੋਕ ਵੀ ਫਿਟਕਾਰਾਂ ਪਾਣ ਲੱਗ ਪਏ ਸਨ, ਸੋ ਦਰਵੇਸ਼ ਕੋਲ ਨਾ ਅੰਨ ਦਾਣਾ ਹੁੰਦਾ ਸੀ, ਨਾ ਦੁੱਧ ਦੀ ਚੁਲੀ । ਬੱਚਾ ਭੁੱਖ ਨਾਲ ਰੋਣ ਲੱਗਾ, ਤਾਂ ਦਰਵੇਸ਼ ਨੇ ਬੱਚੇ ਨੂੰ ਚੁੱਕ ਕੇ ਪਿੰਡ ਦਾ ਹਰ ਬੂਹਾ ਖੜਕਾਇਆ—ਬੱਚੇ ਦੇ ਦੁੱਧ ਵਾਸਤੇ । ਪਰ ਲੋਕ ਉਹਨੂੰ ਵੇਖਦੇ, ਤੇ ਘਰਾਂ ਦੇ ਬੂਹੇ ਭੀੜ ਲੈਂਦੇ । ਇੰਜ ਬੂਹੇ ਖੜ੍ਹਕਾਂਦਿਆਂ, ਉਹ ਬੂਹਾ ਵੀ ਖੜਕਾਇਆ, ਜਿਸ ਘਰ ਵਿਚ ਬੱਚੇ ਦੀ ਕੰਜ ਕੁਆਰੀ ਮਾਂ ਡੱਕੀ ਹੋਈ ਸੀ । ਬੱਚੇ ਦਾ ਰੋਣ ਘਰਾਂ ਦੀਆਂ ਕੰਧਾਂ ਨੂੰ ਵੀ ਲੰਘਦਾ ਪਿਆ ਸੀ, ਮਾਂ ਨੇ ਸੁਣਿਆ—ਤਾਂ ਬੂਹਾ ਭੰਨ ਕੇ ਬਾਹਰ ਆ ਖਲੋਤੀ, ਤੇ ਦਰਵੇਸ਼ ਕੋਲੋਂ ਬੱਚਾ ਲੈ ਕੇ ਉਹਨੂੰ ਦੁੱਧ ਚੁੰਘਾਣ ਲੱਗ ਪਈ । ਨਾਲ ਹੀ ਦਰਵੇਸ਼ ਦੇ ਪੈਰਾਂ ਉੱਤੇ ਡਿੱਗ ਪਈ—ਸਾਈਂ । ਮੈਨੂੰ ਮਾਫ਼ ਕਰ ਦੇ ! ਮੈਂ ਤੇਰਾ ਝੂਠਾ ਨਾਂ ਲਾਇਆ ਸੀ ।

ਘਰ ਦਿਆਂ ਨੇ ਵੀ ਵੇਖਿਆ, ਦਰਵੇਸ਼ ਕੋਲੋਂ ਸ਼ਰਮਿੰਦੇ ਹੋਏ, ਆਖਣ ਲੱਗੇ—ਨਹੀਂ ਸਾਈਂ ਇਹ ਤੇਰਾ ਨਹੀਂ । ਤੇ ਅੱਲਾ ਵਾਲੇ ਨੇ ਸਿਰਫ਼ ਏਨਾ ਆਖਿਆ—ਅੱਛਾ ਮੇਰਾ ਨਹੀਂ...ਤੇ ਅੱਗੇ ਤੁਰ ਪਿਆ...

ਪਤਾ ਨਹੀਂ—ਇਮਰੋਜ਼ ਨੇ ਉਹ ਅੱਲਾ ਵਾਲਿਆਂ ਦੀ ਚਿਣਗ ਕਿੱਥੋਂ ਪਾਈ ਹੈ—ਮੈਂ ਜਦੋਂ ਕਿਹਾ—"ਮੈਂ ਕਾਨੂੰਨ ਮੁਕਤ ਨਹੀਂ ਹਾਂ" ਤਾਂ ਉਹਨੇ ਕਿਹਾ—ਅੱਛਾ ! ਤੇ ਮੈਂ ਜਦੋਂ ਕਿਹਾ—ਮੈਂ ਕਾਨੂੰਨ ਮੁਕਤ ਹਾਂ, ਤਾਂ ਉਹਨੇ ਕਿਹਾ—ਅੱਛਾ !

ਮੇਰੀ ਤਲਬ ਨੇ ਜਦੋਂ ਕਦੇ ਉਹਨੂੰ ਆਖਿਆ—ਕਿ ਇਕ ਮਸੀਤ ਵਿਚ ਇਕ ਮੁੱਲਾਂ ਦੀ ਅਜ਼ਮਤ ਸੁਣੀ ਹੈ, ਮੈਂ ਉਥੇ ਜਾਣਾ ਏਂ, ਤਾਂ ਇਮਰੋਜ਼ ਨੇ ਕਿਹਾ—ਚੱਲ ! ਤੇ ਉਹਨੇ ਮੇਰੇ ਨਾਲ ਜਾ ਕੇ ਬੜੀਆਂ ਭੀੜੀਆਂ ਗਲੀਆਂ ਵਿਚ ਮੈਨੂੰ ਉਹ ਮਸੀਤ ਲੱਭ ਦਿੱਤੀ 'ਤੇ ਚਿੱਕੜ ਵਾਲੇ ਰਾਹਵਾਂ ਤੋਂ ਲੰਘ ਕੇ ਉਹਦਾ ਘਰ ਲੱਭ ਦਿੱਤਾ...

ਤੇ ਜਦੋਂ ਕਦੇ ਮੈਂ ਕਿਸੇ ਇਲਮ ਵਾਲੇ ਮੁੱਲਾਂ ਜਾਂ ਯੋਗੀ ਨੂੰ ਘਰ ਬੁਲਾ ਕੇ ਕੋਈ ਮਜ਼ਮੂਨ ਲਿਖਣ ਲਗਦੀ ਹਾਂ—ਤਾਂ ਇਮਰੋਜ਼ ਉਹਨਾਂ ਦੀ ਖਾਤਰਦਾਰੀ ਕਰ ਦੇਂਦਾ ਹੈ, ਪਰ ਉਹਨਾਂ ਲੋਕਾਂ ਦੇ ਮਰਾਤਬੇ ਤੋਂ ਬੇਨਿਆਜ਼ ਹੋ ਕੇ...

ਇਕ ਵਾਰ ਸ਼ਹਿਰ ਵਿਚ ਜਿਉਤਸ਼ੀਆਂ ਦੀ ਕਾਨਫ਼ਰੰਸ ਸੀ । ਸੱਬਬ ਨਾਲ ਇੱਕ ਦੋ ਨੂੰ ਮੇਰੇ ਜਨਮ ਦਿਨ ਦਾ ਚੇਤਾ ਸੀ, ਏਸ ਲਈ ਪੰਜ ਛੇ ਜਿਉਤਸ਼ੀ ਰਲ ਕੇ ਮੇਰੇ ਘਰ ਆ ਗਏ । ਚਾਹ ਪੀਤੀ, ਦੁਪਹਿਰ ਹੋ ਗਈ ਤਾਂ ਰੋਟੀ ਖਾਧੀ, ਤੇ ਉਹ ਸਾਰਾ ਵੇਲਾ ਸਿਆਸਤ ਦੀਆਂ ਚਾਲਾਂ ਨੂੰ ਸਿਤਾਰਿਆਂ ਦੀ ਚਾਲ ਨਾਲ ਜੋੜ ਕੇ ਬਹਿਸ ਕਰਦੇ ਰਹੇ । ਜਦੋਂ ਲੌਢਾ ਵੇਲਾ ਹੋ ਗਿਆ, ਇਮਰੋਜ਼ ਨੇ ਫੇਰ ਚਾਹ ਬਣਵਾਈ, ਤਾਂ ਸਾਰੇ ਬਹਿਸ ਵਿਚ ਸਨ—ਕਿ ਸ਼ਨੀ ਮੰਗਲ ਦੇ ਘਰ ਬੈਠਾ ਹੋਇਆ ਹੈ, ਫਲਾਣੇ ਫਲਾਣੇ ਗ੍ਰਹ ਬ੍ਰਹਸਪਤਿ ਤੋਂ ਛਟੇ ਚਲੇ ਗਏ ਹਨ, ਉਤੋਂ ਅਸ਼ਟਮ ਦ੍ਰਿਸ਼ਟੀ ਨਾਲ ਮੰਗਲ ਵੇਖ ਰਿਹਾ ਹੈ...ਇਮਰੋਜ਼ ਉਹਨਾਂ ਨੂੰ ਚਾਹ ਤੇ ਮਠਿਆਈ ਦੇਂਦਾ ਆਖਣ ਲੱਗਾ— 'ਉਹ ਸਾਰੇ ਆਪਣੇ ਆਪਣੇ ਘਰ ਕਿਉਂ ਨਹੀਂ ਬਹਿੰਦੇ, ਬਗਾਨੇ ਘਰਾਂ ਵਿਚ ਕਾਹਦੇ ਲਈ ਜਾਂਦੇ ਹਨ, ਜੇ ਜਾਂਦੇ ਹਨ ਤਾਂ ਦੂਜੇ ਘਰਾਂ ਨੂੰ ਕਿਉਂ ਵੇਖਦੇ ਰਹਿੰਦੇ ਹਨ...

ਮੈਨੂੰ ਮੇਰੇ ਮਨ ਨੇ ਡਾਢੀ ਔਖ ਪਾ ਦਿੱਤੀ ਸੀ, ਜਦੋਂ ਮੈਂ ਰਾਜ ਸਭਾ ਵਿਚ ਸਾਂ, ਤਾਂ ਪ੍ਰੈਜ਼ੀਡੈਂਟ ਦੇ ਜਾਂ ਪ੍ਰਾਈਮ ਮਨਿਸਟਰ ਦੇ ਡਿਨਰ ਵੇਲੇ, ਇਮਰੋਜ਼ ਦਾ ਬਾਹਰ ਦੋ ਘੰਟੇ ਗੱਡੀ ਵਿਚ ਬਹਿਣਾ ਮੈਨੂੰ ਬੜਾ ਨਾਗਵਾਰ ਗੁਜ਼ਰਦਾ ਸੀ—ਪਰ ਉਹ ਉਸੇ ਤਰ੍ਹਾਂ ਹੱਸ ਕੇ ਆਖਦਾ—'ਤੂੰ ਮੇਰੀ ਰੋਟੀ ਗੱਡੀ ਵਿੱਚ ਰੱਖ ਦੇ। ਮੈਂ ਆਰਾਮ ਨਾਲ ਬਾਹਰ ਰੋਟੀ ਖਾਵਾਂਗਾ ਤੇ ਰਜਨੀਸ਼ ਪੜ੍ਹਾਂਗਾ ...'

ਇਕ ਵਾਰੀ ਪਾਕਿਸਤਾਨ ਤੋਂ ਇਮਰੋਜ਼ ਦੇ ਕਿਸੇ ਬਹੁਤ ਪੁਰਾਣੇ ਦੋਸਤ ਦਾ ਖ਼ਤ ਆਇਆ, ਮੋਹ ਵਿਚ ਭਿੱਜਾ ਹੋਇਆ। ਇਮਰੋਜ਼ ਨੇ ਜਵਾਬ ਲਿਖਿਆ ਤਾਂ ਇਹ ਵੀ ਲਿਖਿਆ ਕਿ ਆਪਣੇ ਦੁਆਲੇ ਦੇ ਚੰਗੇ ਬੰਦਿਆਂ ਨੂੰ ਮੇਰਾ ਸਲਾਮ ਆਖੀਂ! ਕੁਝ ਦਿਨਾਂ ਪਿਛੋਂ ਉਹਦਾ ਮੋੜਵਾਂ ਖ਼ਤ ਆਇਆ ਕਿ ਮਿੱਤਰਾ! ਤੇਰਾ ਖ਼ਤ ਪੜ੍ਹ ਕੇ ਮੈਂ ਅੱਜ ਸਾਰਾ ਸ਼ਹਿਰ ਘੁੰਮਦਾ ਰਿਹਾ। ਪਰ ਮੈਨੂੰ ਇਕ ਵੀ ਉਹ ਬੰਦਾ ਨਹੀਂ ਮਿਲਿਆ, ਜਿਹਨੂੰ ਮੈਂ ਤੇਰਾ ਸਲਾਮ ਆਖਦਾ—ਤੇ ਇਹ ਇਮਰੋਜ਼ ਹੈ, ਜਿਹਨੂੰ ਮੈਂ ਜਦੋਂ ਆਖਦੀ ਹਾਂ ਅੱਜ ਫੇਰ ਤਾਰੀਖ਼ ਹੈ, ਅਦਾਲਤ ਜਾਣਾ ਪਵੇਗਾ ਸਾਰਾ ਦਿਨ ਉਥੇ ਬਹਿਣਾ ਹੋਵੇਗਾ— ਤਾਂ ਇਮਰੋਜ਼ ਆਖਦਾ ਹੈ—"ਗੱਡੀ ਵਿਚ ਰੋਟੀ ਤੇ ਚਾਹ ਰੱਖ ਲੈਨੇ ਆਂ, ਜਦੋਂ ਅਦਾਲਤ ਦਾ ਲੰਚ ਟਾਈਮ ਹੋਵੇਗਾ—ਅਸੀ ਬਾਹਰ ਖੁੱਲ੍ਹੀ ਥਾਵੇਂ ਕਿਸੇ ਦਰਖ਼ਤ ਦੇ ਹੇਠਾਂ ਬਹਿ ਕੇ ਪਿਕਨਿਕ ਕਰਾਂਗੇ.."

ਇਕ ਵਾਰੀ ਮੈਂ ਸਰਕਾਰੀ ਟਿਕਟ ਉੱਤੇ ਤਿੰਨ ਮੁਲਕਾਂ ਵਿਚ ਜਾਣਾ ਸੀ, ਆਖ਼ਰੀ ਦਿਨ ਪੈਰਿਸ ਵਿਚ ਹੋਣੇ ਸਨ, ਤੇ ਮੇਰਾ ਜੀਅ ਕਰਦਾ ਸੀ ਕਿ ਉਥੇ ਇਮਰੋਜ਼ ਵੀ ਮੇਰੇ ਨਾਲ ਹੋਵੇ। ਇਹ ਤਾਂ ਮੈਂ ਉਹਨੂੰ ਮਨਾ ਲਿਆ ਕਿ ਫਲਾਣੀ ਤਾਰੀਖ਼ ਉਹ ਟਿਕਟ ਲੈ ਕੇ ਪੈਰਿਸ ਆ ਜਾਏ, ਪਰ ਉਹਨੂੰ ਯੂਰਪ ਵੇਖਣ ਦਾ ਕੋਈ ਉਚੇਚ ਨਹੀਂ ਸੀ। ਖ਼ੈਰ ਉਹ ਪੈਰਿਸ ਆ ਗਿਆ, ਮੇਰੇ ਦਿਨ ਚੰਗੇ ਹੋ ਗਏ।
ਉਥੇ ਪਤਾ ਲੱਗਾ ਕਿ ਕੋਈ ਉਹ ਫ਼ਿਲਮ ਲੱਗੀ ਹੋਈ ਹੈ, ਜਿਹਦੇ ਕਿਸੇ ਕਿਰਦਾਰ ਨੇ ਕੱਪੜਾ ਅੰਗ ਨਹੀਂ ਛੁਹਾਇਆ। ਇਹ ਇਕ ਨਵਾਂ ਜਿਹਾ ਤਜ਼ੁਰਬਾ ਸੀ, ਅਸੀ ਫਿਲਮ ਵੇਖਣ ਚਲੇ ਗਏ। ਕੁਝ ਚਿਰ ਪਿੱਛੋਂ ਮੈਂ ਵੇਖਿਆ—ਇਮਰੋਜ਼ ਸੁੱਤਾ ਪਿਆ ਸੀ। ਮੈਂ ਹੱਸ ਕੇ ਉਹਨੂੰ ਜਗਾਇਆ ਤਾਂ ਆਖਣ ਲੱਗਾ—'ਫ਼ਿਲਮ ਮੈਨੂੰ ਇਨਟਰੈਸਟ ਨਹੀਂ ਕਰ ਰਹੀ। ਚੱਲ ਹੋਟਲ ਵਿਚ ਜਾ ਕੇ ਆਰਾਮ ਨਾਲ ਸੌਂਨੇ ਆਂ...'

"ਆਪੇ ਪੌਣ ਤੇ ਆਪੇ ਅੰਬਰ" ਇਮਰੋਜ਼ ਇਕ ਦੂਧੀਆ ਬੱਦਲ ਹੈ, ਜਿਹਦੇ ਵਿਚਰਣ ਲਈ ਉਹ ਸਾਰਾ ਅੰਬਰ ਵੀ ਆਪ ਹੈ, ਤੇ ਉਹ ਪੌਣ ਵੀ ਆਪ ਹੈ, ਜੋ ਉਸ ਬੱਦਲ ਨੂੰ ਦਿਸ਼ਾ-ਮੁਕਤ ਕਰਦੀ ਹੈ...
ਇਮਰੋਜ਼ ਨੂੰ ਇਹ ਫਿਕਰ ਨਹੀਂ ਕਿ ਇਹ ਦਿਸ਼ਾ ਕਿਸੇ ਮੁੱਲਾਂ ਦੀ ਮਸੀਤ ਵਲ ਜਾਂਦੀ ਹੈ, ਜਾਂ ਪਾਰਲੀਮੈਂਟ ਦੀਆਂ ਪੌੜੀਆਂ ਵੱਲ, ਜਾਂ ਅਦਾਲਤ ਦੇ ਰਾਹ ਵੱਲ, ਜਾਂ ਪੈਰਿਸ ਦੀਆਂ ਗਲੀਆਂ ਵੱਲ—ਉਹ ਇਕ ਦੂਧੀਆ ਬੱਦਲ ਹੈ, ਜੋ ਆਪਣੇ ਸ਼ਕਤੀ ਕਣਾਂ ਨਾਲ ਸੰਘਣਾ ਹੋ ਕੇ ਸਾਰੇ ਅੰਬਰ ਵਿਚ ਵਿਚਰਦਾ ਹੈ...

ਅਵਤਾਰ

ਅਵਤਾਰ ਮੇਰੀ ਇਕੋ ਦੋਸਤ ਹੈ, ਜਦੋਂ ਪਹਿਲੀ ਵਾਰ ਰਸੀਦੀ ਟਿਕਟ ਛਪੀ, ਤਾਂ ਉਹਨੂੰ ਭੇਜਦਿਆਂ, ਉਹਨੂੰ ਲਿਖਿਆ ਸੀ – "ਤੈਨੂੰ ਤਾਂ ਸਭ ਪਤਾ ਹੈ, ਪਰ ਵੇਖ! ਅਜ ਦੁਨੀਆਂ ਨੂੰ ਵੀ ਆਪਣੇ ਜ਼ਖ਼ਮ ਵਿਖਾ ਦਿੱਤੇ।"

ਏਸ ਇਕ ਸਤਰ ਵਿੱਚ ਉਮਰ ਦੇ ਲੰਬੇ ਵਰ੍ਹੇ ਬੋਲਦੇ ਹਨ। ਉਹਦੀ ਚੜ੍ਹਦੀ ਜਵਾਨੀ ਦੇ ਦਿਨ ਸਨ, ਜਦੋਂ ਮਿਲੀ ਸੀ ਤੇ ਅੱਜ ਤਕ ਵਿੱਛੜੀ ਨਹੀਂ।

'ਕਿਰਮਜ਼ੀ ਲਕੀਰਾਂ' ਵਿਚ 'ਇਕ ਪਲ ਦਾ ਕਰਜ਼ਾ' ਲਿਖਦਿਆਂ ਮੈਂ ਲਿਖਿਆ ਸੀ 'ਜਿਨ੍ਹਾਂ ਦਿਨਾਂ ਵਿਚ ਨਜ਼ਮ ਲਿਖੀ ਸੀ 'ਦੁੱਖਾਂ ਦਾ ਸਾਹਿਆ ਭਾਰਾ ਸੁਣੀਂਦਾ, ਇਹ ਸੰਜੋਗ ਬਲੀ, ਮੈਂ ਤਾਂ ਜਨਮ ਜਲੀਂ' ਤਾਂ ਦੁਨੀਆਂ ਦੇ ਸਾਰੇ ਮੂੰਹ ਮੇਰੇ ਲਈ ਅਜਨਬੀ ਹੋ ਗਏ ਸਨ। ਉਨ੍ਹਾਂ ਦਿਨਾਂ ਵਿਚ ਅਵਤਾਰ ਦਾ ਫ਼ੋਨ ਆਇਆ 'ਤੈਨੂੰ ਮਿਲਣ ਲਈ ਆ ਸਕਦੀ ਹਾਂ ?' ਤਾਂ ਮੇਰਾ ਜਵਾਬ ਸੀ— 'ਨਹੀਂ'। ਇਕ ਚੁੱਪ ਛਾ ਗਈ ਸੀ। ਇਹੋ ਚੁੱਪ ਮੈਂ ਚਾਹੁੰਦੀ ਸਾਂ, ਜਿਹਦੇ ਵਿਚ ਕੋਈ ਆਵਾਜ਼ ਸੁਣਾਈ ਨਾ ਦੇਵੇ...

ਅੱਧਾ ਘੰਟਾ ਲੰਘਿਆ ਸੀ ਕਿ ਘਰ ਦਾ ਪਿਛਲਾ ਬੂਹਾ ਖੜਕਿਆ। ਉਦੋਂ ਪਟੇਲ ਨਗਰ ਵਾਲੇ ਘਰ ਦਾ ਇਕ ਪਿਛਲਾ ਬੂਹਾ ਸੀ—ਜੋ ਸਰਵਿਸ ਲੇਨ ਵਿਚ ਖੁਲ੍ਹਦਾ ਸੀ, ਤੇ ਉਧਰੋਂ ਦੀ ਸਿਰਫ਼ ਸਫ਼ਾਈ ਕਰਨ ਵਾਲਾ ਕੋਈ ਔਂਦਾ ਸੀ, ਜਾਂ ਕੋਈ ਸਬਜ਼ੀ ਵੇਚਣ ਵਾਲਾ। ਮੈਂ ਬੂਹਾ ਖੋਲ੍ਹਿਆ ਤਾਂ ਅੱਗੇ ਅਵਤਾਰ ਖਲੋਤੀ ਸੀ, ਜੋ ਹੱਸ ਕੇ ਅੰਦਰ ਲੰਘ ਆਈ, ਤੇ ਕਹਿਣ ਲਗੀ—'ਮੈਂ ਤੇਰਾ ਆਖਾ ਨਹੀਂ ਮੋੜਿਆ। ਤੂੰ ਘਰ ਦਾ ਅਗਲਾ ਬੂਹਾ ਮੇਰੇ ਲਈ ਬੰਦ ਕੀਤਾ ਸੀ, ਮੈਂ ਓਹ ਨਹੀਂ ਖੜਕਾਇਆ।' ਇਹ ਅਵਤਾਰ ਹੈ —ਜੋ ਕਿਸੇ ਦੇ ਦਿਲ ਵਿਚ, ਕਿਸੇ ਵੀ ਬੂਹੇ ਥਾਣੀਂ ਲੰਘ ਸਕਦੀ ਹੈ....

ਸਾਹਿਰ ਜਦੋਂ ਬੀਮਾਰ ਸੀ, ਹਾਰਟ ਅਟੈਕ ਹੋਇਆ ਸੀ, ਉਹ ਹਸਪਤਾਲ ਵਿਚ ਸੀ, ਬੰਬਈ, ਤਾਂ ਅਵਤਾਰ ਉੱਥੇ ਹਸਪਤਾਲ ਚਲੀ ਗਈ ਸੀ। ਜਾ ਕੇ ਉਹਦੀ ਛਾਤੀ ਤੇ ਸਿਰ ਰੱਖ ਕੇ ਰੋ ਪਈ ਸੀ... ਮੇਰੇ ਕੋਲ ਆਈ, ਤਾਂ ਕਹਿਣ ਲੱਗੀ—'ਗਈ ਸਾਂ, ਉਹਦੀ ਛਾਤੀ ਤੇ ਸਿਰ ਰਖਿਆ ਤਾਂ ਜਾਪਿਆ—ਇਹ ਮੈਂ ਨਹੀਂ ਤੂੰ ਏਂ। ਮੈਂ ਤੇਰੀ ਥਾਵੇਂ ਗਈ ਸਾਂ, ਤੂੰ ਹੋ ਕੇ"

ਉਹ ਜਦੋਂ ਬੰਬਈ ਤੋਂ ਕੈਨੇਡਾ ਚਲੀ ਗਈ, ਆਪਣੇ ਡਾਕਟਰ ਪਤੀ ਨਾਲ, ਤਾਂ ਚਿਰਾਂ ਪਿਛੋਂ ਪਰਤੀ। ਘਰ ਆਈ ਤਾਂ ਮੈਂ ਤੇ ਬੱਚੇ ਮੇਜ਼ ਤੇ ਰੋਟੀ ਖਾ ਰਹੇ ਸਾਂ। ਇਮਰੋਜ਼ ਬੰਬਈ ਗਿਆ ਹੋਇਆ ਸੀ, ਔਂਦਿਆਂ ਹੀ ਬੱਚਿਆਂ ਨੂੰ ਪਿਆਰ ਕਰਕੇ ਬੋਲੀ—'ਨੀ ਅੰਦਰ ਆ ! ਇਕੱਲੀ। ਮੈਂ ਤੇਰੇ ਨਾਲ ਇਕ ਗੱਲ ਕਰਨੀ ਏਂ...'

ਮੈਂ ਉਹਨੂੰ ਬੈਠਕ ਵਿਚ ਲੈ ਆਈ, ਕਿਹਾ—ਦੱਸ !

ਕਹਿਣ ਲੱਗੀ—'ਨੀ ਤੂੰ ਹੁਣ ਇੰਦਰਜੀਤ ਨੂੰ ਵੀ ਛੱਡ ਦਿੱਤਾ ?'

ਉਦੋਂ ਇਮਰੋਜ਼ ਨੂੰ ਇੰਦਰਜੀਤ ਆਖਿਆਂ ਜਾਂਦਾ ਸੀ—ਕਈ ਵਰ੍ਹੇ ਪਹਿਲਾਂ, ਜਦੋਂ ਅਵਤਾਰ ਏਥੇ ਹੁੰਦੀ ਸੀ। ਬਾਅਦ ਵਿਚ ਇੰਦਰਜੀਤ ਨੇ ਆਪਣਾ ਨਾਂ ਇਮਰੋਜ਼ ਵਟਾ ਲਿਆ ਸੀ, ਜਿਹਦਾ ਅਰਥ ਉਹਨੂੰ ਬੜਾ ਪਸੰਦ ਸੀ। ਇਮਰੋਜ਼ ਲਫ਼ਜ਼ ਫਾਰਸੀ ਦਾ ਹੈ, ਜਿਹਦਾ ਅਰਥ ਹੁੰਦੈ—ਅੱਜ + ਬੀਤੇ ਹੋਏ ਕੱਲ੍ਹ ਤੋਂ ਤੇ ਔਣ ਵਾਲੇ ਕੱਲ੍ਹ ਤੋਂ ਮੁਕਤ। ਪਰ ਇਹ ਗੱਲ ਅਵਤਾਰ ਨੂੰ ਪਤਾ ਨਹੀਂ ਸੀ। ਮੈਂ ਉਹਦੀ ਪਰੇਸ਼ਾਨੀ ਤਾਂ ਸਮਝ ਲਈ, ਪਰ ਹੱਸ ਪਈ, ਆਖਿਆ—ਨਹੀਂ।

ਉਹ ਕਹਿਣ ਲੱਗੀ—ਮੈਂ ਤਾਂ ਅੰਮ੍ਰਿਤਸਰੋਂ ਸੁਣ ਕੇ ਆਈ ਹਾਂ, ਕਿ ਹੁਣ ਤੂੰ ਇੰਦਰਜੀਤ ਨੂੰ ਵੀ ਛੱਡ ਦਿੱਤਾ ਏ, ਹੁਣ ਕੋਈ ਮੁਸਲਮਾਨ ਏਂ ਇਮਰੋਜ਼...

ਤੇ ਮੈਨੂੰ ਖਿੱਚ ਕੇ ਆਪਣੇ ਨਾਲ ਲਾਂਦੀ ਆਖਣ ਲੱਗੀ—"ਮੈਨੂੰ ਤੇ ਕੋਈ ਫਰਕ ਨਹੀਂ ਪੈਂਦਾ। ਜੇ

ਤੂੰ ਖੁਸ਼ ਏ, ਤਾਂ ਮੈਂ ਖੁਸ਼ ਹਾਂ, ਪਰ ਲੋਕ ਬੜੀਆਂ ਗੱਲਾਂ ਕਰਦੇ ਪਏ ਨੇ..."

1992 ਵਿਚ ਜਦੋਂ ਮੈਨੂੰ ਹਾਰਟ ਅਟੈਕ ਹੋਇਆ, ਹਸਪਤਾਲ ਵਿਚ ਸਾਂ, ਤਾਂ ਸਬੱਬ ਨਾਲ ਅਵਤਾਰ ਕੈਨੇਡਾ ਤੋਂ ਆਈ ਹੋਈ ਸੀ। ਬੜੀ ਫਿਕਰਮੰਦ ਉਹ ਰਾਤਾਂ ਵੀ ਮੇਰੇ ਕੋਲ ਹਸਪਤਾਲ ਵਿਚ ਰਹੀ ... ਇਹੋ ਜਹੇ ਬੜੇ ਪਿਆਰੇ ਤੇ ਨਾਜ਼ਕ ਪਲ ਜੀਊਣ ਲਈ ਹੁੰਦੇ ਨੇ, ਲਿਖਣ ਲਈ ਨਹੀਂ। ਤਾਂ ਵੀ ਹੁਣ ਏਨਾ ਹੋਰ ਲਿਖ ਦਿਆਂ, ਕਿ ਕਿਸੇ ਨੂੰ ਸ਼ਾਇਦ ਦੋਸਤੀ ਲਫਜ਼ ਦੀ ਥਾਹ ਪੈ ਜਾਏ—ਕਿ ਹੁਣ ਜਦੋਂ ਸਾਰੀ ਦੁਨੀਆ ਵਿਚ 'ਮਦਰ'ਜ਼ ਡੇ' ਮਨਾਇਆ ਜਾ ਰਿਹਾ ਸੀ ਤਾਂ ਕੈਨੇਡਾ ਤੋਂ ਉਹਦਾ ਫ਼ੋਨ ਆਇਆ—'ਮੈਂ ਏਸ ਲਈ ਫ਼ੋਨ ਕਰ ਰਹੀ ਹਾਂ ਕਿ ਤੂੰ ਮੇਰੀ ਮਾਂ, ਤੇ ਮੈਂ ਤੇਰੀ ਮਾਂ..."
ਇਹ ਫ਼ੋਨ 'ਮਦਰ'ਜ਼ ਡੇ' ਦਾ ਜਸ਼ਨ ਸੀ...

ਇਕ ਖ਼ਬਰ

ਖ਼ਬਰ ਸੁਣੀ ਤੇ ਮੈਂ ਹੈਰਾਨ ਵਕਤ ਦੇ ਮੂੰਹ ਵੱਲ ਵੇਖਣ ਲੱਗ ਪਈ। ਸ਼ਾਇਦ ਉਹ ਵੀ ਚੁੱਪ ਚਾਪ ਮੇਰੇ ਮੂੰਹ ਵੱਲ ਵੇਖ ਰਿਹਾ ਸੀ ਕਿ ਇਹ ਖ਼ਬਰ ਸੁਣ ਕੇ ਮੈਂ ਕੀ ਆਖਾਂਗੀ...
ਜਿਹਨੇ ਖ਼ਬਰ ਦੱਸੀ ਸੀ, ਮੈਂ ਉਹਨੂੰ ਸਿਰਫ਼ ਏਨਾ ਆਖਿਆ—'ਸੋਚਿਆ ਸੀ, ਸ਼ਾਂਤ ਮਨ, ਆਪਣੇ ਸਾਂਤ ਕਮਰੇ ਵਿਚ ਬੈਠੀ—ਦੁਨੀਆ ਤੋਂ ਵਿਦਾ ਹੋਵਾਂਗੀ। ਲਹੂ ਲਿਬੱੜੀ ਮੌਤ ਮੈਨੂੰ ਚੰਗੀ ਨਹੀਂ ਲਗਦੀ—ਪਰ ਜੇ ਕੁਦਰਤ ਨੂੰ ਉਹੀ ਮਨਜ਼ੂਰ ਹੈ ਤਾਂ ਉਹੀ ਸਹੀ...'
ਖ਼ਬਰ ਸੀ—ਕਿ ਮੈਨੂੰ ਮਰਵਾਣ ਦੀ ਸਾਜਿਸ਼ ਹੋ ਰਹੀ ਹੈ....ਇਹ ਹਵਾ ਵਿਚ ਉਡੱਦੀ ਜਹੀ ਅਫ਼ਵਾਹ ਨਹੀਂ ਸੀ, ਉਹਦੇ ਕੰਨੀਂ ਸੁਣੀ ਗੱਲ ਸੀ, ਜਿਹਨੇ ਦੱਸਿਆ।

ਹਲਕਾ ਜਿਹਾ ਬੁਖਾਰ ਹੋ ਗਿਆ, ਜੋ ਕਰੀਬ ਤਿੰਨ ਦਿਨ ਰਿਹਾ। ਇਕੋ ਇਕ ਇਮਰੋਜ਼ ਸੀ —ਜੋ ਮੇਰੇ ਮਨ ਨੂੰ ਥਾਏਂ ਪਾਂਦਾ ਰਿਹਾ। ਮਨ ਸੰਭਲ ਗਿਆ ਸੀ—ਪਰ ਕੁਝ ਦਿਹਾੜਿਆਂ ਦੀ ਵਿੱਥ ਪਾ ਕੇ, ਅਜੀਬ ਸੁਪਨਾ ਵੇਖਿਆ—ਕਿ ਮੈਂ ਮਿੱਟੀ ਦੇ ਇਕ ਮਕਾਨ ਵਿਚ ਘਿਰੀ ਹੋਈ ਹਾਂ। ਮਕਾਨ ਦੀਆਂ ਕੰਧਾਂ ਵੀ ਮਿੱਟੀ ਦੀਆਂ ਹਨ, ਤੇ ਬੂਹੇ ਵੀ ਮਿੱਟੀ ਦੇ। ਪਰ ਬੂਹੇ ਇਸ ਤਰ੍ਹਾਂ ਬੰਦ ਹਨ, ਜਿਵੇਂ ਕੰਧਾਂ ਵਿਚ ਕੰਧ ਹੋ ਗਏ ਹੋਣ। ਉਸ ਵੇਲੇ ਇਕ ਭਿਆਨਕ ਹਾਸਾ ਕੰਨੀਂ ਪਿਆ, ਨਾਲ ਹੀ ਭਿਆਨਕ ਸੂਰਤ ਵੇਖੀ, ਏਨੀ ਭਿਆਨਕ ਕਿ ਕਿਆਸੀ ਨਹੀਂ ਜਾ ਸਕਦੀ...ਮੈਂ ਦੌੜ ਕੇ ਬੂਹੇ ਵੱਲ ਗਈ, ਪਰ ਬੂਹਾ ਬੰਦ ਸੀ। ਦੂਸਰੇ ਬੂਹੇ ਵੱਲ ਗਈ, ਉਹ ਵੀ ਬੰਦ ਸੀ—ਫੇਰ ਇਕ ਹੋਰ ਬੂਹਾ ਸਾਹਮਣੇ ਆਇਆ, ਜੋ ਅਚਾਨਕ ਖੁੱਲ੍ਹ ਗਿਆ, ਤੇ ਮੈਂ ਉਹਦੇ ਵਿਚੋਂ ਨਿਕਲ ਦੇ, ਬਾਹਰ ਪੌੜੀਆਂ ਵੱਲ ਵਧੀ—ਕਿ ਉਹ ਪੌੜੀਆਂ ਉਤਰ ਕੇ ਮੈਂ ਇਸ ਮਕਾਨ ਵਿਚੋਂ ਸ਼ਾਇਦ ਨਿਕਲ ਜਾਵਾਂਗੀ...ਖੌਫ਼ ਜ਼ਦਾ ਜਹੀ ਨੇ ਪਿਛਾਂਹ ਵੇਖਿਆ, ਖ਼ਿਆਲ ਸੀ ਕਿ ਉਹ ਭਿਆਨਕ ਸੂਰਤ ਮੇਰਾ ਪਿੱਛਾ ਕਰ ਰਹੀ ਹੋਵੇਗੀ , ਪਰ ਉਹ ਨਹੀਂ ਸੀ। ਮੈਂ ਛੇਤੀ ਨਾਲ ਉਸ ਮਕਾਨ ਵਿਚੋਂ ਨਿਕਲਣ ਦੀ ਕੋਸ਼ਿਸ਼ ਕਰ ਰਹੀ ਸਾਂ, ਜਿਸ ਵੇਲੇ ਜਾਗ ਆ ਗਈ....

ਇਮਰੋਜ਼ ਨੂੰ ਸੁਪਨਾ ਸੁਣਾਇਆ, ਪਰ ਹੁਣ ਮੈਂ ਖੌਫ਼ ਜ਼ਦਾ ਨਹੀਂ ਸਾਂ। ਆਪੇ ਹੀ ਸੁਪਨੇ ਦੀ ਤਸ਼ਰੀਹ ਕੀਤੀ ਕਿ ਉਹ ਮਿੱਟੀ ਦਾ ਮਕਾਨ ਮੇਰੀ ਆਪਣੀ ਕਾਇਆ ਦਾ ਪ੍ਰਤੀਕ ਹੈ, ਤੇ ਉਹ ਭਿਆਨਕ ਸੂਰਤ ਜੋ ਵਿਖਾਈ ਦਿੱਤੀ, ਉਹ ਮੇਰੇ ਖੌਫ਼ ਦੀ ਸੀ—ਮੇਰੇ ਅੰਦਰ ਪਏ ਹੋਏ ਖੌਫ਼ ਦੀ। ਤੇ ਜਦੋਂ ਮੈਂ ਉਹਦੇ ਤੋਂ ਛੁੱਟਣ ਲਈ, ਬਾਹਰ ਵੱਲ ਵੱਧੀ, ਤਾਂ ਉਹਨੇ ਮੇਰਾ ਪਿੱਛਾ ਨਹੀਂ ਕੀਤਾ।

ਇਸ ਆਪਣੇ ਖੌਫ਼ ਤੋਂ ਮੈਂ ਆਪ ਮੁਕਤ ਹੋਣਾ ਹੈ...

ਚੇਤਨ ਸਤਹ ਉੱਤੇ–ਸੋਚ ਜਾਣਾ ਸ਼ਾਇਦ ਕਾਫ਼ੀ ਨਹੀਂ ਹੁੰਦਾ, ਕੋਈ ਅੰਸ਼ ਅੰਦਰ ਕਿਤੇ ਪਿਆ ਰਹਿ ਜਾਂਦਾ ਹੈ। ਕੁਝ ਇੰਜ ਹੀ ਜਾਪਦਾ ਹੈ। ਸੋਚ ਲਿਆ ਸੀ–ਜੋ ਕੁਦਰਤ ਚਾਹੇਗੀ–ਮੈਨੂੰ ਉਹੀ ਮਨਜ਼ੂਰ ਹੋਵੇਗਾ, ਪਰ ਇਕ ਉਦਾਸੀ ਜਹੀ, ਜੋ ਦਿਸਦੀ ਨਹੀਂ ਸੀ, ਅੰਦਰ ਕਿਤੇ ਉਤਰ ਗਈ ਸੀ। ਬੁਖਾਰ ਤਾਂ ਨਹੀਂ ਹੋਇਆ, ਪਰ ਇਕ ਦਰਦ ਜਹੀ ਸਾਰੇ ਬਦਨ ਵਿਚ ਹੋਣ ਲੱਗ ਪਈ। ਮੋਢਿਆਂ ਵਿਚ ਵੀ, ਪਿੱਠ ਵਿੱਚ ਵੀ, ਤੇ ਪੈਰਾਂ ਤਕ ਬਦਨ ਕੱਸਿਆ ਕੱਸਿਆ ਸੀ...

15 ਅਕਤੂਬਰ ਦੀ ਰਾਤ ਸੀ–ਜਿਸ ਵੇਲੇ ਇਕ ਜੰਗਲ ਵਿਚ ਸਾਈਂ ਨੂੰ ਵੇਖਿਆ। ਇਕ ਰੁੱਖ ਹੇਠਾਂ ਬੈਠੇ ਸਨ। ਆਸ ਪਾਸ ਪੰਜ ਛੇ ਲੋਕ ਸਨ। ਮੈਂ ਵੀ ਸਾਂ ਕਿ ਉਹ ਮੇਰੇ ਵੱਲ ਇਸ਼ਾਰਾ ਕਰਕੇ ਕਿਸੇ ਹੋਰ ਨੂੰ ਕਹਿਣ ਲੱਗੇ–ਯਹ ਮੁਝੇ ਰੋਜ਼ ਪਾਰੀਜ਼ਾਤ ਕੇ ਫੂਲ ਦੇਤੀ ਹੈ...

ਇਹ ਠੀਕ ਸੀ, ਕਿ ਮੇਰੇ ਘਰ ਦਾ ਪਾਰੀਜਾਤ ਦਾ ਰੁੱਖ, ਜਦੋਂ ਅਗਸਤ ਦੇ ਅਖ਼ੀਰ ਤੋਂ ਲੈਕੇ, ਨਵੰਬਰ ਤਕ ਫੁੱਲਾਂ ਨਾਲ ਭਰ ਜਾਂਦਾ ਹੈ, ਤਾਂ ਇਮਰੋਜ਼ ਇਕ ਵੱਡੀ ਥਾਲੀ ਫੁੱਲਾਂ ਦੀ ਭਰ ਕੇ ਕਮਰੇ ਵਿਚ ਲੈ ਔਂਦੇ ਹਨ। ਤੇ ਮੈਂ ਫੁੱਲਾਂ ਨੂੰ ਇਕ ਕੇਸਰੀ ਜਹੇ ਰੰਗ ਦੇ ਮਿੱਟੀ ਦੇ ਵੱਡੇ ਸਾਰੇ ਪਿਆਲੇ ਵਿਚ ਪਾ ਕੇ ਸਾਈਂ ਦੇ ਅੱਗੇ ਰੱਖ ਦੇਂਦੀ ਹਾਂ...

ਇਕ ਤਸਕੀਨ ਜਹੀ ਹੋਈ ਕਿ ਰੋਜ਼ ਜੋ ਫੁੱਲ ਸਾਈਂ ਨੂੰ ਅਰਪਦੀ ਹਾਂ, ਸਾਈਂ ਜਾਣਦੇ ਹਨ...

ਤੇ ਏਨੇ ਵਿਚ ਸਾਈਂ ਮੇਰੇ ਵੱਲ ਵੇਖ ਕੇ ਕਹਿਣ ਲੱਗੇ–"ਪਾਰੀਜਾਤ ਕੇ ਫੂਲ ਉਬਾਲ ਕਰ ਉਸਕੇ ਪਾਨੀ ਮੇਂ ਆਟਾ ਗੂੰਧ ਕਰ, ਰੋਟੀ ਖਾ ਲੇ!"

ਇਹ ਲਫ਼ਜ਼ ਸਨ, ਜਦੋ ਮੈਂ ਜਾਗ ਗਈ। ਮਨ ਸਚਮੁਚ ਫੁੱਲਾਂ ਵਾਂਗ ਖਿੜਦਾ ਪਿਆ ਸੀ, ਜਦੋਂ ਮੈਂ ਕਾਕਾ ਨੂੰ ਫੋਨ ਕੀਤਾ, ਤੇ ਦੱਸਿਆ, ਰਾਤ ਨੂੰ ਸਾਈਂ ਇਕ ਨੁਸਖ਼ਾ ਦੇ ਗਏ ਹਨ। ਉਨ੍ਹਾਂ ਦਾ ਕਹਿਣਾ ਸੀ ਕਿ ਵੈਦ ਨੂੰ ਜਾਂ ਕਿਸੇ ਨੂੰ ਪੁੱਛਣ ਦੀ ਲੋੜ ਨਹੀ, ਅਗਰ ਸਾਈਂ ਕਹਿ ਗਏ ਹਨ, ਤਾਂ ਇਹ ਇਕ ਬੇਮਿਸਾਲ ਨੁਸਖਾ ਹੈ। ਅੱਜ ਤੋਂ ਹੀ ਰੋਜ਼ ਫੁੱਲਾਂ ਦੇ ਪਾਣੀ ਦੀ ਰੋਟੀ ਬਣਾ ਕੇ ਖਾਇਆ ਕਰਾਂ...

ਇਕ ਦਿਨ ਹੋਰ ਲੰਘ ਗਿਆ, ਮੈਂ ਵੈਦ ਜੀ ਨੂੰ ਫ਼ੋਨ ਕੀਤਾ, ਪੁੱਛਿਆ–ਕੀ ਪਾਰੀਜਾਤ ਦੇ ਫੁੱਲਾਂ ਨੂੰ ਉਬਾਲ ਕੇ, ਉਹਦੇ ਪਾਣੀ ਨਾਲ ਆਟਾ ਗੁੰਨ ਕੇ ਰੋਟੀ ਖਾਧੀ ਜਾ ਸਕਦੀ ਹੈ ?

ਵੈਦ ਜੀ ਬੋਲੇ–ਅਰੇ ਯਹ ਤੋਂ ਬਹੁਤ ਅੱਛਾ ਨੁਸਖ਼ਾ ਹੈ, ਬਦਨ ਕੀ ਸਾਰੀ ਪੀੜਾ ਹਟ ਜਾਏਗੀ, ਕਬੀ ਬੁਖ਼ਾਰ ਭੀ ਨਹੀਂ ਹੋਗਾ। ਹਮ ਲੋਗ ਪਾਰੀਜਾਤ ਕੇ ਪੇੜ ਕੇ ਛਿਲਕੇ ਸੇ ਕਈ ਦਵਾਈਆਂ ਬਨਾਤੇ ਹੈਂ। ਨਰਮ ਪੱਤੇ ਭੀ ਦਵਾਈਉਂ ਮੇਂ ਡਾਲਤੇ ਹੈਂ–ਮਿਲ ਜਾਏਂ ਤੋ ਫੂਲ ਭੀ...

ਤੇ ਵੈਦ ਜੀ ਪੁੱਛਣ ਲੱਗੇ–"ਯਹ ਨੁਸਖ਼ਾ ਕਿਸਨੇ ਬਤਾਇਆ ?" ਮੈਂ ਹੱਸ ਪਈ, ਕਿਹਾ–"ਸਾਈਂ ਬਤਾ ਗਏ, ਰਾਤ ਸੁਪਨੇ ਮੇਂ..."

ਵੈਦ ਜੀ ਬਹੁਤੇ ਹੈਰਾਨ ਨਹੀ ਹੋਏ, ਕਹਿਣ ਲੱਗੇ–'ਵੁਹ ਆਪ ਕੋ ਬਤਾ ਸਕਤੇ ਹੈਂ, ਆਗੇ ਭੀ ਤੋ ਕਿਸੀ ਨੇ ਸੁਪਨ ਮੇਂ ਦਵਾ ਦੀ ਥੀ ਆਪ ਕੋ। ਅਜ ਸੇ ਹੀ ਉਸ ਪਾਨੀ ਕੀ ਰੋਟੀ ਖਾਨਾ ਸ਼ੁਰੂ ਕਰ ਦੋ!'

ਇਤਿਹਾਸ ਤੇ ਪੁਰਾਣ

ਓਸ਼ੋ ਨੇ ਇਤਿਹਾਸ ਤੇ ਪੁਰਾਣ ਦੀ ਆਤਮਾ ਨੂੰ ਛੋਹ ਕੇ ਇਕ ਵੇਰਵਾ ਦਿੱਤਾ ਹੈ ਜੇ ਤੁਸਾਂ

ਇਤਿਹਾਸ ਵਿਚ ਰਹਿਣਾ ਹੈ, ਤਾਂ ਆਪਣੀ ਆਤਮਾ ਗੁਆਣੀ ਪਵੇਗੀ, ਕਿਉਂਕਿ ਆਤਮਾ ਦੀ ਕੋਈ ਪੁੱਛ ਇਤਿਹਾਸ ਵਿੱਚ ਨਹੀਂ ਹੁੰਦੀ। ਦੋਜ਼ਖ਼ ਦਾ ਇਤਿਹਾਸ ਲਿਖਿਆ ਜਾਂਦਾ ਹੈ, ਜਨੱਤ ਦਾ ਕੋਈ ਇਤਿਹਾਸ ਨਹੀਂ ਹੁੰਦਾ। ਇਸੇ ਲਈ ਪੂਰਬ ਦੇ ਦੇਸਾਂ ਕੋਲ ਇਤਿਹਾਸ ਨਹੀਂ। ਅਸਾਂ ਕਦੇ ਲਿਖਣਾ ਨਹੀਂ ਚਾਹਿਆ। ਲਿਖਣ ਦੇ ਕਾਬਿਲ ਨਹੀਂ ਮੰਨਿਆ। ਜੋ ਵੀ ਲਿਖਣ ਜੋਗਾ ਜਾਪਦਾ ਸੀ, ਉਹ ਸਭ ਵਾਧੂ ਦਾ ਸੀ। ਜੋ ਲਿਖਣ ਜੋਗਾ ਸੀ, ਉਹ ਲਿਖਿਆ ਨਹੀਂ ਜਾ ਸਕਦਾ ਸੀ।

ਇਸ ਲਈ ਅਸਾਂ ਪੁਰਾਣ ਲਿਖੇ, ਇਤਿਹਾਸ ਨਹੀਂ, ਪੁਰਾਣ ਤੱਤ ਦੀ ਗੱਲ ਹੈ, ਸਾਰ ਦੀ, ਇਸ ਲਈ ਅਸੀ ਬੁੱਧ ਦੇ ਬਾਰੇ ਨਹੀਂ ਲਿਖਿਆ, ਬੁਧੱਤਵ ਦੇ ਬਾਰੇ ਲਿਖਿਆ। ਅਜਿਹੀ ਕਹਾਣੀ ਘੜੀ ਜਿਹਦੇ ਵਿਚ ਬੁੱਧਵਤ ਆਏ, ਤੱਤ ਆ ਜਾਏ, ਸਾਰ ਆ ਜਾਏ। ਇਸੇ ਲਈ ਪਛੱਮ ਦੇ ਲੋਕਾਂ ਨੂੰ ਸ਼ੰਕਾ ਹੁੰਦੀ ਹੈ ਕਿ ਬੁੱਧ ਹੈ ਵੀ ਸਨ ਕਿ ਨਹੀਂ ? ਤੀਰਥੰਕਰ ਹੈ ਵੀ ਸਨ ਕਿ ਨਹੀਂ ? ਤੁਸੀ ਜੈਨ ਮੰਦਰਾਂ ਵਿਚ ਜਾਉ, ਚਵੀ ਤੀਰਥੰਕਰਾਂ ਦੀਆਂ ਮੂਰਤੀਆਂ ਮਿਲਣਗੀਆਂ। ਕੁਝ ਫਰਕ ਪਤਾ ਨਹੀਂ ਲਗੇਗਾ ਕਿ ਕਿਹੜੀ ਮੂਰਤੀ ਕਿਸ ਤੀਰਥੰਕਰ ਦੀ ਹੈ। ਸਾਰੇ ਇਕੋ ਤਰ੍ਹਾਂ ਬੈਠੇ ਹਨ, ਇਹੋ ਜਹੇ ਧਿਆਨ ਵਿਚ ਲੀਨ। ਉਨ੍ਹਾਂ ਦੀਆਂ ਸੂਰਤਾਂ ਜ਼ਰੂਰ ਵੱਖ ਵੱਖ ਹੋਣਗੀਆਂ, ਚਵੀ ਜਣੇ ਸਨ, ਸ਼ਕਲਾਂ ਅਲੱਗ ਹੋਣਗੀਆਂ। ਇਕੋ ਸ਼ਕਲ ਸੂਰਤ ਦੇ ਚਵ੍ਹੀ ਕਿਵੇਂ ਹੋ ਸਕਦੇ ਹਨ। ਪਛਾਣ ਵਾਸਤੇ ਮੂਰਤੀਆਂ ਦੇ ਹੇਠਾਂ ਨਿਕੇ ਨਿਕੇ ਨਿਸ਼ਾਨ ਬਣਾ ਦਿੱਤੇ ਗਏ ਹਨ—ਕਮਲ ਦਾ ਫੁੱਲ ਜਾਂ ਕੁਝ ਹੋਰ, ਨਹੀਂ ਤਾਂ ਚਵ੍ਹੀ ਮੂਰਤੀਆਂ ਇਕੋ ਜ਼ਹੀਆਂ ਹਨ। ਪੱਛਮ ਆਖਦਾ ਹੈ—ਇਹ ਗ਼ੈਰ ਇਤਿਹਾਸਕ ਗੱਲ ਹੈ, ਕਿਉਂਕਿ ਚਵ੍ਹੀ ਆਦਮੀ ਇਕੋ ਜਹੀ ਸ਼ਕਲ ਸੂਰਤ ਦੇ ਨਹੀਂ ਹੋ ਸਕਦੇ, ਇਕੋ ਜਹੇ ਕੱਦ ਦੇ, ਇਕੋ ਜਹੀ ਬਣਤਰ ਦੇ...

"ਸਾਨੂੰ ਇਕ ਇਕ ਤੀਰਥੰਕਰ ਦਾ ਫਿਕਰ ਨਹੀਂ, ਕਿਉਂਕਿ ਉਨ੍ਹਾਂ ਨੇ ਜੋ ਪਾਇਆ, ਇਕੋ ਜਿਹਾ ਹੈ। ਇਸ ਲਈ ਇਕੋ ਮੂਰਤੀ ਬਣਾ ਦਿੱਤੀ। ਹਰ ਬੁੱਧ ਨੂੰ ਇਕੋ ਘਟਨਾ ਵਿਚ ਸਮਾ ਦਿੱਤਾ। ਸਭ ਅਵਤਾਰਾਂ ਨੂੰ ਇਕ ਅਵਤਾਰ ਵਿਚ। ਤੱਤ ਸਾਰ ਨੂੰ ਅਸਾਂ ਸਿਧਾਂਤ ਬਣਾ ਲਿਆ। ਇਤਿਹਾਸ ਦੀ ਚਿੰਤਾ ਛੱਡ ਦਿੱਤੀ। ਕਿਉਂਕਿ ਇਤਿਹਾਸ ਘਟਨਾਵਾਂ ਦਾ ਫਿਕਰ ਕਰਦਾ ਹੈ। ਅਸਾਂ ਉਹਦਾ ਫਿਕਰ ਕੀਤਾ—ਜੋ ਅੰਦਰ ਹੈ। ਜੋ ਘਟਨਾ ਨਹੀਂ, ਹੋਂਦ ਹੈ...

ਇਸ ਲਈ ਅਸਾਂ ਪੁਰਾਣ ਰਚਿਆ ਪੁਰਾਣ ਦਾ ਅਰਥ ਹੈ—ਸਾਰ ਸੁਗੰਧ ਇਕੱਠੀ ਕਰ ਲੈਣਾ। ਇਸੇ ਲਈ ਪੁਰਾਣ ਸਦੀਵੀ ਹੈ—ਜੋ ਪਹਿਲੋਂ ਹੋਇਆ, ਜੋ ਹੋ ਰਿਹਾ ਹੈ, ਜੋ ਅੱਗੋਂ ਵੀ ਹੋਵੇਗਾ। ਇਤਿਹਾਸ ਦਾ ਮਤਲਬ ਹੈ—ਜੋ ਹੋਇਆ, ਬੀਤ ਗਿਆ। ਜੋ ਹੁਣ ਹੋ ਰਿਹਾ ਹੈ, ਉਹਦੇ ਵਰਗਾ ਨਹੀਂ, ਜੋ ਅੱਗੋਂ ਹੋਵੇਗਾ, ਕੁਝ ਹੋਰ ਹੋਵੇਗਾ। ਇਤਿਹਾਸ ਗ਼ੈਰ ਜ਼ਰੂਰੀ ਵਿਸਤਾਰ ਹੈ। ਪੁਰਾਣ ਆਤਮਾ ਹੈ, ਸਾਰ ਤੱਤ ਹੈ..."

ਮੇਰੇ ਮਨ ਦਾ ਠੀਕ ਇਹੋ ਆਲਮ ਸੀ—ਜਦੋਂ ਮੈਂ ਕਿਹਾ—'ਰਸੀਦੀ ਟਿਕਟ' ਦਾ ਕਾਇਆ ਕਲਪ ਹੋਣਾ ਚਾਹੀਦਾ ਹੈ। ਬਹੁਤ ਸਾਰੀਆਂ ਘਟਨਾਵਾਂ ਤੇ ਨਾਂ ਥੇਹ, ਗ਼ੈਰ ਜ਼ਰੂਰੀ ਹਨ। ਅਗਲੇ ਵਰ੍ਹਿਆਂ ਵਿਚ ਉਨ੍ਹਾਂ ਹਾਦਸਿਆਂ ਤੋਂ ਵੀ ਕਿਤੇ ਵੱਧ ਤੱਤੇ ਹਾਦਸੇ ਹੋਏ। ਅਜੇ ਵੀ ਹੋ ਰਹੇ ਹਨ, ਪਰ ਸਾਰਾ ਵਿਸਤਾਰ ਬੇਲੋੜਾ ਹੈ। ਗੱਲ ਸਿਆਹ ਤਾਕਤ ਦੀ ਹੈ, ਜੋ ਇਹ ਸਭ ਕੁਝ ਵਰਤਾਂਦੀ ਹੈ। ਆਪਣੀ ਕਿਸੇ ਉਦਾਸੀ ਤੋਂ ਮੈਨੂੰ ਇਨਕਾਰ ਨਹੀਂ। ਇਸੇ ਲਈ ਮੈਂ ਇਕ ਵਾਕਿਆ 'ਦਰਵੇਸ਼ਾਂ ਦੀ ਮਹਿੰਦੀ' ਵਿਚ ਲਿਖਿਆ ਸੀ— 14 ਮਾਰਚ 1992 ਦੀ ਰਾਤ, ਜਦੋਂ ਸ਼ਿਰੜੀ ਸਾਈਂ ਨੇ ਸਾਹਮਣੇ ਖਲੋਤੀ ਨੂੰ ਪੁੱਛਿਆ ਸੀ—ਤੁਮ ਉਦਾਸ ਕਿਉਂ ਹੋ ? ਤੇ ਮੈਂ ਉਸ ਵੇਲੇ ਜਵਾਬ ਦਿੱਤਾ ਸੀ—ਕਯਾ ਕਰੂੰ

ਸਾਈਂ ! ਮੇਰੇ ਚਾਰੋਂ ਤਰਫ਼ ਝੂਠ ਫੈਲਾ ਹੂਆ ਹੈ...

ਸ਼ਿਰੜੀ ਸਾਈਂ ਦਾ ਸਾਖਿਆਤ ਦਰਸ਼ਨ, ਤੇ ਸੁਪਨੇ ਵਿਚ ਵੀ ਉਨ੍ਹਾਂ ਦੇ ਪ੍ਰਸ਼ਨ ਦਾ ਇਹ ਉੱਤਰ ਕਿ ਕਯਾ ਕਰੂੰ ਸਾਈਂ ! ਮੇਰੇ ਚਾਰੋਂ ਤਰਫ਼ ਝੂਠ ਫੈਲਾ ਹੂਆ ਹੈ। ਮੂੰਹੋਂ ਬੋਲਦਾ ਵਾਕਿਆ ਹੈ ਕਿ ਮੇਰੇ ਅੰਦਰ ਕਿਹੋ ਜਿਹਾ ਦਰਦ ਲੱਥਾ ਹੋਇਆ ਹੈ, ਹਰ ਝੂਠ ਦੇ ਹਾਦਸੇ ਵਿਚੋਂ ਲੰਘਣ ਦਾ, ਕਿ ਸੁਪਨੇ ਵਿਚ ਵੀ ਉਸੇ ਦੀ ਗੱਲ ਮੂੰਹੋਂ ਨਿਕਲੀ...ਗੱਲ ਤੱਤ ਸਾਰ ਦੀ ਹੈ। ਉਹ ਦੁੱਖਾਂ ਦਾ ਤੱਤ ਸਾਰ ਹੋਵੇ, ਜਾਂ ਅੰਤਰ ਚੇਤਨਾ ਦਾ। ਇਸ ਲਈ ਮੈਂ ਰਸੀਦੀ ਟਿਕਟ ਵਿਚੋਂ ਬਹੁਤ ਸਾਰੇ ਨਾਂ–ਥਾਂ ਛੱਡ ਦਿੱਤੇ ਹਨ। ਦਰਦ ਦੀ ਸੂਰਤ ਇਕੋ ਹੁੰਦੀ ਹੈ, ਅੱਜ ਕੋਈ ਇਕ ਨਾਂ ਵਾਲਾ ਦੁੱਖ ਦੇ ਰਿਹਾ ਹੁੰਦਾ ਹੈ, ਕੱਲ੍ਹ ਕੋਈ ਦੂਜੇ ਨਾਂ ਵਾਲਾ। ਇਸ ਲਈ ਨਾਵਾਂ ਦੀ ਗੱਲ ਛੱਡ ਕੇ, ਇਕ ਦਿਨ ਮੈਂ ਸਾਰ ਨੂੰ ਪਹਿਚਾਣਿਆ–ਸਿਆਹ ਤਾਕਤਾਂ ਦੇ ਸਾਰ ਤੱਤ ਨੂੰ, ਤੇ ਸਾਰਿਆਂ ਨਾਂਵਾਂ ਨੂੰ ਹੱਥ ਨਾਲ ਪਰ੍ਹਾਂ ਕਰਕੇ, ਸਿਆਹ ਤਾਕਤ ਦੀ ਗੱਲ ਕੀਤੀ, ਇਕ ਨਜ਼ਮ ਵਿਚ–

ਉਹ ਚੰਨ ਤੋਂ ਰੁੱਸੀ ਹੋਈ ਇਕ ਰਾਤ ਸੀ

ਜਦ ਤਾਰਿਆਂ ਦੇ ਮੱਥੇ ਅੱਗ ਸਰਕਦੀ
ਤਾਂ ਉਨ੍ਹਾਂ ਨੂੰ ਛਾਤੀ 'ਚੋਂ ਦੁੱਧ ਚੁੰਘਾਂਦੀ
ਉਹ ਤਾਰਿਆਂ ਨੂੰ ਪਿੰਡੇ ਤੋਂ ਝਾੜ ਦੇਂਦੀ
ਤੇ ਉਡਦੇ ਵਾ-ਵਰੋਲਿਆਂ ਤੋਂ ਗਵਾਹੀ ਮੰਗਦੀ....

ਉਹ ਚੰਨ ਤੋਂ ਰੁੱਸੀ ਹੋਈ ਇਕ ਰਾਤ ਸੀ...
ਉਹ ਰੂਹ ਤੋਂ ਰੁੱਸੀ ਹੋਈ ਇਕ ਬਾਤ ਸੀ

ਜਦ ਓਸਦੀ ਛਾਤੀ ਇਕ ਰੌਲਾ ਜਿਹਾ ਪੈਂਦਾ
ਉਹ ਛਾਤੀ ਦਾ ਲਾਵਾ ਕਾਗ਼ਜ਼ ਤੇ ਵਿਛਾਂਦੀ
ਫੇਰ ਕਾਗ਼ਜ਼ ਨੂੰ ਕੰਧ 'ਉੱਤੇ ਟੰਗ ਦੇਂਦੀ
ਤੇ ਚੁਰਾਹੇ ਦੀ ਮਿੱਟੀ ਤੋਂ ਗਵਾਹੀ ਮੰਗਦੀ

ਉਹ ਰੂਹ ਤੋਂ ਰੁੱਸੀ ਹੋਈ ਇਕ ਬਾਤ ਸੀ...
ਉਹ ਅੱਲਾਹ ਤੋਂ ਰੁੱਸੀ, ਅੱਲਾਹ ਦੀ ਜ਼ਾਤ ਸੀ

ਉਹਦੇ ਮਾਸ ਦਾ ਪਿੰਡਾ ਜਦ ਕੁਲਕ ਜਾਂਦਾ
ਉਹ ਮੋਏ ਹੋਏ ਹੁਸਨ ਦੀ ਅਰਥੀ ਸਜਾਂਦੀ
ਮਖਾਣੇ ਵਾਰਦੀ, ਤੇ ਜ਼ਰੀ ਦਾ ਕ਼ਫੱਨ ਵਿਛਾਂਦੀ
ਉਹ ਮੜ੍ਹੀਆਂ ਦੀ ਰਾਖ ਤੋਂ ਗਵਾਹੀ ਮੰਗਦੀ
ਉਹ ਅੱਲਾਹ ਤੋਂ ਰੁੱਸੀ, ਅੱਲਾਹ ਦੀ ਜ਼ਾਤ ਸੀ...

ਵੇਦ ਵਿਚ ਕਾਇਨਾਤੀ ਸ਼ਕਤੀਆਂ ਦੀ ਪੂਜਾ ਪ੍ਰਾਰਥਨਾ ਦੇ ਨਾਲ ਇਹੋ ਜਹੀ ਪ੍ਰਾਰਥਨਾ ਵੀ ਹੈ,– "ਹੇ ਇੰਦਰ ! ਮੈਂ ਤੇਰੀ ਪੂਜਾ ਕਰਦਾ ਹਾਂ, ਤੇਰੀ ਪ੍ਰਾਰਥਨਾ ਅਰਚਨਾ, ਤੇਰੇ ਲਈ ਯੱਗ ਕਰਦਾ ਹਾਂ, ਤੂੰ ਕੁਝ ਇੰਜ ਕਰ ਕਿ ਮੇਰੇ ਗਵਾਂਢੀ ਦੀ ਫਸਲ ਉਜੱੜ ਜਾਏ। ਦੁਸ਼ਮਨ ਦੇ ਖੇਤ ਸੜ ਜਾਣ

ਜਿਵੇਂ ਬਿਜਲੀ ਡਿਗਦੀ ਹੈ, ਇਸ ਤਰ੍ਹਾਂ ਦਾ ਕੁਝ ਹੋਵੇ, ਮੇਰਾ ਦੁਸ਼ਮਨ ਨਾ ਰਹੇ..." 'ਤੇ ਇਹਦੀ ਗੱਲ ਕਰਕੇ ਅੱਜ ਇਮਰੋਜ਼ ਮੇਰੀ ਇਸ ਰਸੀਦੀ ਟਿਕਟ ਨੂੰ ਪੜ੍ਹਦਿਆਂ ਆਖ ਰਹੇ ਹਨ 'ਵੇਦ ਵਿਚਲੀਆਂ ਇਹ ਗੱਲਾਂ ਸਨ ਕਿ ਬੁੱਧ ਨੂੰ ਔਖੀ ਬਣੀ, ਉਹਨੇ ਕਿਹਾ ਵੇਦਾ ਦਾ ਜ਼ਿਕਰ ਨਾ ਕਰੋ ! ਮਹਾਬੀਰ ਨੂੰ ਵੀ ਔਖੀ ਬਣੀ–ਤੇ ਬਰਕਤੇ ! ਮੈਂ ਸਮਝਦਾ ਹਾਂ ਕਿ ਤੈਨੂੰ ਵੀ ਉਹੋ ਔਖੀ ਬਣੀ ਹੋਈ ਹੈ। ਪਰ ਜਿਸ ਤਰ੍ਹਾਂ ਵੇਦ ਕੋਈ ਧਰਮ ਗ੍ਰੰਥ ਨਹੀਂ, ਜ਼ਿੰਦਗੀ ਵੀ ਕੋਈ ਧਰਮ ਗ੍ਰੰਥ ਨਹੀਂ। ਵੇਦ ਨੇ ਆਮ ਬੰਦੇ ਦੀ ਗੱਲ ਵੀ ਉਸੇ ਸਹਿਜਤਾ ਨਾਲ ਲਿਖੀ, ਜਿਸ ਤਰ੍ਹਾਂ ਰੱਬ ਦੇ ਕਿਸੇ ਤਲਬਦਾਰ ਦੀ ਗੱਲ ਲਿਖੀ। ਜ਼ਿੰਦਗੀ ਵਿਚ ਹਰ ਤਰ੍ਹਾਂ ਦੇ ਲੋਕ ਹਨ–ਹਵਨ ਦੀ ਅੱਗ ਵਿਚੋਂ ਉਠਦੇ ਧੂੰਏ ਵਰਗੇ ਵੀ, ਤੇ ਦੁਸ਼ਮਨੀ ਦੀ ਅੱਗ ਨਾਲ ਤਪਦੇ ਲੋਕ ਵੀ...ਤੇ ਤੇਰਾ ਸਵਾਲ ਬਣਿਆ ਰਹਿੰਦਾ ਹੈ ਕਿ ਉਹ ਲੋਕ ਕਿਉਂ ਹਨ ?'

ਮੈਂ ਇਮਰੋਜ਼ ਦੇ ਮੂੰਹ ਵੱਲ ਇੰਜ ਵੇਖ ਰਹੀ ਸਾਂ, ਜਿਵੇਂ ਕ੍ਰਿਸ਼ਨ ਵੱਲ ਵੇਖ ਰਹੀ ਹੋਵਾਂ। ਕ੍ਰਿਸ਼ਨ ਵੀ ਵੇਦ ਤੋਂ ਫਿਕਰਮੰਦ ਹੋਏ ਸਨ, ਪਰ ਬੁੱਧ ਵਾਂਗ ਨਹੀਂ। ਕ੍ਰਿਸ਼ਨ ਨੇ ਵਾਸਨਾ ਮਈ ਪੂਜਾ ਪਾਠ ਤੋਂ ਪਾਰ ਜਾਣ ਦੀ ਗੱਲ ਆਖੀ ਸੀ ਤੇ ਅੱਜ ਇਮਰੋਜ਼ ਵੀ ਜ਼ਿੰਦਗੀ ਦੇ ਸ੍ਵੀਕਾਰ ਨਾਲ ਆਖ ਰਹੇ ਸਨ--ਅੰਮ੍ਰਿਤਾ ਨੂੰ ਇਸ ਉਦਾਸੀ ਤੋਂ ਪਾਰ ਜਾਣਾ ਹੈ। ਜੋ ਹੁੰਦਾ ਹੈ, ਹੋਣ ਦੇ ! ਕਤਲ ਵੀ ਹੁੰਦਾ ਹੈ ਤਾਂ ਹੋਣ ਦੇ ! ਮੈਂ ਤੇਰੇ ਨਾਲ ਹਾਂ...

ਪਹਿਲਾਂ ਵੀ ਕਈ ਵਾਰ ਮੈਂ ਇਮਰੋਜ਼ ਦੀ ਅਡੋਲਤਾ ਨੂੰ ਵੇਖਿਆ ਸੀ–ਤੇ ਉਸੇ ਦੇ ਜਲਾਲ ਨੂੰ ਵੇਖਦਿਆਂ ਹਿੱਲ ਪੰਘਰ ਗਈ ਸਾਂ, ਲਿਖਿਆ ਸੀ–"ਅੱਜ ਮੈਂ ਇਸ ਨਦੀ ਵਿਚ ਪੈਰ ਪਾਣਾ ਹੈ, ਤੇ ਸਾਰਿਆਂ ਪ੍ਰਸ਼ਨਾਂ ਤੋਂ ਪਾਰ ਜਾਣਾ ਹੈ..." ਤੇ ਅੱਜ ਵੀ ਇੰਜ ਹੋਇਆ ਹੈ। ਪਰ ਅੰਦਰੋਂ ਕਿਤੋਂ ਜਾਣਦੀ ਹਾਂ ਕਿ ਇਸ ਅਵਸਥਾ ਦੀ ਮੁਰਾਦ ਨੂੰ ਹੱਥ ਪਾ ਕੇ ਵੀ, ਮੇਰਾ ਹੱਥ ਹਿੱਲ ਜਾਂਦਾ ਹੈ, ਤੇ ਮੁਰਾਦ ਮੇਰੇ ਹੱਥੋਂ ਤਿਲਕ ਜਾਂਦੀ ਹੈ, ਆਪਣਾ ਆਪ ਮੇਰੇ ਹੱਥੋਂ ਤਿਲਕ ਜਾਂਦਾ ਹੈ... **25 ਜੂਨ 1997**

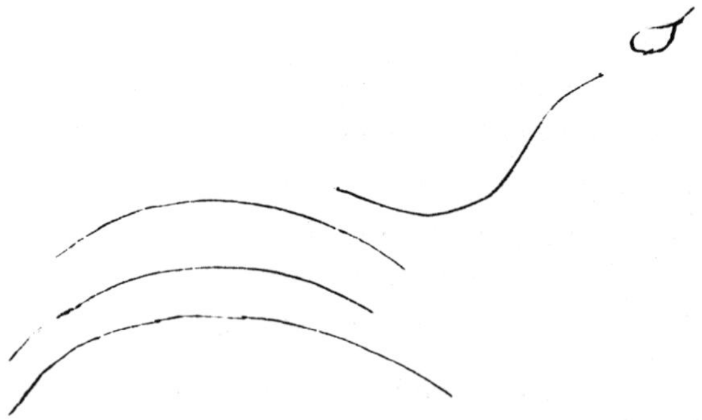

ਮੈਂ ਤੈਨੂੰ ਫੇਰ ਮਿਲਾਂਗੀ

ਮੈਂ ਤੈਨੂੰ ਫੇਰ ਮਿਲਾਂਗੀ
ਕਿੱਥੇ ? ਕਿਸਤਰ੍ਹਾਂ ? ਪਤਾ ਨਹੀਂ
ਸ਼ਾਇਦ ਤੇਰੇ ਤਖ਼ਈਅਲ ਦੀ ਚਿਣਗ ਬਣਕੇ
ਤੇਰੀ ਕੈਨਵਸ ਤੇ ਉਤਰਾਂਗੀ
ਜਾਂ ਖੌਰੇ ਤੇਰੀ ਕੈਨਵਸ ਦੇ ਉੱਤੇ
ਇਕ ਰਹੱਸ ਮਈ ਲਕੀਰ ਬਣਕੇ
ਖਾਮੋਸ਼ ਤੈਨੂੰ ਤਕਦੀ ਰਵ੍ਹਾਂਗੀ

ਜਾਂ ਖੌਰੇ ਸੂਰਜ ਦੀ ਲੋਅ ਬਣਕੇ
ਤੇਰੇ ਰੰਗਾਂ ਵਿਚ ਘੁਲਾਂਗੀ
ਜਾਂ ਰੰਗਾਂ ਦੀਆਂ ਬਾਹਵਾਂ ਵਿਚ ਬੈਠ ਕੇ
ਤੇਰੀ ਕੈਨਵਸ ਨੂੰ ਵਲਾਂਗੀ
ਪਤਾ ਨਹੀਂ ਕਿਸਤਰ੍ਹਾਂ—ਕਿੱਥੇ
ਪਰ ਤੈਨੂੰ ਜ਼ਰੂਰ ਮਿਲਾਂਗੀ

ਜਾਂ ਖੌਰੇ ਇਕ ਚਸ਼ਮਾ ਬਣੀ ਹੋਵਾਂਗੀ
ਤੇ ਜਿਵੇਂ ਝਰਨਿਆਂ ਦਾ ਪਾਣੀ ਉੱਡਦਾ
ਮੈਂ ਪਾਣੀ ਦੀਆਂ ਬੂੰਦਾਂ
ਤੇਰੇ ਪਿੰਡੇ ਤੇ ਮਲਾਂਗੀ
ਤੇ ਇਕ ਠੰਢਕ ਜਿਹੀ ਬਣਕੇ
ਤੇਰੀ ਛਾਤੀ ਦੇ ਨਾਲ ਲੱਗਾਂਗੀ...
ਮੈਂ ਹੋਰ ਕੁਝ ਨਹੀਂ ਜਾਣਦੀ
ਪਰ ਏਨਾ ਜਾਣਦੀ
ਕਿ ਵਕਤ ਜੋ ਵੀ ਕਰੇਗਾ
ਇਹ ਜਨਮ ਮੇਰੇ ਨਾਲ ਤੁਰੇਗਾ...

ਇਹ ਜਿਸਮ ਮੁਕਦਾ ਹੈ
ਤਾਂ ਸਭ ਕੁਝ ਮੁੱਕ ਜਾਂਦਾ
ਪਰ ਚੇਤਿਆਂ ਦੇ ਧਾਗੇ
ਕਾਇਨਾਤੀ ਕਣਾਂ ਦੇ ਹੁੰਦੇ
ਮੈਂ ਉਨ੍ਹਾਂ ਕਣਾਂ ਨੂੰ ਚੁਣਾਂਗੀ
ਧਾਗਿਆਂ ਨੂੰ ਵਲਾਂਗੀ
ਤੇ ਤੈਨੂੰ ਮੈਂ ਫੇਰ ਮਿਲਾਂਗੀ...

—ਅੰਮ੍ਰਿਤਾ ਦੀ ਆਖਿਰੀ ਕਵਿਤਾ

ਅੰਮ੍ਰਿਤਾ

'ਮੈਂ ਤੈਨੂੰ ਫੇਰ ਮਿਲਾਂਗੀ'
ਇਹ 2002 ਵਿਚ ਲਿਖੀ ਕਵਿਤਾ ਨਾਲ
ਅੰਮ੍ਰਿਤਾ ਦੀ ਲਿਖਤ ਦੀ
ਉਮਰ ਪੂਰੀ ਹੋ ਗਈ

ਕਲ ਤਕ
84 ਵਰਿਆਂ ਤੱਕ
ਸੋਚਾਂ ਦੀ ਝਨਾਂ ਵਿਚ
ਆਪਣੀ ਬੇੜੀ ਵਿਚ
ਪਲੰਗ ਤੇ ਬੈਠੀ
ਕਵਿਤਾ ਲਿਖਦੀ ਤੇ ਕਵਿਤਾ ਜੀਉਂਦੀ
ਉਹ ਜ਼ਿੰਦਗੀ ਦੇ
ਪੰਜ ਦਰਿਆਵਾਂ ਨੂੰ ਪਲ ਪਲ
ਪਾਰ ਕਰਦੀ ਆ ਰਹੀ ਸੀ

ਤੇ ਅਜ ਕਲ
ਉਹ ਆਪਣੇ ਪਲੰਗ ਤੇ
ਸੁੱਤੀ ਜਾਗਦੀ
ਸਾਹਵਾਂ ਦੇ ਪਾਣੀਆਂ ਵਿਚ
ਡੋਲ ਰਹੀ ਹੈ—
ਸਿਰਫ ਡੋਲ ਰਹੀ...

—ਇਮਰੋਜ਼

ਪੰਜਾਸੀਏਂ ਸਾਲ ਤੋਂ ਅੰਮ੍ਰਿਤਾ ਦਾ ਸਰੀਰ
ਬਹੁਤਾ ਹੀ ਕਮਜ਼ੋਰ ਹੋ ਗਿਆ ਸੀ
ਫਰਵਰੀ 2002 ਦੀ 18 ਤਾਰੀਖ ਰਾਤੀਂ
ਗੁਸਲਖਾਨੇ ਜਾਂਦਿਆ ਡਿੱਗ ਪਈ—
ਕੂਲ੍ਹੇ ਦੀ ਹੱਡੀ ਟੁੱਟ ਗਈ
ਆਪਰੇਸ਼ਨ ਹੋਇਆ
ਚਾਰ ਕੁ ਮਹੀਨੇ ਮਸਾਂ ਵਾਕਰ ਨਾਲ
ਤੁਰੀ ਹੋਵੇਗੀ ਕਿ ਜਿਸਮ ਨੇ ਪੈਂਡਿਆਂ ਦੇ ਪੈਂਡੇ ਤੁਰਨ ਵਾਲੀ ਅੰਮ੍ਰਿਤਾ ਨੂੰ
ਧਰਤੀ ਤੇ ਤੁਰਨ ਤੋਂ ਨਾਹ ਕਰ ਦਿਤੀ
ਤੇ ਪਲੰਗ ਹੀ ਧਰਤੀ ਹੋ ਗਿਆ...

31 ਅਕਤੂਬਰ 2005 ਦਾ ਦਿਨ ਸੀ ਤੇ
ਦੁਪਹਿਰੇ ਸਵਾ ਦੋ ਕੁ ਦਾ ਵਕਤ
ਅੰਮ੍ਰਿਤਾ ਨੀਂਦ ਵਿਚ ਹੀ ਰੁੱਖ ਤੋਂ
ਬੀਜ਼ ਬਣ ਗਈ...

—ਇਮਰੋਜ਼

31 ਅਕਤੂਬਰ, 2005 ਦੀ ਰਾਤੀ ਜਾਗਦਿਆਂ ਮੈਨੂੰ ਇਹ ਨਜ਼ਮ ਮਿਲੀ ਸੀ।